സാർവ്വദേശീയ ഭ

സി.

AF758832

INSIGHT PUBLICA

Nadakkavu, Kozhikode, Kerala, 673011
www.insightpublica.com
e-mail: insightpublica@gmail.com
SARVADESEEYA BHEEKARAPRAVARTHANAVUM C.I.A.YUM
Transalated by:
GOPALAKRISHNAN
(Malayalam)
First Insight Edition: MAY 2024
Copyright © Reserved
All rights reserved.
Printed and Published by
InsightinPublica Printers & Publishers Pvt. Ltd.
ISBN: 978-93-5517-741-4
₹370

All Rights reserved. No Part of this Publication may be reproduced, stored in a retrieval system, or transmitted, in any form, or by any means, electronic, mechanical, photocopying, recording or otherwise, without the prior permission of the publisher

സാർവ്വദേശീയ ഭീകരപ്രവർത്തനവും സി.ഐ.ഏ.യും

രേഖകൾ, ദൃക്സാക്ഷിവിവരണങ്ങൾ, വസ്തുതകൾ

പരിഭാഷ ഗോപാലകൃഷ്ണൻ

INSIGHT PUBLICA®

ഉള്ളടക്കം

സാർവ്വദേശീയ ഭീകരപ്രവർത്തനവും സി.ഐ.ഏ.യും

"മെയ്ഡ് ഇൻ യു.എസ്.ഏ."

സോവിയറ്റ് സൈനികഭീഷണിയെക്കുറിച്ചുള്ള പടിഞ്ഞാറൻ പ്രചരണകേന്ദ്രങ്ങളുടെ കെട്ടുകഥയെ "ഈ നൂറ്റാണ്ടിലെ ഏറ്റവും വലിയ നുണ"യെന്നു വിളിക്കുന്നതിന് എല്ലാ ന്യായവുമുണ്ട്. ആദ്യത്തെ നിയമനിർമ്മാണനടപടിയായി സമാധാന ഡിക്രി അംഗീകരിച്ച ഒരു രാജ്യത്തിന്റെ നേരെ - നിരായുധീകരണമെന്ന ആദർശത്തിനുവേണ്ടി നിലകൊള്ളുകയും ഒന്നിനൊന്നു പുറകെ പുതിയ പുതിയ സമാധാനനിർദ്ദേശങ്ങൾ മുന്നോട്ടുവയ്ക്കുകയും സ്വന്തം ആയുധങ്ങളെ ഏകപക്ഷീയമായി പരിമിതപ്പെടുത്തിയും വെട്ടിക്കുറച്ചും മറ്റു രാജ്യങ്ങൾക്ക് മാതൃക കാട്ടുകയും ചെയ്യുന്ന ഒരു രാജ്യത്തിന്റെ നേരെ - ആക്രമണോദ്ദേശങ്ങൾ ആരോപിക്കുന്നതിലും ബീഭത്സമായി മറ്റൊന്നില്ല. പക്ഷേ പാശ്ചാത്യരാജ്യങ്ങളിലെ പത്രങ്ങളും പള്ളിക്കൂടങ്ങളും പുരോഹിതന്മാരും സർവ്വകലാശാലാശാസ്ത്രജ്ഞന്മാരും എന്നുവേണ്ട ഭരണനേതാക്കൾപോലും ദശലക്ഷങ്ങളുടെ തലയിൽ ഓരോ ദിവസവും ഓരോ മണിക്കൂറും അടിച്ചുകയറ്റുന്നത് ഈ കെട്ടുകഥയാണ്.

1976 ഗ്രീഷ്മത്തിൽ യു.എസ്സ്.ഏ.യിൽ നടത്തിയ ഒരു പര്യടനം ഓർമ്മയിലെത്തുന്നു. സോവിയറ്റ് പത്രപ്രവർത്തകരായ ഞങ്ങളുടെ ഒരു പ്രതിനിധിസംഘം മിസൂറി സ്റ്റേറ്റിലുള്ള പോയിന്റ് ലുക്കൗട്ട് എന്ന സ്ഥലത്തെ ഓസാർക്സ് സ്കൂൾ സന്ദർശിക്കുകയുണ്ടായി.

ആ സ്കൂളിൽ സ്വതന്ത്രചിന്ത നിഷിദ്ധമാണ്. ബോധനത്തിന്റെ അടിത്തറ മതമാണ്. കോളേജിന്റെ പ്രസിഡന്റ് ഗ്രഹാം ക്ലാർക്ക് ഞങ്ങളോടു തുറന്നു പറഞ്ഞു: "ഞങ്ങൾ നിങ്ങളുടെ രാജ്യത്തിനെതിരായി മുൻവിധികൾ വച്ചുപുലർത്തുന്നവരാണ്. ഞങ്ങൾ വിദ്യാർത്ഥികളെ പഠിപ്പിക്കുന്നതും അത്തരത്തിലാണ്. നിങ്ങളുടെ വ്യവസ്ഥയെക്കുറിച്ച് ഞങ്ങൾക്ക് സ്വന്തം അഭിപ്രായമുണ്ട്."

"സ്വതന്ത്രവ്യവസായനടത്തിപ്പിനെ"ക്കുറിച്ച് - മുതലാളിത്തചൂഷണത്തേയും സാമൂഹ്യ അസമത്വത്തേയും കുറിച്ച് - സോവിയറ്റ് ജനങ്ങൾക്കും സ്വന്തമായ അഭിപ്രായമുണ്ട്. പക്ഷേ ആ കോളേജിലെ പള്ളിയിൽനിന്നു ഞങ്ങൾ പെറുക്കിയെടുത്തവയോടു വിദൂരസാദൃശ്യംപോലുമുള്ള

ലഘുലേഖകളോ പുസ്തകങ്ങളോ സോവിയറ്റ്‌യൂണിയനിലെ ഒരൊറ്റ കോളേജിലോ സ്‌ക്കൂളിലോ കണ്ടെത്താനാവില്ല. സോവിയറ്റ് വിദ്യാർത്ഥികളിൽ അമേരിക്കൻ ജനതയോടു ശത്രുതയും പകയും ഉദ്ദീപിപ്പിക്കുന്ന ഒരെണ്ണംപോലും കണ്ടെത്താനാവില്ല.

"അത് ഇവിടെ സംഭവിക്കാം," - ഞങ്ങളെടുത്ത ഒരു ലഘുലേഖയുടെ ഞെട്ടിപ്പിക്കുന്ന തലക്കെട്ടാണിത്. "ലോകം കീഴടക്കണമെന്നാണ് ഇപ്പോഴും കമ്മ്യൂണിസത്തിന്റെ ഉന്നം. അതിലേക്ക് അത് വാശിയോടെ മുന്നേറുകയാണ്." ഇതാണ് അത് വിദ്യാർത്ഥികളോടും മറ്റു സഭാംഗങ്ങളോടും പറയുന്നത്. "ഞങ്ങൾ യു.എസ്സ്.എ. കീഴടക്കുമ്പോൾ ആറു കോടി അമേരിക്കക്കാരെ വകവരുത്തും" എന്നാണത്രേ റഷ്യാക്കാർ പറയുന്നത്! തുടർന്ന് പള്ളിക്കും ദൈവവിശ്വാസികൾക്കും സംഭവിക്കാൻ പോകുന്ന ഭീകരതകളുടെ ഒരു പട്ടികയും ഏതോ ഒരു ജോൺ നോബിളിന്റെ വാക്കുകളും കൊടുത്തിട്ടുണ്ട്. "ഇരുമ്പുമറയ്ക്കു പിന്നിലുള്ള അടിമപ്പാളയങ്ങളിൽ 28 ദശലക്ഷം പേരുണ്ട്," എന്നാണ് ആ മനുഷ്യൻ കൃത്യമായി കണക്കുകൂട്ടി പറഞ്ഞിട്ടുള്ളത്. അതിൽ കൂടുതലുമില്ല, കുറവുമില്ല.

വിശ്വാസികളോടുള്ള കർശനമായ ഒരു താക്കീതോടെയാണ് ലഘുലേഖ അവസാനിക്കുന്നത്. അവർക്ക് സ്വന്തം സുഖസൗകര്യങ്ങളിൽ മാത്രമേ താൽപര്യമുള്ളൂ. അവർ പള്ളിയെ ഗൗനിക്കുന്നില്ല. ഇതിൽനിന്നുള്ള നിഗമനം വ്യക്തമാണ്: അമേരിക്ക റഷ്യാക്കാരുടെ കീഴിലാവാതിരിക്കണമെങ്കിൽ, കമ്മ്യൂണിസ്റ്റുകാരുടെ പിടിയിലാവാതിരിക്കണമെങ്കിൽ, പള്ളിക്കു സംഭാവന ചെയ്യുക! നമുക്കു കാണാവുന്നതുപോലെ, പള്ളിയും അതിന്റെ ബിസിനസ്സ് നടത്തുന്നുണ്ട്. ഭീതിയും വിദ്വേഷവുമാണ് അതിന്റെ വിൽപ്പനച്ചരക്കുകൾ.

കഥയില്ലാത്ത ഏതോ മതഭ്രാന്തന്റെ വെറും ജല്പനങ്ങളാണിവയെന്നു ധരിക്കരുത്. ആ ലഘുലേഖയ്ക്കു "ജോർജ്ജ് വാഷിംഗ്ടൺ ബഹുമതി മെഡൽ" ലഭിച്ച വിവരം അതിൽ ചെറിയ അക്ഷരത്തിൽ അച്ചടിച്ചിട്ടുണ്ട്. അമേരിക്കൻ ജീവിതരീതിയെക്കുറിച്ച് കൂടുതൽ നന്നായി മനസ്സിലാക്കാൻ അതു ചെയ്തിട്ടുള്ള സംഭാവനയുടെ പേരിലാണ് ഈ പാരിതോഷികം നൽകിയിരിക്കുന്നത്. അമേരിക്കൻ ജീവിതരീതിയെക്കുറിച്ചും ഓസാർക്സ് സ്‌ക്കൂളിലെ വിദ്യാർത്ഥികളെക്കുറിച്ചും പരിതപിക്കാതെ എന്തു ചെയ്യും!

ന്യൂയോർക്കിൽ ഞാൻ പ്രൊഫസർ മാർഷൽ ഷുൽമാനോടു സംസാരിക്കുകയുണ്ടായി. അന്ന് അദ്ദേഹം കൊളംബിയാ സർവ്വകലാശാലയുടെ

കീഴിലുള്ള റഷ്യൻ ഇൻസ്റ്റിറ്റ്യൂട്ടിന്റെ തലവനായിരുന്നു. ആ പേരുകേട്ട "സോവിയറ്റ്കാര്യവിദഗ്ദ്ധൻ" തെല്ലൊരു പരുങ്ങലോടെ എന്നോടു തുറന്നു പറഞ്ഞു: "വഴിയിൽ കാണുന്ന ആരോടെങ്കിലും - ഉദാഹരണത്തിന് ഒരു ടാക്സിഡ്രൈവറോട് - സോവിയറ്റ്യൂണിയനെക്കുറിച്ചുള്ള അഭിപ്രായം ചോദിച്ചാൽ, അയാൾ മുമ്പെവിടെയോ വായിക്കുകയോ കേൾക്കുകയോ ചെയ്ത കാര്യം ആവർത്തിക്കാനാണിടയുള്ളത്. റഷ്യയ്ക്ക് സൈനികശക്തി വളരെ കൂടുതലും അവിടെ സ്വാതന്ത്ര്യം തീരെ കുറവുമാണെന്നോ മറ്റോ അയാൾ പറയും.''

അതിനുശേഷം വർഷങ്ങൾ പലതു കടന്നുപോയി. സോവിയറ്റ്യൂണിയൻ ഒന്നിലധികം തവണ അതിന്റെ സമാധാനവാഞ്ഛ തെളിയിച്ചിട്ടുണ്ട്. സമാധാനപരമായ സഹവർത്തിത്വത്തിന്റേയും പരസ്പരം പ്രയോജനപ്രദമായ സഹകരണത്തിന്റെയും അടിസ്ഥാനത്തിൽ ബൂർഷ്വാ സ്റ്റേറ്റുകളുമായുള്ള ബന്ധങ്ങൾ വികസിപ്പിക്കാനുള്ള അതിന്റെ സന്നദ്ധതയും കഴിവും പലതവണ വെളിപ്പെട്ടുകഴിഞ്ഞിട്ടുണ്ട്. പക്ഷേ അമേരിക്കയിലെ "സാധാരണക്കാരൻ" ഇപ്പോഴും വായിക്കുന്നതും കേൾക്കുന്നതും സോവിയറ്റ് ഭീഷണിയെക്കുറിച്ചും കമ്മ്യൂണിസ്റ്റ് ഗൂഢാലോചനയെക്കുറിച്ചുമാണ്. കമ്മ്യൂണിസ്റ്റ് വിരോധം തൊഴിലായെടുത്തവരും പൊതുജനാഭിപ്രായത്തെ തോന്നിയപോലെ കരുപ്പിടിക്കാനുള്ള പാടവം നേടിയവരുമായ ആളുകൾക്കു പുറമെ യു.എസ്സ്. പ്രസിഡന്റ്, സ്റ്റേറ്റ് സെക്രട്ടറി, പ്രതിരോധസെക്രട്ടറി എന്നിവരുംകൂടി ഈ പ്രചരണത്തിന് സ്വരമിടുന്നുണ്ടെന്നതാണ് ഇന്നത്തെ - അതായത് 1980'കളുടെ തുടക്കത്തിന്റെ - ഒരു പ്രത്യേകത എന്നു മാത്രം. അവരിലാർക്കെങ്കിലും "ജോർജ്ജ് വാഷിംഗ്ടൺ ബഹുമതി മെഡൽ" ലഭിച്ചിട്ടുണ്ടോയെന്ന് അറിഞ്ഞുകൂടാ. പക്ഷേ അവരുടെ "വാദമുഖങ്ങൾ" ഓസാർക്സ് പള്ളിയുടെ ലഘുലേഖയിൽ കാണുന്ന വാദങ്ങളോളംതന്നെ പുതുമയാർന്നവയും വിശ്വസനീയവും ബോദ്ധ്യപ്പെടുത്തുന്നവയുമാണെന്നു തീർത്തു പറയാം.

വാഷിംഗ്ടൺ ഇപ്പോൾ അഴിച്ചുവിട്ടിരിക്കുന്ന സോവിയറ്റ് വിരുദ്ധപ്രചരണത്തിൽ ഒരേയൊരു പുതുമയുള്ളത് "കമ്മ്യൂണിസ്റ്റ് ഗൂഢാലോചന''യെ "സാർവ്വദേശീയഭീകരപ്രവർത്തന''ത്തിന്റെ ലേബലൊട്ടിച്ച് അവതരിപ്പിക്കുന്നുവെന്നതാണ്. 1981 ജനുവരി 28-ന് അന്ന് യു.എസ്സ്. സ്റ്റേറ്റ് സെക്രട്ടറിയായിരുന്ന അലക്സാണ്ടർ ഹേഗാണ് ഈ ദുഷ്പ്രചരണത്തിനു തുടക്കമിട്ടത്. "സാർവ്വദേശീയഭീകരപ്രവർത്തനത്തെ വളമിട്ടു വളർത്തുകയും പിന്തുണയ്ക്കുകയും വിപുലപ്പെടുത്തുകയും ചെയ്യുന്ന നയപരിപാടികൾ സോവിയറ്റ്യൂണിയൻ ബോധപൂർവ്വം

നടപ്പാക്കുന്നുണ്ടെ''ന്ന് അദ്ദേഹം ഒരു പത്രസമ്മേളനത്തിൽ പറഞ്ഞു.

സോവിയറ്റ്യൂണിയൻ പലസ്തീൻ വിമോചനസംഘടനയ്ക്ക് ഭീകരപ്രവർത്തനം നടത്താൻവേണ്ടി ആയുധം നൽകുന്നുവെന്നും, സാർവ്വദേശീയഭീകരപ്രവർത്തനത്തിനു പിന്തുണ നൽകാൻവേണ്ടി ക്യൂബയേയും ലിബിയയേയും പോലുള്ള രാജ്യങ്ങളെ ഉപയോഗപ്പെടുത്തുന്നുണ്ടെന്നും, ദേശീയവിമോചനയുദ്ധങ്ങൾ എന്നു പറയപ്പെടുന്നവയെ എല്ലാവിധത്തിലും പ്രോത്സാഹിപ്പിക്കുന്നുണ്ടെന്നും യു.എസ്സ്. സ്റ്റേറ്റ്ഡിപ്പാർട്ട്മെന്റിന്റെ ഒരു വക്താവ് കുറ്റപ്പെടുത്തി. എന്നാൽ ഈ ആരോപണങ്ങൾക്കൊന്നും തന്നെ യാതൊരു തെളിവുമില്ലായിരുന്നു.

ക്യാമ്പെയിന് ശക്തി വർദ്ധിച്ചു. സുരക്ഷിതത്വത്തേയും ഭീകരപ്രവർത്തനത്തേയും സംബന്ധിച്ച സെനറ്റ് സബ്കമ്മിറ്റി പുനഃസ്ഥാപിക്കപ്പെട്ടു. റഷ്യാക്കാർ സ്ഥാപിച്ചിട്ടുള്ള "ഭീകരപ്രവർത്തനത്തിന്റെ ആഗോളശൃംഖല'' തുറന്നുകാട്ടുകയെന്ന ലക്ഷ്യത്തോടെ അതിന്റെ വിചാരണകൾ ആരംഭിച്ചു.

പക്ഷേ, സി.ഐ.ഏ. എത്രയൊക്കെ ശ്രമിച്ചിട്ടും സോവിയറ്റ്യൂണിയന് ഭീകരപ്രവർത്തനവുമായി എന്തെങ്കിലും ബന്ധമുണ്ടെന്നതിന്റെ യാതൊരു തെളിവും ഹാജരാക്കാൻ അതിനു കഴിഞ്ഞില്ല. പ്രചരണത്തിനുള്ള സോപ്പുകുമിളകളല്ല, മൂർത്തമായ തെളിവുകളാണ് വേണ്ടിയിരുന്നത്. അവയാകട്ടെ, ഇല്ലായിരുന്നുതാനും.

അമേരിക്കൻ ഇന്റലിജൻസ് വകുപ്പിന്റെ "കരങ്ങൾ ബന്ധിതമാണെ''ന്നും അതിനു കുറ്റക്കാർ കോൺഗ്രസ്സാണെന്നും പറഞ്ഞ് വാഷിംഗ്ടൺ തടി തപ്പാൻ നോക്കി. സി.ഐ.ഏ.യുടെ അഴുക്കുവേലകളെക്കുറിച്ചുള്ള അന്വേഷണത്തെത്തുടർന്ന് കോൺഗ്രസ്സ് അമേരിക്കൻ ഇന്റലിജൻസ് വകുപ്പിന്റെ പ്രവർത്തനങ്ങൾ പരിമിതപ്പെടുത്തിയിരുന്നു. ആ നിയന്ത്രണങ്ങൾ നീക്കിയാലുടൻ റഷ്യാക്കാർ തുറന്നുകാട്ടപ്പെടുമത്രെ. എന്നാൽ ഈ നിയന്ത്രണങ്ങളെന്നു പറയുന്നവ വെറുമൊരു പുകമറയായിരുന്നുവെന്നതാണു വാസ്തവം. "ഭീകരപ്രവർത്തനത്തെ കൂടുതൽ ഫലപ്രദമായി നേരിടാൻവേണ്ടി'' റൊനാൾഡ് റീഗൻ അവയെ ഫലത്തിൽ എടുത്തുകളഞ്ഞിരിക്കുകയാണ്. എന്നിട്ടും തെളിവു ഹാജരാക്കാൻ കഴിയുന്നില്ല. എന്നുവച്ച് വാഷിംഗ്ടൺ അതിന്റെ സോവിയറ്റ് വിരുദ്ധ മുറവിളി നിർത്തിവച്ചിട്ടില്ല. അതിപ്പോഴും തുടരുകയാണ്.

അമേരിക്കയ്ക്കകത്തും പുറത്തുമുള്ള പൊതുജനാഭിപ്രായം കണക്കിലെടുത്തുകൊണ്ടാണ് ഈ പ്രചരണത്തിന്റെ സംഘാടകർ ആക്രമണത്തിനുള്ള മുഹൂർത്തം നിശ്ചയിച്ചത്. അങ്ങേയറ്റത്തെ വലതുപക്ഷത്തും

ഇടതുപക്ഷത്തും നിന്നിരുന്ന ചില സംഘങ്ങളുടെ ഭീകരനടപടികൾ പടഞ്ഞാറൻ യൂറോപ്പിനേയും വിശേഷിച്ച് ഇറ്റലിയേയും നടുക്കി ക്കൊണ്ടിരുന്ന കാലമായിരുന്നു അത്. അവ സാർവ്വത്രികമായി അപലപിക്കപ്പെട്ടു. അപ്പോഴാണ് അമേരിക്കൻ ഭരണാധികാരികളും പാശ്ചാത്യലോകത്തെ വമ്പിച്ച പ്രചരണയന്ത്രമാകെത്തന്നെയും എല്ലാ കുറ്റവും "ചുവപ്പന്മാരുടെ'' പിടലിയിൽ വയ്ക്കാനൊരു ശ്രമം നടത്തിയത്. "ലോകവ്യാപകമായ കമ്മ്യൂണിസ്റ്റ് ഗൂഢാലോചന''യുടേയും ദുഷ്ടമായ "മോസ്ക്കോയുടെ കൈ''യുടേയും പഴകിത്തേഞ്ഞ ഇമ്പാച്ചി വീണ്ടും പൊക്കിക്കാട്ടപ്പെട്ടു. 1917 ഒക്ടോബറിനു ശേഷം എത്രയോ തവണ നടന്നിട്ടുള്ളതാണ് ഇത്.

പശ്ചിമജർമ്മനിയിലെ ബാദർമൈൻഹോഫിന്റെ അരാജക "പട്ടണഗറില്ലാ'' സംഘവും ഇറ്റലിയിലെ റെഡ്ബ്രിഗേഡുകളുമടക്കം ഏതാണ്ടെല്ലാ ഭീകരസംഘങ്ങളുടേയും "പിന്നിൽനിന്നു ചരടു വലിക്കു ന്നത്'' സോവിയറ്റ്യൂണിയനും മറ്റു സോഷ്യലിസ്റ്റ് രാജ്യങ്ങളുമാണെന്നു പ്രഖ്യാപിക്കപ്പെട്ടു. ടർക്കിയിലെ ഒരു പുത്തൻഫാസിസ്റ്റ് മാർപ്പാപ്പയുടെ നേരെ നടത്തിയ വധശ്രമംപോലും "മോസ്ക്കോയുടെ താൽപര്യങ്ങ ൾക്ക് അനുരോധമാണെ''ന്ന് ചില അമേരിക്കൻ പത്രങ്ങൾ തട്ടിവിട്ടു.

രാജ്യങ്ങളുടെ നയതന്ത്രനടപടികളേയും ഗതാഗതബന്ധങ്ങളേയും സാധാരണഗതിയിലുള്ള സാർവ്വദേശീയസമ്പർക്കങ്ങളേയും സമ്മേള നങ്ങളേയും താറുമാറാക്കുന്ന എല്ലാത്തരം ഭീകരപ്രവർത്തനങ്ങളേയും തങ്ങൾ തത്വത്തിൽത്തന്നെ അപലപിക്കുന്നുവെന്നും ആളുകളുടെ ജീവാപായം വരുത്തുന്നുവെന്നല്ലാതെ യാതൊരു പ്രയോജനവുമില്ലാത്ത അക്രമ നടപടികൾക്ക് തങ്ങൾ എതിരാണെന്നും സോവിയറ്റ്യൂണിയൻ എല്ലാവരും കേൾക്കെ പ്രഖ്യാപിച്ചിട്ടുണ്ട്. പക്ഷേ വാചാലതയ്ക്ക് ഒരു കുറവുമില്ലാത്ത പടിഞ്ഞാറൻ പ്രചരണകേന്ദ്രങ്ങൾ ഈ പ്രഖ്യാപന ത്തെക്കുറിച്ച് ഒന്നുകിൽ മൗനം ദീക്ഷിക്കുന്നു, അല്ലെങ്കിൽ അതിനെ വളച്ചൊടിക്കുന്നു. സമരാസക്തമായ കമ്മ്യൂണിസ്റ്റ് പ്രത്യയശാസ്ത്രം പ്രകൃത്യാതന്നെ "ഭീകരപ്രവർത്തനത്തിന്റെ തത്വശാസ്ത്ര'' മാണെന്നും, ബോൾഷെവിക്കുകൾ അധികാരത്തിൽ വന്നതു തന്നെ ഭീകരപ്രവർത്ത നത്തിലൂടെയാണെന്നും, തങ്ങൾക്ക് എത്രയും ഗുണകരമായ (മറ്റാർക്കും ഗുണമില്ലെന്നോ?) സംഘർഷലഘൂകരണം എന്തു വില കൊടുത്തും നിലനിർത്തണമെന്നുള്ളതുകൊണ്ട് സോവിയറ്റുകാർ ഭീകരനടപടി കളെ വാക്കാൽ അപലപിക്കുന്നുവേന്നേയുള്ളുവെന്നുമാണു പറയുന്നത്. ഇപ്പറയുന്നതിനെല്ലാം എന്തെങ്കിലും തെളിവുണ്ടോ? തെളിവൊന്നുമില്ല. പക്ഷേ, അതിനും ഒരു കാരണമുണ്ട്. മോസ്ക്കോയിലുള്ളവർ വലിയ

സൂത്രശാലികളാണ്. അവർ വളരെ ഗോപ്യമായിട്ടാണു പ്രവർത്തിക്കു ന്നത്. അവർ സ്വന്തം കാൽപ്പാടുകൾ സമർത്ഥമായി മൂടിവയ്ക്കുന്നു.

"മനുഷ്യാവകാശസംരക്ഷണ''ത്തിന്റെ പേരിൽ നടത്തിയ കപടമായ ക്യാമ്പെയിന്റെ സമയത്ത് വാഷിംഗ്ടൺ വസ്തുനിഷ്ഠതയുടെ ഒരു പ്രതീതിയുളവാക്കാനെങ്കിലും ശ്രമിച്ചെങ്കിൽ, ചിലിയിലെ പൈശാചികഭരണത്തേയും ദക്ഷിണകൊറിയയിലെ മർദ്ദനങ്ങളേയും "സ്വതന്ത്ര ലോക''ത്തിലെ മറ്റു ചില രാജ്യങ്ങളിലെ അക്രമനടപടികളേയും അത് മനസ്സില്ലാമനസ്സോടെ അപലപിച്ചെങ്കിൽ, ഇപ്പോൾ മാന്യതയുടെ പുറംപൂച്ചപോലുമില്ല. തെളിവൊന്നുംകൂടാതെതന്നെ എല്ലാ കുറ്റവും സോവിയറ്റുകാരുടേയും അവരുടെ ബന്ധുക്കളുടേയും പിടലിക്കു വച്ചു. കാരണം, അവർ ദൈവത്തിൽ വിശ്വസിക്കാത്ത "ചുവപ്പന്മാ''രാണ്. നിരപരാധികളുടെ ജീവൻ അപഹരിച്ചുകൊണ്ട് ബോംബുകൾ പൊട്ടിയാലും വിമാനങ്ങൾ തട്ടിക്കൊണ്ടു പോയാലും പണയത്തടവുകാരെ പിടിച്ചാലുമെല്ലാം കുറ്റക്കാർ അവരാണ്. ലോകപൊതുജനാഭിപ്രായത്തിന്റെ മുമ്പിൽ സോവിയറ്റുയൂണിയന് ദുഷ്പ്പേരു വരുത്തുക, സോഷ്യലിസ്റ്റ് രാഷ്ട്രസമുച്ചയത്തിനും പൊതുവിൽ ഇടതുപക്ഷശക്തികൾക്കുമെതിരായുള്ള "മനശ്ശാസ്ത്രപരമായ യുദ്ധം'' ശക്തിപ്പെടുത്തുക, ബഹുജനങ്ങളെ സോഷ്യലിസത്തിൽ നിന്നു പിന്തിരിപ്പിക്കുക - ഇതാണ് "സാർവ്വദേശീയഭീകരപ്രവർത്തനത്തിനെതിരായ പോരാളികളുടെ'' വേഷമണിഞ്ഞിട്ടുള്ള വാഷിംഗ്ടന്റെ മുഖ്യലക്ഷ്യം.

ദേശീയവിമോചനപ്രസ്ഥാനങ്ങളെ അപകീർത്തിപ്പെടുത്തുകയെന്നതാണ് രണ്ടാമത്തെ ലക്ഷ്യം. ഇവിടെയും പ്രധാനകുറ്റവാളി സോവിയറ്റുയൂണിയൻതന്നെ. മോസ്ക്കോയുടേയും അതിന്റെ "കിങ്കരന്മാരുടേയും'' വിധ്വംസകപ്രവർത്തനമാണത്രെ എല്ലാ വിപ്ലവപ്രസ്ഥാനങ്ങൾക്കും കാരണം. "എത്ര ദൂരെയായാലും എവിടെയെല്ലാം കുഴപ്പമുണ്ടോ അവിടെല്ലാം വേണ്ടത്ര ആഴത്തിൽ കുഴിച്ചുനോക്കുകയാണെങ്കിൽ സോവിയറ്റുയൂണിയനെ കണ്ടെത്താൻ കഴിയും'' എന്ന് 1980-ൽ - അതായത് പ്രസിഡന്റാകുന്നതിനു മുമ്പു തന്നെ - റീഗൻ പ്രഖ്യാപിക്കുകയുണ്ടായി.

ആഭ്യന്തരകാരണങ്ങളോ ചരിത്രപരമായ വികാസത്തിന്റെ ആവശ്യകതയോ പിന്നോക്കാവസ്ഥയ്ക്കും ദാരിദ്ര്യത്തിനും പരാശ്രയത്തിനും അറുതി വരുത്താനുള്ള അഭിവാഞ്ഛയോ ഒന്നുമല്ല ദേശീയ-സാമൂഹ്യവിമോചനപ്രസ്ഥാനങ്ങൾക്കു നിദാനമെന്നാണു പറയുന്നത്. റീഗന്റെ ഭാഷയിൽ പറഞ്ഞാൽ "തങ്ങളുടെ സാമ്രാജ്യമോഹങ്ങൾ"

സാധിക്കാൻവേണ്ടി സോവിയറ്റുകാർ വെളിയിൽനിന്നു കുത്തിപ്പൊക്കുന്നതാണത്രെ അവയെല്ലാം. അതുകൊണ്ട് അത്തരം സമരങ്ങളെല്ലാം നിയമവിരുദ്ധങ്ങളായ ഭീകരനടപടികളും, ദേശീയവിമോചനസമരങ്ങളിലെ പോരാളികൾക്ക് സോവിയറ്റ്യൂണിയനും മറ്റു സോഷ്യലിസ്റ്റ് രാജ്യങ്ങളും നൽകുന്ന സഹായം "ഭീകരപ്രവർത്തനത്തിനുള്ള പിന്തുണ''യുമാണെന്നു വരുന്നു. മാത്രമല്ല, ഇതെല്ലാം യു.എസ്സ്.ഏ. യുടെ "ദേശീയതാൽപര്യങ്ങൾ"ക്ക് ഗുരുതരമായൊരു ഭീഷണിയാണത്രെ.

അതുകൊണ്ട് യു.എസ്സ്.ഏ. യ്ക്ക് എന്തു മാർഗ്ഗം കൈക്കൊള്ളാനും "അവകാശ''മുണ്ട്. വാടകഘാതകന്മാരെക്കൊണ്ട് ഗ്രാമങ്ങളെ - അവിടെ പാർക്കുന്ന ജനങ്ങളെ ഉൾപ്പെടെ - അങ്ങിനെതന്നെ ചുട്ടെരിച്ചുകളയിക്കാനും തങ്ങൾക്കിഷ്ടപ്പെടാത്ത ഗവൺമെന്റുകളെ അട്ടിമറിക്കാനും അനുസരണയില്ലാത്ത രാഷ്ട്രീയനേതാക്കളെ കൊലപ്പെടുത്താനും അതിന് അവകാശമുണ്ട്. സ്ത്രീകളും കുട്ടികളും വൃദ്ധജനങ്ങളുമടക്കം ആയിരക്കണക്കിനു ലെബനോൺകാരേയും പലസ്തീൻകാരേയും കൂട്ടത്തോടെ കൊന്നൊടുക്കിയ ഇസ്രായേലി ആക്രമണകാരികളെ "സാർവ്വദേശീയഭീകരപ്രവർത്തനത്തെ ചെറുക്കാൻ" എന്ന പേരിൽ നഖശിഖാന്തം ആയുധമണിയിക്കാനും അവർക്ക് സർവ്വവിധപിന്തുണയും നൽകാനും അതിന് അവകാശമുണ്ട്. ദക്ഷിണ ആഫ്രിക്കയിലെ വംശീയവാദികളുമായി ഗൂഢാലോചന നടത്താനും ആഫ്രിക്കയുടെ ദക്ഷിണമേഖലയിലെ വിമോചനപ്രസ്ഥാനങ്ങളെ അടിച്ചമർത്തുന്നതിൽ അവരെ സഹായിക്കാനും അതിന് അവകാശമുണ്ട്. നിക്കരാഗ്വയിലേയും എൽ സാൽവഡോറിലേയും ദേശാഭിമാനികൾക്കെതിരായി രഹസ്യവും പരസ്യവുമായ യുദ്ധം നടത്താനും ലാറ്റിനമേരിക്കയിലെ പല രാജ്യങ്ങളേയും ചോരയിലാഴ്ത്തിയിരിക്കുന്ന സ്വേച്ഛാധിപത്യഭരണങ്ങളെ പണവും ആയുധവും കൊടുത്ത് താങ്ങിനിർത്താനും അതിന് അവകാശമുണ്ട്.

പ്രധാനമായും പി.എൽ.ഓ. (പലസ്തീൻ വിമോചന സംഘടന), ലിബിയ, ക്യൂബ, നിക്കരാഗ്വയിലെ സൻഡീനിസ്റ്റ് നേതൃത്വം, സ്വാപ്പൊ (ദക്ഷിണപശ്ചിമ ആഫ്രിക്കൻ ജനകീയസംഘടന), എന്നിവയെയാണ് "ഭീകരപ്രവർത്തനത്തിന്റെ വിളനിലങ്ങളാ''യി വാഷിംഗ്ടൺ പേരെടുത്തു പറയുന്നത്. എന്നാൽ ഫലത്തിൽ അമേരിക്കൻ രാഷ്ട്രീയനേതാക്കൾ എല്ലാ ദേശീയവിമോചനപ്രസ്ഥാനങ്ങൾക്കും ഈ മുദ്ര കുത്തിയിട്ടുണ്ട്. ജനതകളുടെ വികാരങ്ങളോടുള്ള അവഹേളനവും അവരുടെ അവകാശങ്ങളോടും അഭിലാഷങ്ങളോടുമുള്ള അവജ്ഞയുമാണ് ഇതു വെളിപ്പെടുത്തുന്നത്.

റീഗൻ ഭരണത്തിൽ വന്നതോടെ ഈ പ്രസ്ഥാനങ്ങളോടുള്ള വാഷിംഗ്ടന്റെ മനോഭാവത്തിൽ പ്രകടമായ ഒരു മാറ്റം വന്നു. വിയറ്റ്നാം സാഹസത്തിന്റെ പൊളിച്ചിലിനെത്തുടർന്ന് 1970-കളുടെ ഉത്തരാർദ്ധത്തിൽ അമേരിക്ക "അയവേറിയ'' ഒരു നയം അനുവർത്തിക്കാൻ ശ്രമിച്ചു. വികസ്വരരാജ്യങ്ങളിലെ സാമൂഹ്യ-രാഷ്ട്രീയപരിവർത്തനപ്രക്രിയയെ അപ്പാടെ എതിർക്കുന്നതിനു പകരം അതിനെ തങ്ങൾക്കനുകൂലമായ ഒരു ചാലിലൂടെ തിരിച്ചുവിടാൻ അതു യത്നിച്ചു. പക്ഷേ ഇറാനിലേയും നിക്കരാഗ്വയിലേയും വിപ്ലവങ്ങൾ ഈ "വ്യതിരേക''നയത്തിന്റെ തകർച്ചയെ കുറിച്ചു. "മൂന്നാം ലോക''ത്തിൽ പുരോഗമനപരമായ മാറ്റങ്ങൾ കൈവരുത്താനുള്ള ഏതൊരു നീക്കത്തേയും നിർദ്ദാക്ഷിണ്യം നേരിടണമെന്ന് ഭരണകൂടത്തിലുള്ള''കഴുകന്മാർ" ആവശ്യപ്പെട്ടു. നിയമവിരുദ്ധ ഭീകരപ്രവർത്തനങ്ങളെന്നു പറഞ്ഞ് ദേശീയവിമോചനപ്രസ്ഥാനങ്ങളെ അപകീർത്തിപ്പെടുത്താനും അടിച്ചമർത്താനുമുള്ള വാശിയേറിയ ക്യാമ്പെയിന്റെ തുടക്കം അവിടുന്നാണ്. കൂടാതെ, സോവിയറ്റുയൂണിയന്റെ മേൽ സമ്മർദ്ദം ചെലുത്താനുള്ള ശ്രമവുമുണ്ട്. അതിനെക്കൊണ്ട് നയം മാറ്റിക്കുകയും ന്യായമായ ദേശീയവിമോചന സമരത്തിന് അതു നൽകുന്ന ഭൗതിക-ധാർമ്മികപിന്തുണ ദുർബ്ബലപ്പെടുത്തുകയും ചെയ്യുകയെന്നതാണ് ഉദ്ദേശം.

ചില രാജ്യങ്ങൾ സോവിയറ്റുയൂണിയന്റെ "ആശ്രിതരാജ്യങ്ങളും'' ഏജന്റുകളുമായി മുദ്രയടിക്കപ്പെട്ടു. അവയുടെ നേർക്കുള്ള "മനശ്ശാസ്ത്രപരമായ യുദ്ധ'' ത്തിന്റെ ശക്തി കൂടി. മാത്രമല്ല, ചില പശ്ചിമയൂറോപ്യൻ രാജ്യങ്ങൾ പോലും ആക്രമണത്തിനു ശരവ്യമായി. "സാർവ്വദേശീയഭീകരപ്രവർത്തനത്തിനു ചൂട്ടുപിടിക്കുന്ന കാര്യത്തിൽ റഷ്യ വഹിക്കുന്ന ദുഷിച്ച പങ്കിനെ''ക്കുറിച്ച് അവ മൗനം ഭജിക്കുന്നത് ലാഭകരമായ വ്യാപാരകോൺട്രാക്ടുകൾ നഷ്ടപ്പെടുമെന്ന ഭയംകൊണ്ടാണെന്ന ആരോപണം അവയ്ക്കെതിരെ ഉന്നയിക്കപ്പെട്ടു.

അപ്പോൾ, സാർവ്വദേശീയഭീകരപ്രവർത്തനത്തെക്കുറിച്ചും സോവിയറ്റുയൂണിയന് അതുമായുള്ള ബന്ധത്തെക്കുറിച്ചും നടത്തുന്ന പ്രചരണത്തിന്റെ അന്തിമലക്ഷ്യമെന്താണെന്നു വ്യക്തമാണ് - സാർവ്വദേശീയ സംഘർഷലഘൂകരണം പരിത്യജിച്ചുകൊണ്ട് ശീതസമരത്തിലേക്കു തിരിച്ചുപോവുകയും സോവിയറ്റുയൂണിയന്റെ മീതെ സൈനികമേൽക്കൈ നേടുകയും ചെയ്യുകയെന്ന അമേരിക്കൻ ഗവൺമെന്റിന്റെ നയത്തെ ന്യായീകരിക്കുക, അതുവഴി ലോകത്തിലെ ശാക്തികബലാബലത്തെ സാമ്രാജ്യത്വത്തിന് അനുകൂലമായി മാറ്റുക, വികസ്വര രാജ്യങ്ങളിലെ പുരോഗമനപരിവർത്തനങ്ങളെ വിഘാതപ്പെടുത്തുക,

എന്നതാണ് അത്. "സോവിയറ്റ് ഭീഷണി"യേയും സാർവ്വദേശീയ ഭീകരപ്രവർത്തനത്തിന്റെ അപകടത്തേയും "വേണ്ടത്ര കാണാതിരിക്കുന്ന" പൊതുജനാഭിപ്രായത്തെ "വേണ്ടപോലെ" രൂപപ്പെടുത്തിയെടുക്കുക, "ദീർഘദൃഷ്ടിയില്ലാത്ത" ഉൽപ്പതിഷ്ണുക്കളുടേയും യുദ്ധവിരുദ്ധപ്രസ്ഥാനക്കാരുടേയും വായടയ്ക്കുക, അങ്ങിനെ യു.എസ്സ്.എ. യുടെ ആക്രമണോത്സുക വിദേശനയത്തിന് വിപുലമായ പിന്തുണ നേടുക, എന്നതും ഈ പ്രചരണത്തിന്റെ ഉന്നമാണ്.

വീണ്ടും വെറുപ്പും ഭീതിയും വിറ്റു കാശാക്കുന്നു. ഓസാർക്സ് പള്ളിയിലെ വിജ്ഞാനവിരോധികളെപ്പോലെ തന്നെ ഭരണാധികാരികളും അമേരിക്കൻ പൗരന്മാരോട് ആഹ്വാനം ചെയ്യുന്നു: നാട്ടുകാരേ, കയ്യയച്ച് പണം തരിക! അഭൂതപൂർവ്വമായ ആയുധപ്പന്തയത്തിനുവേണ്ടി, ഭീമമായി വളർന്നുകൊണ്ടിരിക്കുന്ന പട്ടാളത്തിനുവേണ്ടി, പുതിയ പട്ടാളത്താവളങ്ങൾക്കും രഹസ്യപ്രവർത്തനവകുപ്പുകൾക്കും വേണ്ടി, അറുപിന്തിരിപ്പൻ വാഴ്ചകൾക്ക് കോടിക്കണക്കിനു ഡോളറിന്റെ ധനസഹായം നൽകാൻവേണ്ടി, പണം തരിക! സോവിയറ്റുകാർ അമേരിക്കയെ കീഴടക്കാതിരിക്കാൻവേണ്ടി ലോകം മുഴുവനും കമ്മ്യൂണിസ്റ്റുകാരുടെ പിടിയിലാവാതിരിക്കാൻവേണ്ടി, കയ്യയച്ച് പണം തരിക!

ഈ അപവാദപ്രചരണത്തിനും മുറവിളിക്കും മറ്റൊരു ഉദ്ദേശം കൂടിയുണ്ട്. കുറ്റം വല്ലവരുടേയും മേൽ ചാരുകയെന്നതാണത്. സാർവ്വദേശീയഭീകരപ്രവർത്തനമെന്നത് സത്യത്തിൽ നിലവിലുള്ള ഒരു പ്രശ്നമാണോ? തീർച്ചയായിട്ടും ആണ്. ഭീകരപ്രവർത്തനംതന്നെ രണ്ടു വിധമുണ്ട്. ഗവൺമെന്റും അതിന്റെ ഉദ്യോഗസ്ഥന്മാരും നേരിട്ടോ അതിന്റെ ഒത്താശയോടുകൂടിയോ നടത്തുന്ന സർക്കാരിന്റെ ഭീകരപ്രവർത്തനമാണ് ഒന്ന്. സ്വകാര്യവ്യക്തികളോ അവരുടെ സംഘടനകളോ നടത്തുന്ന ഭീകരപ്രവർത്തനമാണ് മറ്റേത്. രണ്ടും നിന്ദ്യമാണ്. സാർവ്വദേശീയകുറ്റകൃത്യമാണ്. എങ്കിലും ആദ്യത്തേതാണ് കൂടുതൽ അപകടകരം. സർക്കാരിന്റെ ഭീകരപ്രവർത്തനമെന്നത് ലോകപോലീസുകാരന്റെ പങ്ക് സ്വയം ഏറ്റെടുത്തിരിക്കുന്ന അമേരിക്കൻ സാമ്രാജ്യത്വത്തിന്റെ വിദേശനയത്തിന്റെ ഒരു ഭാഗമായിത്തീർന്നിട്ട് വളരെക്കാലമായെന്നും, വിപ്ലവപ്രസ്ഥാനത്തിനും ദേശീയവിമോചനപ്രസ്ഥാനങ്ങൾക്കുമെതിരായ സമരത്തിൽ അതിന്റെ മുഖ്യായുധം അത്തരം ഭീകരപ്രവർത്തനമാണെന്നും കരുതാൻ എല്ലാ ന്യായവുമുണ്ട്. സ്വാതന്ത്ര്യത്തിന്റേയും സാമൂഹ്യപുരോഗതിയുടേയും ആദർശങ്ങൾക്കു ബദലായി രാഷ്ട്രീയമോ ആശയപരമോ ആത്മീയമോ ആയ ആദർശങ്ങൾ ഉയർത്തിപ്പിടിക്കാൻ സാമ്രാജ്യത്വം അശക്തമാണ്. ജനതകളെ ആകർഷിക്കാൻ അതിന്റെ

പക്കൽ യാതൊന്നുമില്ല. അതുകൊണ്ടാണ് അത് ബലപ്രയോഗത്തെ നമ്പുന്നത്. സാമ്പത്തികസമ്മർദ്ദങ്ങളും രാഷ്ട്രീയകൊലപാതകങ്ങളും അട്ടിമറികളും അധികാരക്കയ്യേറ്റങ്ങളും മുഖേന അതിന്റെ ഹിതം മറ്റുള്ളവരുടെ തലയിൽ അടിച്ചേൽപ്പിക്കുന്നത്. വിപ്ലവശക്തികൾക്കും പുരോഗമനശക്തികൾക്കുമെതിരായ വിധ്വംസകപ്രവർത്തനത്തിൽ അതിന്റെ മുഖ്യ ആയുധം സെൻട്രൽ ഇന്റലിജൻസ് ഏജൻസി അഥവാ സി.ഐ.ഏ. ആണ്.

പക്ഷേ അടിസ്ഥാനരഹിതങ്ങളായ ആരോപണങ്ങൾ ഉന്നയിച്ചുകൊണ്ട് നമുക്ക് വാഷിംഗ്ടണിലെ രാഷ്ട്രീയ നേതാക്കളെ അനുകരിക്കേണ്ട. വികസ്വരരാജ്യങ്ങളിലെങ്കിലും സി.ഐ.ഏ. എന്താണു ചെയ്തിട്ടുള്ളതെന്നതിന്റെ മൂർത്തമായ തെളിവുകൾ നമുക്കു നോക്കാം.

താഴെപ്പറയുന്ന സാർവ്വദേശീയകുറ്റകൃത്യങ്ങളിൽ സി.ഐ.ഏ. നേരിട്ടു പങ്കെടുക്കുകയോ അവയ്ക്കു നേതൃത്വം നൽകുകയോ ചെയ്തിട്ടുണ്ടെന്ന് 1981 ജനുവരിയോടുകൂടി അസന്ദിഗ്ദ്ധമായി തെളിയിക്കപ്പെട്ടു: 1953-ൽ ഇറാനിലെ അധികാരക്കയ്യേറ്റവും മൊസ്സദെക്ക് ഗവൺമെന്റിന്റെ നിഷ്ക്കാസനവും; 1954-ൽ ഗ്വാട്ടെമാലയിലെ പട്ടാളവിപ്ലവവും അർബെൻസ് ഗവൺമെന്റിന്റെ നിഷ്ക്കാസനവും; 1958-ൽ ഈജിപ്തിൽ പ്രസിഡന്റ് നാസ്സറിനെ വധിക്കാനുള്ള ഗൂഢാലോചന; 1959-ൽ സിലോണിലെ (ഇപ്പോഴത്തെ ശ്രീലങ്ക) പ്രധാനമന്ത്രി ബന്ദാരനായ്കെയുടെ വധം; ഇന്ത്യൻ പ്രധാനമന്ത്രി നെഹ്റുവിനെതിരായ ഗൂഢാലോചന; കോങ്കോയുടെ (ഇപ്പോഴത്തെ സയിർ) പ്രധാനമന്ത്രി ലുമുംബായുടെ വധം; 1961-ൽ ഡൊമിനിക്കൻ റിപ്പബ്ലിക്കിലെ അധികാര അട്ടിമറി; 1969-ൽ മൊസാംബിക്ക് വിമോചനമുന്നണി (ഫ്രെലിമോ) ചെയർമാനായിരുന്ന മൊണ്ട്‌ലാനെയുടെ വധം; 1973-ൽ പി.ഏ.ഐ.ജി.സിയുടെ (ഗിനിയുടേയും കേപ്പ് വെർഡെയുടേയും സ്വാതന്ത്ര്യത്തിനുവേണ്ടിയുള്ള പാർട്ടി) ജനറൽ സെക്രട്ടറി കബ്രാലിന്റെ വധം; 1973-ൽ ചിലിയിലെ ജനകീയ ഐക്യഗവൺമെന്റിന്റെ നിഷ്ക്കാസനവും പ്രസിഡന്റ് അല്യെൻഡേയുടെ വധവും; 1975-ൽ ബംഗ്ലാദേശിന്റെ ആദ്യത്തെ പ്രസിഡന്റായിരുന്ന മുജീബുർ റഹ്മാന്റെ വധം; 1977-ൽ കോംഗോ ജനകീയറിപ്പബ്ലിക്കിന്റെ പ്രസിഡന്റ് ന്ഗ്വാബിയുടെ വധം.

ഈ പട്ടിക ഇനിയും നീട്ടിക്കൊണ്ടുപോകാം. പക്ഷേ ലോകത്തിന്റെ അറിവിൽ പെട്ടിട്ടുള്ള എല്ലാ സി.ഐ.ഏ. നടപടികളും എണ്ണിപ്പറഞ്ഞാൽപ്പോലും അത് ഹിമപർവ്വതത്തിന്റെ തുമ്പു മാത്രമേ ആവുകയുള്ളൂ. യു.എസ്സ്.ഏ. "ഭീകരപ്രവർത്തനത്തിനെതിരായ കുരിശുയുദ്ധം'' ആരംഭിച്ചതിനുശേഷം യു.എസ്സ് സാമ്രാജ്യത്വവും അതിന്റെ വാടകഘാതകന്മാരും

നടത്തിയിട്ടുള്ള സാർവ്വദേശീയപാതകങ്ങൾ തെല്ലും കുറഞ്ഞിട്ടില്ലെന്നത് അർത്ഥഗർഭമാണ്. അവ കുറെക്കൂടി പ്രച്ഛന്നമായിട്ടാണു നടത്തുന്ന തെന്നു മാത്രം. പുറകിൽ നിന്നു ചരടു വലിക്കാനും മറ്റുള്ളവരെക്കൊണ്ട് അട്ടിമറി നടത്തിക്കാനുമാണ് സി.ഐ.ഏ. കൂടുതൽ ഇഷ്ടപ്പെടുന്നത്.

ഉദാഹരണത്തിന് 1981-ൽ രണ്ടു ഗൂഢാലോചനകൾ അനാവരണം ചെയ്യപ്പെട്ടു - ഒന്ന് ഇന്ത്യൻ പ്രധാനമന്ത്രി ഇന്ദിരാഗാന്ധിയ്ക്കെതിരായും മറ്റേത് സാംബിയയുടെ പ്രസിഡന്റ് കെന്നെത്ത് കൗണ്ടയ്ക്കെതിരായുമായിരുന്നു. ആദ്യത്തേത് ആസൂത്രണം ചെയ്തത് സി.ഐ.ഏ.യും മറ്റു പാശ്ചാത്യരഹസ്യവകുപ്പുകളുമായി ഉറ്റ ബന്ധമുള്ള ആനന്ദമാർഗ്ഗ് എന്ന അറുപിന്തിരിപ്പൻ സംഘടനയുമാണ്. സി.ഐ.ഏ.യും അതിന്റെ ദക്ഷിണാഫ്രിക്കൻ കൂട്ടാളികളും ചേർന്നാണ് മറ്റേ ഗൂഢാലോചന നടത്തിയത്. സെയ്ഷെൽസ് റിപ്പബ്ലിക്കിന്റെ നേരെ കൂലിപ്പട്ടാളക്കാർ നടത്തിയ ആക്രമണത്തിലും സി.ഐ.ഏ.യ്ക്കും ദക്ഷിണാഫ്രിക്കൻ ഇന്റലിജൻസ് വകുപ്പിനും കയ്യുണ്ടായിരുന്നു. യുണീറ്റ, എഫ്.എൻ.എൽ.ഏ. എന്നീ വിഘടനവാദിഗ്രൂപ്പുകൾ വഴി സി.ഐ.ഏ. അംഗോളയ്ക്കെതിരായി തുരപ്പൻപണി നടത്തുന്നുണ്ട്. ഇക്കാര്യത്തിലും അതും പ്രെറ്റോറിയയിലെ ഭരണാധികാരികളും തമ്മിൽ ഉറ്റ സഹകരണമുണ്ട്.

സി.ഐ.ഏ. അതിന്റെ കാൽപ്പാടുകൾ മൂടിവയ്ക്കാൻ ശ്രമിക്കുന്നുണ്ടെങ്കിലും പ്രസിഡന്റ് റീഗന്റെ ഭരണത്തിൻകീഴിൽ വൈറ്റ്ഹൗസ് സർക്കാർതലത്തിലുള്ള ഭീകരപ്രവർത്തനത്തെ സാർവ്വദേശീയരംഗത്ത് യാതൊരു കൂസലുമില്ലാതെ പ്രയോഗിച്ചുവരികയാണ്. പരമാധികാരരാഷ്ട്രങ്ങളുടെ ആഭ്യന്തരകാര്യങ്ങളിലുള്ള നഗ്നമായ ഇടപെടലും പ്രതിവിപ്ലവത്തിന്റെ കയറ്റുമതിയും യു.എസ്സ്.ഏ. യുടെ ചരിത്രത്തിലാദ്യമായി ഔദ്യോഗികനയത്തിന്റെ നിലവാരത്തിലേക്ക് ഉയർത്തപ്പെട്ടിരിക്കുന്നുവെന്നു പറയാം.

1978 വസന്തത്തിൽത്തന്നെ അഫ്ഗാനിസ്ഥാനിലെ നിയമാനുസൃത ഗവൺമെന്റിനെതിരായി പൊരുതാൻ വേണ്ടി സി.ഐ.ഏ. പരമരഹസ്യമായി അട്ടിമറിക്കാരെ പരിശീലിപ്പിക്കാനും ആയുധമണിയിക്കാനും ആരംഭിച്ചു. ഇന്ന്, സാമൂഹ്യപുരോഗതിയിലേക്കും ദേശീയപുനരുദ്ധാരണത്തിലേക്കുമുള്ള വഴി തുറന്ന അഫ്ഗാനിസ്ഥാനിലെ ഫ്യൂഡൽവിരുദ്ധ ദേശീയവിമോചനവിപ്ലവത്തിനെതിരായ അപ്രഖ്യാപിതയുദ്ധത്തിൽ തങ്ങൾ സജീവമായി പങ്കെടുക്കുന്നുണ്ടെന്ന വസ്തുത റീഗൻഗവൺമെന്റ് ഒളിച്ചുവയ്ക്കുന്നില്ല. അക്രമവും അട്ടിമറിയും നടത്താൻ മുഖ്യമായും പാകിസ്ഥാനിൽനിന്ന് അഫ്ഗാനിസ്ഥാനിലേക്ക് അയയ്ക്കുന്ന അഫ്ഘാൻ പ്രതിവിപ്ലവസംഘങ്ങൾക്ക് ആയുധവും പണവും മേലിലും നൽകുന്നതാണെന്ന് വാഷിംഗ്ടൺ പരസ്യമായി പ്രഖ്യാപിക്കുന്നുമുണ്ട്.

ഏതെങ്കിലുമൊരു രാജ്യത്തെ നിയമാനുസൃതഗവൺമെന്റ് അമേരിക്കൻ ഭരണാധികാരികളുടെ അഭിപ്രായത്തിൽ "ക്രമാധികം ഇടത്തോട്ട്" പോവുകയോ വിദേശനയത്തിന്റെ തുറയിൽ സ്വതന്ത്രമായ നിലപാടെടുക്കുകയോ പുരോഗമനപരമായ സാമൂഹ്യപരിഷ്ക്കാരങ്ങൾ നടപ്പാക്കാൻ തുടങ്ങുകയോ ചെയ്യേണ്ട താമസം, അത് വാഷിംഗ്ടന്റെ ആക്രോശത്തിന് ഇരയാവുകയായി. വാർത്താമാധ്യമങ്ങൾ അതിനെതിരെ ആക്രമണമാരംഭിക്കുന്നു. എന്നാൽ എവിടെങ്കിലും ഒരു സാമ്രാജ്യവിരുദ്ധവിപ്ലവം നടന്നാൽ, ദുർഭരണത്തിനും ദുഷ്പ്രഭുത്വത്തിനും സൈനികവാഴ്ചയ്ക്കുമെതിരായി ജനങ്ങളുടെ ഒരു വേലിയേറ്റമോ ദേശീയ-സാമൂഹ്യവിമോചനത്തിനുവേണ്ടിയുള്ള ഒരു പ്രസ്ഥാനമോ ആരംഭിച്ചാൽ, "യു.എസ്സ്.എ.യുടെ ദേശീയതാൽപര്യങ്ങളും സുരക്ഷിതത്വവും അപകടത്തിലായിരിക്കുന്നു"വെന്ന മുറവിളി വാഷിംഗ്ടണിൽനിന്ന് ഉടൻ ഉയരുന്നു.

ആക്രോശംകൊണ്ടു ഫലമില്ലെന്നു കണ്ടാൽ മറ്റു നടപടികളിലേക്കു കടക്കുകയായി. നേരത്തേ വാഗ്ദാനം ചെയ്തിരുന്ന വായ്പ നൽകാതിരിക്കുക, ഇറക്കുമതി വെട്ടിച്ചുരുക്കുക, യന്ത്രങ്ങളും സാങ്കേതികജ്ഞാനവും ഭക്ഷണസാമഗ്രികളും കയറ്റി അയയ്ക്കുന്നതിന് ഉപരോധമേർപ്പെടുത്തുക, രാഷ്ട്രീയസമ്മർദ്ദനടപടികൾ കൈക്കൊള്ളുക എന്നിങ്ങനെ പോകുന്നു അവ. എന്നിട്ടും ഉദ്ദിഷ്ടഫലം കാണുന്നില്ലെങ്കിൽ, ഭീഷണിയിലേക്കും സൈനികശക്തിപ്രകടനങ്ങളിലേക്കും കടക്കുന്നു. സി.ഐ.എ. ആ രാജ്യത്ത് അസ്ഥിരീകരണനടപടികൾ ആരംഭിക്കുന്നു. അത് അനാശാസ്യഗവൺമെന്റിനെതിരെ ഗൂഢാലോചനകൾ നടത്തുകയും രാഷ്ട്രീയനേതാക്കളുടെ കൊലപാതകങ്ങൾ സംഘടിപ്പിക്കുകയും ചെയ്യുന്നു.

ലാറ്റിനമേരിക്കയെ അടക്കി ഭരിക്കാനുള്ള ശ്രമത്തിൽ യു.എസ്സ്. സാമ്രാജ്യവാദികൾ കാട്ടുന്ന ഔദ്ധത്യം വിശേഷിച്ചും പ്രകടമാണ്. എന്തുകൊണ്ടോ അത് തങ്ങളുടെ തറവാട്ടുസ്വത്താണെന്നാണ് അവരുടെ വിചാരം. ഇതിന്റെ ഏറ്റവും വ്യക്തമായ ദൃഷ്ടാന്തങ്ങളാണ് എൽ സാൽവഡോറിലേയും നിക്കരാഗ്വയിലേയും ജനങ്ങൾക്കെതിരായ യു.എസ്സ്.എ.യുടെ പാതകങ്ങൾ.

അമേരിക്കൻ ആയുധങ്ങളണിഞ്ഞ്, അമേരിക്കൻ ശിക്ഷകരിൽനിന്ന് പരിശീലനം നേടി, അമേരിക്കൻ "ഉപദേഷ്ടാക്കളുടെ" മാർഗ്ഗനിർദ്ദേശമനുസരിച്ച്, അമേരിക്കക്കാരുടെ ശമ്പളം പറ്റിക്കൊണ്ട് എൽ സാൽവഡോറിലെ പിന്തിരിപ്പൻ ജൂണ്ടയുടെ പട്ടാളക്കാർ സ്വന്തം ജനങ്ങൾക്കെതിരായി യുദ്ധം ചെയ്യുകയാണ്. നിരായുധരും നിരപരാധികളുമായ പതിനായിരക്കണക്കിനാളുകൾ ഭീകരഭരണത്തിനിരയായിക്കഴിഞ്ഞു.

പക്ഷേ വാഷിംഗ്ടൺ ആ പൈശാചികഗവൺമെന്റിന് കൂടുതൽകൂടുതൽ സൈനിക സഹായം നൽകുകയും ആ രാജ്യത്തിന്റെ ആഭ്യന്തരകാര്യങ്ങളിൽ കൂടുതൽകൂടുതൽ ഔദ്ധത്യത്തോടെ കൈകടത്തുകയുമാണ്.

ഭീകരനടപടികളുടെ വലിയൊരു പരമ്പരതന്നെ കൊച്ചു നിക്കരാഗ്വയ്ക്കെതിരായി അഴിച്ചുവിട്ടിരിക്കുന്നു. വാഷിംഗ്ടന്റെ സ്ഥിരം പദ്ധതിയനുസരിച്ചാണ് ഇവിടെയും കാര്യങ്ങൾ നീങ്ങിയത്. വിപ്ലവം കഴിഞ്ഞയുടൻതന്നെ യു.എസ്സ്. ഗവൺമെന്റ് നിക്കരാഗ്വയുടെ പുതിയ നേതാക്കളുമായി ഒരു ധാരണയിലെത്താൻ നോക്കി. അവരെ "നേർവഴിക്ക്,' "ലാറ്റിനമേരിക്കയുടെ പരമ്പരാഗതമാർഗ്ഗത്തിലൂടെ,'' നീക്കാൻ അത് പരമാവധി ശ്രമിച്ചു. പക്ഷേ ഫലമുണ്ടായില്ല. സ്വന്തം പാതയിലൂടെ നീങ്ങാനും പട്ടിണിയും ചൂഷണവുമില്ലാത്ത ഒരു സമൂഹം കെട്ടിപ്പടുക്കാനുമാണ് അവിടത്തെ വിപ്ലവജനത നിശ്ചയിച്ചത്. രാജ്യത്തിനകത്ത് അമേരിക്കൻ കുത്തകകളുടെ ആധിപത്യത്തിന് അറുതി വരുത്താൻ ഉന്നംവച്ചുകൊണ്ടുള്ള സാമൂഹ്യ-സാമ്പത്തികപരിവർത്തനനടപടികൾ ആരംഭിച്ചു. വിദേശനയത്തിന്റെ തുറയിൽ നിക്കരാഗ്വ ഒരു സ്വതന്ത്ര സാമ്രാജ്യവിരുദ്ധ നിലപാടു സ്വീകരിക്കുകയും ക്യൂബയുമായി സൗഹൃദ ബന്ധം സ്ഥാപിക്കുകയും ചെയ്തു.

അതോടെ സംഗതിയാകെ മാറി. നിഷ്ക്കാസിതസർവ്വാധിപതി സൊമോസയുടെ നാഷനൽ ഗാർഡുകാരായിരുന്ന ആയിരക്കണക്കിനാളുകളെ ധൃതിയിൽ തട്ടിക്കൂട്ടി പല സംഘങ്ങളായി സംഘടിപ്പിച്ചു. ഹോണ്ടുറാസിലെ താവളങ്ങൾ പ്രവർത്തനകേന്ദ്രങ്ങളാക്കിക്കൊണ്ട് അവർ നിക്കരാഗ്വയുടെ ഉള്ളിലേക്കു നുഴഞ്ഞുകയറുകയും അട്ടിമറികൾ നടത്തുകയും കർഷകരേയും അദ്ധ്യാപകരേയും കൊലപ്പെടുത്തുകയും ചെയ്തു. സി.ഐ.ഏ. ഈ ഭീകരസംഘങ്ങളെ രഹസ്യമായി പരിശീലിപ്പിച്ചു. അവയ്ക്ക് പണവും ആയുധവും നൽകി. പിന്നീട് പെന്റഗൺ ഹോണ്ടുറാസിലേക്ക് നൂറ് സൈനികോപദേഷ്ടാക്കളെ അയച്ചു. പ്രതിവിപ്ലവപ്രവാസികളുടെ സായുധദലങ്ങളുടെ സജ്ജീകരണം പൂർത്തിയാക്കിക്കൊണ്ട് നിക്കരാഗ്വയുടെ നേരെ സായുധാക്രമണം നടത്തുകയെന്ന ലക്ഷ്യത്തോടെയാണ് അങ്ങിനെ ചെയ്തത്.

കരീബിയൻ കടലിൽ വൻതോതിലുള്ള നാവികാഭ്യാസപ്രകടനങ്ങൾ നടന്നു. അവ വ്യക്തമായും ആക്രമണസ്വഭാവമാർന്നവയായിരുന്നു. നേരത്തേ നിക്കരാഗ്വയ്ക്ക് നൽകാമെന്ന് ഏറ്റിരുന്ന വായ്പ വാഷിംഗ്ടൺ മരവിപ്പിച്ചു. അത് ആ രാജ്യത്ത് ഭക്ഷ്യസാമഗ്രികൾ എത്തിച്ചുകൊടുക്കുന്നതു തടയുകയും സാർവ്വദേശീയധനകാര്യസംഘടനകൾ വായ്പ

നൽകുന്നതു തുരങ്കംവയ്ക്കുകയും ചെയ്തു. രാജ്യത്തിനകത്തെ സി.ഐ.ഏ. ഏജന്റുമാർ "മിതവാദികൾ" ക്ക് - അതായത് ഗവൺമെന്റിനെതിരായ സംഘടനകൾക്കും തൊഴിലുടമകളുടെ അസോസിയേഷനുകൾക്കും - നിർലോഭം ധനസഹായം നൽകുകയും സാമ്പത്തികപരിഷ്ക്കാരങ്ങളെ തുരങ്കംവയ്ക്കാൻ അവയെ പ്രോത്സാഹിപ്പിക്കുകയും ചെയ്തു. പണ്ടു ചിലിയിൽ നടന്നത് ആവർത്തിക്കപ്പെട്ടു.

പക്ഷേ കാര്യങ്ങൾ അവിടംകൊണ്ടു നിന്നില്ല. നിക്കരാഗ്വയ്ക്കെതിരായ രഹസ്യനടപടികളുടെ ഒരു പദ്ധതിക്ക് പ്രസിഡന്റ് റീഗൻ സ്ഥിരീകരണം നൽകി. മുൻ സൊമോസിസ്റ്റുകാരേയും ക്യൂബയിൽനിന്നും മറ്റുമുള്ള പ്രതിവിപ്ലവകാരികളേയും ചേർത്ത് സൈനികമാതൃകയിൽ കൂലിപ്പട്ടാളദളങ്ങൾ രൂപീകരിക്കാനുള്ള അധികാരം സി.ഐ.ഏ. യ്ക്കു ലഭിച്ചു. ഹോണ്ടുറാസ് കേന്ദ്രമാക്കിക്കൊണ്ട് പാലങ്ങൾ, വൈദ്യുതനിലയങ്ങൾ, അണക്കെട്ടുകൾ, ഫാക്ടറികൾ എന്നിങ്ങനെയുള്ള നിക്കരാഗ്വയിലെ മർമ്മപ്രധാനങ്ങളായ ലക്ഷ്യങ്ങളെ ആക്രമിക്കുകയെന്നതായിരുന്നു ഈ അക്രമിസംഘങ്ങളുടെ കടമ. അഞ്ഞൂറു പേരടങ്ങുന്ന ഈ ദളങ്ങളെ ഒരുക്കാൻവേണ്ടി 19 ദശലക്ഷം ഡോളർ നീക്കിവയ്ക്കുകയും ചെയ്തു.

കൂടാതെ നിക്കരാഗ്വയ്ക്കെതിരായ വിധ്വംസകപ്രവർത്തനങ്ങളിൽ അതിന്റെ അയൽരാജ്യങ്ങളെക്കൂടി വാഷിംഗ്ടൺ വലിച്ചിട്ടു. യു.എസ്സ്. "ഉപദേഷ്ടാക്കളുടെ" നേതൃത്വത്തിൽ ഹോണ്ടുറാസ് പട്ടാളം നിക്കരാഗ്വയുമായുള്ള അതിർത്തിയിൽ നിരന്തരം പ്രകോപനങ്ങൾ നടത്തി. ഹോണ്ടുറാസിലും കൊളംബിയയിലും പുതിയ സൈനികത്താവളങ്ങൾ നിർമ്മിക്കുകയും പഴയവ പുതുക്കിപ്പണിയുകയും ചെയ്യുന്നതു സംബന്ധിച്ച് അവയുടെ ഗവൺമെന്റുകളുമായി കൂടിയാലോചനകൾ നടത്തി. പനാമാ തോട് മേഖലയിൽനിന്നും ഹെലികോപ്റ്ററുകൾ അമേരിക്കൻ പട്ടാളത്തെ കോസ്റ്ററിക്കയിൽ ഇറക്കി. അവിടെ സൈനികാഭ്യാസ പ്രകടനങ്ങൾ നടന്നു.

നാലു വശത്തുനിന്നുള്ള സമ്മർദ്ദം കൂടിക്കൂടി വന്നു. ഹോണ്ടുറാസിനോടു തൊട്ടുകിടക്കുന്ന നിക്കരാഗ്വയുടെ വടക്കുകിഴക്കൻ അതിർത്തിയിൽ ഏറ്റുമുട്ടലുകൾ നടന്നു. അമേരിക്കക്കാരിൽനിന്നു പരിശീലനം ലഭിച്ച ഭീകരപ്രവർത്തകർ നിക്കരാഗ്വയിലെ രണ്ടു പാലങ്ങൾ തകർത്തു. തലസ്ഥാനനഗരിയിലെ പല ഫാക്ടറികളും നശിപ്പിക്കാനും റിപ്പബ്ലിക്കിന്റെ നേതാക്കളെ കൊലപ്പെടുത്താനും ശ്രമിച്ചു. അവർ നിക്കരാഗ്വൻ വിമാനങ്ങളിൽ ബോംബുകൾ ഒളിച്ചുവച്ചു. ആ രാജ്യത്തിലെ ഏറ്റവും വലിയ ന്യൂനപക്ഷമായ മിസ്കിറ്റോ എന്ന റെഡ് ഇന്ത്യൻ ഗോത്രത്തെ വിപ്ലവഗവൺമെന്റിനെതിരായി കലാപം നടത്താൻ ഇളക്കിവിട്ടു.

ചാരപ്പണിക്കുള്ള അമേരിക്കൻ വിമാനങ്ങൾ നിക്കരാഗ്വയുടെ വ്യോമാതിർത്തിയും അമേരിക്കൻ നാവികക്കപ്പലുകൾ അതിന്റെ സമുദ്രാതിർത്തിയും നിരന്തരം ലംഘിച്ചു. ഗ്വാട്ടെമാലയിലും ഡൊമിനിക്കൻ റിപ്പബ്ലിക്കിലും സംഭവിച്ചതുപോലെതന്നെ യു.എസ്സ്.ഏയുടെ നേരിട്ടുള്ള സൈനികാക്രമണഭീഷണി വർദ്ധിച്ചുവന്നു.

സാർവ്വദേശീയനിയമത്തിന്റെ എല്ലാ ചട്ടങ്ങളേയും കാറ്റിൽ പറത്തിക്കൊണ്ട് 1983 ശരൽക്കാലത്ത് ഗ്രെനാഡയുടെ നേർക്കുണ്ടായ അമേരിക്കൻ ആക്രമണം ലോകപൊതുജനാഭിപ്രായത്തെ ഞെട്ടിക്കിക്കളഞ്ഞു.

യഥേഷ്ടം ജീവിക്കാനും സാമ്രാജ്യത്വത്തിന്റെ ചൊൽപടിയിൽനിന്നു വിട്ടുപോരാനും തീരുമാനിച്ച ഒരു പരമാധികാരജനതയുടെ പ്രാഥമികാവശ്യങ്ങളെ ചവുട്ടിത്തേയ്ക്കുന്ന സാർവ്വദേശീയഭീകരപ്രവർത്തനത്തിന്റെ വ്യക്തമായൊരു ദൃഷ്ടാന്തമാണിത്.

ദൈവത്തിൽ വിശ്വസിക്കാത്ത ചുവപ്പന്മാരിൽനിന്നു സ്വതന്ത്രലോകത്തെ സംരക്ഷിക്കാനെന്ന വ്യാജേന സാർവ്വദേശീയഭീകരപ്രവർത്തനം നടത്താനുള്ള പരിപൂർണ്ണസ്വാതന്ത്ര്യമാണ് അമേരിക്കൻ സാമ്രാജ്യത്വത്തിനു വേണ്ടത്. ലാറ്റിനമേരിക്കയിലെ ജനതകൾക്ക് ഈ "സംരക്ഷണം'' കൊണ്ടു കിട്ടുന്നതെന്താണെന്ന് പനാമയിലെ ഒരു പൊതുപ്രവർത്തകൻ ഭംഗിയായി വിവരിച്ചിട്ടുണ്ട്.

"ശാന്തസമുദ്രത്തിലേക്കൊഴുകുന്ന ചിലിയൻ പുഴകളിൽ നൂറുകണക്കിനു ജഡങ്ങൾ പൊങ്ങിക്കിടക്കുന്നു. സ്വൈര്യമായി പണിയെടുത്തുപോന്നവരും ആയുധം കൈകൊണ്ടു തൊടാത്തവരുമായ ആളുകളുടെ മൃതദേഹങ്ങളാണ് അവ. ഓടവെള്ളത്തിൽ മുക്കിപ്പിടിച്ചും ദന്തവൈദ്യന്റെ ഡ്രില്ലുകൾകൊണ്ടും ലോഹം വിളക്കാനുള്ള ബ്ലോടോർച്ചുകൊണ്ടും ഭേദ്യം ചെയ്തും പ്ലാസ്റ്റിക്ക് ചാക്കുകളിലിട്ട് ശ്വാസം മുട്ടിച്ചും ഹെലിക്കോപ്റ്ററുകളിൽനിന്നു കടലിലേക്കോ അഗ്നിപർവ്വതങ്ങളുടെ ഗർത്തങ്ങളിലേക്കോ എടുത്തെറിഞ്ഞും കൊന്നവരുടെ ജഡങ്ങളാണ് അവ. കൈകാലുകൾ മുറിച്ചു മാറ്റിയവയും കണ്ണുകൾ തുരന്നെടുത്തവയും നാക്കുകൾ അറുത്തുകളഞ്ഞവയുമായ പതിനായിരക്കണക്കിനു ശവശരീരങ്ങൾ. അമ്മമാരുടെ കൺമുമ്പിലിട്ടു പുത്രന്മാരെ വൈദ്യുതധാര ഉപയോഗിച്ച് ഭേദ്യം ചെയ്യുന്നു. കുട്ടികളെ കുപ്പിച്ചില്ലുകളുടെ മുകളിൽ കിടത്തി അമ്മമാരെക്കൊണ്ട് ചവുട്ടിക്കുന്നു ('അല്ലെങ്കിൽ അവരുടെ തല വെട്ടും'). വീടുകളിലുള്ള മുതിർന്നവരെയെല്ലാം കൊല്ലുകയും അവരുടെ ജഡങ്ങൾ കിണറ്റിലിട്ട് ഡൈനാമിറ്റു വച്ച് തകർത്തുകളയുകയും ചെയ്തശേഷം കുഞ്ഞുങ്ങളെ മറുനാടുകളിൽ വിൽക്കുന്നു. ആയിരക്കണക്കിനാളുകൾക്ക് ദണ്ഡനകൊണ്ട് ഭ്രാന്തുപിടിക്കുന്നു. തീ ചീറ്റുന്ന ആയുധമുപയോഗിച്ച് വീടുകൾ

വീട്ടുകാരടക്കം, ചുട്ടുചാമ്പലാക്കുന്നു. ഇറച്ചി വെട്ടുന്ന വാക്കത്തികൊണ്ട് സ്കൂൾ കുട്ടികളുടെ നെഞ്ചു വെട്ടിപ്പിളർന്ന് ചങ്ക് പുറത്തെടുക്കുന്നു. കുഞ്ഞുങ്ങളെ വായുവിലേക്കെറിഞ്ഞ് വാൾമുനയിൽ കോർക്കുന്നു.''

ഈ ഭീകരകൃത്യങ്ങൾ മുഴുവനും ഏതെങ്കിലുമൊരു ലാറ്റിനമേരിക്കൻ രാജ്യത്ത്, അല്ലെങ്കിൽ രാജ്യങ്ങളിൽ, നടന്നിട്ടുള്ളവയാണ്. ഇവയെല്ലാംതന്നെ ബൂർഷ്വാ പത്രങ്ങളിൽ റിപ്പോർട്ടുചെയ്യപ്പെട്ടവയും രേഖാമൂലമുള്ള തെളിവുകളുള്ളവയുമാണ്. ഈ പുസ്തകത്തിൽ പറഞ്ഞിട്ടുള്ള കാര്യങ്ങൾക്കും രേഖാമൂലമായ തെളിവുകളുണ്ട്. സാർവ്വദേശീയ ഭീകരപ്രവർത്തനത്തിനുള്ള ഒരു ഉപകരണമെന്ന നിലയ്ക്ക് സി.ഐ.ഏ. ചെയ്തിട്ടുള്ള കാര്യങ്ങളുടെ ഒരു ചരിത്രമാണ് ഇതിൽ വിവരിക്കുന്നത്. ദക്ഷിണപൂർവ്വേഷ്യ, ലാറ്റിനമേരിക്ക, ആഫ്രിക്ക, പശ്ചിമയൂറോപ്പ്, മദ്ധ്യപൗരസ്ത്യദേശം - ഇവിടങ്ങളിലെല്ലാം അതു നടത്തിയിട്ടുള്ള അട്ടിമറികളുടേയും രഹസ്യപ്രവർത്തനങ്ങളുടേയും ഒരു ചിത്രം വായനക്കാർക്ക് ഇതിൽനിന്നു ലഭിക്കുന്നതാണ്.

ഈ പുസ്തകം തയ്യാറാക്കിയിട്ടുള്ളത് സാർവ്വദേശീയപ്രശ്നങ്ങളെക്കുറിച്ച് എഴുതുന്ന ഏതാനും സോവിയറ്റ് പത്രലേഖകരാണ്. വിവിധരാജ്യങ്ങളിൽ അനേകവർഷങ്ങൾ പണിയെടുത്തിട്ടുള്ള അവർ ഇതിൽ വിവരിക്കുന്ന പല സംഭവങ്ങൾക്കും ദൃക്സാക്ഷികളായിരുന്നു. എങ്കിലും ഓരോ അദ്ധ്യായവും എടുത്തുനോക്കിയാൽ അതിൽ ഉത്തമപുരുഷോക്തികൾ കുറവാണെന്നു കാണാം. "രേഖകൾ, ദൃക്സാക്ഷിവിവരണങ്ങൾ, വസ്തുതകൾ," എന്നാണല്ലോ പുസ്തകത്തിന്റെ ഉപശീർഷകം. ഔദ്യോഗികസ്ഥാപനങ്ങളിൽ നിന്നും കമ്മിറ്റികളിൽനിന്നുമുള്ള വിവരങ്ങൾ, സി.ഐ.ഏ.യിൽ മുമ്പു പ്രവർത്തിച്ചിരുന്നവരും ഇപ്പോൾ പ്രവർത്തിക്കുന്നവരുമായ ആളുകൾക്ക് തുറന്നു സമ്മതിക്കേണ്ടിവന്ന വസ്തുതകൾ, "ചുവപ്പുപ്രചാരവേല'' നടത്തുന്നുവെന്ന സംശയത്തിനു തെല്ലും ഇടനൽകാത്ത പടിഞ്ഞാറൻ പത്രങ്ങളിൽ വന്നിട്ടുള്ള റിപ്പോർട്ടുകൾ - ഇവയാണ് ആദ്യന്തം ഈ പുസ്തകത്തിനാധാരമായിട്ടുള്ളത്.

കുറ്റപ്പെടുത്തലും തുറന്നുകാട്ടലും നടക്കുന്നത് മോസ്ക്കോയിൽ നിന്നാണെങ്കിൽ, ആവർത്തിച്ചു തെളിയിക്കപ്പെട്ടു കഴിഞ്ഞ വസ്തുതകൾപോലും ഖണ്ഡിക്കുകയെന്നത് പാശ്ചാത്യരാജ്യങ്ങളിലെ രാഷ്ട്രീയനേതാക്കളുടേയും രഹസ്യവകുപ്പുകളുടേയും പതിവാണെന്ന് ഈ പുസ്തകത്തിന്റെ രചയിതാക്കൾക്കു ഭംഗിയായിട്ടറിയാം. അതുകൊണ്ട് ഏറ്റവുമധികം പ്രചാരമുള്ള ബൂർഷ്വാ പത്രങ്ങളിലും ആനുകാലികങ്ങളിലും എഴുതുന്നവരും യു.എസ്സ്. കോൺഗ്രസ്സിന്റെ വിവിധകമ്മിറ്റികളുടെ

മുമ്പാകെ മൊഴി കൊടുത്തിട്ടുള്ളവരുമായ ആളുകളെ ഉദ്ധരിക്കാൻ അവർ പ്രത്യേകം ശ്രദ്ധിച്ചിട്ടുണ്ട്. ആ മനുഷ്യരെ "മോസ്ക്കോയുടെ ഏജന്റമാരെ''ന്ന് സ്വബോധമുള്ളവരാരും വിളിക്കില്ല.

അനാശാസ്യങ്ങളായ ആഫ്രിക്കൻ ഗവൺമെന്റുകളെ അട്ടിമറിക്കാൻ വേണ്ടി സാമ്രാജ്യത്വം വെള്ളക്കാരായ കൂലിപ്പട്ടാളക്കാരെ പലപ്പോഴും ഉപയോഗിച്ചിട്ടുണ്ട്. കോംഗൊ (സയിർ), നൈജീരിയ, റോഡേഷ്യ (സിംബാബ്വെ), അംഗോള, മൊസാംബിക്ക്, മഡഗാസ്ക്കർ, മൊറീഷ്യസ്, കൊമോറൊ ദ്വീപുകൾ, സെയ്ഷെൽസ് - ഈ രാജ്യങ്ങളിലെല്ലാം ആ വാടകഘാതകർ ചോരപുരണ്ട തങ്ങളുടെ കാൽപ്പാടുകൾ അവശേഷിപ്പിച്ചിട്ടുണ്ട്. "ചോറ്റുപട്ടാളക്കാർ: 'അമേരിക്കൻ നിർമ്മിതം''' - അവരാണ് ആഫ്രിക്കയിൽ ഈ വർഗ്ഗത്തിന്റെ അഗ്രഗാമികൾ. ഇറ്റാലിയൻ ആനുകാലികമായ "എസ്പ്രെസ്സൊ''യിൽ വന്ന ഒരു ലേഖനത്തിന്റെ ശീർഷകമാണ് ഉദ്ധാരണചിഹ്നങ്ങളിൽ കൊടുത്തിരിക്കുന്നത്. പ്രസ്തുതപത്രത്തിന്റെ ലേഖകൻ അരിസോണ സ്റ്റേറ്റിലുള്ള സ്കോട്സ്ഡെയിൻ എന്ന സ്ഥലത്തു ചേർന്ന വാർഷികകൺവെൻഷനിൽവച്ച് ഈ ചോറ്റുപട്ടാളക്കാരിൽ ചിലരുമായി സംസാരിക്കുകയുണ്ടായി. കൺവൻഷൻ നടത്തിയത് ഇപ്പോൾ രണ്ടു ലക്ഷത്തിലധികം കോപ്പികളടിക്കുന്ന "സോൾജർ ഓഫ് ഫോർച്യൂൺ," എന്ന മാസികയാണ്.

വില്യം ടി. "ബിൽ" ലക്കെറ്റാണ് ഒരാൾ. പട്ടാളത്തിൽ 27 വർഷം ജോലിചെയ്തിട്ടുണ്ട്. യു.എസ്സ്. വ്യോമസേനയിലെ ലഫ്റ്റനന്റ് കേണലായിരുന്നു. വിയറ്റ്നാമിലേയും കംബോഡിയയിലേയും ലാവോസിലേയും ദേശാഭിമാനികൾക്കെതിരായി യുദ്ധം ചെയ്തിട്ടുണ്ട്. "കമ്മ്യൂണിസ്റ്റുകാരെ കൊല്ലുന്നിടത്തിരിക്കാനാണ് എനിക്കിഷ്ടം,'' എന്നെഴുതിയ തിളക്കമുള്ള ഒരു ബാഡ്ജ്ജും ധരിച്ചാണു നടക്കുന്നത്.

ജോൺ ഏർലി. പന്ത്രണ്ടു വർഷം ഗ്രീൻ ബെരെറ്റ്സിലെ ഓഫീസറായിരുന്നു. പിന്നീട് അംഗോള, മൊസാംബിക്ക്, സാംബിയ, റൊഡേഷ്യ എന്നിവിടങ്ങളിൽ ചോറ്റുപട്ടാളക്കാരനായും ചോറ്റുപട്ടാളക്കമാണ്ടറായും ജോലി ചെയ്തിട്ടുണ്ട്. "കമ്മ്യൂണിസ്റ്റുകാരൊഴിച്ച്, എനിക്കു ശമ്പളം തരുന്ന മറ്റാർക്കുവേണ്ടിയും യുദ്ധം ചെയ്യാൻ ഞാൻ തയ്യാറാണ്,'' അയാൾ പറയുന്നു. "കാരണം, ഈ രാജ്യത്ത് ഞങ്ങളെ വളർത്തിക്കൊണ്ടു വന്നിട്ടുള്ളത് അങ്ങിനെയാണ് - ഞങ്ങളും അവരും. നല്ലയാളുകളും ചീത്തയാളുകളും. അമേരിക്കക്കാരും റഷ്യാക്കാരും. എന്റെ ഉള്ളിന്റെ ഉള്ളിൽ എനിക്കു തോന്നുന്നത് അതാണ്.''

ഈ ഘാതകന്മാർ ഓസാർക്സ് പള്ളിയിൽ പോകാറുണ്ടായിരുന്നോ എന്നറിഞ്ഞുകൂടാ. എന്തായാലും അതല്ല പ്രധാനം. "ദൈവമില്ലാത്ത കമ്മ്യൂണിസ"ത്തിനും "സാർവ്വദേശീയഭീകരപ്രവർത്തന"ത്തിനുമെതിരായി, "സ്വതന്ത്രലോക"ത്തിന്റെ ആദർശങ്ങൾക്കുവേണ്ടി, പൊരുതുന്നവരാണ തങ്ങൾ എന്നാണ് ഈ ലക്കെറ്റുമാരും ഏർലിമാരും ഉറപ്പിച്ചു പറയുന്നത്. എന്നിട്ട് അവർ ചെയ്യുന്നതോ? പണത്തിനുവേണ്ടി ആളുകളെ കൊല്ലുന്നു, ഭേദ്യം ചെയ്യുന്നു, ബലാൽസംഗം ചെയ്യുന്നു, കൊള്ളയും കൊള്ളിവയ്പും നടത്തുന്നു. സി.ഐ.ഏ.യുടെ കൽപ്പനകൾ നിറവേറ്റുന്നു.

ഇല്ല, രാഷ്ട്രീയഭീകരപ്രവർത്തനം "ചുവപ്പന്മാർ" ക്കോ സോഷ്യലിസത്തിനോ വികസ്വരരാജ്യങ്ങൾക്കോ ആവശ്യമില്ല. ചരിത്രം തങ്ങളുടെ ഭാഗത്താണെന്ന് ലോകത്തിന്റെ വിപ്ലവരൂപാന്തരണത്തിനും സാമൂഹ്യപുരോഗതിക്കും ദേശീയവിമോചനത്തിനുംവേണ്ടി പൊരുതുന്ന സകലർക്കുമറിയാം. അതുകൊണ്ട് അവർ തത്വത്തിൽത്തന്നെ ഭീകരപ്രവർത്തനത്തിനെതിരാണ്. യാതൊരു ഭാവിയുമില്ലാത്ത - ചരിത്രത്തിന്റെ ഗതി മന്ദീഭവിപ്പിക്കാനും മരണദിവസം നീട്ടിക്കൊണ്ടുപോകാനുമുള്ള വൃഥാശ്രമത്തിൽ എന്തു വൃത്തികേടും നീചത്തവും പ്രവർത്തിക്കാൻ മടിക്കാത്ത - സാമ്രാജ്യത്വത്തിനു മാത്രമേ അതുകൊണ്ട് എന്തെങ്കിലും ഗുണമുള്ളൂ. അക്കാര്യമാണ് ഈ പുസ്തകത്തിൽ പ്രതിപാദിക്കുന്നത്. സാർവ്വദേശീയഭീകരപ്രവർത്തനത്തിനും അതിന്റെ പ്രധാനസൂത്രധാരനായ അമേരിക്കൻ സി.ഐ.ഏ. യ്ക്കുമെതിരായ ലോകപൊതുജനാഭിപ്രായത്തിന്റെ കുറ്റപത്രമാണിത്.

വിത്താലി സിറൊകോംസ്കി

ബൊറീസ് സ്വെത്തോവ്

ഒലെഗ് താരിൻ

അക്രമത്തിന്റേയും ഭീകരപ്രവർത്തന ത്തിന്റേയും സിൻഡിക്കേറ്റ്

നിയമമൊന്നുമില്ലാത്ത കളി

രണ്ടാം ലോകമഹായുദ്ധം സാമ്രാജ്യത്വത്തെ തളർത്തിക്കഴിഞ്ഞിരുന്നു. അതിന്റെ പ്രഹരശക്തികളായിരുന്ന നാസി ജർമ്മനിയുടേയും ഫാസിസ്റ്റ് ഇറ്റലിയുടേയും സൈന്യാധിപത്യജപ്പാന്റേയും പരാജയം, സോവിയറ്റ്യൂണിയന്റെ വർദ്ധിച്ച സാർവ്വദേശീയപ്രശസ്തി, ലോക സോഷ്യലിസ്റ്റ്വ്യവസ്ഥയുടെ ആവിർഭാവം - ഇതെല്ലാം യു.എസ്സ്. ഭരണാധികാരികളിൽ കലശലായ ഉൽക്കണ്ഠയുളവാക്കി. കമ്മ്യൂണിസ്റ്റ് പ്രത്യയശാസ്ത്രത്തേയും സോവിയറ്റ്യൂണിയന്റെ ആഭ്യന്തര-വൈദേശികനയങ്ങളേയും താറടിച്ചു കാട്ടാൻവേണ്ടി അറ്റ്ലാന്റിക് സമുദ്രത്തിനപ്പുറത്തുള്ളവർ ഭീമമായ ഒരു പ്രചരണയന്ത്രത്തെ കർമ്മനിരതമാക്കി. "മനശ്ശാസ്ത്രപരമായ യുദ്ധ"ത്തിന്റെ തന്ത്രവും അടവും ധൃതിയിൽ ആവിഷ്ക്കരിക്കപ്പെട്ടു.

പ്രചാരവേലയോടൊപ്പം രഹസ്യനടപടികൾ കൈക്കൊള്ളാനും തീരുമാനിക്കപ്പെട്ടു. അതായത്, ആഗോളതലത്തിലുള്ള വിധ്വംസകപ്രവർത്തനം, അട്ടിമറികൾ, ഗൂഢാലോചനകൾ, കൊലപാതകങ്ങൾ, ഒളിപ്പോരാളിദളങ്ങളുടെ മാതൃകയിലുള്ള അർദ്ധസൈനികദളങ്ങളുടെ രൂപീകരണം, ഇവയെല്ലാം അതിൽ പെടും. ഇവയ്ക്കെല്ലാം നിയമപരമായ ഒരു മറ നൽകാനും പൊതുജനാഭിപ്രായത്തെ കബളിപ്പിക്കാനും വേണ്ടി അതിനു പറ്റിയ നിയമങ്ങൾ തയ്യാറാക്കപ്പെട്ടു.

"ദേശീയസുരക്ഷിതത്വനിയമ"മനുസരിച്ച് 1947-ലാണ് യു.എസ്സ്. സെൻട്രൽ ഇന്റലിജൻസ് ഏജൻസി സ്ഥാപിച്ചത്. അന്ന് ശീതസമരം ശക്തിപ്പെട്ടുവരുന്നേ ഉണ്ടായിരുന്നുള്ളൂ. ചാരപ്പണി നടത്തുകയെന്നതായിരുന്നു പുതിയ വകുപ്പിന്റെ പ്രധാനചുമതലയായി കരുതപ്പെട്ടിരുന്നതെങ്കിലും തുടക്കംതൊട്ടുതന്നെ രഹസ്യപ്രവർത്തനങ്ങൾക്ക് അതിൽ ഒരു പ്രമുഖസ്ഥാനമുണ്ടായിരുന്നു.

ദേശീയസുരക്ഷിതത്വനിയമത്തിൽ ഈ പ്രവർത്തനങ്ങളെക്കുറിച്ച് യാതൊന്നും പറഞ്ഞിരുന്നില്ലെന്നതു ശ്രദ്ധേയമാണ്. എങ്കിലും, "നാഷനൽ സെക്യൂരിറ്റി കൗൺസിൽ അതാതു സമയത്തു നൽകുന്ന നിർദ്ദേശമനുസരിച്ച് രഹസ്യവിവരങ്ങളുടെ ശേഖരണത്തോടനുബന്ധിച്ചവയും ദേശീയസുരക്ഷിതത്വത്തെ ബാധിക്കുന്നവയുമായ മറ്റു ചുമതലകൾ നിറവേറ്റാൻ"[1] സി.ഐ.ഏ. യ്ക്ക് അധികാരം നൽകുന്ന ഒരു വകുപ്പ് അതിലുണ്ടായിരുന്നു.

1 "Final Report of the Select Committee to Study Governmental Operations with Respect to Intelligence Activities". U.S.Senate, Book I, U.S. Government Printing Office, Washington, 1976, page 512.

1947-ൽ ദേശീയസുരക്ഷിതത്വനിയമം തയ്യാറാക്കിയവരിലൊരാൾ മുൻ യു.എസ്സ്.രാജ്യരക്ഷാസെക്രട്ടറി ക്ലാർക്ക് എം. ക്ലിഫോർഡാണ്. അദ്ദേഹം ഈ വകുപ്പിനെപ്പറ്റി പറഞ്ഞിട്ടുള്ളത് ഇങ്ങനെയാണ്:

"സി.ഐ.ഏ. സ്ഥാപിച്ചുകൊണ്ടുള്ള നിയമത്തിൽ, മുൻകൂട്ടി കാണാനാവാത്ത സാഹചര്യങ്ങളിൽ പ്രയോഗിക്കാൻവേണ്ടി 'എന്തിനും കൊള്ളിക്കാവുന്ന' ഒരു വകുപ്പ് ഉൾപ്പെടുത്താൻ നിശ്ചയിച്ചു.... ആ വകുപ്പനുസരിച്ചാണ് 1947-ലെ നിയമം നടപ്പിൽ വന്ന് അധികം താമസിയാതെ രഹസ്യപ്രവർത്തനങ്ങൾക്ക് അനുമതി നൽകിയത്. അത്തരം പ്രവർത്തനങ്ങൾ 1948-ൽ നടന്നതായി ഞാനോർക്കുന്നു. 1947 അവസാനത്തിൽത്തന്നെ അവ ആസൂത്രണം ചെയ്തിരിക്കാനിടയുണ്ട്. ഈ നിയമമനുസരിച്ചുള്ള രഹസ്യപ്രവർത്തനങ്ങൾക്ക് കർശനമായ പരിമിതിയും നിയന്ത്രണവുമുണ്ടായിരിക്കണമെന്നായിരുന്നു തുടക്കത്തിലുണ്ടായിരുന്ന ധാരണ.... ദേശീയസുരക്ഷിതത്വത്തെ സ്പർശിക്കുകയാണെങ്കിൽ മാത്രമേ 'എന്തിനും കൊള്ളിക്കാവുന്ന' ഈ വകുപ്പ് ഉപയോഗിക്കാവൂ എന്ന് നിയമത്തിൽ എടുത്തുപറയുന്നുണ്ട്."[1]

അങ്ങിനെ ആദ്യമേതൊട്ടുതന്നെ സി.ഐ.ഏ. യെ യു.എസ്സ്. വിദേശനയത്തിന്റെ ഒരു രഹസ്യായുധമായി കണ്ടിരുന്നവരെ സംബന്ധിച്ചിടത്തോളം, "എന്തിനും കൊള്ളിക്കാവുന്ന" ഈ വകുപ്പ് നിയമപരമായ ഒരു പഴുതായിരുന്നുവെന്നു കാണാം.

വിദേശനയത്തിന്റെപരമ്പരാഗതരീതികൾക്കു പുറമെ രഹസ്യപ്രവർത്തനങ്ങൾക്കുള്ള പദ്ധതികൾകൂടി പരിഗണിക്കണമെന്ന് 1947 ഡിസംബറിൽത്തന്നെ സ്റ്റേറ്റ് ഡിപ്പാർട്ട്മെന്റ് നാഷനൽ സെക്യൂരിറ്റി കൗൺസിലിന് (എൻ.എസ്സ്.സി) നിർദ്ദേശം നൽകുകയുണ്ടായി. ആ മാസത്തിൽ കൗൺസിൽ എൻ.എസ്സ്.സി ഡയറക്ടീവ് - 4 പുറപ്പെടുവിച്ചു. രഹസ്യവാർത്താശേഖരണത്തോടനുബന്ധിച്ച പ്രവർത്തനങ്ങൾ സമന്വയിപ്പിക്കുന്നതിൽ സ്റ്റേറ്റ് സെക്രട്ടറിക്ക് വിപുലമായ അധികാരങ്ങൾ നൽകുന്ന ഒരു നിർദ്ദേശമായിരുന്നു അത്. 1947 സിഡംബർ 14-ന് അംഗീകരിക്കപ്പെട്ട എൻ.എസ്സ്.സി. ഡയറക്ടീവ് - 4 എ "മനശ്ശാസ്ത്രപരമായ യുദ്ധം" നടത്താനുള്ള കുത്തക സി.ഐ.ഏ.യ്ക്കു നൽകി. അതുപ്രകാരം സാരാംശത്തിൽ യു.എസ്സ്.ഏ.യുടെ അതിർത്തിക്കു വെളിയിൽ രഹസ്യപ്രവർത്തനം നടത്താനുള്ള അനിയന്ത്രിതാധികാരം സി.ഐ.ഏ.യ്ക്കു ലഭിച്ചു.

1 Final Report..., P. 512.

എൻ.എസ്സ്.സി. ഡയറക്ടിവ് - 4 എ "മനശ്ശാസ്ത്രപരമായ യുദ്ധ''ത്തെ നിർവ്വചിക്കുന്നത് ഇങ്ങനെയാണ്:

"രഹസ്യപ്രവർത്തനരീതികൾ. അവയിൽ പ്രചാരവേലതൊട്ട് അർദ്ധസൈനികപ്രവർത്തനങ്ങൾ വരെയും സാമ്പത്തികനടപടികൾതൊട്ട് വിദേശരാഷ്ട്രീയപ്പാർട്ടികൾക്കും പത്രങ്ങൾക്കും തൊഴിലാളി സംഘടനകൾക്കും ധനസഹായവും പിന്തുണയും നൽകൽവരെയും പെടും;.... വിദേശരാഷ്ട്രീയപ്പാർട്ടികൾക്ക് നേരിട്ടുള്ള അമേരിക്കൻ പിന്തുണ, 'സാമ്പത്തികയുദ്ധം,' അട്ടിമറി, അഭയാർത്ഥിവിമോചനഗ്രൂപ്പുകൾക്ക് സഹായം....''[1]

1948 ജൂണിനും 1955 മാർച്ചിനുമിടയ്ക്ക് നാഷനൽ സെക്യൂരിറ്റി കൗൺസിൽ സി.ഐ.ഏ.യുടെ ഗൂഢപ്രവർത്തനങ്ങളെക്കുറിച്ച് നിരവധി നിർദ്ദേശങ്ങൾ പുറപ്പെടുവിക്കുകയുണ്ടായി. 1948 ജൂൺ 18-ലെ എൻ.എസ്സ്.സി ഡയറക്ടിവ് 102 അനുസരിച്ച് "10/2 കൗൺസിൽ" രൂപീകൃതമായി. പ്രസിഡന്റ് ഫോർഡിന്റെ ഭരണകാലത്തു സ്ഥാപിതമായ "ബോർഡ് ഓഫ് കൺസൾട്ടന്റ് ഓൺ ഇന്റലിജൻസ് ആക്റ്റിവിറ്റീസി''ന്റെ ആദ്യത്തെ മുന്നോടിയായിരുന്നു അത്. രഹസ്യപ്രവർത്തനങ്ങളെക്കുറിച്ചുള്ള നിർദ്ദേശങ്ങൾ പരിഗണിക്കുകയെന്നത് പ്രസ്തുതകൗൺസിലിന്റെ ചുമതലകളുടെ ഒരു ഭാഗമായിരുന്നു. 1951 ഒക്ടോബർ 23-ന് എൻ.എസ്സ്.സി ഡയറക്ടിവ് 10/5 പുറപ്പെടുവിക്കപ്പെട്ടു. അത് രഹസ്യപ്രവർത്തനങ്ങൾ ലോകവ്യാപകമായ തോതിൽ വിപുലപ്പെടുത്തുന്നതിന് അനുമതി നൽകുകയും[2] അവയെ കൂട്ടിയിണക്കുന്ന വിധത്തെ സംബന്ധിച്ചിടത്തോളം ചില മാറ്റങ്ങൾ വരുത്തുകയും ചെയ്തു.[3]

1 Final Report..., pp. 142, 144.

2 അതുവരെ സി.ഐ.ഏ.യുടെ രഹസ്യപ്രവർത്തനങ്ങൾ പ്രധാനമായും "മനശ്ശാസ്ത്രപരമായ യുദ്ധ"ത്തിൽ ഒതുങ്ങിനിന്നിരുന്നു. അവ ഏതാണ്ട മുഴുവനും തന്നെ വാർത്താമാധ്യമങ്ങളുമായി ബന്ധപ്പെട്ടിരുന്നു. വ്യാജപ്രസിദ്ധീകരണങ്ങൾ, കപട റേഡിയോപ്രഭാഷണങ്ങൾ, വ്യാജവാർത്തകൾ പ്രചരിപ്പിക്കുന്നതിനു ധനസഹായം നൽകൽ-ഇതെല്ലാംഅവയില്ർ ഉൾപ്പെട്ടിരുന്നു. "മനശ്ശാസ്ത്രപരമായ യുദ്ധത്തോട്" അനുബന്ധിച്ച ചുമതലകളുടെ കൂടെ എൻ.എസ്സ്.സി.ഡയറക്ടീവ് 10/2 മൂന്നു തരം രഹസ്യപ്രവർത്തനങ്ങൾ കൂട്ടിച്ചേർത്തു: രാഷ്ട്രീയ യുദ്ധം, സാമ്പത്തികയുദ്ധം, നിവാരണലക്ഷ്യത്തോടെയുള്ള പ്രത്യക്ഷനടപടികൾ (ഉദാഹരണത്തിന്,കലാപകാരികളുടെ സംഘങ്ങൾക്കും അട്ടിമറിനടത്തുന്ന സംഘടനകൾക്കും പിന്തുണ നൽകൽ)

3.ഉദാഹരണത്തിന്, ഓഫീസ് ഓഫ് പോളിസി കോർഡിനേഷൻ, ചാരപ്രവർത്തനത്തിന്റെ ചുമതല വഹിച്ചിരുന്ന സി.ഐ.ഏ.യുടെ ഓഫീസ് ഓഫ് സ്പെഷ്യൽ ഓപ്പറേഷൻസുമായി ലയിച്ചുചേർന്നു.

"രഹസ്യപ്രവർത്തനം'' എന്നതുകൊണ്ട് സി.ഐ.എ.യുടെ സ്ഥാപകരുടെ മനസ്സിലുണ്ടായിരുന്നതെന്താണെന്ന എൻ.എസ്സ്.സി. ഡയറക്ടിവ് 10/2 വ്യക്തമാക്കുന്നു:

"വിദേശഗവൺമെന്റുകളേയും സംഭവങ്ങളേയും സംഘടനകളേയും വ്യക്തികളേയും യു.എസ്സ്. വിദേശനയത്തിനനുകൂലമായ വിധത്തിൽ സ്വാധീനിക്കണമെന്ന ലക്ഷ്യത്തോടുകൂടിയും യു.എസ്സ്. ഗവൺമെന്റിനു കയ്യുണ്ടെന്നകാര്യം പുറമേയ്ക്ക് അറിയാത്ത വിധത്തിലും നടത്തുന്ന പ്രവർത്തനമെന്നാണ് രഹസ്യപ്രവർത്തനമെന്നതുകൊണ്ടു വിവക്ഷിക്കുന്നത്... എന്തായാലും, ഈ വാക്കുകളിലടങ്ങുന്ന പ്രവർത്തനങ്ങൾക്ക് അനുമതി നൽകാൻ കോൺഗ്രസ്സിന് ഉദ്ദേശമുണ്ടായിരുന്നുവെന്നു വ്യക്തമായി സൂചിപ്പിക്കുന്ന തരത്തിലല്ല അവ ഉപയോഗിച്ചത്...

"പ്രചാരവേല, സാമ്പത്തികയുദ്ധം, നിവരണോദ്ദേശത്തോടുകൂടിയ പ്രത്യക്ഷനടപടികൾ (അവയിൽ അട്ടിമറിയും അട്ടിമറിവരുദ്ധപ്രവർത്തനവും ഉന്മൂലനവും ഒഴിപ്പിക്കലും പെടും); ശത്രുരാജ്യങ്ങൾക്കെതിരായ വിധ്വംസകപ്രവർത്തനം (ഗറില്ലാഗ്രൂപ്പുകൾക്കും അഭയാർത്ഥികളുടെ വിമോചനഗ്രൂപ്പുകൾക്കുള്ള സഹായവും ഭീഷണിക്കു വിധേയമായ സ്വതന്ത്രലോകരാജ്യങ്ങളിലെ കമ്മ്യൂണിസ്റ്റ് വിരുദ്ധഗ്രൂപ്പുകൾക്കുള്ള പിന്തുണയും അതിൽ പെടും) - ഇവയെല്ലാം അടങ്ങുന്നതാണ് രഹസ്യപ്രവർത്തനങ്ങൾ.''[1]

രഹസ്യപ്രവർത്തനങ്ങളുടെ വ്യാപ്തി വർദ്ധിച്ചതോടെ വിധ്വംസക നടപടികൾ നടത്തുന്നതിൽ പ്രാവീണ്യം സമ്പാദിച്ച വിദഗ്ദ്ധന്മാർക്കു പുറമെ അത്തരം പ്രവർത്തനങ്ങൾ ലോകമൊട്ടുക്ക് സംഘടിപ്പിക്കുകയും നടത്തുകയും ചെയ്യുന്ന ഒരു പ്രത്യേകസംഘടനകൂടി ആവശ്യമായിവന്നു.

അങ്ങിനെയാണ് 1940'കളുടെ അവസാനത്തിൽ ഓഫീസ് ഓഫ് പോളിസി കോർഡിനേഷൻ (ഓ.പി.സി.) - അതായത്, നയസമന്വയ വകുപ്പ് - എന്ന പേരിൽ അർദ്ധസ്വയംഭരണാധികാരമുള്ള ഒരു വകുപ്പ് സ്ഥാപിതമായത്. രാഷ്ട്രീയസ്വഭാവമുള്ള എല്ലാ നിർദ്ദേശങ്ങളും അതിന് സ്റ്റേറ്റ്ഡിപ്പാർട്ട്മെന്റിൽനിന്നും പ്രതിരോധവകുപ്പിൽനിന്നും നേരിട്ടു ലഭിച്ചു. ഓ.പി.സി.യുടെ രൂപീകരണത്തെക്കുറിച്ചുള്ള കൽപ്പനയിൽ "സോവിയറ്റ് വിധ്വംസന''ത്തേയും "സോവിയറ്റ് ഭീഷണി''യേയും കുറിച്ചുള്ള ദുസ്സൂചനകൾ സുലഭമാണ്. രാഷ്ട്രീയവും സാമ്പത്തികവും ആശയപരവുമായ അട്ടിമറിയുൾപ്പെടെയുള്ള നാനാതരം ഗൂഢപ്രവർത്തനങ്ങൾ നടത്താൻ ഓ.പി.സി.ക്ക് പച്ചക്കൊടി കാട്ടിയതിനെ അതുവഴി ന്യായീകരിക്കാൻ കഴിയുമെന്ന് ആ കൽപ്പന പുറപ്പെടുവിച്ചവർ കരുതി.

1 Final Report..., P. 131-132.

1949-ൽ ഓ.പി.സി.യിൽ മൊത്തം 302 ജോലിക്കാരുണ്ടായിരുന്നു. 1952-ൽ അവരുടെ എണ്ണം 2812 ആയി വർദ്ധിച്ചു. കരാറടിസ്ഥാനത്തിൽ മറുനാട്ടുകളിൽ ഓരോരോ ജോലികൾ ചെയ്യാനായി 3142 പേർ വേറെയു മുണ്ടായിരുന്നു. ഓ.പി.സി.യുടെ ബഡ്ജറ്റ് 1949-ൽ 4.7 ദശലക്ഷം ഡോള റായിരുന്നത് 1952 ആയപ്പോഴേക്ക് 82 ദശലക്ഷമായി. 1949-ൽ അതിന് ഏഴുവിദേശനിലയങ്ങളാണുണ്ടായിരുന്നതെങ്കിൽ 1952-ൽ അതിന്റെ ജോലിക്കാർ 47 നിലയങ്ങളിൽ പണിയെടുക്കുന്നുണ്ടായിരുന്നു.

തുടക്കംതൊട്ടുതന്നെ സി.ഐ.ഏ.യുടെ വിദേശപ്രവർത്തനങ്ങൾ ഭ്രാന്തെടുത്ത സോവിയറ്റ് വിരോധത്തിൽ അധിഷ്ഠിതമായിരുന്നു. സോവിയറ്റുയൂണിയനെ ഒരു ആക്രമണശക്തിയായി വരച്ചുകാട്ടാൻ വൈറ്റ്ഹൗസ് പ്രത്യേകം ഉത്സാഹിച്ചു. ഓ.പി.സി. മറുരാജ്യങ്ങളിൽ ആസൂത്രണം ചെയ്യുകയും നടപ്പിൽ വരുത്തുകയും ചെയ്ത എല്ലാ രഹസ്യപ്രവർത്തനങ്ങൾക്കും നിദാനം അതായിരുന്നു. വിധ്വംസകപ്രവർത്തനങ്ങൾക്ക് അനുമതി നൽകിക്കൊണ്ടുള്ള എൻ.എസ്സ്.സി.യുടെ കൽപ്പനകളിൽ, "സോവിയറ്റ് വെല്ലുവിളിയെ നേരിടേണ്ട"തിന്റെ ആവശ്യകതയെക്കുറിച്ച് നേരിട്ടു പരാമർശിച്ചിരുന്നു. അത്തരം പ്രവർത്തനങ്ങൾ എല്ലാ വിധത്തിലും ശക്തിപ്പെടുത്തണമെന്ന് 1950-ലും '51 ലും എൻ.എസ്സ്.സി. പുറപ്പെടുവിച്ച കൽപ്പനകളിൽ ഊന്നിപ്പറയുകയുണ്ടായി. താമസിയാതെ ഓ.പി.സി. യുടെ പ്രവർത്തനങ്ങളുടെ മേലുള്ള സ്റ്റേറ്റ്ഡിപ്പാർട്ട്മെന്റിന്റേയും പെന്റഗന്റേയും നിയന്ത്രണം വെറും ഔപചാരികം മാത്രമായിത്തീർന്നു. അതോടെ ഓ.പി.സി.യ്ക്ക് അതിന്റെ പല പ്രവർത്തനങ്ങളും യഥേഷ്ടം നടത്താൻ അവസരം കിട്ടി.

ഓ.പി.സി. അതിന്റെ പ്രത്യേകനടപടികൾ നടത്തിയത് വ്യത്യസ്തവകുപ്പുകൾക്കുവേണ്ടിയാണ്. സ്റ്റേറ്റ് ഡിപ്പാർട്ടുമെന്റിനു താൽപര്യം അതിന്റെ നയതന്ത്രലക്ഷ്യങ്ങൾക്ക് ഉതകുന്ന രാഷ്ട്രീയനടപടികളിലും പ്രചരണക്യാമ്പെയിനുകളിലുമായിരുന്നു. പ്രതിരോധവകുപ്പിനാകട്ടെ, കൊറിയൻ യുദ്ധത്തിനു പിന്തുണ നൽകാനോ, അതല്ലെങ്കിൽ കമ്മ്യൂണിസ്റ്റുകാരുമായി ബന്ധമുള്ള ഒളിപ്പോരാളികൾക്കെതിരായി പൊരുതാനോ ഉള്ള അർദ്ധസൈനികനടപടികളാണു വേണ്ടിയിരുന്നത്. ചുമതലകളിലുള്ള ഈ വൈജാത്യംമൂലം ഓ.പി.സി. യ്ക്ക് അതിന്റെ ആവനാഴിയിൽ എല്ലാത്തരം ആയുധങ്ങളും കരുതിവയ്ക്കേണ്ടിവന്നു. വിശേഷപരിശീലനം സിദ്ധിച്ച ആളുകളെ ഒരുക്കിനിർത്തുന്നതിലും അവരുടെ സാങ്കേതിക സജ്ജീകരണത്തിലും അതു നിഷ്ക്കർഷിക്കണമെന്നായി.

ഓ.പി.സി.യുടെ രൂപീകരണവും സി.ഐ.ഏ.യിൽ അതിനുണ്ടായിരുന്ന

പ്രത്യേകപദവിയും ഭരണനിർവ്വഹണതലത്തിൽ ഗുരുതരമായ രണ്ടു പ്രശ്നങ്ങൾക്കിടയാക്കി. സി.ഐ.എ. ഡയറക്ടറും ഓ.പി.സി.യും തമ്മിലുള്ള കിടമത്സരമായിരുന്നു ഒന്ന്. ഓ.പി.സി.യും ഓ.എസ്സ്.ഓ.യും (ഓഫീസ് ഓഫ് സ്പെഷ്യൽ ഓപ്പറേഷൻസ്) തമ്മിലുള്ള വൈരമായിരുന്നു മറ്റേത്.

കീഴേക്കിടയിൽ ഈ ഉരസലുകൾ വിശേഷിച്ചും മൂർച്ചയേറിയതായിരുന്നു. രണ്ടു വകുപ്പുകൾക്കും പുറംരാജ്യങ്ങളിലുള്ള സി.ഐ.എ. നിലയങ്ങളിൽ അവയുടെ സ്വന്തം പ്രതിനിധികളുണ്ടായിരുന്നു. ഒരേപോലുള്ള നിർദ്ദേശങ്ങൾ ലഭിക്കുമ്പോൾ രണ്ടു വകുപ്പുകളും ഒരേ ആൾക്കാരെ ഉപയോഗിക്കുന്നത് ദുർലഭമായിരുന്നില്ല. ചിലപ്പോൾ അവരെ അതാതു വകുപ്പിന്റെ മാത്രം സ്വന്തമാക്കാനുള്ള ശ്രമവും നടക്കും. 1952-ൽ ബാങ്കോക്കിൽ ഓ.പി.സി.യും ഓ.എസ്സ്.ഓ. യും തമ്മിൽ രൂക്ഷമായ ഒരേറ്റുമുട്ടലുണ്ടായി. സി.ഐ.എ. എക്സിക്യൂട്ടീവ് ഡയറക്ടർ ലൈമൻ കിർക്ക് പാട്രിക്കിന്റെ അടിയന്തിര ഇടപെടൽപോലും വേണ്ടിവന്നു. ഓ.പി.സിയുമായി അടുത്ത ബന്ധമുള്ള അവിടത്തുകാരനായ ഒരു പ്രധാനപ്പെട്ട ഉദ്യോഗസ്ഥനെ സ്വന്തമാക്കാൻ ഓ.എസ്സ്. ഓ. ശ്രമിച്ചതായിരുന്നു വഴക്കിനു കാരണം.

ഇരുവകുപ്പുകളും തമ്മിലുള്ള സമന്വയം മെച്ചപ്പെടുത്തുന്നതിന് സി.ഐ.എ. ഡയറക്ടർ ജനറൽ വാൾട്ടർ സ്മിത്ത് 1950-നും 1952-നുമിടയ്ക്ക് ഏതാനും നടപടികൾ കൈക്കൊള്ളുകയുണ്ടായി. 1952 ആഗസ്റ്റിൽ ഓ.പി.സി. യും ഓ.എസ്സ്.ഓ.യും ലയിച്ചുചേരുകയും “ആസൂത്രണ ഡയറക്ടറേറ്റ്” രൂപമെടുക്കുകയും ചെയ്തു. ഈ ലയനത്തോടെ രഹസ്യവാർത്താശേഖരണം പിൻപന്തിയിലേക്കു തള്ളപ്പെടുകയും വിധ്വംസകപ്രവർത്തനങ്ങളുടെ എണ്ണം ഗണ്യമായി വർദ്ധിക്കുകയും ചെയ്തു. ഏജന്റുമാർ അത്തരം പ്രവർത്തനം കൂടുതലിഷ്ടപ്പെടാൻ തക്കതായ കാരണമുണ്ടായിരുന്നു. അതിന്റെ ഫലം പെട്ടെന്നറിയാൻ കഴിയും. നേരെമറിച്ച് രഹസ്യവിവരങ്ങൾ നൽകാൻ പറ്റിയ ആളുകളെ കണ്ടുപിടിക്കുകയെന്ന ദീർഘവും ക്ലേശകരവുമായ പ്രവർത്തനംകൊണ്ട് പെട്ടെന്ന് ഗുണമൊന്നുമുണ്ടാവില്ല.

1953 ആയപ്പോഴേക്ക് സി.ഐ.എ.യ്ക്ക് സുദൃഢമായ ഒരു ഘടന കൈവന്നു. അടുത്ത ഇരുപതു വർഷത്തേക്ക് അതിൽ പറയത്തക്ക മാറ്റമൊന്നുമുണ്ടായില്ല. കൊറിയൻ സാഹസവും ശീതസമരത്തിന്റെ കൊടുമ്പിരിക്കൊള്ളലും സി.ഐ.എ.യുടെ ത്വരിതവളർച്ചയ്ക്കു സഹായകമായി. 1947-നെ അപേക്ഷിച്ച് അത് ആറുമടങ്ങ് വലുതായി.

സി.ഐ.എ.യ്ക്കുള്ളിൽ മൂന്നു ഡയറക്ടറേറ്റുകൾ സ്ഥാപിക്കപ്പെട്ടു. ബഡ്ജറ്റിന്റേയും ജോലിക്കാരുടേയും സി.ഐ.എ.യുടെ മറ്റു

വിഭവങ്ങളുടേയും സിംഹഭാഗവും ആസൂത്രണഡയറക്ടറേറ്റിന്റെ വരുതിയിലായിരുന്നു. 1952-ൽ സി.ഐ.ഏ. യുടെ ബഡ്ജറ്റിന്റെ 74 ശതമാനം ചെലവഴിക്കപ്പെട്ടതും അതിലെ ജോലിക്കാരുടെ 60 ശതമാനം പ്രവർത്തിച്ചതും രഹസ്യവാർത്തകൾ ശേഖരിക്കാനും വിധ്വംസകനടപടികൾ നടത്താനും വേണ്ടിയാണ്.

1950-കളുടെ മദ്ധ്യമായപ്പോഴേക്ക് രഹസ്യപ്രവർത്തനങ്ങൾ സോവിയറ്റുയൂണിയനും ഇതരസോഷ്യലിസ്റ്റ് രാജ്യങ്ങൾക്കുമെതിരായ "ശാശ്വതസംഘട്ടന"ത്തിന്റെ ഒരു അഭേദ്യഭാഗമായിത്തീർന്നു. സി.ഐ.ഏ.യുടെ നിഗൂഢപ്രവർത്തനത്തെക്കുറിച്ചുള്ള ഒരു രഹസ്യറിപ്പോർട്ട് 1954 സെപ്റ്റംബറിൽ പ്രസിഡന്റ് ഐസൻഹോവറിനു സമർപ്പിക്കപ്പെട്ടു. രഹസ്യപ്രവർത്തനത്തിന്റെ ആവശ്യകതയെ ന്യായീകരിച്ചുകൊണ്ട് അതിന്റെ മുഖവുരയിൽ എഴുതിവച്ചിട്ടുള്ളതിൽ പ്രകടമായിരിക്കുന്ന അഹന്തയും സർവ്വപുച്ഛവും ആരെയും അത്ഭുതപ്പെടുത്തും:

"ആക്രമണോത്സുകവും നിഗൂഢവുമായ ഒരു മനശ്ശാസ്ത്രപര-രാഷ്ട്രീയ-അർദ്ധസൈനികസംഘടന വേണമെന്നത് ദേശീയനയത്തിന്റെ മറ്റൊരു പ്രധാന ആവശ്യമാണ്. അത് ശത്രുവിന്റെ സംഘടനയെക്കാൾ കൂടുതൽ ഫലപ്രദവും കൂടുതൽ പുതുമയാർന്നതും വേണ്ടിവന്നാൽ കൂടുതൽ നിർദ്ദാക്ഷിണ്യവുമായിരിക്കണം. ഈ ദൗത്യത്തിന്റെ സത്വരവും ഊർജ്ജിതവും വിശ്വസനീയവുമായ നിർവ്വഹണത്തെ വിഘാതപ്പെടുത്താൻ ആരെയും അനുവദിച്ചുകൂടാ."

"യാതൊരു വിട്ടുവീഴ്ചയും ചെയ്യാത്ത ഒരു ശത്രുവാണ് നമ്മുടെ മുമ്പിലുള്ളതെന്ന് ഇപ്പോൾ വ്യക്തമായിരിക്കുന്നു.... ഈ കളിയിൽ യാതൊരു നിയമവുമില്ല. ഇതുവരെ അംഗീകരിച്ചുപോന്നിട്ടുള്ള മനുഷ്യരുടെ പെരുമാറ്റച്ചട്ടങ്ങൾക്ക് ഇവിടെ പ്രസക്തിയില്ല.... ചാരപ്രവർത്തനവും എതിർചാരപ്രവർത്തനവും നടത്താനുള്ള ഫലപ്രദമായ സംവിധാനങ്ങൾ നാം ഉണ്ടാക്കണം. നമ്മുടെ ശത്രുക്കളെ ധ്വംസിക്കാനും അട്ടിമറിക്കാനും നശിപ്പിക്കാനും നാം പഠിക്കേണ്ടിയിരിക്കുന്നു... മൗലികമായി ഗർഹണീയമായ ഈ തത്വശാസ്ത്രത്തെ അമേരിക്കൻ ജനതയുടെ അറിവിൽ പെടുത്തുകയും അവർ അതു മനസ്സിലാക്കുകയും പിന്താങ്ങുകയും ചെയ്യേണ്ടിവന്നേക്കാം."[1]

പക്ഷേ ഗർഹണീയമായ ഈ തത്വശാസ്ത്രം അമേരിക്കൻ ജനതയുടെ അറിവിൽ പെട്ടത് സംഗതി നടന്നതിനു ശേഷമാണ്. നിർഭാഗ്യവശാൽ സി.ഐ.ഏ. യ്ക്ക് അതിന്റെ രഹസ്യപ്രവർത്തനങ്ങൾ നടത്താൻ അവരുടെ സമ്മതം ചോദിക്കേണ്ട ആവശ്യമില്ല.

1 Final Report..., P. 50.

1955-ൽ നാഷനൽ സെക്യൂരിറ്റി കൗൺസിൽ വിധ്വംസകപ്രവർത്തനം സംബന്ധിച്ച് പുതിയൊരു കൽപ്പന പുറപ്പെടുവിച്ച - എൻ.എസ്സ്.സി. ഡയറക്ടിവ് 5412. 1970 ഫെബ്രുവരിയിൽ "40 കമ്മിറ്റി'' രൂപീകരിക്കപ്പെടുന്നതുവരെ അതു പ്രാബല്യത്തിലുണ്ടായിരുന്നു. സി.ഐ.ഏ.യുടെ വിധ്വംസകപ്രവർത്തനങ്ങളുടെ മുഖ്യലക്ഷ്യങ്ങളെന്തൊക്കെയാണെന്ന് പ്രസ്തുതകൽപ്പനയിൽ ഹ്രസ്വവും കൃത്യവുമായ പട്ടാളഭാഷയിൽ എണ്ണിപ്പറയുന്നുണ്ട്:

"സാർവ്വദേശീയകമ്മ്യൂണിസത്തിന്റെ മുമ്പിൽ പ്രശ്നങ്ങൾ സൃഷ്ടിക്കുകയും അവയിൽനിന്നു മുതലെടുക്കുകയും ചെയ്യുക."

"സാർവ്വദേശീയകമ്മ്യൂണിസത്തിനു ദുഷ്പ്പേരു വരുത്തുക. അതിന്റെ പാർട്ടികളുടേയും സംഘടനകളുടേയും ശക്തി കുറയ്ക്കുക."

"ലോകത്തിന്റെ ഏതു ഭാഗത്തും സാർവ്വദേശീയകമ്മ്യൂണിസത്തിന്റെ സ്വാധീനം കുറയ്ക്കുക."

"സ്വതന്ത്രലോകത്തിലെ രാജ്യങ്ങൾക്ക് യു.എസ്സ്.ഏ.യോടുള്ള ചായ്‌വ് ശക്തിപ്പെടുത്തുക. സാദ്ധ്യമായിടത്തെല്ലാം പ്രസ്തുരാജ്യങ്ങളും യു.എസ്സ്.ഏ.യും തമ്മിലുള്ള താല്പര്യൈക്യം ഊന്നിപ്പറയുക. കൂടാതെ, അത്തരം പരസ്പരതാൽപര്യങ്ങളെ വികസിപ്പിക്കാൻവേണ്ടി യഥാർത്ഥത്തിൽ നിലകൊള്ളുന്ന ഗ്രൂപ്പുകളെ ഉചിതമായേടത്തെല്ലാം അനുകൂലിക്കുക. സാർവ്വദേശീയകമ്മ്യൂണിസത്തെ ചെറുക്കാനുള്ള ആ ജനതകളുടേയും രാജ്യങ്ങളുടേയും കഴിവും ആഗ്രഹവും വർദ്ധിപ്പിക്കുക."

"സാർവ്വദേശീയകമ്മ്യൂണിസത്തിന്റെ ആധിപത്യമോ ഭീഷണിയോ ഉള്ള ഇടങ്ങളിൽ, സുസ്ഥാപിതനയങ്ങൾക്കനുരോധമായും പ്രായോഗികമായി സാദ്ധ്യമായിടത്തോളവും ഒളിവിൽനിന്നുള്ള ചെറുത്തുനിൽപ്പ സംഘടിപ്പിക്കുകയും രഹസ്യപ്രവർത്തനങ്ങളേയും ഗറില്ലാനടപടികളേയും സഹായിക്കുകയും ചെയ്യുക...''[1]

ഈ ലക്ഷ്യങ്ങൾ സാധിക്കാൻ എന്തെല്ലാം മാർഗ്ഗങ്ങളാണുപയോഗിക്കേണ്ടതെന്ന് കൽപ്പനയുടെ ഒരു പ്രത്യേകവകുപ്പിൽ പറയുന്നുണ്ട്:

"പ്രചാരവേല, രാഷ്ട്രീയനടപടികൾ, സാമ്പത്തികയുദ്ധം, നിവാരണോദ്ദേശത്തോടുകൂടിയ പ്രത്യക്ഷനടപടികൾ (അക്കൂട്ടത്തിൽ അട്ടിമറിയും അട്ടിമറിവിരുദ്ധപ്രവർത്തനവും നശീകരണവും രക്ഷപ്പെടുത്തൽ-ഒഴിപ്പിക്കൽ നടപടികളും പെടും), എന്നിവയോടനുബന്ധിച്ച രഹസ്യപ്രവർത്തനങ്ങൾ; ശത്രുരാജ്യങ്ങൾക്കോ ഗ്രൂപ്പുകൾക്കോ എതിരായ വിധ്വംസകപ്രവർത്തനം (ഒളിവിലുള്ള ചെറുത്തുനിൽപ്പപ്രസ്ഥാനങ്ങൾക്കും ഗറില്ലകൾക്കും അഭയാർത്ഥിവിമോചനഗ്രൂപ്പുകൾക്കും

1 Final Report..., P. 51.

നൽകുന്ന സഹായവും ഇതിൽ പെടും); സ്വതന്ത്രലോകത്തിൽ കമ്മ്യൂണിസത്തിന്റെ ഭീഷണിയെ നേരിടുന്ന രാജ്യങ്ങളിൽ അന്നാട്ടുകാരായ കമ്മ്യൂണിസ്റ്റ് വിരുദ്ധന്മാരെ സഹായിക്കൽ; മേൽപ്പറഞ്ഞ കാര്യങ്ങൾ സാധിക്കാൻ ആവശ്യമായ കബളിപ്പിക്കൽ പരിപാടികളും നടപടികളും യഥോചിതമായ മറ്റെല്ലാ പ്രവർത്തനങ്ങളും - ഇത്രയുമാണ്, മൂർത്തമായി പറഞ്ഞാൽ, അവയിൽ അടങ്ങിയിരിക്കുന്നത്."[1]

രഹസ്യപ്രവർത്തനങ്ങളെ നിയന്ത്രിക്കുകയും അവയ്ക്ക് അനുമതി നൽകുകയും ചെയ്യുന്നതു സംബന്ധിച്ച നടപടിക്രമത്തിൽ മേൽപ്പറഞ്ഞ കല്പന സാരമായ മാറ്റങ്ങൾ വരുത്തി. ഓപ്പറേഷൻസ് കോർഡിനേഷൻ ബോർഡിന്റെ ചുമതലകൾ സ്റ്റേറ്റ് സെക്രട്ടറിയുടേയും ഡിഫൻസ് സെക്രട്ടറിയുടേയും പ്രസിഡന്റിന്റേയും പ്രതിനിധികളെ ഏൽപ്പിച്ചു. സ്പെഷ്യൽ ഗ്രൂപ്പ് എന്ന പേരിലാണ് ഈ കമ്മിറ്റി അറിയപ്പെട്ടത്. മേലാൽ സി.ഐ.ഏ.യുടെ എല്ലാ രഹസ്യപ്രവർത്തനങ്ങളും പരിഗണിക്കേണ്ടതും അവയ്ക്ക് അനുമതി നൽകേണ്ടതും ഈ സ്പെഷ്യൽ ഗ്രൂപ്പായിരിക്കുമെന്നു നിശ്ചയിച്ചു.

ഇനിമുതൽ സി.ഐ.ഏ.യുടെ പ്രധാനപ്പെട്ട ഏതൊരു നടപടിയുടെമേലും ഗവൺമെന്റിന്റെ കർശനമായ നിയന്ത്രണമുണ്ടായിരിക്കുമെന്നാണു തോന്നിയത്. പക്ഷേ രഹസ്യപ്രവർത്തനങ്ങളിൽ ഏതൊക്കെയാണ് സ്പെഷ്യൽ ഗ്രൂപ്പ് പരിഗണിക്കേണ്ടത്, ഏതിനൊക്കെ അതിന്റെ ആവശ്യമില്ല, എന്നതിനെ സംബന്ധിച്ചിടത്തോളം വ്യക്തമായ മാനദണ്ഡങ്ങളൊന്നും എൻ.എസ്സ്.സി. ഡയറക്ടീവ് 5412-ൽ ഇല്ലായിരുന്നു.

1967-ൽ സി.ഐ.ഏ. സമർപ്പിച്ച ഒരു മെമ്മോറാണ്ടത്തിൽ അക്കാര്യം പറയുന്നുണ്ട്:

"സി.ഐ.ഏ.യുടെ ഏതെല്ലാം (രഹസ്യപ്രവർത്തന) നടപടികൾക്കാണ് സ്പെഷ്യൽ ഗ്രൂപ്പിന്റേയോ സ്റ്റേറ്റ് ഡിപ്പാർട്ടുമെന്റിന്റേയോ യു.എസ്സ്. ഗവൺമെന്റിന്റെ മറ്റു വകുപ്പുകളുടെയോ അനുമതി വാങ്ങേണ്ടതെന്നു തീരുമാനിക്കാനുള്ള നടപടിക്രമം 1955-നും 1963 മാർച്ചിനുമിടയ്ക്കുള്ള കാലഘട്ടത്തിൽ ഏറെക്കുറെ അവ്യക്തമായിരുന്നു. സി.ഐ.ഏ. ഡയറക്ടറുടെ തീർപ്പുകൾക്ക് അതു വിട്ടുകൊടുക്കുകയാണുണ്ടായതെന്നു പറയാം."[2]

1 Final Report..., P. 51.

2 Final Report..., പേജ് 52. 1957 മാർച്ചിൽ സംയോജനനടപടികളിൽ ചില ഭേദഗതികൾ വരുത്തി. സവിശേഷപ്രാധാന്യമുള്ള നടപടികൾക്ക് അനുമതി നൽകാനുള്ള അധികാരം സ്റ്റേറ്റ് സെക്രട്ടറിയിൽ നിക്ഷിപ്തമായി. കൂടാതെ, അനുമതി ലഭിച്ച എല്ലാ രഹസ്യപ്രവർത്തനങ്ങളും എങ്ങിനെ പുരോഗമിക്കുന്നുവെന്നതു സംബന്ധിച്ച് സ്റ്റേറ്റ് ഡിപ്പാർട്ടുമെന്റിനേയും പ്രതിരോധവകുപ്പിനേയും അടിക്കടി അറിയിക്കാൻ സി.ഐ.ഏ.യോട് ആവശ്യപ്പെട്ടു.

ആദ്യമൊക്കെ സ്പെഷ്യൽ ഗ്രൂപ്പ് വല്ലപ്പോഴും മാത്രമേ കൂടാറുണ്ടായിരുന്നുള്ളൂ. സി.ഐ.ഏ.ഡയറക്ടർ അല്ലൻ ഡള്ളസ്സും അന്ന് സ്റ്റേറ്റ്സെക്രട്ടറിയായിരുന്ന അദ്ദേഹത്തിന്റെ സഹോദരൻ ജോൺ ഫോസ്റ്റർ ഡള്ളസ്സും പ്രസിഡന്റ് ഐസൻഹോവറും തമ്മിൽ വളരെ അടുപ്പത്തിലായിരുന്നതുകൊണ്ട് തീരുമാനങ്ങളെടുക്കാൻ ഔപചാരികമായി യോഗം കൂടേണ്ട ആവശ്യം വന്നില്ല.

1959 തൊട്ട് സ്പെഷ്യൽ ഗ്രൂപ്പിന്റെ യോഗങ്ങൾ കൃത്യമായി കൂടി, രഹസ്യനടപടികൾക്കുള്ള പദ്ധതികൾ പരിശോധിക്കുന്നതിനെ സംബന്ധിച്ചിടത്തോളം സ്പെഷ്യൽ ഗ്രൂപ്പിനുള്ള അധികാരങ്ങൾ എന്തൊക്കെയാണെന്നു നിർണ്ണയിക്കാനുള്ള മാനദണ്ഡങ്ങൾ കൂടുതൽ വ്യക്തമായി ആവിഷ്ക്കരിക്കാൻ ഇതു സഹായകമായി.

1961 ജനുവരിയിൽ കെന്നഡി പ്രസിഡന്റായതോടെ സ്പെഷ്യൽഗ്രൂപ്പിന്റെ യോഗങ്ങൾ കൂടുന്നത് വൈറ്റ്ഹൗസിലായി. ദേശീയസുരക്ഷിതത്വകാര്യങ്ങൾക്കായുള്ള പ്രസിഡന്റിന്റെ സ്പെഷ്യൽ അസിസ്റ്റന്റ് മാക്ജോർജ്ജ് ബണ്ടിയുടെ അദ്ധ്യക്ഷതയിലാണ് അവ കൂടിയത്. (കുറച്ചുകാലം അദ്ധ്യക്ഷനായിരുന്നത് പ്രസിഡന്റിന്റെ സൈനികോപദേഷ്ടാവായ ജനറൽ മാക്സ്വെൽ ടെയ്ലർ ആയിരുന്നു. പക്ഷേ അദ്ദേഹത്തെ ജോയിന്റ് ചീഫ്സ് ഓഫ് സ്റ്റാഫിന്റെ തലവനായി നിയമിച്ചപ്പോൾ, ആ സ്ഥാനം വീണ്ടും ബണ്ടിക്കു ലഭിച്ചു.)

ക്യൂബൻ പ്രതിവിപ്ലവകാരികളുടെ ആക്രമണോദ്യമത്തിന് ബേ ഓഫ് പിഗ്സിൽ വച്ചുണ്ടായ ദയനീയമായ തോൽവിക്കുശേഷം രഹസ്യപ്രവർത്തനങ്ങളുടെമേലുള്ള ഗവൺമെന്റിന്റെ നിയന്ത്രണം ശക്തിപ്പെടുത്താനുള്ള നടപടികളെടുത്തു. സ്പെഷ്യൽഗ്രൂപ്പ് ആഴ്ചതോറും വൈറ്റ്ഹൗസിൽ സമ്മേളിച്ചു. നടത്താനുദ്ദേശിക്കുന്ന രഹസ്യപ്രവർത്തനങ്ങളെക്കുറിച്ച് പ്രസിഡന്റ് കെന്നഡിയെ കൂടെക്കൂടെ അറിയിച്ചുകൊണ്ടിരുന്നു. അതോടൊപ്പം അനുമതി നൽകാനും നിയന്ത്രണം ചെലുത്താനുമുള്ള സംവിധാനം മൂന്നു ഭാഗങ്ങളായി തിരിച്ചു. സ്പെഷ്യൽഗ്രൂപ്പിനു പുറമെ രണ്ടു നിർവ്വാഹകസമിതികൾകൂടി രൂപീകരിക്കപ്പെട്ടു - ഒരു പ്രത്യേക വിധ്വംസനവിരുദ്ധഗ്രൂപ്പും ഒരു പ്രത്യേകവിപുലീകൃതഗ്രൂപ്പും.

രഹസ്യപ്രവർത്തനങ്ങൾ വിജയകരമായി നടത്താൻവേണ്ടി പുതിയ പുതിയ കൽപ്പനകൾ ഒന്നിനു പുറകെ ഒന്നായി വന്നുകൊണ്ടിരുന്നു.

1963 ജനുവരി 18-ാംനു പുറപ്പെടുവിച്ച എൻ.എസ്സ്.ഏ.എം. ഡയറക്ടിവ് 124 അർദ്ധസൈനികനടപടികൾ നടത്താനുള്ള ചുമതലയോടുകൂടി

ഒരു പ്രത്യേകഗ്രൂപ്പുണ്ടാക്കി. ഈ കൽപ്പന വിധ്വംസകപ്രവർത്തനങ്ങൾ സംബന്ധിച്ച നേരത്തേയുള്ള എൻ.എസ്സ്.സി.യുടെ കല്പനകൾക്കു പകരമായിരുന്നില്ല . അതുവരെ സ്പെഷ്യൽ ഗ്രൂപ്പിന്റെ അധികാരപരിധിയിൽ പെടുത്തിയിരുന്ന ചില നടപടികളെ പുതുതായുണ്ടാക്കിയ രണ്ടാമത്തെ പ്രത്യേകഗ്രൂപ്പിലേക്കു മാറ്റിയെന്നു മാത്രം. അതിന്റെ അദ്ധ്യക്ഷൻ ജനറൽ മാക്സ്വെൽ ടെയ്ലറായിരുന്നു. മാക്ജോർജ്ജ് ബണ്ടിയും സെനറ്റർ റോബർട്ട് കെന്നഡിയും അതിലെ അംഗങ്ങളായിരുന്നു.

പ്രസിഡന്റ് ജോൺസന്റെ ഭരണകാലത്ത് സ്പെഷ്യൽ ഗ്രൂപ്പിന്റെ പേര് "303 കമ്മിറ്റി'' എന്നാക്കി മാറ്റി.[1] ഇപ്പോഴും അതിന്റെ തലവൻ ദേശീയസുരക്ഷിതത്വ കാര്യങ്ങൾക്കായുള്ള പ്രസിഡന്റിന്റെ സ്പെഷ്യൽ അസിസ്റ്റന്റായിരുന്നു. പക്ഷേ വൈറ്റ്ഹൗസിൽ പതിവായി കൂടാറുള്ള "ചൊവ്വാഴ്ച ലഞ്ചുകൾ" രഹസ്യപ്രവർത്തനങ്ങളുടെ ആസൂത്രണത്തിൽ ഒരു പ്രധാനപങ്കു വഹിക്കാൻ തുടങ്ങി. പ്രസിഡന്റ് ജോൺസൺ, സ്റ്റേറ്റ് സെക്രട്ടറി ഡീൻറസ്ക്ക്, ഡിഫൻസ് സെക്രട്ടറി റോബർട്ട് മാക്നമാറ, ദേശീയസുരക്ഷിതത്വകാര്യങ്ങൾക്കായുള്ള പ്രസിഡന്റിന്റെ സ്പെഷ്യൽ അസിസ്റ്റന്റ് മാക്ജോർജ്ജ് ബണ്ടി എന്നിത്രയും പേരുടെ അനൗപചാരികസമ്മേളനരംഗമായിരുന്നു ഈ ലഞ്ചുകൾ. ക്രമേണ പ്രസിഡന്റിന്റെ പ്രസ്സ് സെക്രട്ടറി, സി.ഐ.ഏ.ഡയറക്ടർ, ജോയിന്റ് ചീഫ്സ് ഓഫ് സ്റ്റാഫിന്റെ തലവൻ, എന്നിവരും അവയിൽ സംബന്ധിക്കാൻ തുടങ്ങി. അവർ വിയറ്റ്നാമിനെതിരായ സി.ഐ.ഏ.യുടെ രഹസ്യപ്രവർത്തനങ്ങൾക്കുള്ള പദ്ധതികൾ ചർച്ചചെയ്തു.

1970 ഫെബ്രുവരി 17-ന് എൻ.എസ്സ്.ഏ.എം ഡയറക്ടിവ് 40 അനുസരിച്ച് "40 കമ്മിറ്റി'' രൂപീകൃതമായി. ഈ കൽപ്പന രഹസ്യപ്രവർത്തനങ്ങൾ സംബന്ധിച്ച ഉത്തരവാദിത്വം സി.ഐ.ഏ. ഡയറക്ടർക്കു നൽകി. യു.എസ്സ്.ഏ.യുടെ വൈദേശിക-ആഭ്യന്തരനയങ്ങൾക്കനുരോധമായി രഹസ്യപ്രവർത്തനങ്ങൾ ആസൂത്രണം ചെയ്തു നടപ്പാക്കുകയെന്നതാണ് അദ്ദേഹത്തിന്റെ ചുമതല. ബന്ധപ്പെട്ട എല്ലാ സ്ഥാപനങ്ങളും സംഘടനകളുമായി അദ്ദേഹം കൂടിയാലോചിക്കുകയും അവയുടെ സമ്മതം വാങ്ങുകയും വേണം. അവയെ ഓരോന്നിനേയും അറിയിക്കേണ്ട കാര്യങ്ങൾ മാത്രമേ അറിയിക്കാവൂ.

1 1964 ജൂണിൽ എൻ.എസ്സ്.ഏ.എം. ഡയറക്ടിവ് 303 പുറപ്പെടുവിക്കപ്പെട്ടു. അത് സ്പെഷ്യൽഗ്രൂപ്പിന്റെ ഘടനയിലോ ചുമതലകളിലോ അധികാരങ്ങളിലോ യാതൊരു മാറ്റവും വരുത്തിയില്ല. എങ്കിലും ഡേവിഡ് വൈസും തോമസ് റോസും ചേർന്നെഴുതിയ "ഇൻവിസിബിൾ ഗവൺമെന്റ്" എന്ന പുസ്തകത്തിൽ ഗ്രൂപ്പിന്റെ ആദ്യത്തെ പേര് പുറത്താക്കിയതുകൊണ്ട് അതിന്റെ പേര് മാറ്റിയെന്നു മാത്രം.

"40 കമ്മിറ്റി''യുടെ പങ്കെന്താണെന്നും പുതിയ കൽപ്പനയിൽ നിർവ്വചിച്ചിരുന്നു. പ്രധാനപ്പെട്ടവയും രാഷ്ട്രീയമായി സൂക്ഷിച്ച് കൈകാര്യം ചെയ്യേണ്ടവയുമായ എല്ലാ രഹസ്യനടപടികൾക്കും സി.ഐ.ഏ. ഡയറക്ടർ "40 കമ്മിറ്റി''യുടെ അനുമതി വാങ്ങിയിരിക്കണമെന്ന് അതിൽ എടുത്തുപറയുകയുണ്ടായി. ആ കമ്മിറ്റി എല്ലാ വർഷവും നേരത്തേ അനുമതി നൽകിയിരുന്ന രഹസ്യപ്രവർത്തനങ്ങളുടെ ഫലങ്ങൾ അവലോകനം ചെയ്യണമെന്നതും മൗലികമായിത്തന്നെ പുതിയൊരു നിർദ്ദേശമായിരുന്നു.

രഹസ്യപ്രവർത്തനങ്ങളെക്കുറിച്ചുള്ള നിർദ്ദേശങ്ങൾ കമ്മിറ്റിക്കു സമർപ്പിക്കേണ്ടത് എങ്ങിനെയാണെന്നതിനെ സംബന്ധിച്ച ശുപാർശകൾ സി.ഐ.ഏ.യുടെ ഒരു ആഭ്യന്തരശാസനാപത്രികയിൽ കൊടുത്തിരുന്നു. ഒരു പ്രത്യേക രഹസ്യപ്രവർത്തനപരിപാടി കമ്മിറ്റിയുടെ രാഷ്ട്രീയാനുമതിക്കുവേണ്ടി സമർപ്പിക്കേണ്ട ആവശ്യമുണ്ടോ ഇല്ലയോ എന്നു നിശ്ചയിക്കേണ്ടത് സി.ഐ.ഏ. ഡയറക്ടറാണ്.

കമ്മിറ്റിയുടെ പരിഗണനയ്ക്കായി സമർപ്പിക്കാൻവേണ്ടി സി.ഐ.ഏ. ഡയറക്ടറെ നിർദ്ദേശങ്ങൾ ഏൽപ്പിക്കുന്നതിനു മുമ്പായി അവയ്ക്ക് "സ്റ്റേറ്റ് ഡിപ്പാർട്ടുമെന്റുമായി ആലോചിച്ച് രൂപം നൽകേണ്ടതും, അർദ്ധസൈനികനടപടികളെ സംബന്ധിച്ചിടത്തോളം പ്രതിരോധവകുപ്പുമായി കൂടിയാലോചിക്കേണ്ടതും സാധാരണഗതിയിൽ ബന്ധപ്പെട്ട രാജ്യത്തെ സ്ഥാനപതിയുടെ സമ്മതം വാങ്ങേണ്ടതുമാണ്,''[1] എന്ന് പ്രസ്തുത പത്രികയിൽ വ്യക്തമായി പറഞ്ഞിട്ടുണ്ട്.

അമേരിക്കൻ രാഷ്ട്രീയവ്യവസ്ഥയുടെ ഒരു ജൈവഘടകമായിത്തീർന്ന രഹസ്യപ്രവർത്തനസംവിധാനം ഉരുത്തിരിഞ്ഞുവന്നത് ഇങ്ങനെയാണ്. സി.ഐ.ഏ.യുടെ നിയമവിരുദ്ധവും കുറ്റകരവുമായ ചെയ്തികൾ അമേരിക്കൻ പ്രസിഡന്റുമാരും ഉന്നതതലത്തിലുള്ള അവരുടെ ഉപദേഷ്ടാക്കളും ശരിവച്ചു.

എന്നാൽ രഹസ്യപ്രവർത്തനങ്ങൾ യു.എസ്സ്.ഏ.യുടെ വിദേശനയത്തിന്റെ വെറുമൊരു അനുബന്ധം മാത്രമായിരുന്നുവെന്നു കരുതുന്നത് തെറ്റായിരിക്കും. ആ നയത്തിനു രൂപം നൽകിയതുതന്നെ അവയാണ് എന്നു പറയുന്നതായിരിക്കും ശരി. ദീർഘദൃഷ്ടിയില്ലാത്ത രാഷ്ട്രീയനേതാക്കളെ സി.ഐ.ഏ.യുടെ സൂത്രശാലികളായ അപഗ്രഥനപടുക്കൾ കബളിപ്പിച്ചതാണെന്ന പറച്ചിലിൽ അന്നും ഇന്നും യാതൊരു കഴമ്പുമില്ല. രാജ്യങ്ങൾക്കപ്പാടെതന്നെ എതിരായി സി.ഐ.ഏ. നടത്തുന്നതും "നിയമങ്ങളൊന്നുമില്ലാത്ത കളി'' എന്ന് പ്രസിഡന്റ് ഐസൻഹോവർക്കുള്ള

1 Final Report..., P. 54.

റിപ്പോർട്ടിൽ വിശേഷിപ്പിച്ചിട്ടുള്ളതുമായ ഈ രഹസ്യയുദ്ധം അമേരിക്കൻ വിദേശനയത്തിന്റെ ഒരു അഭേദ്യഭാഗമായിത്തുടരുന്നു.

സി.ഐ.ഏ.യുടെ കൊടുപാതകങ്ങളിൽനിന്നു കൈകഴുകാൻ 1975-ൽ വൈറ്റ്ഹൗസ് ഒരു ശ്രമം നടത്തി. ചിലിയിൽ സൈനികജ്ഞണ്ട അധികാരം പിടിച്ചെടുത്തതിനുശേഷമാണ് അമേരിക്കയുടെ അകത്തും പുറത്തുമുള്ള പൊതുജനങ്ങൾക്ക് അവയിൽ പലതും അറിയാൻ കഴിഞ്ഞത്. മറുനാട്ടുകളിലുള്ള സി.ഐ.ഏ.യുടെ കുത്സിതപ്രവർത്തനങ്ങളെക്കുറിച്ച് അന്വേഷണം നടത്താൻ അമേരിക്കൻ സെനറ്റിന്റെ ഒരു പ്രത്യേകകമ്മിറ്റി നിയോഗിക്കപ്പെട്ടു. സെനറ്റർ ഫ്രാങ്ക് ചർച്ചായിരുന്നു അതിന്റെ അദ്ധ്യക്ഷൻ. അമേരിക്കൻ പത്രങ്ങൾ ഉടൻതന്നെ അദ്ദേഹത്തെ സ്വതന്ത്രവീക്ഷണവും സ്വഭാവശുദ്ധിയുമുള്ള ഒരു വ്യക്തിയായി കൊട്ടിഘോഷിച്ചു. സി.ഐ.ഏ.യുടെ വിഴുപ്പുകെട്ട് അഴിക്കുന്നതിലൂടെ ഒറ്റയടിക്ക് രണ്ടു കാര്യങ്ങൾ നേടാമെന്നായിരുന്നു അമേരിക്കൻ ഭരണാധികാരികളുടെ കണക്കുകൂട്ടൽ. ഒന്ന്, സി.ഐ.ഏ.യുടെ നിയമവിരുദ്ധപ്രവൃത്തികളുമായി തങ്ങൾക്കു യാതൊരു ബന്ധവുമില്ലായിരുന്നുവെന്ന് പൊതുജനങ്ങളെ ബോദ്ധ്യപ്പെടുത്തുകയും അങ്ങിനെ എല്ലാ കുറ്റത്തിൽനിന്നും കൈകഴുകുകയും ചെയ്യുക. രണ്ട്, നിയമവാഴ്ചയും അതിന്റെ ലംഘനത്തോടുള്ള സന്ധിയില്ലായ്മയും അമേരിക്കൻ ജനാധിപത്യത്തിൽ അന്തർലീനമാണെന്ന് ലോകത്തിനു കാണിച്ചുകൊടുക്കുക.

ചർച്ച് കമ്മിറ്റിയുടെ റിപ്പോർട്ട് 1975 നവംബർ 20-ാംനു പ്രസിദ്ധീകരിക്കപ്പെട്ടു. അമേരിക്കയുടെ രാഷ്ട്രീയരംഗത്ത് അത് പറയത്തക്ക കോളിളക്കമൊന്നുമുണ്ടാക്കിയില്ല. വിധ്വംസകപ്രവർത്തനത്തെ തുറന്നുകാട്ടാനുള്ള കമ്മിറ്റിയുടെ വ്യഗ്രതയും അതു തെളിയിക്കാൻവേണ്ടി അതുദ്ധരിച്ച വസ്തുതകളും സി.ഐ.ഏ.യുടെ സെൻസർമാരുടേയും പ്രത്യേകിച്ച് സി.ഐ.ഏ.യുടെ വിശേഷോപദേഷ്ടാവായ മിച്ചെൽ റൊഗൊവിന്റേയും കത്രികപ്രയോഗത്തിനു വിധേയമായി. സെനറ്റംഗങ്ങൾ പൊതുജനങ്ങളെ അറിയിക്കാവുന്ന കാര്യങ്ങൾ എന്തൊക്കെയാണെന്നും ഏതെല്ലാം വസ്തുതകൾ രഹസ്യമായി സൂക്ഷിക്കണമെന്നും നിശ്ചയിച്ചത് റൊഗൊവിനാണ്.

അങ്ങിനെ വൈറ്റ്ഹൗസ് കൊണ്ടുപിടിച്ച പ്രചരണം അഴിച്ചുവിട്ടിട്ടും സി.ഐ.ഏ.യുടെ പാതകങ്ങളെപ്പറ്റി അമേരിക്കൻ ഗവൺമെന്റിനറിവില്ലായിരുന്നുവെന്ന് പൊതുജനങ്ങളെ വിശ്വസിപ്പിക്കാൻ അതിനു കഴിഞ്ഞില്ല. സി.ഐ.ഏ.യുടെ ഗൂഢസമരയോദ്ധാക്കളും വൈറ്റ്ഹൗസിലുള്ളവരും ഒരേ ടീമിൽ കളിക്കുന്നവരാണെന്ന് വസ്തുതകൾ അസന്ദിഗ്ദ്ധമായി തെളിയിച്ചു.

“മിസ്റ്റർ മൃത്യുവിന്റെ അന്ത്യകമ്പസാരം”

രഹസ്യപ്രവർത്തനങ്ങൾ നടത്താൻവേണ്ടിയുള്ള സി.ഐ.ഏ .യുടെ സംവിധാനത്തിലെ ആദ്യത്തെ ഉപകരണമായ ഓ.പി.സി. സ്ഥാപിതമായത് 1948-ലാണെന്നു പറഞ്ഞല്ലൊ. “അട്ടിമറി നടത്തുക, അഭയാർത്ഥിവിമോചനഗ്രൂപ്പുകളെ സഹായിക്കുക, അധിനിവേശിതമോ ഭീഷണിക്കു വിധേയമോ ആയ മേഖലകളിൽ കമ്മ്യൂണിസ്റ്റ് വിരുദ്ധഗ്രൂപ്പുകൾക്കു പിന്തുണ നൽകുക,”[1] എന്നിവ അതിന്റെ ചുമതലകളിൽ ഉൾപ്പെട്ടിരുന്നു. തുടർന്നുള്ള വർഷങ്ങളിൽ സി.ഐ.ഏ.യുടെ ആന്തരികഘടന കൂടുതൽ വിപുലപ്പെടുത്തിയപ്പോൾ ഈ ചുമതലകൾ, അമേരിക്കൻ ഇന്റലിജൻസ് വകുപ്പിന്റെ കീഴിൽ രൂപീകരിക്കപ്പെട്ട സ്പെഷ്യൽ ഓപ്പറേഷൻസ് ഡിവിഷനിലേക്കു മാറ്റപ്പെട്ടു.

“വളരെ സൂക്ഷിച്ചു” ചെയ്യേണ്ട ഇത്തരം ജോലികൾക്ക് പറ്റിയ ആളുകളെ പരിശീലിപ്പിച്ചെടുക്കേണ്ടതുണ്ടായിരുന്നുവെന്നു പറയേണ്ടതില്ലല്ലൊ. സി.ഐ.ഏ. ഒട്ടും സമയം കളയാതെ അതിൽ വ്യാപൃതമായി. ഭീകരപ്രവർത്തകർക്കും അട്ടിമറിക്കാർക്കും ഘാതകന്മാർക്കും പരിശീലനം നൽകാനുള്ളപ്രത്യേകതാവളങ്ങളും ക്യാമ്പുകളും യു.എസ്സ്.ഏ.യിലും പിന്നീട് വെളിയിലും സ്ഥാപിക്കപ്പെട്ടു. സ്പെഷ്യൽ ഓപ്പറേഷൻസ് ഡിവിഷനിലെ ജോലിക്കാർക്കു പുറമെ വിദേശ ഏജന്റുമാർക്കും “അർദ്ധസൈനിക”നടപടികളും “കരുതലോടെ” ചെയ്യേണ്ട മറ്റു ജോലികളും നിറവേറ്റാനുള്ള ചോറ്റുപട്ടാളക്കാർക്കും അവിടെ നിന്നു പരിശീലനം ലഭിച്ചു.[2]

അത്തരം ഒരെണ്ണത്തിൽ പരിശീലനം ലഭിച്ച മുൻ സി.ഐ.ഏ. ഏജന്റ് ഫിലിപ്പ് എയ്ജി ആ ക്യാമ്പിനെ വർണ്ണിക്കുന്നത് ഇങ്ങനെയാണ്:

“ഒരു കൊടുംകാടിന്റെ നടുവിലായിരുന്നു പരിശീലനകേന്ദ്രം. മുകളിൽ മുള്ളുകമ്പി കെട്ടിയ ഉയരമുള്ള മതിൽ ചുറ്റിനുമുണ്ട്. ‘യു.എസ്സ്. ഗവൺമെന്റ് റിസർവേഷൻ അന്യർക്കു പ്രവേശനമില്ല,’ എന്നെഴുതിയ ബോർഡുകൾ നോക്കുന്നിടത്തെല്ലാം കാണാം. താവളത്തിന്റെ വടക്കേ അതിര് യോർക്ക്നദിയാണ്. താവളംതന്നെ കർശനമായി നിയന്ത്രിതമായ വ്യത്യസ്തമേഖലകളായി തിരിച്ചിട്ടുണ്ട്....കടൽവഴിക്കും വായുമാർഗ്ഗത്തിലൂടെയും നുഴഞ്ഞു കയറുന്നതു സംബന്ധിച്ച പരിശീലനമുറകൾക്കുള്ള ഇടങ്ങളും അവയിൽ പെടുന്നു....”

1 Final Report..., P. 144.

2 Victor Marchetti and John D. Marks, “The C.IA and the Cult of Intelligence”, Alfred A. Knopf, New York, 1974, p. 124.

“നിരോധിതമേഖലയ്ക്കകത്തു കടന്നുകഴിഞ്ഞാൽ ഏജന്റിന് - ഒന്നിലധികം പേരുണ്ടെങ്കിൽ ആ സംഘത്തിന് - ചെയ്യാൻ പലതരം ജോലികളുണ്ടാവും. പലപ്പോഴും അവരുടെ ദൗത്യം, പിന്നീട്ടു വരുന്ന ഒരു സംഘത്തിന്റെ ഉപയോഗത്തിനായി ആയുധങ്ങളോ വാർത്താവിനിമയോപകരണങ്ങളോ അട്ടിമറിസാമഗ്രികളോ ഒളിച്ചുവയ്ക്കുകയെന്നതായിരിക്കും. അതല്ലെങ്കിൽ ആ സംഘം നടത്തേണ്ടത് ഒരു അട്ടിമറിയായിരിക്കും. ലക്ഷ്യസ്ഥാനത്ത് അവർ വയ്ക്കുന്ന സ്ഫോടനസാമഗ്രികൾ പൊട്ടിത്തെറിക്കുന്നത് ദിവസങ്ങളോ ആഴ്ചകളോ ചിലപ്പോൾ മാസങ്ങൾപോലുമോ കഴിഞ്ഞായിരിക്കും. മോട്ടോർവാഹനങ്ങൾ ഓടാതിരിക്കാൻ വേണ്ടി എണ്ണയിലും പെട്രോളിലും കലർത്താനുള്ള കൂട്ടുകൾ, അച്ചടിയന്ത്രങ്ങൾ പ്രവർത്തിക്കാതിരിക്കാൻവേണ്ടിയുള്ള കലർപ്പുകൾ, കപ്പലുകൾ മുക്കാനുള്ള മൈനുകൾ, സ്ഫോടക-ജ്വാലക മിശ്രണങ്ങൾ, തുടങ്ങിയ സാധനങ്ങളാണ് അട്ടിമറിക്കുള്ള ആയുധങ്ങൾ....അട്ടിമറിപരിശീലകർ അവരുടെ കഴിവുകളുടെ ഉജ്ജ്വലമായ പ്രകടനങ്ങൾ നടത്തിക്കാണിച്ചുതന്നിട്ടുണ്ട്. ചിലത് അതിസമർത്ഥമായാണ് ആസൂത്രണം ചെയ്യുന്നത്. അവയുടെ യാതൊരു ലാഞ്ഛനയും പിന്നീടുണ്ടായിരിക്കില്ല.”[1]

ഇതേതരം പരിശീലനം നേടിയ മറ്റൊരാൾ “റാം പാർട്സ്” മാസികയിൽ അതു വിശദമായി വിവരിച്ചിട്ടുണ്ട്:

“ഗ്രാമീണകർഷകരുടെ പരിശീലകരാകാൻവേണ്ടി ഞങ്ങളെ സജ്ജീകരിക്കുകയെന്നതാണ് ആ അർദ്ധസൈനികപരിശീലനസ്കൂളിന്റെ ലക്ഷ്യമായി ഔദ്യോഗികമായി പറഞ്ഞത്. ഞാനതു വിശ്വസിക്കുകയും ചെയ്തു....”

“പക്ഷേ പിന്നീട് ഞങ്ങളെ സി.ഐ.ഏ.യുടെ വിധ്വംസനപരിശീലനകേന്ദ്രത്തിലേക്കു മാറ്റി... അവിടെ വച്ചാണ് ഞങ്ങൾക്ക് ജനീവാ കൺവൻഷന് അനുരോധമാണെന്നു പറഞ്ഞുകൂടാത്ത കാര്യങ്ങളിൽ പരിശീലനം ലഭിച്ചത്.”

“ഞങ്ങൾക്കു കാണിച്ചുതന്ന വിലക്കപ്പെട്ട പലതരം ആയുധങ്ങളുടെ കൂട്ടത്തിൽ, ലക്ഷ്യത്തിൽ കൊള്ളുന്നയുടൻ പൊട്ടിത്തെറിക്കുന്ന വെടിയുണ്ടകൾ, ഒച്ചയില്ലാത്ത യന്ത്രത്തോക്കുകൾ, വീട്ടുകളിലുണ്ടാക്കിയ സ്ഫോടകസാമഗ്രികൾ, സ്വയംകൃത നേപ്പാംബോംബുകൾ തുടങ്ങിയവ ഉൾപ്പെട്ടിരുന്നു....”

1 Philip Agee. “Inside the Company: C.I.A. Diary”, Penguin Books, Baltimore, 1975, pp. 45-46, 83-84

“അക്കൂട്ടത്തിൽ ശരിക്കും പൈശാചികമായ ഒരു സൂത്രമുണ്ടായിരുന്നു. വേണമെങ്കിൽ അതിനെ ചെറുപീരങ്കിയെന്നു വിളിക്കാം. പ്ലാസ്റ്റിക്ക് സ്ഫോടനസാമഗ്രി നിറച്ച ഒരു തകരപ്പാത്രത്തിന്റെ മുകളിൽ ഘടിപ്പിച്ച നട്ടുകഴിഞ്ഞ ഉരുക്കുതകിടുകൊണ്ടുണ്ടാക്കിയതാണ് അത്....”

“അത് പെട്രോൾടാങ്കിന്മേൽ പതിച്ചുവയ്ക്കുന്നു. ആ ജ്വാലക ‘വാണം’ ടാങ്കു പിളരുകയും ആളിക്കത്തുന്ന പെട്രോൾ ബസ്സിൽ നെടുനീളത്തിൽ ചീറ്റിത്തെറിപ്പിക്കുകയും ചെയ്യുന്നു. ബസ്സിനകത്ത് ആരുണ്ടെങ്കിലും അവർ കത്തി ദഹിച്ചുപോകും. സംഗതി എത്ര എളുപ്പമാണെന്ന് ക്ലാസിലെ മറ്റുള്ളവർക്കു കാണിച്ചുകൊടുക്കാൻ എന്നോടാണു പറഞ്ഞത്....”

“തീജ്വാലകൾ ബസ്സിനെ വിഴുങ്ങുന്നതും നോക്കി ഞാനവിടെ നിന്നു. എനിക്ക് ഉൾവിളിയുണ്ടായ നിമിഷം അതാണെന്നു തോന്നുന്നു. ഒരു ബസ്സു നിറയെയുള്ള മനുഷ്യരെ തീയിലിട്ടു ചുടുന്നതിന് സ്വാതന്ത്ര്യവുമായിട്ട് എന്തു ബന്ധമാണുള്ളത്? യാദൃച്ഛികമായി വന്നുപെട്ട കുറെ മനുഷ്യർ ബലിയാടുകളായി മരിക്കണമെന്ന് ജനാധിപത്യത്തിന്റേയും സി.ഐ.ഏ .യുടേയും പേരിൽ നിശ്ചയിക്കാൻ എനിക്ക് എന്തവകാശമാണുള്ളത്?”[1]

യു.എസ്സ്. ഇന്റലിജൻസ് വകുപ്പിന്റെ ഏജന്റുമാരുടെ മേൽനോട്ടത്തിൽ വിദേശരാജ്യങ്ങളിൽ പണിയെടുക്കുന്ന ഭീകരപ്രവർത്തകരെ സി.ഐ.ഏ. ആയുധമണിയിക്കുന്നത് എന്തിനുവേണ്ടിയാണെന്നും എങ്ങിനെയാണെന്നുമുള്ളതിന്റെ വിശദമായ ഒരു ചിത്രം ഫിലിപ്പ് എയ്ജി തന്റെ പുസ്തകത്തിൽ വരച്ചുകാട്ടിയിട്ടുണ്ട്:

“അർദ്ധസൈനികനടപടികളുമായി ഉറ്റ ബന്ധമുള്ള ഒന്നാണ് ഉശിരൻ പ്രവർത്തനമെന്ന പേരിൽ അറിയപ്പെടുന്ന ഛിദ്രപ്രവർത്തനം. ഉദാഹരണത്തിന് ഡ്യൂട്ടിയിലില്ലാത്ത പോലീസുകാരെയോ അതല്ലെങ്കിൽ മിത്രരാഷ്ട്രീയപ്പാർട്ടികളിൽനിന്നുള്ള ഉശിരന്മാരെയോ ചേർത്ത് വാടകഗുണ്ടാസംഘങ്ങൾ സംഘടിപ്പിച്ചും അവരുടെ പിന്തുണയോടുകൂടിയും സി.ഐ.ഏ. നിലയങ്ങൾ കമ്മ്യൂണിസ്റ്റുകാരുടേയും മറ്റ് തീവ്ര ഇടതുപക്ഷക്കാരുടേയും യോഗങ്ങളും പ്രകടനങ്ങളും കലക്കുകയും അതുവഴി അവരെ ഭയപ്പെടുത്താൻ ശ്രമിക്കുകയും ചെയ്യുന്നു.

“അതിലേക്കായി ഡി.ഡി.പി.യുടെ ടെക്നിക്കൽ സർവീസസ് ജോലിക്കാർ പലതരം ആയുധങ്ങളും ഉപകരണങ്ങളും നിർമ്മിക്കുന്നു. ഭയങ്കരദുർഗ്ഗന്ധമുള്ള ദ്രാവകങ്ങൾ നിറച്ച ചെറിയ ഗ്ലാസ്സ്ട്യൂബുകൾ യോഗം നടക്കുന്ന ഹാളുകളിലേക്കു വലിച്ചെറിയാം.

1 Victor Marchetti and John D. Marks. മുമ്പുദ്ധരിച്ച പുസ്തകം.പേജ് 111-112

ഭംഗിയായി പൊടിച്ച് ഭസ്മംപോലാക്കിയ നിറമില്ലാത്ത ഒരു പൊടി യോഗസ്ഥലത്തു വിതറുന്നു. നിലത്തു വീഴുന്നതോടെ അത് അദൃശ്യമായിത്തീരുന്നു. പക്ഷേ പിന്നീട് ആളുകൾ ചവിട്ടുന്ന മാത്രയിൽ അത് കണ്ണീർവാതകത്തിന്റെ ഫലമുളവാക്കുന്നു.

"പ്രത്യേകം തയ്യാർചെയ്ത ഗുളികകളുടെ പുറത്ത് പെട്ടെന്നു തീപിടിക്കുന്ന പൊടി പുരട്ടുന്നു. തീ കൊളുത്തുമ്പോൾ ആ ചേരുവയിൽനിന്നു വമിക്കുന്ന കനത്ത പുക സാധാരണ കണ്ണീർവാതകത്തെക്കാൾ ശക്തിയായിട്ടാണ് കണ്ണുകളേയും ശ്വാസനാളത്തേയും ആക്രമിക്കുന്നത്. പ്രത്യേകരുചിയൊന്നുമില്ലാത്ത ഒരു സാധനം കലർത്തിയ ഭക്ഷണം കഴിക്കുമ്പോൾ തൊലിയുടെ നിറം മാറുന്നു. പച്ചവെള്ളംപോലിരിക്കുന്ന ഒരു ദ്രാവകത്തിന്റെ ഏതാനും തുള്ളികൾ അകത്തു ചെല്ലുമ്പോൾ ആളുകൾ എല്ലാ കരുതലുകളും വെടിഞ്ഞ് നിയന്ത്രണമില്ലാതെ സംസാരിക്കുന്നു. കാറുകളുടെ സ്റ്റിയറിംഗ്‌വീലിലോ ടോയിലറ്റ് സീറ്റിലോ വിതറിയിട്ടുള്ള പൊടി ദേഹത്തു തൊടുമ്പോൾ അസഹ്യമായ ചൊറിച്ചിൽ ഉളവാകുന്നു. അദൃശ്യമായ ഒരു കുഴമ്പിന്റെ ശകലംപോലും തൊലിയിൽ പുരണ്ടാൽ അവിടമാകെ ഭയങ്കരമായി പൊള്ളുന്നു. രാസികമായി പ്രത്യേകം തയ്യാർചെയ്ത പുകയില ചേർത്ത സിഗററ്റോ ചുരുട്ടോ വലിച്ചാൽ ശ്വാസകോശസംബന്ധമായ രോഗങ്ങളുണ്ടാവുന്നു."[1]

ഇന്ന് ടെക്നിക്കൽ സർവീസസ് ഡിവിഷൻ സി.ഐ.എ.യുടെ ശാസ്ത്ര-സാങ്കേതികഡയറക്ടറേറ്റിന്റെ ഒരു ഭാഗമായി പ്രവർത്തിച്ചുകൊണ്ട് അതേ ചുമതലകൾ നിറവേറ്റിവരികയാണ്.

ഈ ഡയറക്ടറേറ്റിൽ 1,300 പേരോളം പണിയെടുക്കുന്നുണ്ട്. അതിന്റെ ഒരാണ്ടത്തെ ചെലവ് 12 കോടി ഡോളറിനടുത്തുവരും. സി.ഐ.എ.യുടെ ഇതരശാഖകൾക്കാവശ്യമായ പ്രധാനവിവരങ്ങൾ തയ്യാറാക്കിക്കൊടുക്കുന്നതിനു പുറമെ അത് വിശേഷിച്ചും സങ്കീർണ്ണമായ അർദ്ധസൈനികനടപടികൾക്കു വേണ്ട പുതിയ വിധ്വംസനരീതികളേയും സമ്പ്രദായങ്ങളേയും കുറിച്ചു ഗവേഷണം നടത്തുന്നു. സി.ഐ.എ.യുടെ ഘടനയിൽ സവിശേഷ പ്രാധാന്യമുള്ള ഒരു വകുപ്പാണ് "ഓപ്പറേഷനൽ അപ്രൂവൽ". അത് വിവിധനടപടികൾക്കാവശ്യമായ സാമഗ്രികളും "ഉപകരണങ്ങളും" തയ്യാറാക്കുന്നു.

1 ഫിലിപ്പ് എയ്ജി, മുമ്പുദ്ധരിച്ച പുസ്തകം, പേജ് 84-85.

യു.എസ്സ്. ഇന്റലിജൻസ് വകുപ്പ് വിദേശരാഷ്ട്രനേതാക്കൾക്കെതിരായി കൈക്കൊണ്ട ഭീകരനടപടികളുടെ അനേകം ദൃഷ്ടാന്തങ്ങൾ സെനറ്റിന്റെ സെലക്ട് കമ്മിറ്റിയുടെ പരിശോധനയ്ക്കു വിധേയമായി. പൊതുനടപടികളുടെ ചട്ടക്കൂട്ടിനുള്ളിൽ കൊലപാതകങ്ങൾ ആസൂത്രണം ചെയ്യാനും നടപ്പിൽ വരുത്താനും വേണ്ടി 1960-കളുടെ തുടക്കത്തിൽ സി.ഐ.ഏ. ഒരു പ്രത്യേകവകുപ്പ് രൂപീകരിച്ചിരുന്നുവെന്ന് അപ്പോഴാണ് വെളിവായത്. "ഇസഡ്. ആർ/റൈഫിൾ" എന്നായിരുന്നു അതിന്റെ കോഡുപേര്. "പൊതുവിൽ ഇസഡ്. ആർ/റൈഫിൾ പ്രോജക്റ്റിന്റെ ചുമതല കൊലപാതകങ്ങളുടെ നടത്തിപ്പിനോടനുബന്ധിച്ച പ്രശ്നങ്ങൾ പരിഹരിക്കുകയും അവയ്ക്കാവശ്യമായ അടിത്തറ സൃഷ്ടിക്കുകയും ചെയ്യുകയെന്നതായിരുന്നു. കുറെക്കൂടി കൃത്യമായി പറഞ്ഞാൽ, കൊലപാതകം നടത്തേണ്ടവരെ പരിശീലിപ്പിക്കുകയും, ഓരോ ദൃഷ്ടാന്തത്തിലും പ്രയോഗിക്കേണ്ട കൊലപാതകരീതി ആവിഷ്ക്കരിക്കുകയും ചെയ്യുകയെന്നതായിരുന്നു അതിന്റെ ജോലി."[1]

ആളുകളെ കൊല്ലാനുള്ള ഏറ്റവും പരിഷ്കൃതമായ രീതികൾ കണ്ടുപിടിക്കുന്നതിന് സി.ഐ.ഏ. പല ഗവേഷണസ്ഥാപനങ്ങളുടേയും കമ്പനികളുടേയും സഹായം തേടാറുണ്ട്. നാനാരംഗങ്ങളിൽ പ്രാവീണ്യം നേടിയ വിദഗ്ധന്മാർ അവയിൽ പ്രവർത്തിക്കുന്നു. പത്രക്കാർക്ക് അവരിലൊരാളെ കണ്ടു സംസാരിക്കാൻ കഴിഞ്ഞു. തന്റെ പേരു പുറത്താവരുതെന്ന് അയാൾ താൽപര്യപ്പെട്ടതിനാൽ അഭിമുഖം നടത്തിയയാൾ അയാൾക്ക് മിസ്റ്റർ മൃത്യു എന്നു പേരിട്ടു. ഒരു അമേരിക്കൻ ആനുകാലികത്തിൽ വന്ന ആ അഭിമുഖത്തിന്റെ ഒരു സംഗ്രഹം ഞങ്ങൾ ചുവടെ ചേർക്കുന്നു:

ചോദ്യം:സി.ഐ.ഏ.യുടെ രഹസ്യപ്രവർത്തനങ്ങളെക്കുറിച്ചുള്ള സെനറ്റിന്റെ സെലക്ട് കമ്മിറ്റിയുടെ അന്വേഷണത്തിനിടയ്ക്ക് മുൻ സി.ഐ.ഏ. ഡയറക്ടർ വില്യം കോൾബി കമ്മിറ്റിയുടെ അദ്ധ്യക്ഷനായ ഫ്രാങ്ക് ചർച്ചിനെ വിഷവെടിയുണ്ട നിറച്ച ഒരു കൈത്തോക്ക് കാണിക്കുകയുണ്ടായി. ടെലിവിഷനിലും പത്രങ്ങളുടെ മുൻപേജുകളിലും വന്നതാണ് അത്. താങ്കൾക്ക് ആ തോക്കിനെക്കുറിച്ച് എന്തെങ്കിലും അറിയാമോ?

ഉത്തരം: ഞാൻ പലപ്പോഴായി അത്തരത്തിലുള്ള അരഡസൻ കൈത്തോക്കുകളെങ്കിലും കണ്ടുകാണും. കാരണം, പ്രക്ഷേപണസംവിധാനമോ വിഷം ചെലുത്താനുള്ള മാർഗ്ഗങ്ങളോ പരീക്ഷിച്ചുനോക്കുകയെന്നതായിരുന്നു എന്റെ ജോലി. ചർച്ച് കമ്മിറ്റി പരിശോധിച്ചത്

1 "സാഗൊവൊറി ത്സെറു" (സി.ഐ.ഏ.യുടെ ഗൂഢാലോചനകൾ), മോസ്കോ, 1979. പേജ് 181 (റഷ്യനിൽ)

ഒരു വൈദ്യുത കൈത്തോക്കാണെന്നാണ പറയുന്നത്. എനിക്കതിൽ വലിയ സംശയമുണ്ട്. ഞാൻ കണ്ടിട്ടുള്ള വൈദ്യുതതോക്കുകൾ കാന്തി കവെടിയുണ്ടകൾ ഉപയോഗിക്കുന്നവയായിരുന്നു. അവയ്ക്കു കുറെക്കൂടി വലിപ്പമുണ്ട്....

ചോദ്യം: താങ്കൾ വിഷവസ്തുക്കൾ കൈകാര്യം ചെയ്തതിനെപ്പറ്റി പറഞ്ഞല്ലോ. എന്തുതരം ജോലിയായിരുന്നു അത്?

ഉത്തരം: ആളുകളെ കൊല്ലാനുള്ള വിധങ്ങളും ഉപായങ്ങളും കണ്ടുപി ടിക്കാൻ സി.ഐ.ഏ. എന്നോടു പറഞ്ഞു. ഞാൻ നടത്തിയ ഏതാണ്ടെല്ലാ പ്രവർത്തനവും ആളുകളെ കൊല്ലാനുദ്ദേശിച്ചുള്ളവയായിരുന്നു. തോക്ക്, വിഷം, സ്ഫോടനസാമഗ്രികൾ ഇവയാണ് ഞാൻ കൈകാര്യം ചെയ്ത മൂന്നു പ്രധാന വധോപായങ്ങൾ....

ചോദ്യം: വിഷം ഉപയോഗിക്കുന്ന ആയുധത്തിന്റെ ഒരു ഉദാഹരണം പറയാമോ?

ഉത്തരം: പറയാം. 1950-കളുടെ മധ്യത്തിൽ ഒരു ദിവസം ഞാനുമായി സ്ഥിരബന്ധമുണ്ടായിരുന്ന സി.ഐ.ഏ. ക്കാരൻ പരിഹാരം കാണേണ്ട ഒരു പ്രശ്നവുമായി എന്റെ അടുത്തു വന്നു. ഇത്തരം കാര്യങ്ങൾ എപ്പോഴും അവതരിപ്പിച്ചത് എങ്ങും തൊടാതെയാണ്. ഉദാഹരണത്തിന് മറ്റു യാത്രക്കാരുടെ ശ്രദ്ധയാകർഷിക്കാതെ വിമാനത്തിൽവച്ച് ഒരുത്തനെ കൊല്ലണമെന്നു വയ്ക്കുക. തൊട്ടാൽ ശരീരത്തിൽ പ്രവേശിക്കുന്ന വിഷമാണ് ഏറ്റവും എളുപ്പമാർഗ്ഗം. എന്നെ ഒരു സാധനം ഏൽപ്പിച്ചു... തൊലിയിലൂടെ അരിച്ചിറങ്ങുന്ന ഒരു ദ്രാവകം. അതിൽ എന്തും കലർത്തി ഉപയോഗിക്കാം. ആരെയാണ തട്ടേണ്ടതെന്നു വച്ചാൽ അതിലൊരു തുള്ളി അയാളുടെ ഉടുപ്പിലോ ഷൂസിലോ ഒഴിച്ചാൽ മതി, ഇത്തരം പണിക്ക് ഏറ്റവും പറ്റിയ മാർഗ്ഗം അതാണ്.

ചോദ്യം: താങ്കൾ അത് ആ സി.ഐ.ഏ.ക്കാരനെ ഏൽപ്പിച്ചോ?

ഉത്തരം: ഞാൻ അതിൽ ഒതുങ്ങിനിന്നില്ല. ഞാൻ പലതരം പാമ്പു കളുടെ വിഷം പരീക്ഷിച്ചുനോക്കാൻ തുടങ്ങി. ആദ്യം ഉപയോഗിച്ചത് ടൈഗർസ്നേക്കിന്റെ ഉണക്കിയെടുത്ത വിഷമാണ്. വേറൊരുതരം പാമ്പുണ്ട്. റാറ്റിൽ സ്നേക്ക്. അവസാനം അതിനെയാണ ഞാൻ തിരഞ്ഞെടുത്തത്. കാരണം, അതിന്റെ വിഷത്തിന്റെ ഫലം പുറത്ത് അധികം കാണില്ല. അത് ശരീരത്തിനുള്ളിൽ രക്തസ്രാവമുളവാക്കുന്നു. കുറെ ദിവസംകൊണ്ടേ ആള് ചാകൂ. എങ്ങിനെ മരിച്ചെന്ന് കൃത്യമായി പറയാൻ എളുപ്പമായിരിക്കില്ല....

ചോദ്യം: എവിടുന്നാണ് അതിന്റെ വിഷം കിട്ടിയത്?

ഉത്തരം: വളർത്തുമൃഗങ്ങളെ വിൽക്കുന്ന കടകളിൽനിന്ന് അപൂർവ്വജന്തുക്കളെ വാങ്ങാൻ 1950-കളുടെ തുടക്കത്തിൽ വലിയ പ്രയാസമുണ്ടായിരുന്നില്ല....

ചോദ്യം: കൃത്യമായിട്ടൊന്നും പറയാതെയാണ് അത്തരം ജോലികൾ താങ്കളെ ഏൽപ്പിക്കാറുണ്ടായിരുന്നതെന്നു പറഞ്ഞല്ലോ. കൃത്യമായ വിശദാംശങ്ങൾ താങ്കളോടു പറഞ്ഞ അവസരം എന്നെങ്കിലുമുണ്ടായിട്ടുണ്ടോ?

ഉത്തരം: എന്നെ സ്ഥിരമായി വന്നു കണ്ടുകൊണ്ടിരുന്ന സി.ഐ.എ .ക്കാരൻ ഒരു തവണ മാത്രമേ എങ്ങും തൊടാത്ത വർത്തമാനത്തിനു പകരം സംഗതി കൃത്യമായി പറഞ്ഞുള്ളൂ. ഒരു കറമ്പനെ തട്ടാൻ ഉദ്ദേശമുണ്ടായിരുന്നപ്പോഴാണ് അത്.

ചോദ്യം: തട്ടാനോ?

ഉത്തരം: അതെ, അത് അവരുടെ ഭാഷയാണ്... എന്തായാലും ആ കറമ്പൻ കാറോടിച്ചു പോകുമ്പോൾ ഒരു പ്രത്യേകസ്ഥാനത്തുവച്ച് മരിക്കണം എന്നായിരുന്നു വ്യവസ്ഥ. പുറപ്പെട്ട് എട്ടു മിനിട്ടു കഴിഞ്ഞാണെന്നു വയ്ക്കുക. അതിന്റെ കാരണമെന്താണെന്ന് എനിക്കറിഞ്ഞുകൂടാ.... എനിക്കറിയേണ്ട പല കാര്യങ്ങളുമുണ്ടായിരുന്നു - അയാളുടെ തൂക്കം, അയാൾ വലംകൈയനാണോ അല്ലയോ എന്നിങ്ങനെയുള്ള സംഗതികൾ. അവസാനം ഒരു ജഗ്വാർ മോഡൽ കാറിന്റെ സ്റ്റിയറിംഗ് വീലും ഒരാൾ വണ്ടിയോടിക്കുന്നതിന്റെ ഫോട്ടോയും എനിക്ക് കൊണ്ടുവന്നു തന്നു. വീൽ പിടിച്ചിരിക്കുന്ന രണ്ടു കൈകൾ മാത്രമേ ആ ഫോട്ടോയിലുണ്ടായിരുന്നുള്ളൂ. അങ്ങിനെയാണ് അയാൾ കറമ്പനാണെന്നു ഞാൻ മനസ്സിലാക്കിയത്. എന്തുകൊണ്ടോ എനിക്കതു വളരെ വിചിത്രമായിത്തോന്നി....എന്തായാലും ഞാൻ ഒരു കുഴമ്പ് തയ്യാറാക്കി...അയാൾ സാധാരണ സ്റ്റിയറിംഗ് വീൽ പിടിക്കുന്ന ഭാഗത്ത് അതു പുരട്ടാൻ ഞാൻ പറഞ്ഞു. പറഞ്ഞ സമയത്ത് അയാളുടെ കാറ്റു പോകേണ്ട തരത്തിലാണ് ഞാൻ വിഷം കലർത്തിയത്. അവർക്കു സന്തോഷമായെന്നു തോന്നുന്നു.

ചോദ്യം: സന്തോഷമായെന്ന് എങ്ങിനെ മനസ്സിലായി?

ഉത്തരം: എനിക്ക് അടുത്തു പരിചയമുള്ള ഒരു സി.ഐ.ഏ. ക്കാരൻ ഒരിക്കൽ എന്നെ ആദ്യമായി ഒരു പുറംജോലിക്കു വിളിച്ചു. ഏൽപ്പിച്ച ജോലി തൃപ്തികരമായി ചെയ്തതിനുള്ള സമ്മാനമാണതെന്ന് എനിക്കു തോന്നി.

ചോദ്യം: പുറംജോലി എന്നുവച്ചാൽ?

ഉത്തരം: രാജ്യത്തിനു പുറത്തുള്ള ജോലി.

ചോദ്യം: എന്തു ജോലിയായിരുന്നു അത്?

ഉത്തരം: എന്നെ ഒരു കാറിൽ കയറ്റി. എന്റെ പരിചയക്കാരൻ അതിൽ ഇരിപ്പുണ്ടായിരുന്നു. ഞങ്ങളെ ഒരു വിമാനത്താവളത്തിലേക്കു കൊണ്ടുപോയി. രാത്രി മുഴുവനും വിമാനത്തിൽ പറന്നെന്നാണു തോന്നുന്നത്. അവസാനം എവിടെയോ ഇറങ്ങി. വേറൊരു കാർ അവിടെ കാത്തു കിടന്നിരുന്നു. ഞങ്ങളെ അതിൽ കയറ്റി ഒരു ഗ്രാമപ്രദേശത്തേക്കു കൊണ്ടുപോയി. ഒരുത്തന്റെ കയ്യിൽ ഒരു ടാങ്കുനശീകരണായുധമുണ്ടായിരുന്നു. അത് പ്രയോഗിക്കേണ്ടതെങ്ങിനെയാണെന്ന് അറിയാമോ എന്ന് എന്നോട് ചോദിച്ചു. അറിയാമെന്നു ഞാൻ പറഞ്ഞു. ശരി, കാണട്ടെ, എന്നയാൾ പറഞ്ഞു. എന്തിന്റെ നേർക്കാണ് പ്രയോഗിക്കേണ്ടതെന്നു ഞാൻ ചോദിച്ചു. ചെറിയൊരു റോഡിൽ കയറ്റം കയറിവരുന്ന കുറെ പട്ടാളട്രക്കുകളെ അയാൾ ചൂണ്ടിക്കാട്ടി. ഞാൻ ഒന്നുരണ്ടെണ്ണം വെടിവച്ചു തകർത്തു....അതു കഴിഞ്ഞയുടനെ അയാൾ എന്നെ കാറിലേക്കു മടക്കിയയച്ചിട്ട് 'അവന്മാരുടെ കഥ കഴിച്ചിട്ടു വരാം,' എന്നു പറഞ്ഞ് അങ്ങോട്ടു നടന്നു.

ചോദ്യം: അയാൾ എന്താണ് ഉദ്ദേശിച്ചത്?

ഉത്തരം: അയാൾ പിസ്റ്റൾ ഊരി ട്രക്കുകളിലുണ്ടായിരുന്ന ഓരോരുത്തരുടേയും തലയ്ക്കു വെടിവച്ച് - ചത്തുവെന്നു തീർച്ച വരുത്താൻവേണ്ടി. എന്തായാലും വിഷപ്രയോഗജോലി ഞാൻ നന്നായി ചെയ്തതിനുള്ള പ്രതിഫലമാണ് അതെന്ന ഒരു പ്രതീതിയാണ് എനിക്കുണ്ടായത്. പ്രതിഫലത്തെപ്പറ്റി എനിക്കുള്ള ധാരണ അതായിരുന്നില്ല. എന്നെ വിളിച്ചുകൊണ്ടുപോയ ആളോട് അതെല്ലാം കഴിഞ്ഞ് ഞാൻ ചോദിച്ചു, കാര്യമെന്താണെന്ന്. അയാൾ എന്നെ അമ്പരപ്പോടെ നോക്കിയിട്ട് ചോദിച്ചു: 'നിങ്ങൾക്കത് രസിച്ചല്ലോ, ഇല്ലേ?'

ചോദ്യം: നമ്മൾ രാസമാർഗ്ഗങ്ങളെപ്പറ്റിയാണല്ലോ പറഞ്ഞുവന്നത്. വിഷം നിറച്ച വെടിയുണ്ടകളോട്ടുകൂടിയ ആ കൈത്തോക്കുപോലുള്ള വല്ലതും താങ്കൾ ഉണ്ടാക്കിയോ?

ഉത്തരം: അതിനോടു ശരിക്കും സാമ്യമില്ലെങ്കിലും വേറേ പലതും ഉണ്ടാക്കി. "ജഗ്വാർ" കാർസംഭവത്തിനുശേഷം എന്റെ പരിചയക്കാരൻ ഒരിക്കൽ എന്റെ അടുത്ത് പുതിയൊരു പ്രശ്നവുമായി വന്നു. മറ്റാളുകളുടെ സംശയമുണർത്താതെ തോക്കോ അതുപോലുള്ള വല്ല ആയുധവുമോ ആയി ഒരു മുറിയ്ക്കകത്തു കടന്നുചെല്ലാൻ നിവൃത്തിയില്ലാത്ത ഒരു സ്ഥിതിയിൽ നിങ്ങൾ ചെന്നുപെട്ടെന്നിരിക്കട്ടെ. ആ

മുറിയിലിരിക്കുന്നവരെ എങ്ങിനെ കൈകാര്യം ചെയ്യും? ഇതായിരുന്നു പ്രശ്നം. കൈകാര്യംചെയ്യുകയെന്നു വച്ചാൽ? ഞാൻ ചോദിച്ചു. അവരെ കാച്ചിക്കളയണമോ? അതോ തൽക്കാലം കണ്ണുകാണാതാക്കണോ? ബയോളജിക്കൽ ആക്രമണമാണോ വേണ്ടത്? എനിക്ക് ആ പ്രയോഗം ഇഷ്ടമായിരുന്നു. അതിനൊരു അശ്ലീലച്ചുവയുണ്ടായിരുന്നു. ഇത്തവണ എന്റെ പരിചയക്കാരൻ പറഞ്ഞു: "അവരെ കാച്ചിക്കളയണം. ഇടത്തരം വലിപ്പമുള്ള മുറിയിൽ അവർ കുറെയധികം പേർ കാണും." അങ്ങിനെയാണ് ഞാൻ അങ്ങേയറ്റം നീചമായ ഒരു അഴുക്കുസാധനമുണ്ടാക്കാൻ ഇടയായത്. അത്തരം സാധനങ്ങളെല്ലാംതന്നെ "അസോർട്ടഡ് നാസ്റ്റീസ്" (പലവക അഴുക്ക്) എന്ന പേരിലാണ് അറിയപ്പെട്ടിരുന്നതെന്ന് കൂട്ടത്തിൽ പറയട്ടെ. ഇത്തവണ ഞാനുണ്ടാക്കിയത് 45 കാലിബർ കാർട്ടിഡ്ജിന്റെ വലിപ്പമുള്ള തീരെച്ചെറിയ ഒരു ബോംബാണ്. അതെറിഞ്ഞാൽ പൊട്ടിത്തെറിക്കും. അതു നിറയെ വിഷം പുരട്ടിയ ഉരുക്കുണ്ടകളാണ്.

ചോദ്യം: അതെറിയുന്നയാൾക്കും അപകടമല്ലേ?

ഉത്തരം: തീർച്ചയായും ആണ്. അത് അയാളേയും തൽക്ഷണം കൊല്ലും.

ചോദ്യം: ആ പോരായ്മയെപ്പറ്റി സി.ഐ.ഏ. തടസ്സമൊന്നും പറഞ്ഞില്ലേ?

ഉത്തരം: ഇല്ല. അതെനിക്ക് കൗതുകകരമായിത്തോന്നി. അതുതന്നെ രണ്ടു വിധത്തിൽ ഉണ്ടാക്കാൻ അവരെന്നോടു പറഞ്ഞു. രണ്ടാമത്തേത് എറിഞ്ഞാൽ എറിയുന്നയാൾ രക്ഷപ്പെട്ടേക്കും. അതിൽ ഫ്യൂസുപോലൊരു സാധനമുണ്ട്. സിഗററ്റോ അതുപോലുള്ള വല്ലതുമോവച്ച് അതിനു തീകൊളുത്താം. പിന്നെയൊരു തരമുണ്ട്. അതിലൊട്ടിച്ചുവച്ചിരിക്കുന്ന ടേപ്പു മാറ്റിയാൽ തീപ്പെട്ടിക്കൊള്ളിയുടെ അറ്റത്തെ മരുന്നുപോലിരിക്കുന്ന ഒരു സാധനമുണ്ട്. ആ ഭാഗം എവിടെങ്കിലുമൊന്ന് ഉരച്ചിട്ട് എറിയുകയേ വേണ്ടൂ. വേറൊരു തരം ബോംബിൽ ഞാൻ റെഡ്ഫോസ്ഫറസ്സും...ഉം ചേർത്ത് ഒരു കുഴമ്പുണ്ടാക്കി. അത് ക്ലോറഫോം പുരണ്ട് നനഞ്ഞിരുന്നാൽ പൊട്ടിത്തെറിക്കില്ല. എന്നാൽ ഉണങ്ങിക്കഴിഞ്ഞാൽ അത് ശക്തിയേറിയ ഒരു സ്ഫോടകവസ്തുവായിത്തീരും. അത് ഒരു മുറിയുടെ നടുവിലേക്കെറിയുകയേ വേണ്ടൂ, തൽക്ഷണം പൊട്ടിത്തെറിക്കും. കതകിന്റെ കട്ടിളയുടെ മുകളിലോ കക്കൂസിലെ ടോയിലറ്റ് സീറ്റിന്റെ അടിയിലോ എവിടെ വേണമെങ്കിലും വയ്ക്കാം. ഒന്നു ഞെങ്ങിയാൽ അതു പൊട്ടിത്തെറിക്കും. അതിനെ നിരപായമാക്കാൻ വലിയ വിഷമമാണ്.

ചോദ്യം: നിങ്ങൾ അത്തരം എത്രയെണ്ണമുണ്ടാക്കി?

ഉത്തരം: പതിനഞ്ചോ ഇരുപതോ എണ്ണം ഉണ്ടാക്കിക്കാണും.... എന്നോടു ചെയ്യാൻ പറഞ്ഞ ചില കാര്യങ്ങൾ വിചിത്രമായിത്തോന്നി. ടെട്രിൽ എന്ന സ്ഫോട്കവസ്തു നിറച്ച ഒരു തോക്ക് ഞാനുണ്ടാക്കി. അതുകൊണ്ടു വെടിവച്ചാൽ, വെടിവയ്ക്കുന്നയാളും തോക്കുമെല്ലാം പൊട്ടിച്ചിതറി മച്ചിൽ ചെന്നുകൊള്ളും. എനിക്കറിയാവുന്ന സി.ഐ.ഏ. ക്കാർ സാധാരണ കൊണ്ടുനടക്കാറുള്ള ഒന്നാണ് "വാൾത്തർ പി.പി. കെ.എസ്സ്.22" എന്ന കൈത്തോക്ക്. ഒരിക്കൽ എനിക്ക് ഒരെണ്ണം തന്നു. അതിന്റെ കുഴലിൽ സൈലൻസർ ഘടിപ്പിക്കാനുള്ള സൗകര്യമുണ്ടായിരുന്നു. തോക്കിന്റെ കുതിര പുറകോട്ടു തെറിച്ച് വെടിവയ്ക്കുന്നയാളിന്റെ തലയിൽ വന്നടിക്കുന്ന വിധത്തിൽ അതു പരിഷ്ക്കരിക്കണമെന്ന് എന്നോടു പറഞ്ഞു. ഞങ്ങളുടെ കൂട്ടത്തിൽത്തന്നെയുള്ള ആർക്കോ കൊടുക്കാൻവേണ്ടിയായിരുന്നു അതെന്നു തോന്നുന്നു.

ചോദ്യം: അവർ അവരുടെതന്നെ ആൾക്കാരെ കൊണ്ടിരുന്നുവെന്നാണോ പറയുന്നത്?

ഉത്തരം: അവർ അത് - അതെന്നല്ല മറ്റായുധങ്ങളും - എങ്ങിനെയാണു പയോഗിച്ചതെന്നതിനെപ്പറ്റി എനിക്കൊരു രൂപവുമില്ല. ഞാനവ ഉണ്ടാക്കിക്കൊടുത്തുവെന്നേയുള്ളൂ. എങ്കിലും അവർ വേണ്ടിവന്നാൽ സ്വന്തം ആൾക്കാരെ കൊല്ലുമെന്ന വ്യക്തമായൊരു ധാരണ സി.ഐ.ഏ. യിൽ പണിയെടുക്കുന്ന മറ്റുള്ളവരിൽനിന്ന് എനിക്കു കിട്ടിയിരുന്നു....

ചോദ്യം: താങ്കൾക്ക് ആ ആയുധം തന്നുവെന്നു പറഞ്ഞല്ലോ. എന്താണ് അതുകൊണ്ട് ഉദ്ദേശിച്ചത്?

ഉത്തരം: അതും ഒരുതരം സമ്മാനമായിരുന്നുവെന്നു വേണമെങ്കിൽ പറയാം. ഞാൻ ചെയ്ത ജോലി അവർക്കിഷ്ടപ്പെട്ടു. എന്റെ പരിചയക്കാരൻ - എന്നെ കരക്കാസിൽ കൊണ്ടുപോയ അതേയാൾതന്നെ - ഒരു ദിവസം എന്നെ ലഞ്ചിനു ക്ഷണിച്ചു. എന്റെ ജോലി അവർക്കിഷ്ടമായെന്ന് അയാൾ സൂചിപ്പിച്ചു. അയാൾ എനിക്കൊരു പൊതി തന്നു. ഞാനന്ന് ....ഇൻസ്റ്റിറ്റ്യൂട്ടിൽ പ്രവർത്തിക്കുകയായിരുന്നു. ഞാൻ പൊതി വാങ്ങി ഇൻസ്റ്റിറ്റ്യൂട്ടിൽ കൊണ്ടുപോയി. അതിനകത്ത് എന്താണെന്നറിയാൻ എക്സറേ എടുത്തു.

ചോദ്യം: നേരെ തുറന്നു നോക്കാഞ്ഞത് എന്താണ്?

ഉത്തരം: എന്റെ ജോലി അത്രയധികം ഇഷ്ടമായെങ്കിൽ എന്നെ സ്വർഗ്ഗത്തിലേക്കയയ്ക്കാനായിരിക്കും ഭാവമെന്നു ഞാൻ വിചാരിച്ചു. കാര്യമായി പറയുകയാണെങ്കിൽ, ഞാൻ സ്ഥിരമായി

കൈക്കൊള്ളാറുള്ള ഒരു മുൻകരുതലായിരുന്നു അത്. നോക്കുമ്പോഴു ണ്ട്, ഭംഗിയുള്ള ഒരു പുതിയ സൈലൻസർ ഘടിപ്പിച്ച ഒരു പുതുപുത്തൻ "വാൾത്തർ."

ചോദ്യം: 1950-കളുടെ മധ്യത്തിലും അവസാനത്തിലും താങ്കൾ പ്രധാ നമായും ചെയ്തുകൊണ്ടിരുന്ന ജോലി ഇത്തരത്തിലുള്ളതായിരുന്നോ?

ഉത്തരം: അതെ. പക്ഷേ, അതുകൂടാതെ എനിക്കൊരു സ്ഥിരം ജോലിയുമുണ്ടായിരുന്നു. ...ഇൻസ്റ്റിറ്റ്യൂട്ടിൽ ഗവേഷണം നടത്തുകയെന്ന തായിരുന്നു ആ ജോലി. ഒരുമാതിരിപ്പെട്ട എല്ലാ കാര്യങ്ങളിലും വ്യാപൃത മായിട്ടുള്ള ഒരു സ്ഥാപനമാണ് അത്. ചെറിയ ഡിറ്റൊനേറ്ററുകൾ രൂപ കൽപ്പന ചെയ്യുകയും പരീക്ഷിച്ചുനോക്കുകയും ചെയ്യുക എന്നതായിരുന്നു എന്റെ ആദ്യത്തെ ജോലികളിലൊന്ന്. രഹസ്യറിപ്പോർട്ടുകൾ പൂട്ടിവച്ചി രിക്കുന്ന ഒരു നിലവറ അവിടെയുള്ള കാര്യം എനിക്കറിയാമായിരുന്നു. ഞാൻ അവിടെ പോയി അവ വായിച്ചുനോക്കാറുണ്ടായിരുന്നു. വെറും കൗതുകംകൊണ്ടു മാത്രം സൂര്യനു കീഴിലുള്ള സർവ്വതിനെക്കുറിച്ചുമുള്ള വിവരങ്ങൾ അവയിലുണ്ട്; ന്യൂക്ലിയർ സൂത്രങ്ങൾ, പീരങ്കികളുടെ സംവി ധാനത്തിന്റെ ടെക്നോളജി, എന്നുവേണ്ട, സർവ്വതും... ഞാൻ അവിടെ ജോലി ചെയ്തിരുന്ന കാലത്ത് ലാബറട്ടറികൾ നിലവറയിലായിരുന്നു. 20 കി.മീ.പീരങ്കിയുണ്ടകൾവരെയുള്ള എന്തും വെടിവച്ചു നോക്കാനുള്ള പരി പൂർണ്ണസജ്ജീകരണങ്ങൾ അവിടെയുണ്ടായിരുന്നു. എനിക്കു തോന്നി ഞാനൊരു പെരുച്ചാഴിയാണെന്ന്. പ്രത്യേകിച്ച് ശൈത്യകാലത്ത്. ഞാൻ അതിരാവിലെ നിലവറയിലേക്കിറങ്ങി ജോലി തുടങ്ങുമ്പോൾ പുറത്ത് ഇരുട്ടായിരിക്കും. രാത്രി ജോലി കഴിഞ്ഞിറങ്ങുമ്പോഴും ഇരുട്ട്. ഞാൻ സൂര്യപ്രകാശം കണ്ടതേയില്ല.

ചോദ്യം: അതൊരു രഹസ്യ ഇൻസ്റ്റിറ്റ്യൂട്ടായിരുന്നോ?

ഉത്തരം: അല്ല. ഇൻസ്റ്റിറ്റ്യൂട്ട് രഹസ്യമായിരുന്നില്ല. ഞാൻ ചെയ്ത മിക്ക ജോലിയും രഹസ്യമായിരുന്നെങ്കിലും ആ ഇൻസ്റ്റിറ്റ്യൂട്ടിന്റെ കുറെ ഭാഗത്ത് പൊതുജനങ്ങൾക്കു പ്രവേശനമുണ്ടായിരുന്നു....

ചോദ്യം: ചെറിയ ഡിറ്റൊനേറ്ററുകളെപ്പറ്റി പറഞ്ഞല്ലോ. അവ സി.ഐ.എ. യ്ക്കുവേണ്ടിയായിരുന്നോ, അതോ ഇൻസ്റ്റിറ്റ്യൂട്ടിലെ നിങ്ങളുടെ ഔദ്യോഗികജോലിയുടെ ഭാഗമായിരുന്നോ?

ഉത്തരം: രണ്ടുമായിരുന്നു. ഔദ്യോഗികമായി ഞാൻ മിസൈലുകളുടെ വാർഹെഡ്ഡുകളിലും പീരങ്കിഷെല്ലുകളിലും ഉപയോഗിക്കേണ്ട ഡിറ്റൊനേ റ്ററുകൾ ആവിഷ്ക്കരിക്കുകയായിരുന്നു. അനൗദ്യോഗികമായി ഞാൻ ശക്തിയേറിയ സ്ഫോടകവസ്തുക്കൾ പൊട്ടിത്തെറിപ്പിക്കാനുള്ള

ചെറിയ ഡിറ്റൊനേറ്ററുകൾ ഉണ്ടാക്കുകയായിരുന്നു....

ചോദ്യം: ഇൻസ്റ്റിറ്റ്യൂട്ടിനുവേണ്ടിയും സി.ഐ.ഏ. യ്ക്കുവേണ്ടിയും ഉണ്ടാക്കിയ ഡിറ്റൊനേറ്ററുകൾ തമ്മിലുള്ള വ്യത്യാസം എന്തായിരുന്നു?

ഉത്തരം: വ്യത്യാസം പുറമേയ്ക്കു മാത്രമേ ഉണ്ടായിരുന്നുള്ളൂ. സി.ഐ.ഏ. യ്ക്കുള്ളവ മാൾബറോ സിഗററ്റുപെട്ടിപോലെയാണ് കാഴ്ചയിൽ ഇരുന്നിരുന്നത്. സിഗററ്റുകൂടാണെന്ന് ആർക്കും തോന്നത്തക്ക വിധത്തിൽ അവ ഉണ്ടാക്കണമെന്ന് എന്നോടു പറഞ്ഞിരുന്നു. മാൾബറോ സിഗററ്റിന്റെ കട്ടിയുള്ള കൂടായിരുന്നു ഏറ്റവും സൗകര്യം. പിന്നീട് വിചിത്രമായ വേറെ ചില നിർദ്ദേശങ്ങളും എനിക്കു കിട്ടി. ഇൻസ്റ്റിറ്റ്യൂട്ടിലെ എന്റെ ജോലി അവസാനിക്കാറായ സമയത്താണ് "ഗ്രേവൽ മൈനുകൾ" ആവിഷ്ക്കരിക്കപ്പെട്ടത്. ടീബാഗിന്റെ വലിപ്പമുള്ളവയും കരയിലിടാനുള്ളവയുമായ മൈനുകളുടെ കോഡുപേരാണ് "ഗ്രേവൽ" (ചരൽ).... അവ വിമാനങ്ങളിൽനിന്നു വിതറുന്നു. നിലത്തു വീണുകഴിഞ്ഞാൽ അവ ബാഷ്പീകരണത്തിലൂടെ സ്ഫോടനക്ഷമമാകുന്നു. അവ ആകാശത്തിൽനിന്ന് വൻതോതിൽ വിതറിക്കൊണ്ട് ഒരു പ്രദേശമാകെ പ്രവേശനസാദ്ധ്യമല്ലാതാക്കുകയെന്നതാണ് അവയുടെ ഉദ്ദേശം. അവ ആളുകളെ കൊല്ലുകയില്ല. ചവുട്ടിയാൽ അവ പൊട്ടിത്തെറിക്കും. പാദത്തിലെ എല്ലുകൾ മുഴുവനും തകർന്നു ചിതറും. വാസ്തവം പറഞ്ഞാൽ, എന്നെ ഏൽപ്പിച്ച ജോലി അതിനെ നിരപായമാക്കാനുള്ള ഒരു സൂത്രം കണ്ടുപിടിക്കുകയെന്നതായിരുന്നു. കാരണം, ഒരിക്കൽ ഒരു കൂടിയാലോചനായോഗത്തിൽവെച്ച് ഞാൻ ചോദിച്ചു: "ഒരു പ്രദേശത്ത് കണ്ടമാനം ഗ്രേവൽ മൈനുകൾ വിതറിയിട്ട് പിന്നീട് ആ പ്രദേശം വീണ്ടും പിടിച്ചെടുക്കണമെന്നു വന്നാലോ? എന്തു ചെയ്യും? പൊയ്ക്കാലിൽ നടക്കണോ?"

ചോദ്യം: ആ ജോലി ആർക്കുവേണ്ടിയുള്ളതായിരുന്നു? ഇൻസ്റ്റിറ്റ്യൂട്ടിനോ സി.ഐ.ഏ. യ്ക്കോ?

ഉത്തരം: രണ്ടു കൂട്ടർക്കും. ഒരു നിരപായസംവിധാനമുണ്ടാക്കുകയെന്നതായിരുന്നു എന്റെ ജോലി. സാധാരണ മൈനുകളെപ്പോലെതന്നെ പ്രവർത്തിക്കുന്ന കുറെ ഗ്രാവൽ മൈനുകൾ ഞാനുണ്ടാക്കി, കൂടാതെ വിഷംപുരട്ടിയ സ്ഫടികസൂചികൾ നിറച്ച കുറച്ചെണ്ണം സി.ഐ.ഏ.യ്ക്കുവേണ്ടിയും ഉണ്ടാക്കി. അപകടകരമല്ലെന്നു പുറമേയ്ക്കു തോന്നുമെങ്കിലും വാസ്തവത്തിൽ അപകടകരമായ വേറെ മൈനുകളും ഞാൻ ഉണ്ടാക്കി. ഗ്രാവൽ മൈനുകളിൽത്തന്നെ അപകടകരമല്ലെങ്കിൽ നിറം മാറുന്ന ഒരു തരമുണ്ട്. നിറം മാറുന്നതും എന്നാൽ വാസ്തവത്തിൽ അപകടകരവുമായ കുറേ മൈനുകൾ ഞാനുണ്ടാക്കി. ഞാനവ കൈകൊണ്ടുണ്ടാക്കിയിട്ട്

മാക്സ്‌വെൽഹൗസ് കാപ്പിപ്പൊടിയുടെ ടിന്നുകളിലടച്ച് എന്റെ പരിചയക്കാരനായ സി.ഐ.ഏ. ക്കാരനെ ഏൽപ്പിക്കുകയാണു ചെയ്തത്. എന്തുകൊണ്ടാണെന്നറിഞ്ഞില്ല, അങ്ങിനെ ചെയ്യണമെന്ന് എന്നോട് കൃത്യമായി നിർദ്ദേശിച്ചിരുന്നു. ടിന്നിലടച്ച് മുദ്രവയ്ക്കണം. ഇൻസ്റ്റിറ്റ്യൂട്ടുകാർക്ക് അതെക്കുറിച്ച് വിവരമില്ലായിരുന്നു. ഞാൻതന്നെ മാക്സ്‌വെൽ ഹൗസിന്റെ കാപ്പി വാങ്ങി, ടിന്ന് തുറന്ന്, വീണ്ടും വിളക്കി, ആരും തൊട്ടിട്ടില്ലെന്നു തോന്നത്തക്കവണ്ണം രണ്ടാമതും പെയിന്റ് ചെയ്ത് ശരിപ്പെടുത്തിവയ്ക്കും. അതിന്റെയൊക്കെ ആവശ്യമെന്തായിരുന്നുവെന്ന് എനിക്കു നിശ്ചയമില്ല. ഗ്രാവൽ മൈനുകൾ വലിയ ഇരുമ്പുപെട്ടികളിൽ ഇപ്പോഴും സൂക്ഷിച്ചുവച്ചിട്ടുള്ള ഗ്വാമിൽ അവയിൽ ചിലത് പൊട്ടിത്തെറിച്ചെന്നു കേട്ടു. അവ നനഞ്ഞ പരുവത്തിലാണ് ഉണ്ടാക്കുന്നത്. ഉണങ്ങിക്കഴിഞ്ഞാൽ പൊട്ടിത്തെറിക്കുമെന്ന അപകടമുണ്ട്. അവിടെ സംഭവിച്ചത് അതായിരിക്കും...

ചോദ്യം: ഈ മൈനുകൾ എപ്പോഴെങ്കിലും ഉപയോഗിച്ചിട്ടുണ്ടോ?

ഉത്തരം: തീർച്ചയായും. വിയറ്റ്നാം ഒരു പടുകൂറ്റൻ ഗ്രാവൽമൈനായിരുന്നിരിക്കണം. ഈ മൈനുകൾ ആളെ കൊല്ലുകയില്ല. പാദത്തിലെ സകല എല്ലും തകർത്ത് ജെല്ലിപോലാക്കുമെന്നു മാത്രം....അവ പരീക്ഷിച്ചുനോക്കുന്നത് ഞാൻ എന്റെ കണ്ണുകൊണ്ട് കണ്ടിട്ടുണ്ട്. ഹോ, ഭയങ്കരമായിരുന്നു.

ചോദ്യം: എങ്ങിനെയാണ് അവ പരീക്ഷിച്ചത്?

ഉത്തരം: ശവശരീരങ്ങളിൽനിന്ന് മുറിച്ചെടുത്ത കാലുകളിൽ. വിയറ്റ്നാമിൽ കൊല്ലപ്പെട്ട അമേരിക്കൻ പട്ടാളക്കാരുടെ ജഡങ്ങളായിരുന്നു അവ. കാലുകൾ യുദ്ധത്തിനിടയിൽ നഷ്ടപ്പെട്ടതാണെന്ന് അവരുടെ വീട്ടുകാരോടു പറഞ്ഞു. ഒരു കാലെടുത്ത് പട്ടാളസോക്സും ബൂട്സും അണിയിച്ച് ഒരു യന്ത്രത്തിൽ ഘടിപ്പിക്കും. നൂറ്റിയെഴുപതു റാത്തൽ ഭാരമുള്ള ഒരാൾ ചവുട്ടുന്നത്ര ശക്തിയോടെ യന്ത്രം ആ കാൽ മൈനിൽ കൊണ്ടിടിക്കും....

ചോദ്യം: മൂന്നു പ്രധാന കൊലപാതകസമ്പ്രദായങ്ങളാണു കൈകാര്യം ചെയ്തതെന്ന് ആദ്യമേ പറഞ്ഞല്ലൊ. ചർച്ചിന്റെ അന്വേഷണങ്ങൾക്കിടയിൽ മയക്കമരുന്നുകളെപ്പറ്റി ധാരാളം സംസാരമുണ്ടായി. അവ കൈകാര്യം ചെയ്യാൻ താങ്കളോട് എന്നെങ്കിലും ആവശ്യപ്പെട്ടോ?

ഉത്തരം: എന്റെ ഓർമ്മ ശരിയാണെങ്കിൽ, രണ്ടു പ്രാവശ്യം മാത്രം. എന്റെ ഇൻസ്റ്റിറ്റ്യൂട്ടിന്റെ തീന്മുറിയിൽവച്ച് എനിക്ക് കുറച്ച് എൽ. എസ്.ഡി. കൊണ്ടുവന്നു തന്നു... സാധാരണഗതിയിൽ അയാൾ

കാര്യമെന്താണെന്ന് കുറച്ച് വാക്കുകളിൽ നേരെ ചൊവ്വേ പറയുന്ന പ്രകൃതക്കാരനാണ്. എന്നാൽ അത്തവണ അയാൾ ഉരുണ്ടുപിരളു ന്നതു കണ്ടു. 1950-കളിലാണിതെന്ന് ഓർക്കണം. എൽ.എസ്.ഡി. എന്നുവച്ചാൽ എന്താണെന്ന് എനിക്ക് ഒരു എത്തും പിടിയുമില്ലായി രുന്നു. കാര്യമറിയാൻ എനിക്ക് കുത്തിക്കുത്തി ചോദിക്കേണ്ടിവന്നു. അവസാനം അയാൾ എനിക്ക് ഒരു സാമാന്യരൂപം വരച്ചുകാട്ടിത്തന്നു. അവർക്കുപോലും എൽ.എസ്.ഡി. ഒരു വിലക്കപ്പെട്ട സാധനമാണെന്ന് എനിക്കു മനസ്സിലായി. എന്തു മാരണമാണ് അയാൾ എന്നെ ഏൽപ്പി ക്കുന്നതെന്ന് എനിക്ക് ഒരു പിടിയുമില്ലായിരുന്നു. അത് ബൊട്ടുലിസ്മസ് ടോക്സിനോ മറ്റോ ആണെങ്കിൽ അതിരിക്കുന്ന പാത്രത്തിന്റെ അടു ത്തുപോലും ഞാൻ പോവുകയില്ല. എന്തായാലും ഒടുവിൽ അയാൾ അത് എന്നെ ഏൽപ്പിച്ചു. ഞാൻ ആ എൽ.എസ്.ഡി. ചുമയ്ക്കുള്ള മരുന്നിൽ ചേർത്ത് വീണ്ടും പതിവുപൊതികളിലാക്കി....നിയോസിനെഫ്രിൻ സ്പ്രേ കുപ്പികളുടെ ഒരു പെട്ടി മുഴുവനിലും ഞാനതു നിറച്ചു. മിക്കതും ജലദോഷത്തിനുള്ള മരുന്നുകളായിരുന്നു.

ചോദ്യം: എത്ര ഡോസാണ് എടുത്തത്?

ഉത്തരം: വളരെ വലിയ ഡോസ്. അതു കഴിച്ചാൽ ആള് കാഞ്ഞു പോകാനിടയുണ്ട്.

ചോദ്യം: രണ്ടു പ്രാവശ്യം എന്നു പറഞ്ഞല്ലോ. മറ്റേതു മരുന്നാണ് ഉപയോഗിച്ചത്?

ഉത്തരം: അതിന്റെ പേർ "ബി.ഇസഡ്.'' എന്നായിരുന്നു. വളരെ കരുതലോടെ കൈകാര്യം ചെയ്യേണ്ട ഒരു സാധനമാണ് അത്. കാരണം, അതു ശരീരത്തിൽ പ്രവേശിക്കുന്നത് ശ്വാസനാളത്തിലൂടെ യാണ്. ആ മരുന്നു ശ്വസിച്ച പട്ടാളക്കാരുടെ ചില ഭയാനകചിത്രങ്ങൾ ഞാൻ കണ്ടു. കാറ്ററ്റോണിയ എന്ന രോഗത്തിന്റെ എല്ലാ ലക്ഷണങ്ങളും അവർ കാണിച്ചു. അവർ തുപ്പലൊലിപ്പിച്ചുകൊണ്ട് തൂങ്ങിയിരിക്കുന്നു. സ്വന്തം ശരീരത്തിന്റെമേൽ അവർക്ക് യാതൊരു നിയന്ത്രണവുമില്ല. "എണീറ്റു നിൽക്ക്!'', "തൊപ്പിവയ്ക്കു!'' എന്നിങ്ങനെയുള്ള കൽപ്പനകൾ കേൾക്കേണ്ട താമസം, അവർക്കു ഭ്രാന്തിളകും. കൽപ്പന കൊടുത്ത യാലിന്റെനേരെ അവർ ചാടിവീഴും, അയാളെ കൊല്ലാൻ ശ്രമിക്കും. ആ മരുന്നിന്റെ ഫലം കുറെ ആഴ്ചകളോളം നീണ്ടുനിൽക്കുമെന്നാണ് എനിക്കു മനസ്സിലാക്കാൻ കഴിഞ്ഞത്....

ചോദ്യം: രാജ്യത്തിനകത്ത് ഉപയോഗിക്കാൻവേണ്ടി വല്ലതും കണ്ടു പിടിച്ചോ?

ഉത്തരം: എൽ.എസ്.ഡി. അടക്കം ഞാൻ ഉണ്ടാക്കിയ സർവ്വതും, ഒരുപക്ഷേ "പാമ്പുപേനകളും'' പുറംരാജ്യങ്ങളിലെ ഉപയോഗത്തിനായിരുന്നുവെന്നാണ് എനിക്കു തോന്നിയത്. പക്ഷേ ആ പേനകൾ ഇവിടെയും ഉപയോഗിച്ചെന്നു തോന്നുന്നു. കാരണം ചോദിക്കരുത്. എന്തുകൊണ്ടോ എനിക്കങ്ങിനെ തോന്നുന്നു....

ചോദ്യം: ബി. ഇസഡിന്റെ ജോലി എന്നാണു ചെയ്തത്?

ഉത്തരം: '50-കളുടെ അവസാനത്തിൽ....

ചോദ്യം: ഇൻസ്റ്റിറ്റ്യൂട്ട് വിടാൻ കാരണമെന്തായിരുന്നു?

ഉത്തരം: 1960-കളുടെ തുടക്കമായപ്പോഴേയ്ക്ക് എനിക്ക് എന്റെ ജോലിയോടു വിരക്തി തോന്നിത്തുടങ്ങി.... ഞാൻ വളരെയേറെ സങ്കടപ്പെട്ടു....എന്റെ ദാമ്പത്യജീവിതം തകർന്നു. ഞാൻ മയക്കുമരുന്നു സേവിക്കാൻ തുടങ്ങി....അവസാനം ഒരാഴ്ച ഞാൻ അതു തൊടാതെ മുറിയ്ക്കകത്ത് അടച്ചിരുന്നു. ഒരു ഭയങ്കരസമരമായിരുന്നു അത്. ഒരാഴ്ച കഴിഞ്ഞ് പുറത്തിറങ്ങിയപ്പോൾ ഞാൻ വല്ലാത്തൊരു പരുവത്തിലായിരുന്നു. എങ്കിലും ആ ശീലത്തിൽനിന്നു ഞാൻ രക്ഷപ്പെട്ടു. എന്റെ നിർമ്മാണകുശലത വീണ്ടും തല പൊക്കി. കുറച്ച് പൗഡർചാർജ്ജുപയോഗിച്ച് വെടിവച്ചാൽ ഭയങ്കര ചൊറിച്ചിലുളവാക്കുന്ന ഒരു രാസവസ്തു എതിരാളിയുടെ ദേഹത്തു തെറിപ്പിക്കുന്ന ചെറിയൊരു ആയുധം ഞാൻ കണ്ടുപിടിച്ചു. ബലാൽസംഗങ്ങൾ തുരുതുരെ നടന്നുകൊണ്ടിരുന്ന കാലമായിരുന്നു അത്...ഞാനാലോചിച്ചു: ഒരു സ്ത്രീയുടെ ആത്മരക്ഷയ്ക്ക് എന്തെങ്കിലുമൊരു വഴി കണ്ടുപിടിക്കണം. അങ്ങിനെയാണ് ഈ ഉപകരണമുണ്ടാക്കാമെന്ന ബുദ്ധി വന്നത്. അത് കമ്പോളത്തിലിറക്കാൻ എനിക്ക് ഒരാളെ കിട്ടി. ഒരു കമ്പനി തുടങ്ങി.

ചോദ്യം: സി.ഐ.ഏ.ക്കാരനുമായി താങ്കൾക്ക് അപ്പോഴും ബന്ധമുണ്ടായിരുന്നോ?

ഉത്തരം: ഇല്ല. ഞാൻ ഇൻസ്റ്റിറ്റ്യൂട്ടു വിട്ടതോടെ അയാളുമായുള്ള ബന്ധം മുറിഞ്ഞു. ഞാൻ പിന്നീടയാളെ കണ്ടിട്ടേയില്ല. എന്റെ ഭാവമെന്താണെന്ന് അവർ നോക്കുകയായിരുന്നിരിക്കാം. ഏതാണ്ടൊരു കൊല്ലം കഴിഞ്ഞു. ഈ ചെറിയ കമ്പനി നന്നായി നടന്നുപോന്നു. അപ്പോഴാണ് സി.ഐ.ഏ.യിൽനിന്ന് വേറൊരാൾ എന്നെ വന്നു കണ്ടത്....

ചോദ്യം: ആരെങ്കിലും വന്നു കാണുമ്പോൾ അയാൾ സി.ഐ.ഏ.ക്കാരനാണെന്ന് എങ്ങിനെ അറിയാം?

ഉത്തരം: ഇത്തവണ വന്നയാൾ സി.ഐ.ഏ.യുടെ ഐഡന്റിറ്റി

കാർഡ് എന്നെ കാണിച്ചു. മാത്രമല്ല, കാഴ്ചയിൽത്തന്നെ കുറെയൊക്കെ അറിയാൻ കഴിയും. ഈ മനുഷ്യൻ വന്നപ്പോൾ അയാളുടെ നിഗൂഢഭാവം കണ്ട് എന്റെ സെക്രട്ടറി വന്നു പറഞ്ഞു: “ആരോ കാണാൻ വന്നിരിക്കുന്നു. കണ്ടിട്ട് ഒരു പോലീസുകാരനാണെന്നു തോന്നുന്നു.'' പരന്ന താടിയെല്ലും കൂർത്ത നോട്ടവുമെല്ലാംകൂടി അയാൾക്ക് വാസ്തവത്തിൽ ഒരു പോലീസുകാരന്റെ മട്ടുണ്ടായിരുന്നുതാനും.

ചോദ്യം: സി.ഐ.ഏ. ക്കാരെ അവരുടെ ഭാവംകൊണ്ടുതന്നെ തിരിച്ചറിയാൻ താങ്കൾക്കു കഴിയുമെന്നാണോ പറയുന്നത്?

ഉത്തരം: വേറെയും ചില ലക്ഷണങ്ങളുണ്ടായിരുന്നു. അയാൾ വന്നപ്പോൾ, കിംഗ്കോങ്ങിനെപ്പോലിരുന്നിരുന്ന ഒരു ചീത്ത മനുഷ്യനും കൂടെയുണ്ടായിരുന്നു. അയാൾ കസേരയിലിരുന്നപ്പോൾ എന്തോ ഒന്നു കിലുങ്ങി. “നിങ്ങളുടെ കോട്ടിനുള്ളിലുള്ള കൈത്തോക്ക് കാണേണ്ട ഒരു സാധനംതന്നെയാണെന്നു തോന്നുന്നു,'' എന്നോ മറ്റോ ഞാൻ പറഞ്ഞു. അയാൾ ഒരു ചെറുചിരിയോടെ കോട്ടു തുറന്നു കാണിച്ചു. 11.4 മി.മീ കാലിബറുള്ള ഒരു കൈത്തോക്കു ഞാൻ കണ്ടു. അതിനു മുമ്പോ പിമ്പോ അത്രയും വലിയൊരു കൈത്തോക്ക് കോട്ടിനടിയിൽ ആരെങ്കിലും വച്ചിരിക്കുന്നത് ഞാൻ കണ്ടിട്ടില്ല. അതൊന്നു കാണട്ടെ എന്നു പറഞ്ഞപ്പോൾ അയാൾ തോട്ട മാറ്റിയിട്ട് എന്റെ കയ്യിൽ തന്നു. അതിൽ സീരിയൽ നമ്പറില്ലായിരുന്നു. മായ്ച്ചുകളഞ്ഞതല്ല. നമ്പർ പതിച്ചിട്ടുതന്നെയില്ല. എന്നുവച്ചാൽ അയാൾ ഒന്നുകിൽ തോക്കുണ്ടാക്കുന്ന കമ്പനിയുടെ പ്രസിഡന്റായിരിക്കണം, അല്ലെങ്കിൽ സി.ഐ.ഏ. ക്കാരനായിരിക്കണം.

ചോദ്യം: താങ്കൾ അതെപ്പറ്റി അയാളോടു ചോദിച്ചോ?

ഉത്തരം: ഇല്ല. അത്തരം ചോദ്യങ്ങൾ ചോദിക്കാൻ പറ്റിയ ആളായിരുന്നില്ല അയാൾ... അയാൾ ഞങ്ങളുടെ ചെറിയ കമ്പനി ഒന്നു കണ്ണോടിച്ചുനോക്കിയിട്ട് പറഞ്ഞു: “കൊള്ളാം, എനിക്കിഷ്ടപ്പെട്ടു. ഒതുക്കമുള്ള സ്ഥലം. ഒച്ചയും ബഹളവുമൊന്നുമില്ല. പ്രയോജനമുള്ള വളരെയേറെ കാര്യങ്ങൾ ഇവിടിരുന്നു ചെയ്യാൻ കഴിയും.'' ഞങ്ങളുണ്ടാക്കുന്ന ചില ഉപകരണങ്ങൾ ഞാൻ അയാളെ കാണിച്ചു. കുറെ ദിവസം കഴിഞ്ഞ് അയാൾ വീണ്ടും വന്നു. അയാൾ പറഞ്ഞു: “പലതരം സാധനങ്ങൾ നിറച്ച പ്രത്യേകതരം ഷെല്ലുകളുണ്ടാക്കിക്കിട്ടണമെന്നുണ്ട്. നിങ്ങളെക്കൊണ്ടു പറ്റുമോ?'' ഞാൻ അവർക്ക് ഗ്രാമഫോൺ സൂചിയുടെ വലിപ്പത്തിലുള്ള വിഷംപുരട്ടിയ സൂചികൾ നിറച്ച ഷെല്ലുകളുണ്ടാക്കിക്കൊടുത്തു. വിഷംപുരണ്ട ഉണ്ടകൾ, തീപിടിപ്പിക്കാനുള്ള വസ്തുക്കൾ, എന്നിങ്ങനെ പലതും നിറച്ച ഷെല്ലുകൾ ഞാൻ ഉണ്ടാക്കിക്കൊടുത്തു.

ചോദ്യം: എന്തുതരം വിഷങ്ങളാണ് ഉപയോഗിച്ചത്?

ഉത്തരം: ആ തോട്ടകളിൽ മിക്കതിലും ഉപയോഗിച്ചത് സോഡിയം സയനൈഡും ചോര കട്ടിയാവാതിരിക്കാനുള്ള സാധനവുമാണ്. ഞാൻ ആ സൂചികൾ വിഷത്തിൽ മുക്കിയിട്ട് ഉണക്കിയെടുത്തത് എനിക്കോർമ്മയുണ്ട്. ചില വിചിത്രമായ തോട്ടകളുമുണ്ടായിരുന്നു.... ശക്തിയുള്ള സ്ഫോടകവസ്തുക്കൾ നിറച്ചതായിരുന്നു ചിലത്. വെടിവച്ചാൽ ചിന്നിച്ചിതറണം. കാർപ്പറ്റിന്റെ അടിയിൽ ഒളിച്ചുവയ്ക്കാവുന്ന പരന്ന ഒരുതരം മൈനാണ് ഞാനുണ്ടാക്കിയ മറ്റൊരു സാധനം.

ചോദ്യം: എന്താണ് അതിന്റെ ഉപയോഗം?

ഉത്തരം: ആർക്കറിയാം! യാത്രയയപ്പസൽക്കാരങ്ങൾ കൂടുതൽ രസകരമാക്കാനാവണം. ഞാൻ ആദ്യംതന്നെ പറഞ്ഞല്ലൊ. ഞാനുണ്ടാക്കിയ ആ സാധനങ്ങൾക്കെല്ലാം പിന്നീട് എന്തു സംഭവിക്കുന്നുവെന്നതിനെപ്പറ്റി എനിക്ക് ഒരറിവുമില്ല....

... എനിക്കു പതിനേഴ വയസ്സുണ്ടായിരുന്നപ്പോഴാണെന്നു തോന്നുന്നു, ഞാൻ എന്റെ ക്ലാസിൽ പഠിക്കുന്ന ഒരു കുട്ടിയുമായി കൂട്ടായി, തോക്കുകളുടെ കാര്യത്തിൽ അയാളൊരു വിരുതൻതന്നെയായിരുന്നു. തോക്കുകളെപ്പറ്റി, വിശേഷിച്ചും നാസികളുടെ ആയുധങ്ങളെപ്പറ്റി, അയാൾക്ക് അറിയാൻ വയ്യാത്തതായിട്ട് ഒന്നുമില്ലായിരുന്നു. ഒരു തികഞ്ഞ ഫാസിസ്റ്റായിരുന്നു അയാൾ. ഒരു ദിവസം അയാൾ യാതൊരു കൂസലുമില്ലാതെ എന്നോടു പറഞ്ഞു, അയാൾ സി.ഐ.ഏ. യ്ക്കുവേണ്ടി ജോലിചെയ്യുന്നുണ്ടെന്ന്.... അയാളാണ് എന്നെ കരക്കാസിലേക്കു കൂട്ടിക്കൊണ്ടുപോയത്.

ചോദ്യം: പതിനേഴ വയസ്സിൽ സി.ഐ.ഏ. താങ്കളെ ജോലിയിലെടുത്തുവെന്നാണോ പറയുന്നത്?

ഉത്തരം: ഏതാണ്ട് ആ പ്രായത്തിൽ. ഞാൻ അന്ന് ഹൈസ്കൂളിൽ പഠിക്കുകയായിരുന്നു.

ചോദ്യം: അത് അവരുടെ ഒരു പതിവാണോ?

ഉത്തരം: എന്തോ, എനിക്കറിയില്ല... (പേര് വിട്ടുകളഞ്ഞിരിക്കുന്നു) അതിലും നേരത്തേ അവർക്കുവേണ്ടി പ്രവർത്തിച്ചുതുടങ്ങി. അത് അത്ര നേരത്തേയാണെന്നു പറഞ്ഞുകൂടാ. പതിനേഴ വയസ്സായ ധാരാളം കുട്ടികൾ വിയറ്റ്നാമിലും രണ്ടാം ലോകമഹായുദ്ധത്തിലും പോയി പടവെട്ടിയിട്ടുണ്ട്. എന്തുകൊണ്ടാണെന്നറിഞ്ഞുകൂടാ, ചാരന്മാരെന്നു പറയുമ്പോൾ ആളുകൾ മനസ്സിൽ കാണുന്നത് ജെയിംസ് ബോണ്ടിനെപ്പോലുള്ള തഴക്കവും പഴക്കവുമുറ്റ നാൽപ്പതുവയസ്സുകാരെയാണ്.

സൈക്കിളോടിച്ചുപോകുന്ന ചെറുക്കന്റെ അരപ്പട്ടയിൽ ചിലപ്പോൾ ഒരു കൈത്തോക്കു കണ്ടെന്നിരിക്കും. രാജ്യത്തിന്റെ സുരക്ഷിതത്വത്തിന്റെ പേരും പറഞ്ഞായിരിക്കും അവൻ അത് കൊണ്ടുനടക്കുന്നത്. അതെന്തുമാകട്ടെ.... (പേര് വിട്ടുകളഞ്ഞിരിക്കുന്നു) എന്നെ പ്രത്യേക പരിശീലനത്തിനായി ആ സൺഡേസ്കൂൾ ക്ലാസുകളിലേക്ക് കൂട്ടിക്കൊണ്ടുപോകാറുണ്ടായിരുന്നു. ഞങ്ങൾക്ക് മറ നൽകാൻ ഒരു പള്ളിയുണ്ടായിരുന്നു. ഞങ്ങൾ അവിടെ കൂടും. സൈദ്ധാന്തികവിഷയങ്ങൾക്കു പുറമെ തോക്കുകളും സ്ഫോടകവസ്തുക്കളും മറ്റും ഉപയോഗിക്കാനുള്ള വിധങ്ങളും ഞങ്ങളെ പഠിപ്പിച്ചു.

ചോദ്യം: ആരാണു പഠിപ്പിച്ചത്?

ഉത്തരം: അവർ ആരായിരുന്നുവെന്ന് അറിഞ്ഞുകൂടാ. എന്തായാലും സ്ലൈഡുകളും ചാർട്ടുകളും പുസ്തകങ്ങളുമെല്ലാമായി ശരിക്കും തയ്യാറായിട്ടാണ് അവർ വന്നത്.

ചോദ്യം: ആ ചെറുപ്രായത്തിൽ സി.ഐ.ഏ. താങ്കളെക്കൊണ്ട് എന്തു തരം ജോലികളാണു ചെയ്യിച്ചത്?

ഉത്തരം: കൂടുതലും ഒച്ച കേൾപ്പിക്കാതെ വെടിവയ്ക്കാൻ വേണ്ടിയുള്ള സൈലൻസറുകൾ ഉണ്ടാക്കുന്ന ജോലി.... (പേര് വിട്ടുകളഞ്ഞിരിക്കുന്നു) എന്റെ അടുത്തു വന്നു പറയും, ഇന്ന തരം തോക്കിന് ഒരു സൈലൻസറുണ്ടാക്കണമെന്ന്. ഞാനത് ഉണ്ടാക്കിക്കൊടുക്കും. എളുപ്പം അഴിച്ചുമാറ്റാവുന്ന വിധത്തിലാണ് അവ ഉണ്ടാക്കിയത്. ഉപയോഗം കഴിഞ്ഞ് എറിഞ്ഞുകളയാം. കൂടാതെ, കൊണ്ടു നടക്കാൻ സൗകര്യവുമുണ്ട്. വിമാനത്തിൽ പോകുമ്പോൾ അതു പെട്ടിയിലിരിക്കുന്നത് ആരെങ്കിലും കണ്ടാൽത്തന്നെ ഒരു സംശയവും തോന്നില്ല. ഉദാഹരണത്തിന് “മാക്സിം'' എന്ന കൈത്തോക്കിനുള്ള സൈലൻസർ ഒച്ചയടയ്ക്കാനുള്ള കുറെ വളയങ്ങൾ ചേർന്ന ഒരു സാധനമാണ്. കാഴ്ചയ്ക്ക് കാറിന്റെ സൈലൻസർ പോലെയിരിക്കും.... ഒരിക്കൽ ഞാനൊരെണ്ണമുണ്ടാക്കി. അതിന്റെ ഭാഗങ്ങൾ ഒരു മാലയിൽ തൂക്കിയിട്ടിരുന്നു. കണ്ടാൽ, അത്യാധുനികമായ എന്തോ ആഭരണമാണെന്നേ തോന്നൂ. സത്യത്തിൽ അതിനു നല്ല ഭംഗിയുണ്ടായിരുന്നു. ജപ്പാൻ നാണയത്തുട്ടുകൾകൊണ്ട് ഞാൻ വേറൊരെണ്ണമുണ്ടാക്കി. കമ്മട്ടത്തിൽനിന്നു വരുമ്പോൾത്തന്നെ അവയിൽ ചിലതിനു തുളയുണ്ട്....

ചോദ്യം: ഹൈസ്കൂളിൽനിന്നു നേരെ... (പേര് വിട്ടുകളഞ്ഞിരിക്കുന്നു) ഇൻസ്റ്റിറ്റ്യൂട്ടിൽ ചേരുകയാണോ ഉണ്ടായത്?

ഉത്തരം: അതെ. പൊട്ടിത്തെറികളും അതുപോലുള്ള ഓരോരോ

കുസൃതികളും ഒപ്പിച്ചതിന് എന്നെ സ്കൂളിൽ നിന്നു പുറത്താക്കിയിട്ട് കുറച്ചു ദിവസം കഴിഞ്ഞു. ഞാൻ ആദ്യം ഇൻസ്റ്റിറ്റ്യൂട്ടിൽ ചേർന്നു. അതു കഴിഞ്ഞ് ലഹളശമനത്തിനുള്ള സാധനങ്ങളുണ്ടാക്കുന്ന കമ്പനിയിലും പിന്നീട് എന്റെ സ്വന്തം കമ്പനിയിലും അവസാനം തോക്കുനിർമ്മാണ കമ്പനിയിലും പ്രവർത്തിച്ചു.

ചോദ്യം: പക്ഷേ തോക്കുണ്ടാക്കുന്ന കമ്പനിയിൽ ചേർന്നപ്പോൾ സി.ഐ.എ.യുമായി ബന്ധമില്ലായിരുന്നുവെന്നല്ലേ പറഞ്ഞത്?

ഉത്തരം: ആദ്യം ഇല്ലായിരുന്നു. പക്ഷേ...എന്റെ കൂടെ ജോലിചെയ്തിരുന്ന ഒരാൾ ഒരു ദിവസം എന്നെ ഫോണിൽ വിളിച്ചു പറഞ്ഞു: "വേറൊരു ഏജൻസിയിൽനിന്ന് ആള് കാണാൻ വരുന്നുണ്ട്." അവർ അഞ്ചു പേരുണ്ടായിരുന്നു. ഞങ്ങൾ സംസാരിച്ചു. അവരാരാണെന്ന് അവർ പറഞ്ഞില്ല. എങ്കിലും അവരുടെ സംസാരിത്തിൽനിന്ന് അവർ സി.ഐ.എ. ക്കാരാണെന്ന് എനിക്കു മനസ്സിലായി. കൂടുതലും എന്നെക്കുറിച്ചുള്ള വിവരങ്ങൾ ചോദിച്ചറിയുകയാണ് അവർ ചെയ്തത്. "എന്തു ചെയ്യുന്നു?", "ഇപ്പോൾ എവിടെയാണ്?" എന്നിങ്ങനെയുള്ള ചോദ്യങ്ങൾ. പുതിയൊരു ബന്ധം സ്ഥാപിക്കുന്നതിന്റെ തുടക്കമാണ്. ഇത്തവണ കുറെക്കൂടി ഔദ്യോഗികമായിട്ടാണ്. ഞാൻ പറഞ്ഞിട്ട് ആ കമ്പനിയിൽ എന്റെ മുകളിൽ ഒരു ജനറൽ മാനേജറെ നിയമിച്ചു. എനിക്കൊറ്റയ്ക്ക് ആ ജോലി മുഴുവനും ചെയ്യാൻ സാദ്ധ്യമായിരുന്നില്ല. ഗവേഷണ ജോലിയിലായിരുന്ന എനിക്കു താൽപര്യം....അവിടെ എന്താണു നടക്കുന്നതെന്നതിനെപ്പറ്റി മറ്റൊരു ജീവിയും അറിയാൻ പാടില്ലെന്ന് എന്നോട് കർശനമായി പറഞ്ഞിരുന്നു. സി.ഐ.എ. എന്നെ ആദ്യം ഏൽപ്പിച്ച ജോലി തന്നെ സാമാന്യം വലിയ ഒരു ജോലിയായിരുന്നു. ഗൈഡ്ബുക്കുപോലൊരെണ്ണം എഴുതാൻ എന്നോടു പറഞ്ഞു. ഞാനതിന് "ചെകുത്താന്റെ ഡയറി" എന്നു പേരിട്ടു. സ്വയംകൃത ആയുധങ്ങളെക്കുറിച്ചുള്ള വിവരങ്ങളാണ് അതിൽ നൽകേണ്ടിയിരുന്നത്. എന്നാൽ സ്ഫോടകസാമഗ്രികളെക്കുറിച്ചല്ല, കെമിക്കൽ-ബയോളജിക്കൽ ആയുധങ്ങളെക്കുറിച്ചാണ് അതിൽ പ്രതിപാദിക്കേണ്ടതെന്ന് എന്നോടു പ്രത്യേകം നിർദ്ദേശിച്ചിരുന്നു. രസതന്ത്രത്തെക്കുറിച്ച് ഹൈസ്കൂൾതലത്തിലുള്ള അറിവു മാത്രമുള്ളവർക്കു മനസ്സിലാകുന്ന രീതിയിൽ വേണം പുസ്തകമെഴുതാൻ. എനിക്ക് ആ പദ്ധതിയോടാകെത്തന്നെ വലിയ യോജിപ്പില്ലായിരുന്നുവെന്നു തുറന്നു പറയട്ടെ. ഈ വിവരങ്ങളെല്ലാംകൂടി ഒരൊറ്റ പുസ്തകത്തിൽ ഇങ്ങനെ സമാഹരിക്കുന്നത് വളരെയേറെ അപകടകരമാണ്. അതെങ്ങാനും വല്ലവരുടേയും കയ്യിൽപ്പെട്ടാൽ അവർക്ക് ചുരുങ്ങിയ സമയംകൊണ്ടും വലിയ പണച്ചെലവൊന്നും കൂടാതെയും വൻനഗരങ്ങൾ പിടിച്ചടക്കാൻ

മാത്രമല്ല നശിപ്പിക്കാൻപോലും കഴിയും. പക്ഷേ എനിക്കു നിർദ്ദേശം കിട്ടി. "അതെഴുതുക. ഒരു കോപ്പി മാത്രം. കാർബൺകോപ്പി പാടില്ല." ഞാൻ ആദ്യം സസ്യവിഷങ്ങളെക്കുറിച്ചുള്ള വിവരങ്ങൾ നൽകി. നമുക്ക് ഊഹിക്കാൻപോലുംകഴിയാനാവാത്തത്രയധികം സസ്യവിഷങ്ങളുണ്ട്. പറമ്പിൽനിന്നു പറിച്ചെടുക്കാവുന്ന വെറും സാധാരണ ചെടികളിൽ ചിലതിനെ വേണ്ടപോലെ സംസ്ക്കരിച്ചെടുത്താൽ വളരെ വീര്യമുള്ളതും എളുപ്പം കണ്ടുപിടിക്കാനാവാത്തതുമായ വിഷങ്ങൾ ലഭിക്കും. നാൽപ്പതോളം ചെടികളുടെ പേരുവിവരങ്ങളും അവയിൽനിന്ന് എങ്ങിനെ വിഷമെടുക്കണമെന്ന നിർദ്ദേശങ്ങളും ഞാൻ നൽകിയെന്നാണ് എന്റെ ഓർമ്മ. സി.ഐ.എ.യ്ക്ക് അത് വളരെ ഇഷ്ടപ്പെട്ടു. അടുത്തതായി ഞാൻ ബയോളജിക്കൽ ആയുധങ്ങളിലേക്കു കടന്നു. പലതരം രോഗങ്ങളുളവാക്കുന്ന ഏജന്റുകളെ വലിയ ബുദ്ധിമുട്ടുകൂടാതെ ഉൽപ്പാദിപ്പിക്കേണ്ടതെങ്ങിനെയാണെന്നു ഞാൻ വിവരിച്ചു. അവ ധാരാളമുണ്ട്. പക്ഷേ വേണ്ടത്ര മുൻകരുതലെടുത്തില്ലെങ്കിൽ നിങ്ങളുടെതന്നെ കഥകഴിയും. അപകടംപിടിച്ച സംഗതിയാണ്....എന്തായാലും ഞാനതെല്ലാം എഴുതി അയച്ചുകൊടുത്തു. അവർക്കു സന്തോഷമായെന്നു തോന്നുന്നു. "ഇനി കെമിക്കൽ ആയുധങ്ങളിലേക്കു കടക്കാം," അവർ പറഞ്ഞു. അങ്ങിനെയാണ് ആ ഏജന്റുകൾ ചെലുത്താനായി വളരെ ലളിതമായ ചില പദാർത്ഥങ്ങൾ ഉപയോഗിച്ചുകൊണ്ട് ഞാൻ പണി തുടങ്ങിയത്....

ചോദ്യം: താങ്കളുടെ കയ്യെഴുത്തുപ്രതികൊണ്ട് അവർക്ക് എന്തായിരുന്നു ആവശ്യമെന്ന് അറിയാമോ?

ഉത്തരം: "ചെകുത്താന്റെ ഡയറി"ക്ക് ഒരു പ്രത്യേകതയുണ്ടായിരുന്നു. ഈ രാജ്യത്തു കിട്ടുന്ന സാധനങ്ങളും ചെടികളുംവച്ചുണ്ടാക്കാവുന്ന ആയുധങ്ങളെപ്പറ്റി എഴുതിയാൽ മതിയെന്ന് എന്നോട് പ്രത്യേകം പറഞ്ഞിരുന്നു. യു.എസ്സ്.എ.യിൽ വളരുന്ന ചെടികളും വാങ്ങാവുന്ന സാധനങ്ങളും വച്ചുണ്ടാക്കുന്നവ. അതിന്റെ അർത്ഥമെന്താണെന്ന് എനിക്കറിഞ്ഞുകൂടാ. പക്ഷേ ആലോചിക്കേണ്ട കാര്യമാണത്.

ചോദ്യം: ആ പുസ്തകമെഴുതിയതിന് താങ്കൾക്ക് എന്തു കിട്ടി?

ഉത്തരം: അക്കാലത്ത് സി.ഐ.എ. എനിക്കു നേരിട്ടു പണം തന്നില്ല. തോക്കുനിർമ്മാണകമ്പനിക്കാണ് അവർ പണം കൊടുത്തത്. പദ്ധതിക്ക് എന്തു ചെലവു വരുമെന്ന് കണക്കുകൂട്ടി ഞാൻ എന്റെ മേലധികാരിയെ അറിയിക്കും. അതിന്റെ ഭരണനിർവ്വഹണപരമായ വിശദാംശങ്ങൾ അയാൾ നോക്കിക്കോളും. ആ പണം എങ്ങിനെ വീതിച്ചെടുത്തുവെന്നോ അതെപ്പറ്റി ആർക്കെല്ലാം അറിയാമായിരുന്നുവെന്നോ അത്

എന്തു ചെയ്യുവെന്നോ എനിക്കു നിശ്ചയമില്ല....

ചോദ്യം: സി.ഐ.എ. യ്ക്കുവേണ്ടിയുള്ള താങ്കളുടെ പ്രവർത്തനം താങ്കളുടെ കമ്പനിജോലിയുടെ ഒരു ഭാഗമായി കരുതിയിരുന്നുവെന്നാണോ മനസ്സിലാക്കേണ്ടത്?

ഉത്തരം: അതെ. എനിക്ക് സാമാന്യം നല്ല ശമ്പളമുണ്ടായിരുന്നു. ഞാനതിൽ സംതൃപ്തനായിരുന്നു. പോരെങ്കിൽ വേറേയും പല സൗകര്യങ്ങളുണ്ടായിരുന്നു. ഉദാഹരണത്തിന് ടെലഫോണും കൈത്തോക്കു വയ്ക്കാനുള്ള രഹസ്യയറയും അടങ്ങിയ ഒരു ക്രൂറ്റൻ കാർ. വളരെ നല്ല കാറായിരുന്നു അത്. കൂടാതെ ഡാഷ്ബോർഡിനടിയിലായി മാഫിയാക്കാർ കൊണ്ടുനടക്കാറുള്ളതുപോലുള്ള അറ്റം ചെത്തിക്കളഞ്ഞ ഒരു ഷോട്ട്ഗണ്ണും ഘടിപ്പിച്ചിരുന്നു. എല്ലാം കൂടി 18 ഇഞ്ച് നീളം വരും.

ചോദ്യം: സി.ഐ.എ.യിൽനിന്നു കിട്ടിയ അടുത്ത നിർദ്ദേശം എന്തായിരുന്നു?

ഉത്തരം: 22 ഇഞ്ച് വ്യാസമുള്ളതും പൊട്ടിച്ചിതറുന്ന വെടിയുണ്ടയോടുകൂടിയതുമായ ഒരു തോട്ടയുണ്ടാക്കിയ കാര്യം ഒരിക്കൽ ഞാൻ യാദൃച്ഛികമായി പറഞ്ഞു. സി.ഐ.എ.യ്ക്ക് അതിൽ വലിയ താൽപര്യം തോന്നി. "ഇതിലും വളരെക്കൂടുതൽ മാരകശക്തിയുള്ള ഒരെണ്ണം ഉണ്ടാക്കാമോ?'' എന്ന് അവർ ചോദിച്ചു.... ഞാൻ പ്രത്യേകമുണ്ടാക്കിയ 22 ഇഞ്ച് വ്യാസമുള്ള തോട്ട വൈകിപ്പൊട്ടുന്ന തീരെച്ചെറിയ ഒരു ബോംബായിരുന്നുവെന്നു പറയാം....ആദ്യത്തെ കുറച്ചെണ്ണം, "സിയോണിക്ക്'' സൈലൻസർ ഘടിപ്പിച്ച ഒരു "ഹൈസ്റ്റാൻഡേർഡ്'' പിസ്റ്റൽകൊണ്ട് ഞാൻതന്നെയാണു വെടിവച്ചത്. എന്റെ പരിചയത്തിലുള്ള സി.ഐ.എ.ക്കാരൻ 2000 പേജുള്ള ഒരു ടെലഫോൺ ഡയറക്ടറി പുറകുവശത്തെ വരാന്തയിൽ കൊണ്ടുപോയി വച്ചു. പതിനഞ്ചടി അകലെനിന്ന് ഞാൻ അതിലേക്കു വെടിവച്ചു. ഒരു കൈ കടത്താവുന്നത്ര വലിയൊരു തുളയാണ് ആ സാധനം അതിലുണ്ടാക്കിയത്. അത് വലിയ ഒച്ചയൊന്നും കേൾപ്പിച്ചില്ല. ഒരു ചാക്കിലിടിച്ചാൽ കേൾക്കുന്നതുപോലുള്ള ഒരു ശബ്ദം മാത്രം. ഒച്ച അധികമുണ്ടാവാതിരിക്കാൻവേണ്ടി ഞാൻ ബുള്ളറ്റുകളെ ശബ്ദത്തെക്കാൾ കുറഞ്ഞ വേഗത്തിൽ പ്രക്ഷേപിക്കുന്ന തരത്തിലുള്ള ചാർജ്ജാണ് വച്ചത്. "കർത്താവേ, എന്തൊരു മറിമായം!'' അയാൾ പറഞ്ഞു. മാരകശക്തിക്കു കോട്ടം തട്ടാതെ തന്നെ അത് ഒരു മിലിട്ടറി ഓവർക്കോട്ടിലൂടെയോ റഷ്യൻ ഓവർക്കോട്ടിലൂടെയോ തുളച്ചുകയറുമോയെന്ന് അയാൾ ചോദിച്ചു. കാരണം, ബുള്ളറ്റിന്റെ വേഗത കുറവാണല്ലൊ.... എന്തായാലും അത് ജീവനുള്ള വസ്തുക്കളിൽ

പരീക്ഷിച്ച നോക്കാൻതന്നെ തീരുമാനിച്ചു. അതുകൊണ്ട് കോട്ടുകൾ കൊണ്ടുവരാൻ ഞാൻ പറഞ്ഞു....നിങ്ങൾ വിശ്വസിക്കുമോ? റഷ്യൻ ഓവർക്കോട്ടിടീച്ച നാല് ആടുകളുടെ പുറത്താണ് ഞങ്ങൾ പരീക്ഷണം നടത്തിയത്. ഓഫീസിലുള്ള ആർക്കും അതെപ്പറ്റി അറിവില്ലായിരുന്നു. താങ്ക്സ് ഗിവിങ്ങ് ഡേയിലാണ് അതു നടത്തിയത്.... എന്റെ കൂടെ രണ്ടു പേരുണ്ടായിരുന്നു. സി.ഐ.എ.യിൽനിന്നുള്ള എന്റെ പരിചയക്കാരനും കൂടാതെ സാക്ഷിയായി വേറൊരാളും. അയാളുടെ കയ്യിൽ ഒരു ബോലെക്സ് മൂവി ക്യാമറയും ഒരു 35 മി.മീ. ക്യാമറയുമുണ്ടായിരുന്നു. “സിയോണിക്ക്’’ സൈലൻസർ ഘടിപ്പിച്ച ഒരു “ഹൈ സ്റ്റാൻഡേർഡ്’’ പിസ്റ്റൾ, അതേ തരം സൈലൻസർ ഘടിപ്പിച്ച ഒരു “വാൾത്തർ” പിസ്റ്റൾ, ഒരു “വീനസ്’’ സബ് മഷീൻഗൺ - ഇത്രയും ആയുധങ്ങളാണ് ഞങ്ങൾ ഉപയോഗിച്ചത്. വീനസ്സിനെപ്പറ്റി അധികം പേർക്കറിഞ്ഞുകൂടാ. ഒന്നിലധികം കുഴലുകളുള്ളതും അവിശ്വസനീയമായ വേഗത്തിൽ വെടി വയ്ക്കാവുന്നതുമായ ഒരു തോക്കാണത്. 22 ലോങ്ങ്റൈഫിൾ റിംഫയർ കാർട്രിഡ്ജ്ജുകൾ നിറച്ച രണ്ടു ക്ലിപ്പുകൾ ഒന്നിനൊന്നു പുറകെയായി അതിലുണ്ട്.

ചോദ്യം: വീനസ്സിന്റെ വെടിവയ്പുവേഗത എത്രയാണ്?

ഉത്തരം: അവിശ്വസനീയമായ ഏതോ സംഖ്യയാണ്. നമുക്ക് ഗണിച്ച നോക്കാം. ഓരോ ക്ലിപ്പിലും 50 തോട്ടകളുണ്ട്. രണ്ടു ക്ലിപ്പും കാലിയാവാൻ 1.2 സെക്കന്റ് മതി. അപ്പോൾ ഒരു മിനിട്ടിൽ അയ്യായിരം തോട്ടയോ?... കൃത്യമായി എത്രയാണെന്ന് ഓർമ്മയില്ല.

ചോദ്യം: അതൊരു രഹസ്യായുധമായിരുന്നോ?

ഉത്തരം: അങ്ങിനെയൊന്നുണ്ടെന്ന് ആളുകൾക്കറിയാമായിരുന്നു. പക്ഷേ എന്താണതിന്റെ ഉപയോഗമെന്ന് ആർക്കും നിശ്ചയമുണ്ടായിരുന്നില്ല. അത് ഉറയിലിട്ട് കക്ഷത്തിൽ തൂക്കിയിടാമെന്നുതന്നെ പറയാം. ഞാൻ കണ്ടതിന് എല്ലാംകൂടി 15 ഇഞ്ച് നീളം വരുമായിരിക്കം. ഞൊടിയിടകൊണ്ട് അതിവേഗം പറക്കുന്ന അവിശ്വസനീയമായത്രയധികം ഉണ്ടകൾ അതിൽ കൊള്ളിക്കാം.

ചോദ്യം: ആടുകളെ കോട്ടിടീച്ചത് ആരാണ്?

ഉത്തരം: ഞാൻ. ഒരാടിനെ എന്നെങ്കിലും കോട്ടിടീക്കേണ്ടിവന്നിട്ടുണ്ടോ? ഇല്ലെന്നു വിശ്വസിക്കുന്നു. ഞാൻ അതിന്റെ പിൻകാലുകൾ കോട്ടിന്റെ കൈത്തുളകളിൽ കയറ്റി. ആദ്യത്തെ ആടിന്റെ കാര്യമാണ് പറയുന്നത്. ഇതെല്ലാം എത്ര അപഹാസ്യമാണെന്ന് ഞാൻ വിചാരിച്ചുപോയി. ആടുകളെ കൊല്ലുന്നതിനുമുമ്പ് അവയെ റഷ്യൻ

പട്ടാളക്കോട്ടിടീക്കുക! ഞങ്ങൾ ആദ്യത്തെ ആടിനെ നെഞ്ചത്തു വെടിവച്ചു. അത് തൽക്ഷണം ചത്തു. രണ്ടാമത്തേതിന്റെ വലതു മുൻകാലിലാണു വെടിവച്ചത്. അത്ഭുതമെന്നു പറയട്ടെ, അതും ആ നിമിഷംതന്നെ കൊല്ലപ്പെട്ടു....അടുത്തതായി വീനസ്സ് നിറച്ചു. ഇരട്ട സൈലൻസറുകളാണ് അതിനുണ്ടായിരുന്നത്. അതുകൊണ്ടു വെടിവയ്ക്കുമ്പോൾ അതിവിചിത്രമായ ഒരു ശബ്ദമാണു കേൾക്കുക. മറ്റെന്തു വിചാരിച്ചാലും വെടിവച്ച ശബ്ദമാണെന്ന് ആരും ഊഹിക്കുകയില്ല. അതുകൊണ്ടു വെടിവച്ചപ്പോൾ മൂന്നാമത്തെ ആട് ഞൊടിയിടയിൽ മാംസപിണ്ഡമായി മാറി. ഒരു ഭയങ്കരകാഴ്ചയായിരുന്നു അത്. വിശ്വസിക്കാൻ പറ്റില്ല: 1.2 സെക്കണ്ടിൽ നൂറ് ചുറ്റ്. ആടുകൾ നുറുങ്ങുകളായി അവിടമാകെ ചിതറി. ഒന്നിനെയാണ് ഉന്നം വച്ചതെങ്കിലും രണ്ടും ചത്തു. ആദ്യത്തേത് നിമിഷനേരംകൊണ്ട് ചത്തുവീഴുകയും വെടിയുണ്ടകൾ അതിന്റെ മീതേകൂടി രണ്ടാമത്തെ ആടിന്റെമേൽ കൊള്ളുകയും ചെയ്തു.

ചോദ്യം: സി.ഐ.എ. യ്ക്കു തൃപ്തിയായോ?

ഉത്തരം: തീർത്തും തൃപ്തിയായി. അവർ അത്തരം അയ്യായിരം തോട്ടകൾക്ക് ഓർഡർചെയ്തു. ഞാൻ അവ ഉണ്ടാക്കിക്കൊടുക്കുകയും ചെയ്തു. കുറെ ദിവസം കഴിഞ്ഞ് അവർ വീണ്ടും വന്നു. അവർ ചോദിച്ചു: ഇതിന്റെ മാരകശക്തി കുറെക്കൂടി കൂട്ടാമോ? ഞാൻ അത്ഭുതപ്പെട്ടു: കർത്താവേ, ഇതിലും കൂടുതലോ! അപ്പോൾ അവർ പറഞ്ഞു: "ഞങ്ങൾക്ക് ഇത്ര നാടകീയമല്ലാത്ത ഒരെണ്ണം വേണം. വിമാനത്തിലിരിക്കുന്ന ഒരാളിന്റെ നെഞ്ചത്ത് ഒരു മുഷ്ടിയുടെ വലിപ്പത്തിൽ തുളയുണ്ടാക്കിയാൽ അതു പന്തിയാവില്ലല്ലൊ." അപ്പറഞ്ഞതിൽ കാര്യമുണ്ടെന്നു ഞാൻ സമ്മതിച്ചു. സംഗതി അപകടമാണ്. ഞാൻ അതുകൊണ്ട് വളരെക്കുറച്ച ചാർജ്ജു മാത്രമുള്ള തോട്ടകൾ നിറച്ചു. ഒച്ചയില്ല. വലിയ വേഗതയില്ല. ബുള്ളറ്റിന്റെ അറ്റം ദേഹത്തു തറയ്ക്കുകയേയുള്ളൂ. അങ്ങിനെ ദേഹത്തിനകത്ത് എന്തു വേണമെങ്കിലും കടത്താം. ചിലതിൽ മൂർഖൻപാമ്പിന്റെ വിഷവും വേറെ ചിലതിൽ ടൈഗർസ്നേക്കിന്റെ വിഷവും പുരട്ടിയിരുന്നു. വിഷം പുരട്ടിയ വെടിയുണ്ടകളുടെ ആവശ്യമെന്താണെന്ന് എനിക്കു മനസ്സിലായില്ല. പുതിയ പുതിയ തരം ആയുധങ്ങൾ ശേഖരിച്ചുകൂട്ടുന്ന ജെയിംസ്ബോണ്ടിന്റെ തരക്കാരുമായിട്ടാണ് ഞാൻ ഇടപെടുന്നതെന്ന് എനിക്കു തോന്നി. എന്റെ പുതിയ ആയുധം അവർക്ക് വളരെ ഇഷ്ടപ്പെട്ടു.

ചോദ്യം: പക്ഷേ അത് കൂടുതലും കൃത്രിമമെന്നു പറയാവുന്ന ഒരായുധമാണല്ലൊ. കുറെക്കൂടി വൈദഗ്ദ്ധ്യം ചെലുത്തിയുണ്ടാക്കിയ വേറെ ആയുധങ്ങളുണ്ടായിരുന്നോ?

ഉത്തരം: ഉണ്ടായിരുന്നു. വീണ്ടും ഒരു പ്രശ്നത്തിന്റെ രൂപത്തിലാണ് കാര്യം അവതരിപ്പിച്ചത്. ക്രൂരന്മാരായ കിരാതന്മാരുടെ നടുവിൽ അകപ്പെട്ടെന്നു വിചാരിക്കുക. എന്തു ചെയ്യും? മറുപടി പറയുന്നതിനു മുമ്പ് എനിക്ക് തലപുകഞ്ഞാലോചിക്കേണ്ടിവന്നു. ഞാൻ പറഞ്ഞു: "തീ ചീറ്റുന്ന ആയുധങ്ങൾ മനശ്ശാസ്ത്രപരമായി വളരെ ഫലപ്രദമായിരിക്കുമെന്നു തോന്നുന്നു. പോക്കറ്റിലൊതുങ്ങുന്ന ഒരെണ്ണം ഉണ്ടാക്കാൻ കഴിഞ്ഞേക്കും.'' ഞാൻ അവരുടെ കൗതുകം ഉണർത്തി. പക്ഷേ സാധാരണ ഉപയോഗിക്കാറുള്ള അത്തരം ആയുധത്തിന് അനേകം യന്ത്രഭാഗങ്ങൾ ആവശ്യമാണ്. ഞാൻ വളരെ വളരെ ലളിതമായ ഒരെണ്ണമുണ്ടാക്കി.... അത് എളുപ്പം അഴിച്ചെടുക്കാനും പെട്ടിയിലിട്ട് എവിടെ വേണമെങ്കിലും കൊണ്ടുപോകാനും കഴിയുമെന്നതാണ് അവർക്ക് ഏറ്റവും പിടിച്ചത്. അധികാരികൾ നോക്കുമ്പോൾ ഒന്നുമില്ല. കുറെ ലോഹത്തുണ്ടുകൾ മാത്രം. കുതിരസ്സവാരിക്കുള്ള ബെൽറ്റ് ഘടിപ്പിക്കാനുള്ള എന്തോ സാധനമാണെന്നേ തോന്നൂ. അത് അപകടംപിടിച്ച ഒരു ആയുധമാണെന്ന് അവർ ഒരിക്കലും സംശയിക്കുകയില്ല.

ചോദ്യം: ഇത്തരത്തിലുള്ള താങ്കളുടെ അവസാനത്തെ ജോലികളിലൊന്നായിരുന്നിരിക്കണം അത്.

ഉത്തരം: അതെ. എന്റെ ഏറ്റവും ഒടുവിലത്തെ ജോലി, ധൃതിപിടിച്ചു ചെയ്യേണ്ടിവന്ന ഒന്നായിരുന്നു. അന്തരീക്ഷമർദ്ദത്തിലെ മാറ്റംകൊണ്ടു പ്രവർത്തിക്കുന്ന ഒരു ബോംബുണ്ടാക്കുകയെന്നതായിരുന്നു ജോലി. ബാരോമെട്രിക്ക് ബോംബെന്നു പറയും. പൊട്ടിത്തെറിക്കുന്നതിനു പകരം അത് സയനൈഡ് വാതകം വമിക്കുന്നു. അത് വളരെ ചെറുതായിരിക്കണമെന്ന് എന്നോടു പറഞ്ഞു. "കഴിയുന്നത്ര ചെറുതും അതേ സമയംതന്നെ ഒരു സാധാരണ യാത്രാവിമാനത്തെ നിശ്ശേഷം തകർക്കുന്നതുമായിരിക്കണം അത്.'' - എന്റെ കോൺട്രാക്ടിലെ വാക്കുകളാണവ. വിമാനം തകർന്നുവീണശേഷവും ആ ബോംബിന്റെ ഒരു തരിപോലും കണ്ടുകിട്ടരുതെന്ന് പ്രത്യേകം ഊന്നിപ്പറഞ്ഞിരുന്നു... ഞാൻ അത്തരം രണ്ടെണ്ണം ഉണ്ടാക്കിക്കൊടുത്തു....

ചോദ്യം: അതായിരുന്നു താങ്കൾ അവസാനമായി ചെയ്തുകൊടുത്ത ജോലിയെന്നു പറഞ്ഞല്ലൊ. സി.ഐ.എ.യുമായുള്ള ബന്ധം വിടുർത്താൻ താങ്കൾ തീരുമാനിച്ചത് എന്തുകൊണ്ടാണ്?

ഉത്തരം: മാനസികമായി എന്നിൽ മാറ്റങ്ങളുണ്ടായിക്കൊണ്ടിരുന്ന കാര്യം ഞാൻ പറഞ്ഞില്ല. തോക്കുനിർമ്മാണകമ്പനിയിൽ ചേർന്നപ്പോഴാണ് യഥാർത്ഥത്തിൽ മാറ്റം തുടങ്ങിയത്.... മനുഷ്യരെ കൊല്ലുന്ന

സാധനങ്ങളുണ്ടാക്കുന്നതിലായിരുന്നില്ല, ജീവിക്കുന്നതിലായിരുന്നു എനിക്കു കൂടുതൽ താൽപര്യം....

ചോദ്യം: താങ്കൾക്ക് ഭ്രാന്തു പിടിക്കുമെന്ന് എപ്പോഴെങ്കിലും തോന്നിയിട്ടുണ്ടോ?

ഉത്തരം: തീർച്ചയായും. കരുതിയിരുന്നില്ലെങ്കിൽ ഭ്രാന്തു പിടിച്ചുതന്നെ....ഞാൻ ശാരീരികമായും മാനസികമായും തകർന്നുകഴിഞ്ഞിരുന്നു. ഇങ്ങനെ അധികകാലം തുടരാനാവില്ലെന്ന് എനിക്കറിയാമായിരുന്നു. ആ സമയത്താണ് എനിക്ക് ഹൃദ്രോഗത്തിന്റെ ആക്രമണമുണ്ടായത്... കൃത്യം ഒരു വർഷം കഴിഞ്ഞപ്പോൾ രണ്ടാമത്തെ ആക്രമണമുണ്ടായി. മൂന്നു മാസം കഴിഞ്ഞ് ഞാൻ വീണ്ടും ജോലിയിൽ ചേർന്നു. പക്ഷേ ജോലി വിടാൻ ഞാൻ ഉറച്ചുകഴിഞ്ഞിരുന്നു.... ഞാൻ ഔദ്യോഗികമായി ജോലി വിട്ട് ഏതാനും ദിവസം കഴിഞ്ഞതേയുള്ളൂ. ഒരു ദിവസം വീട്ടിൽ ഒരു ഫോൺവിളി വന്നു. ഞാൻ സി.ഐ.എ. ക്കാരിലൊരാളെ കണ്ടു. എന്റെ ആരോഗ്യസ്ഥിതി അറിയാൻ വന്നതായിട്ടാണ് അയാൾ നടിച്ചതെങ്കിലും ഞാൻ ഇപ്പോൾ എന്തു ചെയ്യുന്നുവെന്നറിയാനാണ് അയാൾ വാസ്തവത്തിൽ ആഗ്രഹിച്ചത്. എങ്ങും തൊടാതെയും പരസ്പരബന്ധമില്ലാതെയുമായിരുന്നു ചോദ്യങ്ങൾ. പക്ഷേ അങ്ങിനെയൊരു പതിവില്ലായിരുന്നു...അതുകൊണ്ടു ഞാൻ പറഞ്ഞു, ആയുധങ്ങളുടെ പണി ചെയ്യാൻ എനിക്കു താൽപര്യമില്ലെന്ന്....ഉടൻതന്നെ എന്റെ രാഷ്ട്രീയാഭിപ്രായങ്ങളെക്കുറിച്ചുള്ള ചോദ്യങ്ങൾ വന്നുതുടങ്ങി. മുമ്പൊരിക്കലും അവർ അത്തരം ചോദ്യങ്ങൾ ചോദിക്കാറില്ലായിരുന്നു. അവർക്ക് സുബോധം നഷ്ടപ്പെട്ടിരിക്കുന്നുവെന്നർത്ഥം. നീ ഞങ്ങളുടെ കൂടെയല്ലെങ്കിൽ ഞങ്ങൾക്കെതിരാണ്. ഡയറിയുടെ കോപ്പി ഞാൻ സൂക്ഷിച്ചിട്ടുണ്ടോ എന്ന് അയാൾ ചോദിച്ചു. അയാളുടെ ആലോചന ഏതു വഴിക്കാണു പോകുന്നതെന്ന് അതിൽനിന്ന് ഊഹിക്കാമല്ലോ. ഞാൻ പറഞ്ഞു: "ഇല്ല, ഞാൻ ആരുമായും ബന്ധപ്പെട്ടിട്ടില്ല. ബന്ധപ്പെടാൻ ഉദ്ദേശിക്കുന്നുമില്ല.'' ഞാനും ഭാര്യയും കുറേക്കാലം ഒരുവിധം സുഖമായി ജീവിച്ചു. പിന്നീട് ഞാൻ പലതരം ജോലികൾ ചെയ്തു. വിദഗ്ദ്ധോപദേശം നൽകുക, തുടങ്ങിയ ജോലികൾ. ഞങ്ങൾ ഒരുവിധം കഴിഞ്ഞുകൂടി.

ചോദ്യം: നിങ്ങളെ പിന്നീട് ശല്യപ്പെടുത്തിയില്ലേ?

ഉത്തരം: എന്നു പറഞ്ഞുകൂടാ. ഞാൻ നോട്ടപ്പുള്ളിയായിക്കഴിഞ്ഞെന്ന് എനിക്കറിയാമായിരുന്നു. ഞാൻ ഏതു സമയത്തു പുറത്തു പോയാലും മൂല തിരിഞ്ഞാൽ പുറകിലൊരു കാറു കാണും. ഒരാളുടെ മുഖച്ഛായപോലും എനിക്ക് ഹൃദിസ്ഥമായി... ഫോൺ ചോർത്തിയെടുക്കുന്നുണ്ടായിരുന്നു.

“ഫ്രെഡ്, ഞാൻ ഇന്ന സമയത്ത് ഇറങ്ങുകയാണ്,’’ എന്ന് ഞാൻ ആരോടെങ്കിലും ഫോണിൽ വിളിച്ച പറഞ്ഞെന്നിരിക്കട്ടെ. പോകുന്ന വഴി പുറകിൽ കാറു കാണുമെന്നതിനു സംശയമില്ല.... പിന്നീട്ട തീരെ പ്രതീക്ഷിക്കാത്ത സ്ഥലങ്ങളിൽപോലും ഞാൻ സി.ഐ.എ. ക്കാരെ കണ്ടുമുട്ടാൻ തുടങ്ങി. ഉദാഹരണത്തിന് ആരും പോകാത്ത കൊച്ചു ചായക്കടകളിൽവച്ച്. അവർ അങ്ങിനെ ചെയ്യത് മനപ്പൂർവ്വമാണ്. എന്നെ സൂക്ഷിക്കുന്നുണ്ടെന്ന് ഞാൻ അറിയണം....

ചോദ്യം: അവരുമായുള്ള അവസാനത്തെ കൂടിക്കാഴ്ച എന്നായിരുന്നു?

ഉത്തരം: എന്റെ ഭാര്യയെ പിന്തുടരുന്നുണ്ടെന്ന് മനസ്സിലായപ്പോഴാണ് ഞാനും അവരും തമ്മിലുള്ള അവസാനത്തെ ഏറ്റുമുട്ടൽ നടന്നത്. പുറകിൽ ഏതു സമയവും ആളുണ്ടെന്നറിഞ്ഞപ്പോൾ ഭാര്യ വല്ലാതെ പേടിച്ചു. ഇതിങ്ങനെ വിട്ടുകൂടാ എന്നു ഞാൻ നിശ്ചയിച്ചു. ഞാൻ ഫോൺ ചെയ്യു. രണ്ടു സി.ഐ.ഏ. ക്കാരുമായി റസ്റ്റോറന്റിൽവച്ച് കൂടികാഴ്ചയ്ക്ക് ഏർപ്പാടു ചെയ്യു... അവർ വിസ്ക്കിക്ക് ഓർഡർ ചെയ്യു. എനിക്കു വേണോ എന്നു ചോദിച്ചു. ഞാൻ പറഞ്ഞു: “വേണ്ട, നന്ദി. ഒരു സംഗതി അറിയിക്കാനാണ് ഞാൻ ഇവിടെ വന്നത്. അതിതാണ്: എന്നെ നോട്ടപ്പുള്ളിയാക്കിക്കൊണ്ടുള്ള ഈ ഏർപ്പാട് നിങ്ങൾ തുടരുകയാണെങ്കിൽ, ഏതോ രാഷ്ട്രീയക്കുഴപ്പത്തിൽ എനിക്കു പങ്കുള്ള മാതിരി നിങ്ങൾ പ്രവർത്തിക്കുകയാണെങ്കിൽ... ഞാനിതാ തുറന്നു പറയുന്നു: ലാങ്ക്ലെയിലെ സെൻട്രൽ എയർകണ്ടിഷനിംഗ് സിസ്റ്റത്തിൽ ഒരു പെട്ടി ‘വി. എക്സ്.’ ഞാൻ പൊട്ടിത്തെറിപ്പിക്കും..... എനിക്കോ എന്റെ വീട്ടുകാർക്കോ വല്ലതും സംഭവിച്ചാൽ അതിനുള്ള ഏർപ്പാട് ഞാൻ ചെയ്യിട്ടുണ്ട്. അതു നടക്കുകയും ചെയ്യും.’’ ഇത്രയും പറഞ്ഞിട്ട് ഞാൻ എണീറ്റ് ഇറങ്ങിപ്പോന്നു.

ചോദ്യം: താങ്കൾ വെറുതെ പറഞ്ഞതാണോ?

ഉത്തരം: അല്ല. ബയോക്കെമിക്കൽ ആയുധങ്ങൾ കൈകാര്യംചെയ്തുള്ള എത്രയോ കാലത്തെ പരിചയം എനിക്കുണ്ട്. അതുകൊണ്ട് ആ ഭീഷണി നടപ്പാക്കാൻ ഞാൻ വിചാരിച്ചാൽ സാധിക്കും...

ഈ അഭിമുഖം പ്രസ്സിലയയ്ക്കാൻവേണ്ടി തയ്യാറാക്കുന്നതിനിടയിൽ “മിസ്റ്റർ മൃത്യു’’ ഹൃദയസ്തംഭനം മൂലം മരിച്ചു പോയെന്ന് അതിന്റെ അനന്തരക്കുറിപ്പിൽ പറയുന്നു. വാസ്തവത്തിൽ അങ്ങിനെയൊരാൾ ഉണ്ടായിരുന്നോ, അതോ സി.ഐ.ഏ.യുടെ നിരവധി “മരണദൂതന്മാരുടെ’’ കുമ്പസാരങ്ങൾ സമാഹരിച്ചെഴുതിയതാണോ ആ അഭിമുഖം,

എന്നു നമുക്കറിഞ്ഞുകൂടാ. അതിൽ പറഞ്ഞിട്ടുള്ള വസ്തുതകളെ ആരും നിഷേധിച്ചിട്ടില്ല. എന്തായാലും സി.ഐ.ഏയുടെ കുറ്റകൃത്യങ്ങളെപ്പറ്റി ചർച്ച്കമ്മിറ്റിയുടെ റിപ്പോർട്ടിൽ കാണുന്ന വിവരങ്ങളും " മി.മൃത്യു"വിന്റെ കുമ്പസാരങ്ങളും തമ്മിൽ പലതിലും സാദൃശ്യമുണ്ട്. പരേതനായ ആ വിദഗ്ദ്ധന്റെ കണ്ടുപിടുത്തങ്ങൾ ഇന്നും ഉപയോഗിച്ചുവരുന്നതായിട്ടാണു കാണുന്നത്.

ഒരു റിപ്പബ്ലിക്കിനെതിരായ ഗൂഢാലോചന

"ഫിഡെൽ കാസ്ട്രോ ഐക്യരാഷ്ട്രസഭയുടെ ഉൽഘാടനസമ്മേളനത്തിൽ പ്രസംഗിക്കും... യു.എസ്സ്.ഏയിൽനിന്ന് ജീവനോടെ പോകാൻ അദ്ദേഹത്തെ അനുവദിക്കില്ലെന്നു പ്രതിജ്ഞയെടുത്തവരുണ്ട്. തുറന്നു പറയുകയാണെങ്കിൽ, ന്യൂയോർക്കിലെ അദ്ദേഹത്തിന്റെ സാന്നിദ്ധ്യം ആയിരക്കണക്കിനു ക്യൂബൻ പ്രവാസികളോടുള്ള ഒരു വെല്ലുവിളിയാണ്. അവരിത് കയ്യുംകെട്ടി സ്വീകരിച്ചുകൂടാ...." ("ഉൾട്ടിമ ഓറ", സെപ്തംബർ 9, 1979).

"ഒരു ക്യൂബൻ പ്രവാസിപ്പത്രത്തിൽ വന്ന ഞെട്ടിപ്പിക്കുന്നതും പ്രകോപനപരവുമായ ഈ ആഹ്വാനം, കഴിഞ്ഞ ഇരുപതുവർഷമായി സി.ഐ.ഏ. സൃഷ്ടിച്ചതും പാലൂട്ടി വളർത്തിയതുമായ ചെറുതെങ്കിലും അങ്ങേയറ്റം അപകടകരമായ ഒരു ഗ്രൂപ്പിന്റെ ഏറ്റവും ഒടുവിലത്തെ അതിക്രമമാണ്," "കവെർട്ട് ആക്ഷൻ ഇൻഫൊർമേഷൻ ബുള്ളറ്റിൻ," എന്ന യു.എസ്സ്. ആനുകാലികപത്രം ചൂണ്ടിക്കാട്ടി.

"ബുള്ളറ്റിൻ" തുടർന്നു: "കഴിഞ്ഞ രണ്ടു ദശകങ്ങളിൽ പശ്ചിമ അർദ്ധഗോളത്തിൽ നടന്നിട്ടുള്ള ഏതാണ്ടെല്ലാ ഭീകരനടപടികളുടേയും യൂറോപ്പിലും ആഫ്രിക്കയിലും നടന്നിട്ടുള്ള പലതിന്റേയും ഒത്ത നടുവിലോ അതിനടുത്തോ ക്യൂബൻ പ്രവാസികളായ തീവ്രവാദികളുണ്ടായിരുന്നു. ഈ ഗ്രൂപ്പിന്റെ ബീജകേന്ദ്രമായി പ്രവർത്തിക്കുന്നവർ നൂറിലധികം വരില്ലെന്ന് പോലീസ് വൃത്തങ്ങൾ വിശ്വസിക്കുന്നു. ന്യൂയോർക്ക്, ന്യൂജെർസി, മയ്യാമി, പ്വേർട്ടോറീക്കൊ എന്നിവിടങ്ങളിലുള്ള പ്രവാസിക്കോളനികളിൽ വ്യാപിച്ചുകിടക്കുന്നവരാണ് അവർ. എങ്കിലും ഇരുപതു വർഷമായി അവർക്ക് പരസ്പരം അറിയാം. അവർക്കിടയിൽ നുഴഞ്ഞുകയറാൻ വളരെ പ്രയാസമാണ്....അവർ യാതൊരു ശിക്ഷാഭയവും കൂടാതെ ലോകത്തെവിടെയും ബോംബുകൾ പൊട്ടിക്കുന്നു. ആളുകളെ അംഗഭംഗപ്പെടുത്തുന്നു, വധിക്കുന്നു....

"1960-കളിലും 70-കളിലും ക്യൂബൻ പ്രവാസികളുടെ ഈ സംഘടന ക്യൂബയ്ക്കെതിരായി നടന്നിട്ടുള്ള അസംഖ്യം ആക്രമണങ്ങളിൽ (ബേ

ഓഫ് പിഗ്സിലെ അലസിപ്പോയ ആക്രമണം എടുത്തുപറയേണ്ടിയിരിക്കുന്നു). സി.ഐ.ഏയ്ക്കും അതുമായി ബന്ധപ്പെട്ട സംഘടനകൾക്കും വേണ്ടി പ്രവർത്തിച്ചിട്ടുണ്ടെന്നതിനു പുറമെ, കോംഗോയിലും വിയറ്റ്നാമിലും കൂലിപ്പട്ടാളക്കാരായും, വാട്ടർഗേറ്റിലെ 'കാലാൾഭടന്മാരാ'യും, സി.ഐ.ഏ എന്നോ പടച്ചുവിട്ടവയും അതിന്റെ ചട്ടുകങ്ങളായി വർത്തിക്കുന്നവയുമായ ചിലിയിലെ ഡി.ഐ.എൻ.ഏ.യുടേയും അതുപോലുള്ള മറ്റു രഹസ്യപ്രവർത്തനവകുപ്പുകളുടേയും വാടകഘാതകന്മാരായും ഇരുന്നിട്ടുണ്ട്.

"പക്ഷേ തങ്ങൾ ഒരു ഫ്രാങ്കൻസ്റ്റൈൻ രാക്ഷസനെയാണു സൃഷ്ടിച്ചിരിക്കുന്നതെന്ന് ഇപ്പോൾ സി.ഐ.ഏ യ്ക്കും എഫ്.ബി. ഐ. യ്ക്കുപോലും തോന്നിത്തുടങ്ങിയിരിക്കുന്നു. മറ്റു രാജ്യങ്ങളിലെ ഭീകരപ്രവർത്തനത്തെ അപലപിക്കാൻ ബദ്ധപ്പെടുന്ന അമേരിക്കൻ ഗവൺമെന്റ് ഭൂമുഖത്തുള്ളതിൽവച്ച് ഏറ്റവും ക്രൂരമായ ഭീകരസംഘടനകളിലൊന്നിന് ആതിഥ്യം നൽകിയിരിക്കുകയാണ്. അപകടകാരികളായ സ്ഥിരം ക്രിമിനൽ കുറ്റവാളികളും ഘാതകന്മാരും മയക്കുമരുന്നുകളുടെ ഇടപാടുകാരുമാണ് അതിലെ അംഗങ്ങൾ. അവർ ഭീഷണിപ്പെടുത്തുന്നത് ക്യൂബയെ മാത്രമല്ല (അത് സത്യത്തിൽ വേണ്ടത്ര വേണ്ടത്ര ഭദ്രമാണ്). അവരുമായി ബന്ധപ്പെടാൻ തെല്ലും ഇഷ്ടപ്പെടാത്ത യു.എസ്സ്.ഏ. യിലെ ബഹുഭൂരിപക്ഷം ക്യൂബൻ പ്രവാസികളേയും ക്യൂബയുമായി ബിസിനസ്സ് നടത്തുന്ന അമേരിക്കക്കാരേയും വിദേശപൗരന്മാരേയും കൂടി അവർ ഭീഷണിപ്പെടുത്തുന്നു.

"1960-കളുടെ ആരംഭംതൊട്ട് സി.ഐ.ഏയുടെ മേൽനോട്ടത്തിൽ ഈ ഭീകരപ്രവർത്തകർ സ്ഫോടകവസ്തുക്കൾ പ്രയോഗിക്കുന്നതിലും ബോംബുണ്ടാക്കുന്നതിലും വൈദഗ്ദ്ധ്യം നേടി. സി.ഐ.ഏ യ്ക്കും തങ്ങൾക്കു നേരിട്ടും മാഫിയയുമായിട്ടുണ്ടായിരുന്ന ബന്ധങ്ങളുപയോഗിച്ച് അവർ ആളുകളെ തട്ടിക്കൊണ്ടുപോകാനും കൊലപ്പെടുത്താനുമുള്ള രീതികൾ അന്യൂനമാക്കി. വാഷിംഗ്ടണ്ണിലും അർജന്റീനയിലും ഇറ്റലിയിലും മറ്റിടങ്ങളിലും അവർ നയതന്ത്രജ്ഞരെ വധിച്ചിട്ടുണ്ട്. ബർബഡോസിന്റെ മുകളിൽ വച്ച് ഒരു ക്യൂബൻ വിമാനം തകർത്തത് അവരാണ്. അതിലുണ്ടായിരുന്ന എല്ലാ യാത്രക്കാരും കൊല്ലപ്പെട്ടു.

"അടുത്ത മാസങ്ങളായി അവർ ക്യൂബയുമായുള്ള സർവ്വവിധബന്ധത്തിനുമെതിരായി ഒരു തുറന്ന ആക്രമണംതന്നെ ആരംഭിച്ചിരിക്കുകയാണ്. അവർ ന്യൂയോർക്കിലുള്ള ക്യൂബയുടെ യു.എൻ. പ്രതിനിധിസംഘത്തിന്റെ ഓഫീസും വാഷിംഗ്ടണിലുള്ള 'ക്യൂബൻ ഇന്ററസ്റ്റ്സ് സെക്ഷന്റെ' ഓഫീസും ബോംബുവച്ച് തകർത്തു. ട്രാവൽ ഏജൻസികൾ,

ക്യൂബയ്ക്കനുകൂലമായി എഴുതുന്ന പത്രങ്ങൾ, എന്നുവേണ്ട, ക്യൂബയിലേക്ക് മരുന്നയച്ചതിൽ പ്രതിഷേധിച്ച് ന്യൂജേഴ്സിയിലെ ഒരു ഫാർമസിപോലും അവരുടെ ബോംബാക്രമണത്തിനു വിധേയമായി.''

"പരമ്പരാഗതമായി നയതന്ത്രജ്ഞരുടെ ഒരു സുരക്ഷിത അഭയ സ്ഥാനമായ വാഷിംഗ്ടണിൽ ശിക്ഷാഭയം കൂടാതെ കൊല നടത്താമെന്ന ഔദ്ധത്യപൂർണ്ണമായ വിശ്വാസമാണ് അവർ വരുത്തിയ ഒരേയൊരു തെറ്റ്,'' പ്രസ്തുതപത്രം തുടർന്നെഴുതി. " 1976 സെപ്തംബറിൽ ഓർലാൻഡൊ ലെതെല്യറും അദ്ദേഹത്തിന്റെ സഹായി റൊന്നി മോഫിറ്റും വാഷിംഗ്ടന്റെ മദ്ധ്യത്തിൽവച്ച് കൊല ചെയ്യപ്പെട്ടപ്പോൾ ആ സംഘത്തിനെതിരെ ഒട്ടു വീറോടെ നീങ്ങാൻ നീതിന്യായവകുപ്പ് നിർബ്ബന്ധിതമായി. യു.എസ്സ്. ഗവൺമെന്റിന് അതിന്റെ സൃഷ്ടിയായ രാക്ഷസന്റെ മേലുള്ള എല്ലാ നിയന്ത്രണവും നഷ്ടപ്പെട്ടിരിക്കുന്നുവെന്ന് ക്യൂബൻ ഭീകരപ്രവർത്തകർ തെളിയിച്ചിരിക്കുന്നു. ആ കൊലപാതകത്തിൽ പങ്കെടുത്ത നാലു പേരെ പിടികൂടി ശിക്ഷിച്ചു. സ്ഫോടകവസ്തുക്കൾ ഒളിച്ചുവച്ച അതിന്റെ സംഘാടകർ സി.ഐ.ഏ. യുമായി ബന്ധമുള്ളയാളാണെന്നു ഖണ്ഡിതമായി തെളിയിക്കപ്പെട്ടു. പക്ഷേ അമേരിക്കയിൽ ജനിച്ച അയാൾക്ക് കുറച്ചു വർഷത്തെ തടവുശിക്ഷ മാത്രമേ ലഭിച്ചുള്ളു."

"ലെതെല്യറുടേയും മോഫിറ്റിന്റേയും കൊലപാതകത്തെക്കുറിച്ചുള്ള അന്വേഷണമൊഴിച്ചാൽ ഈ സംഘത്തിനെതിരായി വലിയ നീക്കമൊന്നുമുണ്ടായിട്ടില്ല.... വാട്ടർഗേറ്റ് സംഭവത്തിലുൾപ്പെട്ട പലരേയും പോലെ ഈ സംഘത്തിന്റെ നേതാക്കൾക്കും വേണ്ടതിൽ കൂടുതൽ കാര്യങ്ങളറിയാമെന്നതാവാം കാരണം. എങ്കിലും യു.എസ്സ്.ഏ.യുടെ സൽപ്പേരുതന്നെ അപകടത്തിലാണെന്നു വ്യക്തമാണ്. ഈ ഭീകര പ്രവർത്തകർ ഐക്യരാഷ്ട്രസഭയിലും വാഷിംഗ്ടണിലുമുള്ള അനേകം നയതന്ത്രപ്രതിനിധികൾക്ക് ഒരു ഭീഷണിയാണ്...."

"ഈ സംഘത്തെക്കുറിച്ചുള്ള കൂടുതൽ കൂടുതൽ വിവരങ്ങൾ വെളിപ്പെട്ടുകൊണ്ടിരിക്കുന്നുണ്ടെങ്കിലും അധികൃതർ ഇനിയും അവർക്കെതിരെ നടപടികളെടുത്തിട്ടില്ല. കഴിഞ്ഞ വർഷം അവസാനം ക്യൂബൻ പ്രവാസി ക്കോളനിയും ക്യൂബൻ ഗവൺമെന്റും തമ്മിൽ ഒരു സംവാദം ആരംഭിച്ചതോടെ അക്കൂട്ടർ കൂടുതൽ പരസ്യമായും കൂടുതൽ നിർദ്ദാക്ഷണ്യമായും ഭീകരനടപടികൾ കൈക്കൊള്ളാൻ തുടങ്ങി. ഭീകരപ്രവർത്തകർ ഈ സംവാദത്തെ അപലപിച്ചെങ്കിലും അതിന്റെ ഫലമായി മൂവായിരത്തിലധികം തടവുകാർ മോചിതരാവുകയും അവർക്കെല്ലാവർക്കും അവരെക്കൂടാതെ വേറെ പലർക്കും രാജ്യത്തിനു പുറത്തു പോകാനുള്ള

വിസ ലഭിക്കുകയും വെളിയിലുള്ള ക്യൂബക്കാർക്ക് നാട്ടിൽ വന്ന് ബന്ധുക്കളെ കാണാനുള്ള നിരുപാധികമായ അനുമതി കിട്ടുകയും ചെയ്തു. ഭീകരപ്രവർത്തകർ മൃഗീയമായാണു പെരുമാറിയത്... 'ബേ ഓഫ് പിഗ്സ് വെറ്ററൻസ്,' എന്ന സംഘടനയുടെ ഒരു നേതാവ് ആയിരക്കണക്കിനാളുകളെ പരസ്യമായി ഭീഷണിപ്പെടുത്തി. അയാൾ പറഞ്ഞു: 'ക്യൂബ സന്ദർശിക്കുന്നവരെ ഞങ്ങൾ കൊല്ലുകയില്ല. അവരുടെ ജീവിതം കൂടുതൽ വേദനാകരമാക്കുമെന്നു മാത്രം.'

"ഒരു സ്വതന്ത്രപത്രലേഖകനായ ജെഫ് സ്റ്റെയിൻ ഈയിടെ 'ന്യൂയോർക്ക് മാഗസിനി'ൽ ഒരു ലേഖനം എഴുതി. ഭീകരപ്രവർത്തകരെക്കുറിച്ചുള്ള - വിശേഷിച്ചും വടക്കൻ ന്യൂജർസിയിലുള്ളവരെക്കുറിച്ചുള്ള - സൂക്ഷ്മനിരീക്ഷണത്തിന്റെ അടിസ്ഥാനത്തിലെഴുതിയ ലേഖനമാണ് അത്. ന്യൂജർസിയിലുള്ള യൂണിയൻ സിറ്റിയിലെ ഒരു പാർശ്വപാതയിലാണ് 'ക്യൂബൻ നാഷനലിസ്റ്റ് മൂവ്മെന്റിന്റെ" ഹെഡ്ഡാഫീസ്. 1964-ൽ ചെ ഗെവാറ ഐക്യരാഷ്ട്രസഭയുടെ കെട്ടിടത്തിലുണ്ടായിരുന്ന സമയത്ത് ന്യൂയോർക്കിലെ ക്വീൻസിൽനിന്ന് ഈസ്റ്റ് നദിയുടെ മീതേകൂടി ഗ്രെനേഡ് വിക്ഷേപക ബസൂക്കകൊണ്ട് ഒരു ജനലിലൂടെ വെടിവച്ച ഗിലെർമൊ നോവൊ സാംപോളിനെപ്പോലുള്ള സുപ്രസിദ്ധരാണ് അതിലുള്ളത്. അതിലെ അംഗങ്ങൾക്ക് മയക്കുമരുന്നുകളുടെ വൻതോതിലുള്ള ക്രയവിക്രയവുമായി ബന്ധമുണ്ടെന്നു തെളിഞ്ഞിട്ടുണ്ട്. കഴിഞ്ഞ ഏതാനും വർഷങ്ങൾക്കിടയിൽ നടന്നിട്ടുള്ളതും ഇതുവരെ തെളിവു കിട്ടാത്തതുമായ ക്യൂബൻ ഭീകരപ്രവർത്തകരുടെ ഏതാണ്ടെല്ലാ ചെയ്തികളുമായും അവർക്കു ബന്ധമുണ്ടെന്നു കരുതപ്പെടുന്നു. അവയിൽ മിക്കതും നടത്തിയത് തങ്ങളാണെന്ന് ഒമേഗാ-7 എന്നും കമാൻഡോ സേറൊ എന്നും പേരുള്ള രണ്ടു ഗ്രൂപ്പുകൾ അവകാശപ്പെടുന്നുണ്ടെങ്കിലും രണ്ടും ക്യൂബൻ നാഷനലിസ്റ്റ് മൂവ്മെന്റിന്റെ വ്യത്യസ്തനാമങ്ങൾ മാത്രമാണെന്ന് അധികൃതർക്കു തീർച്ചയുണ്ട്. അതിനുള്ള രേഖാമൂലമായ തെളിവുകൾ സ്റ്റെയിൻ ഹാജരാക്കുന്നുണ്ട്. അതിങ്ങനെയാണെന്നു വിശ്വസിക്കുന്ന ഫെഡറൽ അധികൃതരേയും പ്രാദേശികാധികൃതരേയും അദ്ദേഹം ഉദ്ധരിക്കുന്നുമുണ്ട്.

"ഇത്രയും വിവരങ്ങൾ അറിയാമായിരുന്നിട്ടും അധികൃതർ എന്തുകൊണ്ടാണ് കുറേക്കൂടി ഊർജ്ജിതമായി നീങ്ങാത്തത്?'' "കവർട്ട് ആക്ഷൻ ഇൻഫൊർമേഷൻ ബുള്ളറ്റിൻ" ചോദിക്കുന്നു. "ക്യൂബൻ പ്രവാസികൾക്കിടയിലുള്ള അനേകം പേരുമായി ദീർഘകാലസമ്പർക്കമുണ്ടായിട്ടും ഗവൺമെന്റിന് ആ ഭീകരസംഘങ്ങൾക്കിടയിൽ നുഴഞ്ഞുകയറാൻ കഴിയുകയില്ലെന്നാണോ? ഫിഡെൽ കാസ്ട്രോ

ഐക്യരാഷ്ട്രസഭയിൽ വരുമ്പോൾ അദ്ദേഹത്തെ വധിക്കാൻ ശ്രമിക്കുമെന്ന് തങ്ങളുടെ പത്രങ്ങളിലും ലഘുലേഖകളിലും പരസ്യമായി പ്രഖ്യാപിക്കാൻ അവർക്കെങ്ങിനെ ധൈര്യം വന്നു? മറ്റൊരു ഗ്രൂപ്പായിരുന്നു ഇങ്ങനെ ചെയ്തിരുന്നതെങ്കിൽ, മാർപ്പാപ്പയെയോ പ്രസിഡന്റ് കാർട്ടറെയോ ആയിരുന്നു ഇങ്ങനെ ഭീഷണിപ്പെടുത്തിയിരുന്നതെങ്കിൽ, ഉടനടി അറസ്റ്റുകൾ നടക്കുമായിരുന്നില്ലേ?"

"ചേരിചേരാരാഷ്ട്രങ്ങളുടെ ആറാം ഉന്നതതലസമ്മേളനത്തിൽ ഫിഡെൽ കാസ്ട്രോ പറഞ്ഞു: 'ഗൂഢാലോചനയുടേയും കുറ്റകൃത്യത്തിന്റേയും ഏറ്റവും സങ്കീർണ്ണമായ രീതികളുപയോഗിച്ച് ക്യൂബൻ വിപ്ലവത്തിന്റെ നേതാക്കളെ വധിക്കാനുള്ള പദ്ധതികൾ ചിട്ടയായി ആസൂത്രണം ചെയ്യുന്നതിൽ യു.എസ്സ്. ഭരണാധികാരികൾ അനേകവർഷങ്ങൾ ചെലവഴിച്ചിട്ടുണ്ടെന്ന് എല്ലാവർക്കുമറിയാം. അക്കാര്യം ആ രാജ്യത്ത് ഔദ്യോഗികമായി സമ്മതിച്ചിട്ടുള്ളതുമാണ്. യു.എസ്സ്. സെനറ്റ് അതെപ്പറ്റി അന്വേഷണം നടത്തുകയും അതെല്ലാം പരസ്യപ്പെടുത്തുകയും ചെയ്തിട്ടുണ്ട്. എന്നിട്ടും, ഗർഹണീയവും കിരാതവുമായ ആ ചെയ്തികളുടെ പേരിൽ ഏതെങ്കിലും രൂപത്തിൽ ക്ഷമാപണം ചെയ്യാൻ യു.എസ്സ്.ഗവൺമെന്റ് മുതിർന്നിട്ടില്ല.'"[1]

ഉറച്ച നടപടികളെന്തെങ്കിലും കൈക്കൊള്ളാൻ അമേരിക്കൻ അധികൃതർക്ക് ഉദ്ദേശമില്ലായിരുന്നുവെന്ന് ആ പത്രം പറയുന്നു. ക്യൂബൻ പ്രതിവിപ്ലവകാരികൾക്ക് വലിയ ഡിമാണ്ടുള്ള കാലമായിരുന്നു അത്. ക്യൂബയോടുള്ള യു.എസ്സ്. ഗവൺമെന്റിന്റെ മനോഭാവം അങ്ങേയറ്റം ആക്രമണോന്മുഖമായിരുന്നുവെന്നാണ് അമേരിക്കൻ പ്രസിഡന്റിന്റേയും സ്റ്റേറ്റ് സെക്രട്ടറിയുടേയും പ്രസ്താവനകൾ വ്യക്തമാക്കിയത്. ക്യൂബയ്ക്കെതിരായി പല ഭീകരനടപടികളും ആസൂത്രണംചെയ്ത സി.ഐ.ഏ.യ്ക്ക് തിരക്കുപിടിച്ച ദിവസങ്ങളാണു വരാനിരിക്കുന്നതെന്ന് മേൽപ്പറഞ്ഞ പത്രം ചൂണ്ടിക്കാട്ടി. കാസ്ട്രോയ്ക്കെതിരായ വധോദ്യമങ്ങളിൽ എന്തെങ്കിലും കയ്യുള്ള കാര്യം മുൻപ്രസിഡന്റുമാർ വീറോടെ നിഷേധിക്കുകയാണുണ്ടായത്. അവർക്കു പലതും അറിയാമായിരുന്നുവെന്നത് മറ്റൊരു കാര്യം. ഇപ്പോഴത്തെ ഗവൺമെന്റാകട്ടെ, അതിന്റെ നഗ്നമായ ആക്രമണാസക്തമായ ക്യൂബൻവിരുദ്ധപ്രസ്താവനകളിൽ അഭിമാനംകൊള്ളുന്നതായിപ്പോലും തോന്നുന്നു. ഇതായിരുന്നു ആ പത്രത്തിന്റെ നിഗമനം.

മുമ്പത്തെ സ്ഥിതി അതുതന്നെയായിരുന്നു. ഞങ്ങൾ "ന്യൂയോർക്ക് ടൈംസി"ൽനിന്ന് ഉദ്ധരിക്കട്ടെ:

1 "Covert Action and Information Bulletin", No. 6, October 1979, pp. 8-9.

“മൂന്ന് അമേരിക്കൻ പ്രസിഡന്റുമാരുടെ ഭരണകാലത്ത് സി.ഐ.ഏ. ക്യൂബൻ പ്രധാനമന്ത്രി ഫിഡെൽ കാസ്ട്രോയെ വധിക്കാനുള്ള ശ്രമങ്ങൾ യഥാർത്ഥത്തിൽ നടത്തിയെന്ന് സെനറ്റർ ഫ്രാങ്ക് ചർച്ച് ഇന്നു പറഞ്ഞു.”

“ഡൈ്വറ്റ് ഡി. ഐസൻഹോവർ, ജോൺ എഫ്. കെന്നെഡി, ലിൻഡൻ ബി. ജോൺസൺ എന്നിവരുടെ ഭരണകാലത്ത് മി. കാസ്ട്രോയുടെ നേർക്കുള്ള വധോദ്യമങ്ങൾ യഥാർത്ഥത്തിൽ നടത്തിയതിന്റെ തെളിവുകൾ കമ്മിറ്റിക്കു ലഭിച്ചിട്ടുണ്ടെന്ന് ഇന്റലിജൻസ് വകുപ്പു സംബന്ധിച്ച സെനറ്റിന്റെ സെലക്ട്കമ്മിറ്റി ചെയർമാൻ പറഞ്ഞു...”

“എന്നാൽ ഒരു വിദേശരാഷ്ട്രത്തലവനെ വധിക്കണമെന്ന് പ്രസിഡന്റുമാരിലാരെങ്കിലും കൽപ്പന നൽകിയെന്നതിനോ വധോദ്യമത്തിൽ സി.ഐ.ഏ.യ്ക്കു പങ്കുള്ള കാര്യം അവർക്കറിയാമായിരുന്നുവെന്നതിനു പോലുമോ ഖണ്ഡിതമായ യാതൊരു തെളിവും കമ്മിറ്റിക്കു ലഭിച്ചിട്ടില്ലെന്ന് അദ്ദേഹം ചൂണ്ടിക്കാട്ടി.”

“ഈ പ്രവർത്തനങ്ങൾക്ക് ഏതെങ്കിലും പ്രസിഡന്റിന്റെ ഒരു പ്രത്യേക കൽപ്പനയുമായി നേരിട്ടു ബന്ധമുണ്ടെന്നതിന് ഖണ്ഡിതമായ തെളിവൊന്നും ഞങ്ങൾക്കു ലഭിച്ചില്ല,' അദ്ദേഹം പറഞ്ഞു.

'രാഷ്ട്രീയകൊലപാതകങ്ങളെക്കുറിച്ചുള്ള കമ്മിറ്റിയുടെ റിപ്പോർട്ട് പരസ്യപ്പെടുത്തുമ്പോൾ 'അനേകവർഷമായി നടന്നുവന്നിട്ടുള്ള ഗൂഢാലോചനകളും വധോദ്യമങ്ങളും വെളിച്ചത്തു വരും' എന്ന് 'പ്രശ്നങ്ങളും ഉത്തരങ്ങളും' എന്ന എ.ബി.സി. ടെലിവിഷൻ പരിപാടിയിൽ പങ്കെടുത്തുകൊണ്ട് മി. ചർച്ച് ഒരു ചോദ്യത്തിന് മറുപടിയായി ഇന്നു പറഞ്ഞു.”

'അവ ഐസൻഹോവറുടെ ഭരണകാലത്തു തുടങ്ങിയതാണ്. കെന്നെഡിയുടേയും ജോൺസന്റേയും ഭരണത്തിൻകീഴിൽ തുടരുകയും ചെയ്തു,' അദ്ദേഹം പറഞ്ഞു.

എന്നാൽ ക്യൂബയ്ക്കെതിരായ ഭീകരപ്രവർത്തനങ്ങൾക്ക് അതിലും വളരെയേറെ കാലപ്പഴക്കമുണ്ടെന്നതിന് അസന്ദിഗ്ധമായ തെളിവുകളുണ്ട്.

1960-ൽ ആരംഭിച്ചതാണ് ഈ പ്രവർത്തനങ്ങൾ. ക്യൂബൻ നേതാക്കളുടെനേർക്കു നടന്നിട്ടുള്ള വധോദ്യമങ്ങളെപ്പറ്റി ലൂയിസ് ബയെസ് എഴുതിയ ഒരു ലേഖനം 1976 നവംബർ 12-ാംതീയതി “ബൊഹീമിയ” എന്ന ക്യൂബൻ ആനുകാലികത്തിൽ പ്രസിദ്ധീകരിക്കുകയുണ്ടായി. അതിന്റെ ഒരു സംഗ്രഹം ഞങ്ങൾ ചുവടെ ചേർക്കുന്നു.

ഫിഡെൽ കാസ്ട്രോയെ വധിക്കാൻ ചുരുങ്ങിയത് ഇരുപതു

ശ്രമങ്ങളെങ്കിലും നടന്നിട്ടുള്ളതിന്റെ മൂർത്തമായ തെളിവു ലഭിച്ചിട്ടുണ്ട്. അവയെല്ലാം ആസൂത്രണം ചെയ്തതും പണം മുടക്കിയതും സജ്ജീകരിച്ചതും സി.ഐ.ഏ. ആണ്.

ക്യൂബൻ പ്രധാനമന്ത്രിയുടെനേർക്കുള്ള വധോദ്യമങ്ങളുടെ എല്ലാ വശങ്ങളും ഞങ്ങൾ പരിശോധിക്കുന്നില്ല. ഏറിയകൂറും പൊതുജനങ്ങൾക്ക് ഇതുവരെ അറിഞ്ഞുകൂടാത്തവയും സി.ഐ.ഏ.യ്ക്കും മറ്റു വിധ്വംസ കവകുപ്പുകൾക്കും കയ്യുള്ള കാര്യം തെളിയിക്കുന്നവയുമായ നിരവധി ദൃഷ്ടാന്തങ്ങൾ ഞങ്ങൾ എണ്ണിപ്പറയുന്നുവെന്നേയുള്ളു.

I

1960-ന്റെ മദ്ധ്യത്തിൽ ലാക്രൂസ് എന്ന പ്രതിവിപ്ലവസംഘടനയിലെ അംഗങ്ങളായ അർമാൻഡൊ കബ്രിയ റമോസും മറിയോ ടൗലർ സാഗെയും മറ്റൻസാസിലുള്ള പുന്റാ ഹിക്കാക്കൊസ് മേഖലയുടെ അടുത്തുവച്ച് രാജ്യത്തിനകത്തു കടന്നു.

ഒരു അക്രമിസംഘത്തലവനായിരുന്ന ടൗലർ സാഗെയും കബ്രിയയും കൂടി നമ്മുടെ പ്രധാനമന്ത്രിയെ കൊല്ലണമെന്നും മറ്റു ചില അട്ടിമറികളും ഭീകരപ്രവർത്തനങ്ങളും നടത്തണമെന്നുമായിരുന്നു അവർക്കു കിട്ടിയ നിർദ്ദേശം.

ഫ്ളോറിഡയിൽനിന്ന് നമ്മുടെ രാജ്യത്തിലേക്കു പുറപ്പെടുന്നതിനുമുമ്പ് അവർക്ക് സി.ഐ.ഏ.യിൽനിന്ന് ധാരാളം സൈനികസാമഗ്രികൾ ലഭിച്ചിരുന്നു. അവരെ പിടികൂടുമ്പോൾ അതെല്ലാം അവരുടെ കൈവശമുണ്ടായിരുന്നു.

II

1961 മാർച്ചിൽ ഹംബെർട്ടൊ സോറി മാറിൻ എന്ന രാജ്യദ്രോഹിയും വേറേ നാല് പ്രതിവിപ്ലവകാരികളുംകൂടി ഹവാനയുടെ വടക്കൻതീരത്തുകൂടി രാജ്യത്തിനകത്തു കടന്നു. ബേ ഓഫ് പിഗ്സ് ആക്രമണത്തിനു കളമൊരുക്കാൻവേണ്ടി പ്രതിവിപ്ലവഗ്രൂപ്പുകളെ വീണ്ടും സംഘടിപ്പിക്കുക, ഫിഡെൽ കാസ്ട്രോയെ കൊലപ്പെടുത്തുക, മറ്റു പല വിധ്വംസകപ്രവർത്തനങ്ങളും നടത്തുക - അതായിരുന്നു അവരുടെ ലക്ഷ്യം.

അതിലേക്ക് സി.ഐ.ഏ. അവരെ പരിശീലിപ്പിക്കുകയും ആയുധമണിയിക്കുകയും ചെയ്തു. അവരെ പിടികൂടിയപ്പോൾ അവരുടെ കൈവശം ധാരാളം ആയുധങ്ങളും മറ്റു സാമഗ്രികളുമുണ്ടായിരുന്നു.

സോറി മാരിനെ കൂടാതെ ഗൂഢാലോചനയിൽ പങ്കെടുത്തത് താഴെപ്പറയുന്നവരാണ്: റൊഫേലിയൊ ഗൊൻസാലസ് കൊർച്ചൊ,

മനുവേൽ ലൊറേൻസൊ പ്വിഗ് മില്യാൻ, നെമേസിയൊ റൊഡ്രിഗെസ് നവറെറ്റെ, ഗസ്പാർ ഡൊമീൻഗെസ് ത്രൂവെബ, എയുഫെമിയൊ ജെ. ഫെർനാൻഡസ് ഒർട്ടേഗ, റഫയേൽ ഡിയാസ് ഹാൻസ്കോൻസ്. സി.ഐ.എ. യുടെ മാർഗ്ഗനിർദ്ദേശമനുസരിച്ച പ്രവർത്തിക്കുന്ന വിവിധ പ്രതിവിപ്ലവഗ്രൂപ്പുകളുടേയും സംഘടനകളുടേയും നേതാക്കന്മാരായിരുന്നു അവർ.

III

റവല്യൂഷണറി ഡെമോക്രാറ്റിക്ക് ഫ്രണ്ട് (എഫ്.ആർ.ഡി.) എന്ന പ്രതിവിപ്ലവസംഘടന ക്യൂബയിലേക്കയച്ച ഒരു ഏജന്റിന് 1961 ജൂണിൽ സി.ഐ.എ. യിൽനിന്ന് ഒരു കൽപ്പന കിട്ടി. ഫിഡൽ കാസ്ട്രോയെ വധിക്കണമെന്ന കൽപ്പനയാണു കിട്ടിയത്.

ഹുവാൻ ബസിഗലുപി ഹൊർനെഡൊ, ഹിഗിനിയൊ മെനേൻഡെസ് ബെൽട്രാൻ, ഗില്ലെർമൊ, കവോലഫെറർ തുടങ്ങിയവർ ചേർന്നാണ് അതു നടത്തേണ്ടിയിരുന്നത്.

കൽസഡ ഡി റാഞ്ചോ ബൊയേറോസും സാന്റാ കറ്റലീനയും സന്ധിക്കുന്നിടത്തുവച്ച് കാര്യം നടത്താൻ അവർ പദ്ധതിയിട്ടു. കാറുകൾ കഴുകിക്കൊടുക്കുന്ന ഒരു സ്ഥാപനം ആ കവലയിലുണ്ട്. അതിന്റെ ഉടമസ്ഥൻ സഹായത്തിനുണ്ടാവുമെന്നായിരുന്നു ധാരണ. ഏതാനും കാറുകളും ചെറിയ ഒരു ലോറിയും രണ്ടു ബസ്സുകൾ, ശിഥിലനഗ്രെനേഡുകൾ, യന്ത്രത്തോക്കുകൾ തുടങ്ങിയ ആയുധങ്ങളും സ്ഥലത്തെത്തിച്ചു കൊടുത്തിരുന്നു. അവയിൽ മിക്കതും അതിനടുത്ത് ഒഴിഞ്ഞുകിടന്നിരുന്ന ഒരു വളപ്പിൽ ഒളിച്ചുവച്ചിരിക്കുകയായിരുന്നു.

ഗൂഢാലോചന ആസൂത്രണംചെയ്തത് സി.ഐ.എ. ആണെന്ന് പിടികൂടപ്പെട്ട ഗില്ലെർമൊ കവോലയും ഹിഗിനിയൊ മെനേൻഡെസ്സും സമ്മതിച്ചു. സി.ഐ.എ. ഉദ്യോഗസ്ഥന്മാർ ഗൂഡാലോചനക്കാരുമായി ബന്ധം വച്ചതും അവർക്ക് നിർദ്ദേശങ്ങളും ആയുധങ്ങളും നൽകിയതും ഗ്വന്റനാമോയിലുള്ള നാവികത്താവളം വഴിക്കും ക്യൂബയിലുള്ള ഒരു മുതലാളിത്തരാജ്യത്തിന്റെ എംബസി മുഖേനയുമാണ്.

IV

1961 ജൂലൈമാസത്തിന്റെ രണ്ടാം പകുതിയിൽ "നവമ്പർ 30," "പീപ്പിൾസ് റവല്യൂഷണറി മൂവ്മെന്റ്," എഫ്.ആർ.ഡി എന്നീ സംഘടനകളിൽപ്പെട്ട ഒരു സംഘം പ്രതിവിപ്ലവകാരികൾ ഫിഡെൽ കാസ്ട്രോയെ വധിക്കാൻ പ്ലാനിട്ടു. വെഡാഡൊ മേഖലയിലുള്ള സെലിയ സാഞ്ചസ്സിന്റെ ഭവനത്തിൽവച്ച് അതു നടത്താനാണ് അവർ

നിശ്ചയിച്ചത്. ഗൂഢാലോചന വിജയകരമായി നടത്താൻവേണ്ടി അവർ ആ സ്ഥലത്തെക്കുറിച്ച് കുലങ്കഷമായ പഠനം നടത്തി. ടെലസ്ക്കോപ്പിക്ക് കാഴ്ചയുള്ള ഒരു റൈഫിളാണ് അവർ തിരഞ്ഞെടുത്ത ആയുധം.

11-ാം തെരുവും 12-ാം തെരുവും സന്ധിക്കുന്ന കവലയിലുള്ള ഒരു വീട്ടിൽനിന്നു വെടിവയ്ക്കാനായിരുന്നു പ്ലാൻ. ആ വീട്ടിലെ താമസക്കാരാരാണെന്നും അവർ എത്രപേരുണ്ടെന്നും അവരോരോരുത്തരും എങ്ങിനെയുള്ളവരാണെന്നും ഗൂഢാലോചനക്കാർ മനസ്സിലാക്കി. വീട് കയ്യേറാനും താമസക്കാരെ പിടിച്ചുകെട്ടി ഒരു മുറിയിലിട്ടു പൂട്ടാനും അവർ നിശ്ചയിച്ചു.

വിദേശത്തു താമസിച്ചിരുന്ന ടോണി വറോണ, മാനുവൽ റേ, സാഞ്ചസ് അറങ്കോ എന്നിവരിലൂടെയും ഗ്വന്റനാമൊ നാവികത്താവളത്തിലെ അഡ്മിറൽ ഓർലിബർക്കും സി.ഐ.ഏ. ഓഫീസർമാരും മുഖേനയുമാണ് ഗൂഢാലോചനക്കാർക്ക് സി.ഐ.ഏ. യിൽനിന്നുള്ള നിർദ്ദേശങ്ങൾ ലഭിച്ചത്.

മരിയോ ചാനെസ് ഡി അർമാസ്, ഫ്രാൻസിസ്ക്കോ ചാമെസ് ഡി അർമാസ്, റോബർട്ടോ കൊസ്കയേല വൽക്കാർസെൽ, ഓർലാൻഡൊ ക്ലാസിയ വൽഡേസ്, ഫാൻസിസ്ക്കോ ഹിൽ ക്രൂസ്, സെഗുണ്ടൊ ഗൊണസാലെസ് തുടങ്ങിയവർ പിടികൂടപ്പെട്ടു.

V

ബേ ഓഫ് പിഗ്സ് ആക്രമണം പൊളിഞ്ഞതിനെത്തുടർന്ന് സി.ഐ.ഏ. നമ്മുടെ രാജ്യത്തിനെതിരായ വിധ്വംസകപ്രവർത്തനങ്ങളുടെ ആക്കവും വ്യാപ്തിയും വർദ്ധിപ്പിച്ചു. ഛിന്നഭിന്നമായ പ്രതിവിപ്ലവസംഘടനകളെ "ചെറുത്തുനിൽപുയൂണിയൻ" എന്ന സംഘടനയുടെ ചുറ്റും തട്ടിക്കൂട്ടാൻ അത് നടപടികളെടുത്തു.

ക്യൂബയിൽ നുഴഞ്ഞുകടന്ന സി.ഐ.ഏ. ഏജന്റുമാരാണ് ഈ ജോലി ചെയ്തത്. അക്കൂട്ടത്തിൽ എമിലിയൊ അഡോൾഫോ റിവെറൊ കാറൊ (ബ്രാൻഡ്), അഡോൾഫോ മെൻഡോസ (റവുൾ), ഹോർഹെ ഗാർസിയ റുബിയോ (ടോമി), അൽഫ്രേഡോ ഇസഗിറെ ഡെലാറിവ (ടിറ്റോ) എന്നിവർ പെടുന്നു.

നാനാതരം പ്രതിവിപ്ലവപ്രവർത്തനങ്ങൾ നടത്താൻ അവരെ ഭരമേൽപ്പിച്ചിരുന്നു. 1961 ജൂലൈ 26-ന് ഓറിയെന്റ് പ്രവിശ്യയിലുള്ള അന്റോനിയോ മാസെയോ സ്റ്റേഡിയത്തിൽ നടക്കുന്ന വമ്പിച്ച പൊതുയോഗത്തിൽവച്ച് റവൂൽ കാസ്ട്രോയെ കൊലപ്പെടുത്തുകയെന്നതായിരുന്നു അവയിലൊന്ന്. അതു വിജയിച്ചില്ലെങ്കിൽ സാന്റിയാഗോ

വിമാനത്താവളത്തിലേക്കു പോകുന്ന ഹൈവേയിൽവച്ച് രണ്ടാമതൊരു ഉദ്യമംകൂടി നടത്താനും നിശ്ചയിച്ചിരുന്നു. അതിനുശേഷം ഗ്വന്റനാമൊ നാവികത്താവളം ആക്രമിച്ചുകൊണ്ട് ഒരു പ്രകോപനനടപടി നടത്തണമെന്നായിരുന്നു പ്ലാൻ. റവൂൽ കാസ്ട്രോയുടെ വധത്തിൽ രോഷാകുലരായ മറ്റു ക്യൂബൻ നേതാക്കളുടെ കൽപ്പനപ്രകാരം നടന്ന ആക്രമണമാണ് ഗ്വന്റനാമൊ നാവികത്താവളത്തിന്റെ നേർക്കുണ്ടായതെന്ന് ലോകത്തെ വിശ്വസിപ്പിക്കാമെന്ന് അവർ കണക്കുകൂട്ടി. യു.എസ്സ്.എ. യ്ക്ക് ക്യൂബയെ ആക്രമിക്കാൻ മതിയായ കാരണമാണല്ലൊ അത്. അതോടൊപ്പം ചില അയൽരാജ്യങ്ങളെക്കൂടി സംഘട്ടനത്തിൽ വലിച്ചിടാൻവേണ്ടി അവയ്ക്കെതിരായ ആക്രമണങ്ങൾ നടത്താനും പദ്ധതിയിട്ടിരുന്നു.

അതേ ദിവസം ഹവാനയിലെ പ്ലാസ ഡിലാ റവലൂസ്യോന്നിൽ നടക്കുന്ന ആഘോഷച്ചടങ്ങിൽവച്ച് ഫിഡെൽ കാസ്ട്രോയെ വധിക്കാനും നിശ്ചയിച്ചിരുന്നു. ക്യൂബയിൽനിന്നു നിയമവിരുദ്ധമായി പുറത്തു പോയ ഹോസെ പുഹാൽസ് മെഡെറൊ എന്ന പ്രതിവിപ്ലവകാരിയെ അതിനുവേണ്ടി യു.എസ്സ്.എ. യിലേക്ക് നേരത്തേ വിളിച്ചിരുന്നു.

യു.എസ്സ്.എ. യിൽ വച്ച് അയാൾ ജിം ബോൽഡിംഗ് എന്ന പേരിലറിയപ്പെട്ടിരുന്ന ജിം ബെൻഡർ, ഹാരോൾഡ് ബിഷപ്പ്, കാറൽ ഹിച്ച് എന്നീ സി.ഐ.ഏ. ഉദ്യോഗസ്ഥന്മാരെ കണ്ടു. അയാളെ ക്യൂബയിലുള്ള സി.ഐ.ഏ. ഏജന്റുമാരുടെ മേധാവിയായി നിയമിച്ച വിവരം അവർ അയാളെ അറിയിച്ചു.

ഗ്വന്റാനമൊ താവളത്തിനെതിരായ പ്രകോപനപരമായ ആക്രമണത്തിനുവേണ്ടി അതിനോടു ചേർന്നു കിടക്കുന്ന എൽ കർറൊ എന്ന എസ്റ്റേറ്റിൽ നാലു തോക്കുകൾ സ്ഥാപിച്ചിരുന്നു. അവ ഓരോന്നും ആറു ചുറ്റു വെടി വയ്ക്കണമെന്നാണു നിശ്ചയിച്ചിരുന്നത്. അതേ സമയംതന്നെ മറ്റൊരു തോക്ക് അടുത്തുള്ള ഒരു ക്യൂബൻ പീരങ്കിമേടയുടെനേരെ നിറയൊഴിക്കണമെന്നും പ്ലാനിട്ടിരുന്നു. അപ്പോൾ, വെടി വരുന്നത് നാവികത്താവളത്തിൽനിന്നാണെന്നു കരുതി പീരങ്കിമേടയിലുള്ളവർ അങ്ങോട്ടു വെടിവയ്ക്കും. നാവികത്താവളത്തെ ആക്രമിക്കുകയാണെന്നു കരുതാൻ അവിടെയുള്ളവർക്ക് അത് വക നൽകും. അങ്ങിനെ ക്യൂബയുടെനേരെ പ്രത്യക്ഷമായൊരു സൈനികാക്രമണം നടത്താൻ യു.എസ്സ്. ഗവൺമെന്റിന് ഒരു കാരണം കിട്ടും.

നാവികത്താവളത്തിൽവച്ച് രഹസ്യയോഗങ്ങൾ നടന്നു. കമാണ്ടർ ക്യാപ്റ്റൻ കാറൽ ഇ. ഷിൻവിയാസിന്റെ നേതൃത്വത്തിലുള്ള

താവളാധികൃതർ ഈ പദ്ധതിയുടെ നടത്തിപ്പിനുവേണ്ടി ധാരാളം ആയുധങ്ങളും മറ്റു സാമഗ്രികളും നൽകി. പ്രതിവിപ്ലവകാരികളെ അറസ്റ്റു ചെയ്തപ്പോൾ പിടിച്ചെടുത്ത അനേകം ടൺ ആയുധങ്ങൾ അവർക്കെത്തിച്ചുകൊടുക്കുന്നതിൽ നാവികത്താവളത്തിലെ അമേരിക്കൻ ഓഫീസർമാർക്ക് വലിയൊരു പങ്കുണ്ടായിരുന്നു.

സി.ഐ.ഏ.യുടെ മേൽനോട്ടത്തിൽ പ്രവർത്തിക്കുന്ന "സെക്കൻഡ് ഫ്രണ്ട് ഓഫ് എസകംബ്രെ റവല്യൂഷണറി റെസ്റ്റൊറേഷൻ മൂവ്മെന്റ്" (എം.ആർ.ആർ.) എന്നീ പ്രതിവിപ്ലവസംഘടനകൾ 1961 ഒക്ടോബറിൽ തലസ്ഥാനനഗരിയിൽ അട്ടിമറി നടത്താൻ കൂട്ടായി ഒരു പദ്ധതിയിട്ടു. സോഷ്യലിസ്റ്റ് രാജ്യങ്ങളിലെ പര്യടനം കഴിഞ്ഞു തിരിച്ചെത്തുന്ന പ്രസിഡന്റ് ഒസ്വാൾഡൊ ഡോർട്ടിക്കോസിനെ വരവേൽക്കാൻ തടിച്ചു കൂടുന്ന ആൾക്കൂട്ടത്തെ ക്ഷോഭിപ്പിക്കാൻവേണ്ടി കരുതിക്കൂട്ടി പ്ലാൻചെയ്തതായിരുന്നു അത്. മുമ്പത്തെ പ്രസിഡന്റിന്റെ കൊട്ടാരത്തിന്റെ മുന്നിലുള്ള അങ്കണത്തിൽ കൂടുന്ന പൊതുയോഗത്തിൽവച്ച് ഫിഡെലിന്റേയും വിപ്ലവഗവൺമെന്റിന്റെ മറ്റു നേതാക്കളുടേയും നേരെ ബസൂക്കകൾ കൊണ്ടു വെടിവയ്ക്കാനാണ് പ്രതിവിപ്ലവകാരികൾ നിശ്ചയിച്ചത്... പരിപാടിയുടെ മേൽനോട്ടം വഹിക്കാൻ ചുമതലപ്പെടുത്തിയത് സി.ഐ.ഏ. ഏജന്റായ അന്റോനിയൊ വെസിയാന (വിക്റ്റർ) എന്നയാളെയാണ്.

ഒക്ടോബർ 4-നാണു സംഭവം നടക്കേണ്ടിയിരുന്നത്. അതിനു മുമ്പായി സെപ്റ്റംബർ 29-ന് അട്ടിമറികളുടെ ഒരു പരമ്പര നടപ്പിൽ വരുത്താൻ ഉദ്ദേശിച്ചിരുന്നു. ജനങ്ങളുടെ കൂട്ടായ ജാഗ്രത ഒന്നുകൊണ്ടു മാത്രമാണ് അവ പൊളിഞ്ഞത്. ചെറിയ തോതിലുള്ള ചില പൊട്ടിത്തെറികൾ മാത്രമേ ഉണ്ടായുള്ളു. "ഫിൻ-ഡെ-സിഗ്ലൊ," "ജെ. വാല്യെസ്," മുമ്പത്തെ "സിയേഴ്സ്" എന്നീ ഷോപ്പിംഗ് സെന്ററുകളിൽ സ്ഥാപിച്ച സ്ഫോടകവസ്തുക്കൾ യഥാസമയം കണ്ടുപിടിച്ചുകൊണ്ട് പീടികകൾ ചുട്ടെരിക്കുകയെന്ന പദ്ധതി നടന്നില്ല.

അവനീഡ ഡി ലാസ് മിസോനെസ്സിലുള്ള 29-ാം നമ്പർ കെട്ടിടത്തിന്റെ എട്ടാം നിലയിലുള്ള 8 എ നമ്പർ ഫ്ളാറ്റിൽനിന്നു വെടിവച്ച് പ്രധാനമന്ത്രിയെ വധിക്കാനായിരുന്നു പ്ലാൻ.

പരിപാടിയുടെ വിശദവിവരങ്ങൾ സി.ഐ.ഏ.യെ അറിയിക്കാൻവേണ്ടി അന്റോനിയൊ വെസിയാന നിർദ്ദിഷ്ടതീയതിക്ക് ഏതാനും ദിവസങ്ങൾക്കു മുമ്പ് ഫ്ളോറിഡയിലേക്കു പോയി.

നേരം ഇരുട്ടിയതിനുശേഷം ബസൂക്കകൾകൊണ്ടു വെടിവയ്ക്കാനാണ്

നിശ്ചയിച്ചിരുന്നത്. യോഗം തുടങ്ങിയാൽ പിന്നെ യോഗസ്ഥലത്തിനു ചുറ്റും കാവൽ നിൽക്കുന്ന ഗാട്ടുകാരുടെ ജാഗ്രത കുറയുമെന്ന കണക്കുകൂട്ടലോടെയാണ് ആ സമയം തിരഞ്ഞെടുത്തത്. ബസൂക്കകൾകൊണ്ടുള്ള വെടിവയ്പ്പിനെത്തുടർന്ന് ആൾക്കൂട്ടത്തിനിടയിലേക്ക് കൈബോംബുകളെറിഞ്ഞ് സംഭ്രാന്തി പരത്തണമെന്നും ഗൂഢാലോചനക്കാർ മിലിഷ്യയുടേയും പട്ടാളത്തിന്റേയും വേഷത്തിലായിരിക്കണമെന്നും തീരുമാനിച്ചിരുന്നു.

അന്റോനിയൊ റെയ്നോൾഡ് ഗൊൻസാലസ്, ബെർനാർഡൊ പരദേല ഇബർ റെച്ചെ, റവ്വൽ വെന്റ ഡി മസൊ, ഹവാൻ എം. ഇസ്ക്കറ്യൈഡൊ ഡിയാസ് എന്നിവരെയാണ് പ്ലാൻ നടപ്പാക്കാൻവേണ്ടി നിയോഗിച്ചിരുന്നത്. അവരെല്ലാവരും പിടികൂടപ്പെട്ടു. അറസ്റ്റുചെയ്യുന്ന സമയത്ത് അവരിൽനിന്നും ഒരു അമേരിക്കൻ നിർമ്മിത ബസൂക്ക, ചെക്കോസ്ലോവാക്കിയയിലുണ്ടാക്കിയ രണ്ടു യന്ത്രത്തോക്കുകൾ, മൂന്നു മിലിഷ്യ യൂണിഫോമുകൾ, അഞ്ച് ഗ്രെനേഡുകൾ, ഒരു പട്ടാളയൂണിഫോറം, എം-1 കാർബൈനുള്ള ഒരു വെടിത്തിരബെൽട്ട് എന്നിത്രയും കണ്ടെടുത്തു.

VII

സി.ഐ.ഏ.യിൽനിന്നും ഗ്വന്റനാമൊ നാവികത്താവളത്തിൽനിന്നും ലഭിച്ച നിർദ്ദേശപ്രകാരം 1962-ന്റെ ആരംഭത്തിൽ ഹോർഹെ ലൂയിസ് കുവെർവൊ കാൽവൊ എന്നു പേരുള്ള പ്രതിവിപ്ലവകാരി ഏതാനും പ്രതിവിപ്ലവഗ്രൂപ്പുകളേയും സംഘടനകളേയും അഴിച്ചുപണിത് "യൂണിയൻ ഓഫ് റവല്യൂഷണറി യൂണിറ്റ്സ്'' (യു.ഡി.യു.ആർ.) എന്നൊരെണ്ണം സ്ഥാപിക്കാനുള്ള നടപടികളെടുത്തു.

പ്രവർത്തനപരിപാടികൾ ആവിഷ്ക്കരിക്കാനും ആയുധസാമഗ്രികൾ ലഭിക്കുന്നതിന് ഗ്വന്റനാമൊ നാവികത്താവളവുമായി സ്ഥാപിച്ച ബന്ധത്തെപ്പറ്റി പറയാനുംവേണ്ടി കുവെർവൊ കാൽവൊ ഉംബെർട്ടൊ ഗോമസ് പേന്യ, റവ്വൽ കെയ് എർഡാൻഡെസ്, റവ്വൽ കെയ് ഹിസ്പെർട്ട് തുടങ്ങിയവരെ കണ്ടു.

ക്യൂബൻ വിപ്ലവത്തിന്റെ നേതാവിനെ വധിക്കാനും ഗ്വന്റനാമൊ താവളത്തിനെതിരെ പ്രകോപനപരമായ ആക്രമണം നടത്താനുമുള്ള പദ്ധതികൾ സി.ഐ.ഏ. ഉപേക്ഷിച്ചിരുന്നില്ല. അതിന്റെ കൽപ്പന പ്രകാരം കുവെർവൊ കാൽവൊ വേറേ മൂന്നു സംഘടനകളുമായി ബന്ധപ്പെട്ടുകയും "പ്ലാൻ ഇസ്ഡ്'' എന്നു പറയപ്പെടുന്ന ഒരു പദ്ധതി തയ്യാറാക്കുകയും ചെയ്തു.

ഒരു വിപ്ലവനേതാവിനെ കൊല്ലുക, അതിനുശേഷം ശ്മശാനത്തിലേക്കുള്ള ശവസംസ്ക്കാരയാത്രയിൽ പങ്കെടുക്കുന്ന എല്ലാ നേതാക്കളുടേയും കൂട്ടക്കൊല നടത്തുക, എന്നതായിരുന്നു പ്ലാൻ. വിദേശകാര്യമന്ത്രി റവുൽ റോവയെയാണ് ആദ്യത്തെ ബലിയാടായി നിശ്ചയിച്ചത്...

മുപ്പതു പേർ അയ്യഞ്ചുപേരുള്ള ആറു ഗ്രൂപ്പുകളായി തിരിക്കപ്പെട്ടു. പതിനഞ്ച് ഗൂഢാലോചനക്കാർ ദേശീയവിപ്ലവമിലിഷ്യയുടെ യൂണിഫോറം അണിഞ്ഞിരിക്കണമെന്നു നിശ്ചയിച്ചിരുന്നു.

VIII

1963-ന്റെ തുടക്കം. ജനങ്ങൾ വിപ്ലവത്തിന്റെ നാലാം വാർഷികം ആഘോഷിച്ചുകഴിഞ്ഞതേയുള്ളൂ. സംഘടനാവർഷമായി പ്രഖ്യാപിക്കപ്പെട്ട ആ ആണ്ടത്തെ ഇനിയുള്ള മാസങ്ങളിൽ ചെയ്യേണ്ടവയായി ഫിഡെൽ ചൂണ്ടിക്കാട്ടിയ കടമകൾ നിറവേറ്റുന്നതിനുവേണ്ടി അവർ ആവേശപൂർവ്വം കച്ചകെട്ടിയിറങ്ങിയിരിക്കുകയാണ്.

സമയം ഉച്ചതിരിഞ്ഞ് മൂന്നു മണി. വെഡാഡൊ എന്ന സ്ഥലത്ത് “എം” തെരുവും 25-ാം തെരുവും സന്ധിക്കുന്നിടത്തുള്ള കാർ പാർക്കിൽ രണ്ടു പേർ ഉദ്വേഗപൂർവ്വം സംസാരിക്കുന്നു. സന്റോസ് ഡി ലാ കറിഡാഡ് പേരെസ് നൂനെസ് എന്നും നുവേൽ ഡി ഹെസൂസ് കംപനിയോനി സൗസ എന്നുമാണ് അവരുടെ പേരുകൾ. ഇപ്പോൾ ഹവാന ലിബ്രെ എന്നു പുനർനാമകരണം ചെയ്തിരിക്കുന്ന ഹിൽട്ടൺ ഹോട്ടലിലെ ജോലിക്കാരായിരുന്നു രണ്ടു പേരും. ആദ്യത്തെയാൾ ഇപ്പോഴും കഫേയിൽ പണിയെടുക്കുന്നുണ്ട്. അപരന് കാസിനൊയിലായിരുന്നു ജോലി.

“ഞങ്ങൾക്ക് ഹോട്ടലുകളിലും കഫേകളിലും ജോലി ചെയ്യുന്നവരുടെ ഒരു രഹസ്യസംഘടനയുണ്ട്. നീ എന്താണ് അതിൽ ചേരാത്തത്?” കംപനിയോനി ചോദിച്ചു.

“ഞാൻ എഫ്.എ.എല്ലിലെ അംഗമാണ്,” പേരെസ് നൂനെസ് പറഞ്ഞു.

ഫിഡെൽ കാസ്ട്രോ ആ ഹോട്ടലിൽ കൂടെക്കൂടെ വരാറുണ്ടോ എന്ന് കംപനിയോനി തിരക്കി. വിപ്ലവനേതാവിനെ വധിക്കാൻ “പറ്റിയ ഒരു സാധനം” തന്റെ കൈവശമുണ്ടെന്ന് അയാൾ പറഞ്ഞു.

“അതെന്തു സാധനമാണ്?” മറ്റേ പ്രതിവിപ്ലവകാരി ചോദിച്ചു.

“മാരകമായ വിഷമടങ്ങുന്ന കാപ്സ്യൂളുകൾ.”

“അവ ഫലിച്ചില്ലെങ്കിലോ?”

“അങ്ങിനെ വരില്ല.” കംപനിയോനി പറഞ്ഞു. “എനിക്ക്

അമേരിക്കക്കാർ തന്നതാണ്.'' കാര്യം നടത്താമെന്നുണ്ടെങ്കിൽ സാധനം ഉടനെ ഏൽപ്പിക്കാമെന്ന് അയാൾ പറഞ്ഞു.

പേരെസ് നൂനെസ് സമ്മതിച്ചു. മൂന്നു ദിവസം കഴിഞ്ഞ് അവർ വീണ്ടും കാർ പാർക്കിൽവച്ച് കണ്ടുമുട്ടി. കഫ്ലിങ്കുകൾക്കുള്ള ഒരു ഡപ്പിയിൽ ഒളിച്ചുവച്ച കാപ്സ്യൂളുകൾ കംപനിയോനി അയാളെ ഏൽപ്പിച്ചു.

സാധനവും വാങ്ങി പേരെസ് നൂനെസ് ഹോട്ടലിലുള്ള തന്റെ മേശയ്ക്കടുത്തു പോയി... ഏതാനും ദിവസം അയാളത് അവിടെത്തന്നെ സൂക്ഷിച്ചു. പിന്നീട് അയാൾ അത് ദിവസവും കഫേയിൽ കൊണ്ടുവരാനും അവിടെയുള്ള ഐസ്ക്രീം ഫ്രീസറിൽ ഒളിച്ചുവയ്ക്കാനും തുടങ്ങി. ദിവസാവസാനത്തിൽ അയാൾ അത് അവിടന്നെടുത്ത് വീണ്ടും മേശയിൽ കൊണ്ടുവയ്ക്കും.

അവസാനം രാഷ്ട്രഭദ്രതാവകുപ്പുകാർ ഗൂഢാലോചനക്കാരെ പിടികൂടി. സി.ഐ.ഏ.യ്ക്ക് പങ്കുണ്ടെന്ന് അന്വേഷണത്തിൽ അസന്ദിഗ്ധമായി തെളിഞ്ഞു.

IX

"റവല്യൂഷണറി റെസ്റ്റൊറേഷൻ മൂവ്മെന്റ്'' (എം. ആർ. ആർ.), "മോണ്ടെക്രിസ്റ്റി ഗ്രൂപ്പ്'' (എ.എം.), "സെൻട്രൽ നാഷനൽ കൗൺസിൽ" (സി.സി.എൻ.), "റവല്യൂഷണറി യൂണിറ്റി'' (യു.ആർ), "സീക്രട്ട് കമാണ്ടോസ്'' (സി.എസ്സ്.), "നാഷനൽ ലിബറേഷൻ ആർമി'' (ഇ.എൽ.എൻ.), എന്നീ സംഘടനകൾ ഒന്നിച്ചുചേർന്നുള്ള "ആന്റികമ്മ്യൂണിസ്റ്റ് സിവിൽ റെസിസ്റ്റൻസ്'' (ആർ.സി.എ.) ബ്ലോക്കിന് സി.ഐ.ഏ.യിൽ നിന്നുള്ള നിർദ്ദേശങ്ങൾ ലഭിച്ചത് അതിന്റെ ഏജന്റായ നീനൊ ഡിയാസിലൂടെയാണ്.

ക്യൂബയിൽ ജനങ്ങളുടെ എതിർപ്പ് വൻതോതിൽ നടക്കുന്നുണ്ടെന്ന പ്രതീതി ഉളവാക്കാനുതകുന്ന നടപടികൾ രാജ്യത്തിനകത്തു കൈക്കൊള്ളണമെന്നൊരു നിർദ്ദേശം 1963-ൽ ഈ ബ്ലോക്കിന് സി.ഐ.ഏ.യിൽനിന്നു കിട്ടി. ഇത് ക്യൂബയ്ക്കെതിരായ സൈനിക ഇടപെടലിന്റെ പ്രശ്നം ഒ.എ.എസ്സ്. അംഗരാഷ്ട്രങ്ങളുടെ പ്രസിഡന്റുമാരുടെ സമ്മേളനത്തിന്റെ മുമ്പാകെ സമർപ്പിക്കാനുള്ള സാദ്ധ്യത നൽകുമെന്നു കരുതപ്പെട്ടു.

നടപടികൾ മൂന്നു ഘട്ടമായി നടത്താനായിരുന്നു പ്ലാൻ. ആദ്യമേതന്നെ മാർച്ച് 13-ന്റെ [1] ആം വാർഷികാഘോഷയോഗത്തിൽ

1 1957 മാർച്ച് 13-ാംനു വിപ്ലവമനസ്കരായ വിദ്യാർത്ഥികൾ പ്രസിഡണ്ടിന്റെ കൊട്ടാരം ആക്രമിക്കുകയുണ്ടായി. ഈ തീയതി ക്യൂബയിൽ ഒരു വിശേഷദിവസമായി ആചരിച്ചുവരുന്നു.

പ്രസംഗിച്ചുകൊണ്ടിരിക്കുമ്പോൾ ഫിഡെൽ കാസ്ട്രോയെ വധിക്കുക. അതിനുവേണ്ടി ഗൂഢാലോചനക്കാർ ഹവാനാസർവ്വകലാശാലയ്ക്കടുത്തുള്ള ഒരു വീട്ടിൽ തോക്കും അഞ്ചു ഷെല്ലുകളും ഒളിച്ചുവച്ചിരുന്നു.

തുടർന്ന് വിപ്ലവരക്ഷാസമിതികളുടെ ശാഖകളുടേയും ജില്ലാകേന്ദ്രങ്ങളുടേയും നേർക്ക് ആക്രമണങ്ങൾ നടത്തുക. ഒരു മുതലാളിത്തരാജ്യത്തിന്റെ നയതന്ത്രകാര്യാലയം വഴി ലഭിച്ച ശിഥിലനഗ്രെനേഡുകളാണ് അതിനുപയോഗിക്കാൻ നിശ്ചയിച്ചിരുന്നത്. കൂടാതെ, തമറിൻഡൊ തെരുവിലുള്ള പട്ടാളഡിപ്പോ ആക്രമിക്കാനും രാജ്യമൊട്ടുക്ക് നാനാതരം അട്ടിമറികൾ നടത്താനും പദ്ധതിയിട്ടിരുന്നു.

സി.ഐ.ഏ.യുടേയും ബന്ധപ്പെട്ട നയതന്ത്രകാര്യാലയത്തിന്റേയും ഗ്വന്റനാമൊ നാവികത്താവളത്തിന്റേയും സമ്മതത്തോടും പങ്കാളിത്തത്തോടുംകൂടിയാണ് ഈ പദ്ധതി ആവിഷ്ക്കരിച്ചതെന്ന് അന്വേഷണത്തിൽനിന്നും പിടികൂടപ്പെട്ടവരെ ചോദ്യംചെയ്തതിൽനിന്നും തെളിഞ്ഞു.

പിടികൂടപ്പെട്ടവരിൽ പ്രമുഖർ താഴെപ്പറയുന്നവരാണ്: "എം.ആർ. ആറി''ന്റെ ദേശീയസംയോജകനായ ലൂയിസ് ഡേവിഡ് റൊഡ്രീഗ്വസ് ഗൊൻസാലസ്; "എ.എമ്മി''ന്റെ ദേശീയസംയോജകനായ റിക്കാർഡൊ ഒൽമെഡോ മൊറേനൊ; "യു.ആറി''ന്റെ ദേശീയസംയോജകനും ബ്ലോക്കിന്റെ പ്രസിഡന്റുമായ തൊമാസ് സൊബ്രദൊ മാർട്ടിൻ; "എം.ആർ.ആറി''ന്റെ ദേശീയസംഘാടകനായ ഹൊസെ സുമോറ സോസ; തോമസ് സാൻഹിൽ എന്ന കൊള്ളക്കാരന്റെ സഹായിയായ ഹൊസെ മാർട്ടിനെസ് വൽഡേസ് (ഇയാളെ ഹ്ഡവാനിൻ എന്ന പേരിലാണ് അറിയുന്നത്); ലാസ് വില്ലാസ് പർവ്വതങ്ങളിൽ പ്രവർത്തിക്കുന്ന കവർച്ചക്കാരെ ഹവാനയുമായി ബന്ധിപ്പിക്കുന്ന ഇടനിലക്കാരനായ റവുൽ പ്രാഡൊ സർഡിനാസ്; സി.ഐ.ഏ. ഏജന്റ് സമുവേൽ കൊർബാലൊ മൊറേനൊ.

പിടികൂടപ്പെട്ടവരിൽനിന്ന് താഴെപ്പറയുന്ന ആയുധങ്ങൾ കണ്ടുകിട്ടി: രണ്ടു തോംപ്സൺ യന്ത്രത്തോക്കുകൾ, ഒരു 3.75 മി.മീ. റൈഫിൾ, ടെലസ്ക്കോപ്പിക്ക് കാഴ്ചയുള്ള ഒരു .32 വിഞ്ചസ്റ്റർ റൈഫിൾ, രണ്ടു ശിഥിലന ഗ്രെനേഡുകൾ, ആറു ഷെല്ലുകളുള്ള ഒരു അമേരിക്കൻ ബസൂക്ക, നാല് എം-3 ഉപയന്ത്രത്തോക്കുകൾ, ഒരു സാൻ ക്രിസ്റ്റൊബൽ കാർബൈൻ, കൂടാതെ വെടിക്കോപ്പുകളുടെ വലിയൊരു ശേഖരവും.

X

സർവ്വകലാശാലയിൽവച്ചുള്ള വധോദ്യമം പരാജയപ്പെട്ടപ്പോൾ

സി.ഐ.ഏ.യുടെ നിർദ്ദേശപ്രകാരം "ആർ. സി.എ." ബ്ലോക്കിലെ ചിലർ ചേർന്ന് ഫിഡെൽ കാസ്ട്രോയെ കൊലപ്പെടുത്താൻ പുതിയൊരു പദ്ധതി ആസൂത്രണം ചെയ്തു. 1963 ഏപ്രിൽ 7-ാംതീയതി ലാറ്റിനൊ അമേരിക്കാനൊ സ്റ്റേഡിയത്തിൽവച്ച് കാര്യം നടത്തണമെന്നായിരുന്നു പ്ലാൻ. പിസ്റ്റളുകളും ശിഥിലനഗ്രെനേഡുകളും ധരിച്ച പതിനാറു പേരാണ് അതു നടപ്പാക്കേണ്ടിയിരുന്നത്.

ബേസ്ബാൾ അമച്വർ ചാമ്പ്യൻഷിപ്പിൽ ഇൻഡസ്ട്രിയലെസ് ടീമും ഓറിയെന്റെ ടീമും തമ്മിൽ നടക്കുന്ന ഫൈനൽസ് കാണാൻ ഫിഡെൽ വരുമെന്ന് ഗൂഢാലോചനക്കാർ പ്രതീക്ഷിച്ചു. എന്റിക്കെ റൊഡ്രീഗെസ് വൽഡേസ് (ഇയാളെ മുൽഗാഡൊ എന്നാണു വിളിച്ചു പോന്നത്). റിക്കാർഡൊ ലോപ്പസ് കബ്രേറ, എസ്റ്റെബാൻ റമോസ് കെസ്സെൽ, ഗിദൊ വലിയേന്റെ ട്രിസ്റ്റാൻ, ഹൊസേ സെർവാന്റസ് ബർറോസൊ, അൽഫ്രേഡൊ എഡ്ഗെ ഫ്രറോട്ട്, ഓർലെൻഡി വലേറൊ ബർസോല, റെനേ വില്യാർ ഡി ഫ്രാങ്കോ എന്നിവരായിരുന്നു അവരിൽ പ്രധാനികൾ. അവർ എല്ലാവരും അറസ്റ്റുചെയ്യപ്പെട്ടു.

XI

1963-ൽ ജൂലൈ 26-ന്റെ ആഘോഷവേളയിൽ പ്ലാസ ഡിലാ റെവലൂസ്യോനിൽവച്ച് ഫിഡെൽ കാസ്ട്രോയേയും റവുൽ കാസ്ട്രോയേയും കൊലപ്പെടുത്താൻ ആർ.സി.എ. എന്ന പ്രതിവിപ്ലവബ്ലോക്ക് പദ്ധതിയിട്ടു.

റെനേ സിഗ്ലർ സാഞ്ചസ് എവിയാസ്, ഹെസൂസ് മോൺടെ ഡി ഓക്ക ക്രൂസ്, ഒസ്ക്കാർ സിബില സോറിയ, എലിസെർ റൊഡ്രീഗെസ് സ്വാറസ് എന്നിവരുടെ നേതൃത്വത്തിലുള്ള നാലു ഗ്രൂപ്പുകളാണ് പദ്ധതി നടപ്പാക്കേണ്ടിയിരുന്നത്. ഇബ്രഹീം മച്ചീൻ എർനാൻഡസ്സായിരുന്നു ഈ ഗ്രൂപ്പുകളുടെ പൊതുനേതാവ്.

അറസ്റ്റു ചെയ്യുന്ന സമയത്ത്, സി.ഐ.ഏ. കൊടുത്ത അനേകം ആയുധങ്ങളും മറ്റു സാമഗ്രികളും അവരിൽനിന്നു പിടിച്ചെടുക്കപ്പെട്ടു.

XII

വിപ്ലവരക്ഷാസമിതികളുടെ വാർഷികാഘോഷയോഗത്തിലെ പ്രസംഗവേദി 60 റാത്തൽ പ്ലാസ്റ്റിക് സ്ഫോടകവസ്തുക്കൾ (സി-4) വച്ച് പൊട്ടിത്തെറിപ്പിക്കാൻ "ഇന്റേണൽ ഫ്രണ്ട് ഓഫ് റവല്യൂഷണറി യൂണിറ്റി" (എഫ്.ഐ.യു.ആർ), "ട്രിപ്പിൾ എ", എന്നീ സംഘടനകളുടെ അംഗങ്ങൾ പദ്ധതിയിട്ടിരിക്കുന്ന വിവരം 1963 സെപ്റ്റംബറിൽ രാഷ്ട്രഭദ്രതാവകുപ്പിന് അറിവു കിട്ടി.

ബന്ധപ്പെട്ട ഉപജാപകർ ഉടൻതന്നെ അറസ്റ്റ ചെയ്യപ്പെട്ടു. ഒർലാൻഡൊ മർട്ടനിയാനൊ ഡി ലാ ക്രൂസ് സാഞ്ചസ്, ഫ്ലവാന ഇസ്രായെൽ കസന്യാസ് ലിയോൺ, ഹെസൂസ് പ്ലാസിഡൊ റൊഡ്രീഗെസ് മൊസ്ക്വേറ, ലൂയിസ ബെൽട്രാൻ അറെൻസിബിയ പേരെസ്, ഫ്രൻസിസ്ക്കൊ ബ്ലാങ്കൊ ഡി ലൊസ് ക്വെറ്റോസ്, എഞ്ചിനീയർ ഫെഡെറിക്കൊ എർനാൻഡസ് ഗൊൻസാലസ് തുടങ്ങിയവർ അക്കൂട്ടത്തിൽ പെടുന്നു. സി.ഐ.ഏ. ഏജന്റുമാരായ പ്യേർ ഓവൻഡിയെസ് ഡി ഉറെയുമായി അവർക്കു ബന്ധമുണ്ടായിരുന്നു. നമ്മുടെ രാജ്യത്തു താമസിച്ചു പോന്ന ഒരു ഫ്രഞ്ചുപൗരനായിരുന്നു അയാൾ. താൻ രണ്ടു വർഷത്തോളമായി സി.ഐ.ഏ.യ്ക്കുവേണ്ടി പ്രവർത്തിക്കുകയാണെന്നും അതിന് പലവിധ വിവരങ്ങൾ നൽകിവരികയാണെന്നും അയാൾ തുറന്നു സമ്മതിച്ചു.

XIII

1964 മദ്ധ്യത്തിൽ ഒസ്വാൾഡൊ വലന്റീൻ ഫിഗറോവ ഗാൽവെസ് (മങ്കേസ എന്ന പേരിലാണ് ഇയാൾ അറിയപ്പെട്ടിരുന്നത്), റെയ്നാൾഡൊ ഫിഗെറോവ ഗാൽവെസ്, ഫെലിപ്പെ അലോൻസ് എറേര, ലോലൊ എന്നു വിളിച്ചുപോന്നിരുന്ന ഹൊസേ മനുവേൽ റൊഡ്രീഗെസ്, എന്നീ പ്രതിവിപ്ലവകാരികൾ ഫിഡെൽ കാസ്ട്രോയെ വധിക്കാൻ പുതിയൊരു പ്ലാൻ ആസൂത്രണം ചെയ്യാൻ തുടങ്ങി. അവരെല്ലാവരും സി. ഐ.ഏ.യുടെ നേതൃത്വത്തിലുള്ള ആർ.സി.എ. ബ്ലോക്കിന്റെ ഒരു ഭാഗമായിരുന്ന "നാഷനൽ ലിബറേഷൻ മൂവ്മെന്റ്" എന്ന സംഘടനയിലെ അംഗങ്ങളായിരുന്നു.

സെപ്റ്റംബറിൽ ലാറ്റിനൊ അമേരിക്കാനൊ സ്റ്റേഡിയത്തിൽ വച്ച് ജൂനിയർ ബേസ്ബാൾ വേൾഡ് സീരീസ് നടക്കുന്ന സമയത്ത് കാര്യം നടത്താനാണ് നിശ്ചയിച്ചിരുന്നത്. ഫിഡെൽ എപ്പോഴെല്ലാമാണ് സ്റ്റേഡിയത്തിൽ വരുന്നത്, എവിടെ ഇരിക്കുന്നു, ഏതു ഗേറ്റിലൂടെ പോകുന്നു, എന്നു തുടങ്ങിയ വിവരങ്ങൾ ഒരു വർഷമായി ഒസ്വാൾഡൊ ഫിഗെറോവ കുറിച്ചുവയ്ക്കുന്നുണ്ടായിരുന്നു.

ഒമ്പതു പേരടങ്ങുന്ന ഒരു ഗ്രൂപ്പാണ് വധോദ്യമം നടത്തേണ്ടിയിരുന്നത്. അവരെ എല്ലാവരേയും പിടിച്ചു. അവരുടെ കൈവശം ആയുധങ്ങളുണ്ടായിരുന്നു. അവർക്ക് സി.ഐ.ഏ. ഏജന്റുമാരായ അൽബേർട്ടോ, റമോൻ ഗ്രാവുസ്യേർറ എന്നിവരുമായി ബന്ധമുണ്ടായിരുന്നു.

XIV

സി.ഐ.ഏ.യ്ക്കുവേണ്ടി സാമ്പത്തിക-സൈനികവിവരങ്ങൾ

ശേഖരിച്ചുവന്ന "നാഷനൽ ലിബറേഷൻ ആർമി'' (ഇ.എൽ.എൻ.), "ഇന്റേണൽ ലിബറേഷൻ ഫ്രണ്ട്'' (എഫ്.ഐ.എൽ), എന്നീ സംഘടനകളിൽപ്പെട്ട ഒരു സംഘം പ്രതിവിപ്ലവകാരികൾ സി.ഐ.ഏ.യുടെ നിർദ്ദേശപ്രകാരം 1964 സെപ്തംബറിൽ ഒന്നായി ലയിച്ചു ചേർന്നു.

സി.ഐ.ഏ. ആവശ്യപ്പെട്ടതനുസരിച്ച് നെമേസിയൊ കുബില്ലാസ് പേറെസ്, ആൻഹെൽ മിഗ്വെൽ അറൻസിബിയ വിദാൻ, റൊളാൻഡൊ ഗൽഡോസ് റൻസോള, അൽഫോൻസൊ ടൊർക്കെമൊഡ ടെൻഡേറൊ, മറിനൊ ബൈലാക്ക് വൽഡേസ്, തുടങ്ങിയ പ്രതിവിപ്ലവകാരികൾ ഫിഡെൽ കാസ്ട്രോയെ വധിക്കാനുള്ള ഒരുക്കങ്ങൾ ചെയ്തു. പ്രസിഡന്റിന്റേയും മന്ത്രിസഭയുടേയും സെക്രട്ടറിയായിരുന്ന സെലിയ സാഞ്ചസ് താമസച്ചിരുന്ന 11-ാം തെരുവിൽവച്ച് അതു നടത്താനാണ് അവർ പ്ലാനിട്ടത്. പിടി കൂടിയപ്പോൾ അവർ എല്ലാം തുറന്നു പറയുകയും സി.ഐ.ഏ.യുമായി ബന്ധമുണ്ടായിരുന്ന കാര്യം സമ്മതിക്കുകയും ചെയ്തു.

XV

1965 ജനുവരി ആദ്യത്തിൽ ഇ.എൽ.എൻ. അംഗങ്ങളായ ഹൂലിയൊ ഒമാർ ക്രൂസ് സെസിലിസ്, ഫെർമീൻ ഗൊൻസാലസ് കർബല്ല്യൊ, ഗിറാൾഡൊ റെയ്നാൽഡൊ ദ്യേഗൊ സൊലാനൊ എന്നീ പ്രതിവിപ്ലവകാരികൾ സാന്റിയാഗൊ ഡി ലാസ് വെഗാസിൽവച്ച് ഫിഡെൽ കാസ്ട്രോയെ വധിക്കാനുള്ള പദ്ധതി വിശദമായി ആസൂത്രണം ചെയ്യാൻ തുടങ്ങി.

പിന്നീട് അവർ ആദ്യത്തെ പ്ലാൻ മാറ്റുകയും പുതിയൊരെണ്ണം ആവിഷ്ക്കരിക്കുകയും ചെയ്തു. ജനുവരി 31 ആയിരുന്നു അവർ തിരഞ്ഞെടുത്ത ദിവസം. അന്ന് ലാറ്റിനൊ അമേരിക്കനൊ സ്റ്റേഡിയത്തിൽ ഒരു ചാമ്പ്യൻഷിപ്പിന്റെ ഉൽഘാടനം നിശ്ചയിച്ചിരുന്നു.

അവരുടെ കൈവശം യന്ത്രത്തോക്കുകളും ശിഥിലനഗ്രേനേഡുകളുമുണ്ടായിരുന്നു. സംഭ്രാന്തി പരത്താൻവേണ്ടി ആൾക്കൂട്ടത്തിന്റെ നേരെ വെടിവയ്ക്കാനും അവർക്ക് ഉദ്ദേശമുണ്ടായിരുന്നു.

XVI

ചിന്നിച്ചിതറിയ പ്രതിവിപ്ലവസംഘടനകളെ വീണ്ടും തട്ടിക്കൂട്ടിക്കൊണ്ട് "ഉണിഡാഡ് റെസിസ്റ്റെൻസിയ'' (ഉണാറെ) എന്നൊരെണ്ണം രൂപീകരിക്കാൻ 1965-ൽ സി.ഐ.ഏ. ഒരു ശ്രമംകൂടി നടത്തി.

വിപ്ലവനേതാക്കളുടെ നേർക്കുള്ള ഒരു വധോദ്യമപരമ്പര ജനുവരി 20-ന് ആരംഭിക്കാൻ ആ സംഘടനയിലെ അംഗങ്ങൾ

പദ്ധതിയിട്ടിരിക്കുന്ന വിവരം 1965-ന്റെ തുടക്കത്തിൽ രാഷ്ട്രഭദ്രതാവകുപ്പിന് അറിവു കിട്ടി. 21-ാം തെരുവും 1-ാം തെരുവും കൂടിച്ചേരുന്ന ഇടത്തുള്ള വിറ്റനോവ റെസ്റ്റോറന്റിൽ വച്ച് ഫിഡെൽ കാസ്ട്രോയെ വധിക്കണമെന്ന പ്ലാനും അതിൽ ഉൾപ്പെട്ടിരുന്നു.

ഫിഡെൽ കാസ്ട്രോ വന്നുചേരുന്നയുടൻതന്നെ ആ റെസ്റ്റോറന്റിലെ ജോലിക്കാരനായ റിക്കാർഡൊ ഗറിഗഡെൽ കസ്റ്റില്ല്യൊ ഗൂഢാലോചനക്കാരെ വിവരമറിയിക്കുമെന്നാണു നിശ്ചയിച്ചിരുന്നത്. എന്റിക്കെ അബ്രേയുവിലായി (ഹെന്റി എന്ന പേരിലാണ് അയാൾ അറിയപ്പെടുന്നത്), കാർലോസ് വിൻസെന്റെ സാഞ്ചസ് എർനാൻഡസ്, ഹ്ലലിയോ ഡി ലാസ് ന്യേവെസ് റൂയിസ് പിത്തല്യഗ തുടങ്ങിയവരായിരുന്നു വധോദ്യമത്തിൽ പങ്കെടുക്കേണ്ടിയിരുന്നവർ.

അറസ്റ്റുചെയ്തപ്പോൾ അവർ ഗൂഢാലോചനയുടെ കാര്യവും സി.ഐ.എ.യുമായി ബന്ധമുള്ള വിവരവും തുറന്നു സമ്മതിച്ചു. ഒരു തോംപ്സൺ സബ്മഷീൻഗൺ, ഒരു പി- 38 പിസ്റ്റൾ, ഒരു 9 മി.മീ. സ്റ്റാർ പിസ്റ്റൾ, ടെലസ്ക്കോപ്പിക്ക് കാഴ്ചയുള്ള ഒരു റെമിംഗ്ടൺ റൈഫിൾ, വെടിത്തിരകളും ഉണാറെയുടെ രേഖകളുമടങ്ങുന്ന പതിമ്മൂന്നു പെട്ടികൾ എന്നിത്രയും അവരിൽനിന്നു കണ്ടെടുത്തു.

XVII

1962 തൊട്ട് രാഷ്ട്രഭദ്രതാവകുപ്പ് മരിയോ സലബറിയ അഗിലാറിനെ നോട്ടപ്പുള്ളിയാക്കിയിരുന്നു. മുമ്പ് ദേശീയപോലീസിന്റെ മേധാവിയും റമോൻ ഗ്രാവു സാൻ മാർട്ടിൻ ഗവൺമെന്റിന്റെ കീഴിൽ ശത്രുപ്രവർത്തനാന്വേഷണവകുപ്പിന്റെ തലവനുമായിരുന്നു അയാൾ.

ഒരു ടെലഫോൺ കമ്പനിയിൽനിന്ന് 10,000 - 12, 000 പെസോയ്ക്ക് ഒരു ട്രക്കു വാങ്ങാൻ സലബറിയ ശ്രമിക്കുന്നുണ്ടെന്ന വിവരം 1965 മേയിൽ രാഷ്ട്രഭദ്രതാവകുപ്പ് അറിഞ്ഞു. 30-ഓ. 50-ഓ കാലിബറുള്ള ഒരു യന്ത്രത്തോക്ക് ആ വണ്ടിയിൽ ഘടിപ്പിക്കാനും ഫിഡെൽ കാസ്ട്രോ കടന്നുപോകുമ്പോൾ അദ്ദേഹത്തെ വധിക്കാനുമായിരുന്നു പ്ലാൻ.

സി.ഐ.എ. ഏജന്റും ഒരു ഭീകരഗ്രൂപ്പിന്റെ തലവനുമായ ഡോക്ടർ ബെർനാർഡൊ മിലാനേസ് ലോപ്പെസ് മുഖേനയാണ് മരിയോ സലബറിയ സി.ഐ.എ.യുമായി ബന്ധം വച്ചത്. ലോപ്പെസ് സ്പെയിനിൽ പോകുമ്പോൾ മയ്യാമിയിൽ താമസിക്കുന്ന തന്റെ സഹോദരനായ ഹ്ലലിയോയുമായി ബന്ധപ്പെടണമെന്നും ടോണി വറോനയെ കണ്ട് ഫിഡെലിനെ വധിക്കുന്നതിന് സാമ്പത്തികസഹായം ചോദിക്കാൻ അയാളോടു പറയണമെന്നും സലബറിയ

ലോപ്പസ്സിനോട് അഭ്യർത്ഥിക്കുകയുണ്ടായി.

11,000 പെസോ, സൈലൻസർ ഘടിപ്പിച്ച ഒരു പിസ്റ്റൾ, നാല് മാഗ്നം റിവോൾവറുകൾ, വാക്കി-ടാക്കികൾ, എന്നിവയും ആ ആയുധങ്ങൾക്കുവേണ്ടിയുള്ള ധാരാളം വെടിക്കോപ്പുകളും ഒരു സി.ഐ.ഏ. ഏജന്റായി അറിയപ്പെട്ടിരുന്ന അർല്ലുറൊ വറോന മുഖാന്തിരം മരിയോ സലബറിയയ്ക്കു ലഭിച്ചു.

ചോദ്യംചെയ്തപ്പോൾ മരിയോ സലബറിയ കുറ്റം ഏൽക്കുകയും സി.ഐ.ഏ. യിൽനിന്നു സഹായം കിട്ടിയതായി സമ്മതിക്കുകയും ചെയ്തു.

XVIII

1965 ജൂണിൽ സി.ഐ.ഏ. ഏജന്റുമാരുടെ ഒരു ശൃംഖല തുറന്നുകാട്ടപ്പെടുകയുണ്ടായി. റമോൺ (മോംഗൊ), ലിയൊപ്പോൾഡിന (പൊളിറ്റ) ഗ്രാവ്വ അൽസിന, എന്നിവരുടെ നേതൃത്വത്തിൽ അവർ രാജ്യവിരുദ്ധവും സാമൂഹ്യവിരുദ്ധവുമായ പലതും ചെയ്തു. ക്യൂബയിലെ മുതലാളിത്തരാജ്യങ്ങളുടെ എംബസികൾ വഴി അവർ സി.ഐ.ഏ. യുമായി ബന്ധം പുലർത്തി.

സി.ഐ.ഏ. യുടെ മാർഗ്ഗനിർദ്ദേശത്തോടെയും ധനസഹായത്തോടെയും പ്രവർത്തിച്ചുപോന്ന "റെസ്ക്കാറ്റെ," "ആന്റികമ്മ്യൂണിസ്റ്റ് റവല്യൂഷണറി മൂവ്മെന്റ്" (എം. എ.ആർ.), തുടങ്ങിയ പ്രതിവിപ്ലവസംഘടനകളിൽപ്പെട്ടവരായിരുന്നു അവർ.

ഫിഡെൽ കാസ്ട്രോയെ വധിക്കാനുള്ള ഒരു പദ്ധതി ആവിഷ്ക്കരിക്കണമെന്ന് "പൊളിറ്റ" ഗ്രാവ്വവിന് സി.ഐ.ഏ.യിൽനിന്നു നിർദ്ദേശം കിട്ടി. അതിലേക്കായി ലഭിച്ച വിഷഗുളികകൾ അവൾ അൽബെർട്ടൊ ക്രൂസ് കാസോയെ ഏൽപ്പിക്കുകയും അയാൾ അവ സി.ഐ.ഏ. ജനറൽമാരുടെ ഒരു ഗ്രൂപ്പിന്റെ ചുമതല വഹിച്ചിരുന്ന ഒരു ഡോക്ടർക്കു നൽകുകയും ചെയ്തു.

ആ പദ്ധതി പരാജയപ്പെട്ടപ്പോൾ, ഫിഡെൽ കാസ്ട്രോയുടെ നേർക്ക് ഒരു വധോദ്യമംകൂടി നടത്താൻവേണ്ടി സി.ഐ.ഏ. ടോണി വറോണ എന്ന പ്രതിവിപ്ലവകാരിയെ വേറേ കുറച്ച് വിഷഗുളികകൾ ഏൽപ്പിച്ചു. കൂടാതെ, അതേ ഉദ്ദേശത്തിനായി "പൊളിറ്റ"യ്ക്ക് സി.ഐ.ഏ. യിൽനിന്ന് സൈലൻസർ ഘടിപ്പിച്ചവയും പ്രത്യേകം ബുള്ളറ്റുകളോടുകൂടിയവയുമായ പലതരം ആയുധങ്ങൾ ലഭിച്ചു... 1965 ജൂണിൽ അവയെല്ലാം അവളിൽനിന്ന് കണ്ടെടുക്കുകയുണ്ടായി.

സി.ഐ.ഏ. യുടെ ഈ പദ്ധതികൾ തക്കസമയത്തു തുറന്നുകാട്ടാൻ

രാഷ്ട്രഭദ്രതാവകുപ്പിനു കഴിഞ്ഞു. ഗൂഢാലോചനക്കാർ പിടികൂടപ്പെട്ടു.

XIX

നമ്മുടെ രാജ്യത്തിനകത്തു കടന്ന് അട്ടിമറികൾ നടത്താൻവേണ്ടി ആയുധസജ്ജമായ ബോട്ടുകൾ തയ്യാറാക്കാൻ 1965 മദ്ധ്യത്തിൽ "കമാണ്ടൊാസ് എൽ," "നവംബർ 30-ലെ പ്രസ്ഥാനം" എന്നീ പ്രതിവിപ്ലവസംഘടനകൾക്കു നിർദ്ദേശം കിട്ടി. സി.ഐ.ഏ.യുടെ മാർഗ്ഗനിർദ്ദേശമനുസരിച്ചു പ്രവർത്തിച്ചിരുന്ന അവയ്ക്ക് യു.എസ്സ്.ഏ.യിൽ സ്വന്തം പ്രതിനിധികളുണ്ടായിരുന്നു.

നുഴഞ്ഞുകയറുകയെന്ന പരിപാടി പിന്നീട് ഉപേക്ഷിക്കപ്പെട്ടു. പകരം റിപ്പബ്ലിക്കിന്റെ പ്രസിഡന്റ് സഖാവ് ഒസ്വാൾഡൊ ഡോർട്ടിക്കോസിന്റെ വസതി, മിറമാർ ഹോസ്റ്റൽ മേഖല, റിവേറ ഹോട്ടൽ എന്നിവയുടെ നേരെ പീരങ്കിയാക്രമണം നടത്താനാണു നിശ്ചയിച്ചത്. ആ പ്ലാൻ നടപ്പാക്കിയശേഷം ബോട്ടുകൾ യു.എസ്സ്.ഏ. യിലേക്കു മടങ്ങി.

1966 മേയിൽ ഇവർ രാജ്യത്തിനകത്തു കടന്നു. മിറമാറിലെ അഞ്ചാം അവന്യൂവിൽവച്ച് ഫിഡെൽ കാസ്ട്രോയെ കൊലപ്പെടുത്തണമെന്നായിരുന്നു പ്ലാൻ.

ഇത്തവണ അവർ പിടിയിൽ വീണു. ഏറ്റുമുട്ടലിൽ അർമാന്റൊ റൊമറൊ മർട്ടീണസ്, സൻഡാലിയൊ എർമിനൊ ഡിയാസ് ഗാർസിയ എന്നീ പ്രതിവിപ്ലവകാരികൾ കൊല്ലപ്പെട്ടു. "കമാണ്ടോസ് എല്ലി"ന്റെ തലവനായ അന്റോനിയൊ കുവെസ്റ്റ വല്യെയും എവുഹെനിയൊ എന്റിക്കെ സൽഡിവാര കാർഡെനാസും പിടികൂടപ്പെട്ടു. അവരുടെ കൈവശം ധാരാളം ആയുധങ്ങളും മറ്റു സൈനികസാമഗ്രികളുമുണ്ടായിരുന്നു.

ഈ പ്രതിവിപ്ലവകാരികൾക്ക് പ്വേർട്ടൊറീക്കൊയിൽവച്ച് പരിശീലനം ലഭിച്ചിരുന്നു. ലാസ് വില്ലാസിലെ കൈബര്യേൻ തുറമുഖത്തിൽ "സാൻ പാസ്ക്വൽ" എന്ന ചരക്കുകപ്പൽ വെടിവച്ചു മുക്കുന്നതിൽ അവരിൽ ചിലർക്കു പങ്കുണ്ടായിരുന്നു.

XX

മുമ്പ് ഒരു കമാണ്ടറും ഫിഡെൽ കാസ്ട്രോയെ വധിക്കാനുള്ള ഒരു ഗൂഢാലോചനയിൽ പ്രധാനിയുമായിരുന്ന റൊളാൻഡൊ കുബേല സെക്കാഡെസ്സിനെ 1966-ൽ അറസ്റ്റുചെയ്തു.

ഗൂഢാലോചന ആസൂത്രണംചെയ്തത് സി.ഐ.ഏ. ആണ്. കുബേല മാഡ്രിഡ് സന്ദർശിച്ചപ്പോൾ, സി.ഐ.ഏ. ഏജന്റുമാരായ മനുവേൽ

ആർട്ടിമെ, ഹോർഹെ ''എൽ മാഗൊ'' റൊബ്രെനൊ, ലൂയിസ് എന്റിക്കെ ട്രസാൻ കോസ്, കാർലോസ് ടെപ്പെഡിനൊ എന്നിവർ അയാളെ പാട്ടിലാക്കി.

മാഡ്രിഡിലെ ക്യൂബൻ എംബസി ഉദ്യോഗസ്ഥന്മാരായിരുന്ന ഹൊസേ ലൂയിസ് ഗൊൻസാലസ് ഗല്യർറെട്ടാ, അൽബെർട്ടൊ “എൽ ലോക്കോ'' ബ്ലാങ്കോ, എന്നിവർക്കും ആ കൊലപാതകപദ്ധതിയിൽ പങ്കുണ്ടായിരുന്നു.

കാസ്ട്രോയെ വധിച്ച് 72 മണിക്കൂറിനകം ആരംഭിക്കേണ്ട ഒരു ആക്രമണത്തിനുള്ള രഹസ്യബോട്ടുകളും ആളും ആയുധവും നൽകാമെന്ന് ആർട്ടിമെ, കുബേലയുമായുള്ള ഒരു കൂടിക്കാഴ്ചയ്ക്കിടയിൽ ഉറപ്പു നൽകി.

ഹവാനയിലേക്കു മടങ്ങുംമുമ്പ് കുബേലയ്ക്ക് ഗൊൻസാലസ് ഗല്യർറെട്ടായിൽനിന്ന് ടെലസ്ക്കോപ്പിക്ക് കാഴ്ചയുള്ളതും സൈലൻസർ ഘടിപ്പിച്ചതുമായ ഒരു റൈഫിൾ കിട്ടി. അയാളെ അറസ്റ്റുചെയ്തപ്പോൾ മറ്റു പല ആയുധങ്ങളുടേയും മറ്റു സാമഗ്രികളുടേയും കൂട്ടത്തിൽ അതും ഉണ്ടായിരുന്നു. ഗല്യർറെട്ട, അൽബെർട്ടൊ ബ്ലാങ്കോ എന്നിവരും പിടികൂടപ്പെട്ടു.

XXI

1967 മാർച്ച് 17-ാംതീയതി യു.എസ്സ്.ഏ.യിൽ നിന്ന് നമ്മുടെ രാജ്യത്തേക്കു നുഴഞ്ഞുകയറാൻ ശ്രമിച്ച ഫേലിക്സ് അസ്സെൻസിയൊ ക്രെസ്പോ, വിൽഫ്രെഡോ മർട്ടീനെസ് ഡിയാസ്, ഗുസ്റ്റാവൊ അറെസെസ് അൽവാറെസ്, എന്നീ പ്രതിവിപ്ലവകാരികളെ അതിർത്തി കാവൽഭടന്മാർ കായോ ഫ്രഗോസൊ മേഖലയിൽവച്ച് പിടിച്ചു.

പ്രധാനമന്ത്രിയെ വധിക്കുകയും പ്ലാസ്റ്റിക്ക് സ്ഫോടനവസ്തുക്കളുപയോഗിച്ച് അട്ടിമറിപ്രവർത്തനങ്ങൾ ചിട്ടയായ രൂപത്തിൽ നടത്തുകയും ചെയ്യുകയെന്നതായിരുന്നു അവരുടെ ദൗത്യം. അങ്ങിനെ രാജ്യത്തിനകത്ത് ശക്തമായ വിധ്വംസകപ്രവർത്തനങ്ങൾ നടക്കുന്നുണ്ടെന്നൊരു പ്രതീതി വെളിയിൽ ഉളവാക്കണം. അപ്പോൾ യു.എസ്സ്.ഏ. കേന്ദ്രമാക്കി പ്രവർത്തിക്കുന്ന പ്രതിവിപ്ലവസംഘടനകൾക്ക് കൂടുതൽ ഔദ്യോഗിക സഹായം ലഭിക്കുന്നതിന് ഒരു ന്യായം പറയാനുണ്ടാവും. ഇതായിരുന്നു പരിപാടി.

ക്യൂബയിലെ ദൗത്യം നിറവേറ്റുന്നതിന് “എം-30-11,'' “റെസെ,'' “ലോസ് പിനോസ് ന്വെവോസ്,'' “കമാണ്ടോസ് എൽ,'' “ആൽഫാ-6,'' തുടങ്ങിയ സംഘടനകളിലൂടെ അവർക്ക് സി.ഐ.ഏ.യുടെ പരിശീലനം ലഭിച്ചു. ആവശ്യമായ ആയുധങ്ങളും കിട്ടി.

XXII

1971-ൽ ഫിഡെൽ കാസ്ട്രോ ചിലി സന്ദർശിച്ചപ്പോൾ അദ്ദേഹത്തെ വധിക്കാൻ ഒരു ശ്രമം നടക്കുകയുണ്ടായി. സി.ഐ.ഏ.യുടെ മാർഗ്ഗനിർദ്ദേശത്തിൽ ചിലിയൻ ഫാസിസ്റ്റുകളും "ആൽഫാ-66"-ൽപ്പെട്ട ക്യൂബൻ പ്രതിവിപ്ലവകാരികളും ചേർന്നാണ് അതിനു പ്ലാനിട്ടത്.

എൽ ഇസ്‌ലെന്യൊ എന്ന പേരിൽ അറിയപ്പെട്ടിരുന്ന ഹെസൂസ് ഡൊമിൻഗെസ് ബെനീറ്റെസ്സായിരുന്നു ഈ പദ്ധതി നടപ്പാക്കേണ്ടവരിൽ പ്രധാനി. അയാൾ വെനെസ്വയിലെ ഒരു പത്രപ്രവർത്തകനാണെന്നു കാണിച്ചു കൊണ്ടുള്ള വ്യാജരേഖകൾ ആ രാജ്യം കേന്ദ്രമാക്കി പ്രവർത്തിക്കുന്ന ക്യൂബൻ പ്രതിവിപ്ലവകാരികൾ മുഖേന സമ്പാദിച്ചു. ക്യൂബൻ പ്രധാനമന്ത്രിയുടെ ചിലിസന്ദർശനം റിപ്പോർട്ടു ചെയ്യാൻ അങ്ങിനെ അയാൾക്ക് അവസരം കിട്ടി.

ഒരു ടെലിവിഷൻ ക്യാമറയിൽ ഒളിച്ചുവച്ചിട്ടുള്ള പിസ്റ്റൾകൊണ്ട് കാര്യം നടത്താനാണ് ഉദ്ദേശിച്ചിരുന്നത്. പക്ഷേ ഉപജാപകരുടെ സുരക്ഷിതത്വത്തിന് ഉറപ്പുണ്ടാവില്ലെന്ന കാരണത്താൽ ആ പദ്ധതി ഉപേക്ഷിക്കപ്പെട്ടു.

ഡൊമീൻഗെസ് ബെനീറ്റെസ് "പോഡെർ കുബാനൊ'' എന്ന ഭീകരസംഘടനയുമായും ബന്ധമുള്ളയാളായിരുന്നു. ആ നിലയ്ക്ക് യു.എസ്സ്.ഏ.യിലും മറ്റു രാജ്യങ്ങളിലും നിയമവിരുദ്ധപ്രവർത്തനങ്ങൾ നടത്തുന്നുവെന്ന കുറ്റം അമേരിക്കൻ അധികൃതർ അയാളിൽ ചുമത്തുകയുണ്ടായി. 1968-ൽ എഫ്.ബി.ഐ. അയാളെ അറസ്റ്റു ചെയ്തു. പക്ഷേ 1970-ൽ ക്യൂബയിലെ ഓറിയെന്റെ മേഖലയിൽ രഹസ്യമായി പ്രവശിക്കാനുള്ള "ആൽഫാ-66''-ന്റെ ഉദ്യമത്തിൽ അയാൾ പങ്കെടുത്തു. ആ ശ്രമം ഫലിക്കാഞ്ഞപ്പോൾ അയാൾ ഗ്വന്റനാമൊ താവളത്തിൽ അഭയം പ്രാപിച്ചു. ജാമ്യക്കരാർ ലംഘിച്ചതിന് അയാളെ അവിടെവച്ച് വീണ്ടും അറസ്റ്റുചെയ്തു...

എങ്കിലും താമസിയാതെ അയാൾ വീണ്ടും സ്വതന്ത്രനായി. യു.എസ്സ്.ഏ.യിൽനിന്ന് ദക്ഷിണ അമേരിക്കയിൽ പോയി ക്യൂബൻ പ്രധാനമന്ത്രിയുടെ നേർക്കുള്ള പുതിയൊരു വധോദ്യമത്തിൽ പങ്കെടുക്കാനോ അതു കഴിഞ്ഞ് യു.എസ്സ്.ഏ.യിലേക്കു മടങ്ങാനോ അയാൾക്കു യാതൊരു വിഷമവും നേരിട്ടില്ല.

XXIII

1961 സെപ്റ്റംബർ 14-ാംനു കാർലോസ് റഫയേൽ റൊഡ്രീഗെസ്സിനെ വധിക്കാൻ നടത്തിയ ശ്രമമാണ് ശത്രുവിന് ഒരു നേതാവിനെതിരായ

പദ്ധതി ഭാഗികമായി നടപ്പാക്കാൻ കഴിഞ്ഞ ഒരേയൊരു സന്ദർഭം.

മറ്റൻസാസ് നഗരത്തിലെ സൗട്ടൊ തിയേറ്ററിൽ വച്ചുകൂടിയ പൊതുയോഗത്തിൽ സംബന്ധിച്ചശേഷം കാർലോസ് റഫയേൽ മടങ്ങുമ്പോൾ വിയ ബ്ലാങ്ക ഹൈവേയിലുള്ള പുവെന്റൊ മച്ചാഡൊ എന്ന സ്ഥലത്തുവച്ചാണ് അതു നടന്നത്.

കാർലോസ് റഫയേലിന്റെ കൂടെയുണ്ടായിരുന്ന സഖാക്കൾ തിരിച്ചു വെടിവയ്ക്കുകയും ആക്രമണകാരികളിലൊരാളായ ഹ്വാൻ ഹൊസെ മാർട്ടൊറി സിൽവയെ ഗുരുതരമായി മുറിവേൽപ്പിക്കുകയും ചെയ്തു. ഏതാനും മണിക്കൂറുകൾ കഴിഞ്ഞ് എമർജൻസി ആശുപത്രിയിലുള്ള ശസ്ത്രക്രിയാമുറിയിൽവച്ച് അയാൾ മരിച്ചു.

രാഷ്ട്രഭദ്രതാവകുപ്പുകാർക്ക് സംഭവസ്ഥലത്തുനിന്ന് കണ്ടുകിട്ടിയ സാധനങ്ങളുടെ കൂട്ടത്തിൽ ഒരു .45 കാലിബർ എം-3 സബ്മഷീൻഗണ്ണും വെടിത്തിരകൾ നിറച്ചുള്ള ഒരു.45 കോൾട്ട് പിസ്റ്റളും ഉണ്ടായിരുന്നു...

ഈ കുറ്റകൃത്യം നടത്താൻവേണ്ടി ഗൂഢാലോചനക്കാർ എം.ആർ. ആറിന്റെ പ്രതിനിധികളേയും ആ പ്രദേശത്തെ ചാരപ്രവർത്തകരുടെ തലവനേയും അവർക്ക് നിർദ്ദേശങ്ങൾ നൽകിപ്പോന്ന ഒരു സി.ഐ.ഏ. ഏജന്റിനേയും കാണുകയുണ്ടായെന്ന് അന്വേഷണത്തിനിടയിൽ കുറ്റവാളികളിലൊരാൾ സമ്മതിച്ചു.

ഈ പദ്ധതി മുൻകൂട്ടി ആസൂത്രണം ചെയ്തിരുന്നതാണ്. കാരണം, മറ്റൻസാസിലെ സവുട്ടൊ തിയേറ്ററിൽ കൂടുന്ന യോഗത്തിൽ കാർലോസ് റഫയേൽ സംബന്ധിക്കുന്നതാണെന്ന് രണ്ടു ദിവസം മുമ്പുതന്നെ റേഡിയോയിലും പത്രങ്ങളിലും റിപ്പോർട്ട് ചെയ്തിരുന്നു. ഈ ആക്രമണം കുറെ ദിവസം കഴിഞ്ഞ് ഫിഡെൽ കാസ്ട്രോയുടെ നേരെ നടത്താനാണ് ആദ്യം ഉദ്ദേശിച്ചിരുന്നതെന്നും എന്നാൽ പറ്റിയ അവസരം കൈവന്നപ്പോൾ സഖാവ് കാർലോസ് റഫയേൽ റൊഡ്രീഗെസ്സിനെ വധിക്കാൻ തീരുമാനച്ചെന്നും അനുമാനിക്കാനും വകയുണ്ട്.

സി.ഐ.ഏ. ആസൂത്രണംചെയ്ത കുറ്റകൃത്യങ്ങളുടെ ഈ നീണ്ട പട്ടിക ഏതൊരു അമേരിക്കക്കാരനേയും ഇരുത്തി ചിന്തിപ്പിക്കുകയും അസ്വസ്ഥനാക്കുകയും ചെയ്യുമെന്നതിനു സംശയമില്ല. ചർച്ച് കമ്മിറ്റിക്കുപോലും സമ്മതിക്കേണ്ടിവന്നു: “രഹസ്യപ്രവർത്തനങ്ങളിൽ ചിലത് അമേരിക്കയുടെ തത്വങ്ങൾക്കും ആദർശങ്ങൾക്കും നിരക്കാത്തവയായിരുന്നുവെന്നും അവ പുറത്തായപ്പോൾ ലോകമൊട്ടുക്ക് ധാർമ്മിക-നൈതികനേതൃത്വം നൽകാനുള്ള ഈ രാഷ്ട്രത്തിന്റെ സാദ്ധ്യതയ്ക്കു ക്ഷതം സംഭവിച്ചിരിക്കുന്നുവെന്നതാണ് അതുകൊണ്ടുണ്ടായ ഫലമെന്നും

കമ്മിറ്റിക്കു ബോദ്ധ്യമായി.''[1]

ലോകത്തിന് ധാർമ്മിക-നൈതികനേതൃത്വം നൽകുന്നതിനെക്കുറിച്ചുള്ള അടിസ്ഥാനരഹിതമായ അവകാശവാദങ്ങളെ മാറ്റിനിർത്തിക്കൊണ്ട് നമുക്ക് ഒരു കാര്യം ചോദിക്കാം: ഈ രഹസ്യപ്രവർത്തനങ്ങൾതന്നെ അമേരിക്കൻ ഭരണാധികാരികളുടെ ദീർഘകാലതത്വങ്ങളും ആദർശങ്ങളുമായിത്തീർന്നിരിക്കുകയല്ലേ? മുമ്പ് വധോദ്യമങ്ങളെ "ഒരു നിയമവ്യതിയാന''മായിട്ടാണ് വിശേഷിപ്പിച്ചിരുന്നതെങ്കിൽ, സോഷ്യലിസ്റ്റ് ക്യൂബയ്ക്കെതിരായ രഹസ്യപ്രവർത്തനങ്ങൾ കൂടുതൽ വലിയ തോതിൽ നടത്താൻ സി.ഐ.ഏ.യും ക്യൂബൻ പ്രവാസികളും തമ്മിലുള്ള സഹകരണം പുനരുദ്ധരിക്കുകയെന്നതാണ് ഇന്നത്തെ ഭരണത്തിൻ കീഴിലുള്ള നിയമമെന്നു തോന്നുന്നു.

ദക്ഷിണപൂർവ്വേഷ്യയിലെ രഹസ്യയുദ്ധം

സി.ഐ.ഏ.യും അതുപോലുള്ള സംഘടനകളും ലക്ഷ്യപ്രാപ്തിക്കുവേണ്ടി ചെയ്യാത്തതായിട്ടൊന്നുമില്ലെന്ന് സമീപകാലത്ത് പ്രസിദ്ധീകരിച്ചിട്ടുള്ള നിരവധി റിപ്പോർട്ടുകൾ വ്യക്തമാക്കുന്നു.

അമേരിക്കൻ സാമ്രാജ്യത്വത്തിന്റെ ചരിത്രത്തിലെ ഏറ്റവും ഗർഹണീയമായ ഏടുകളിലൊന്നായിരുന്നു ഇന്തോ ചൈനയിൽ നടത്തിയ ആക്രമണം. വാഷിംഗ്ടന്റെ വിയറ്റ്നാം സാഹസം "അഴുക്കുയുദ്ധം'' എന്ന പേരിലാണ് അറിയപ്പെടുന്നത്. അഭൂതപൂർവ്വമായ തോതിലുള്ള ഒരു ഭീകരനടപടി എന്നു വിളിച്ചാൽ അത് കുറെക്കൂടി സൂക്ഷ്മമായ ഒരു നിർവ്വചനമായിരിക്കും. കാരണം, അതിൽ പ്രധാനപങ്കു വഹിച്ചത് അമേരിക്കൻ ഇന്റലിജൻസ് വകുപ്പും സർവ്വോപരി മിലിട്ടറി ഇന്റലിജൻസ് വകുപ്പും സി.ഐ.ഏ.യുമായിരുന്നു. രഹസ്യനടപടികളുടെ വിപുലമായൊരു പരിപാടിയാണ് അവർ വിയറ്റ്നാമിൽ നടപ്പാക്കിയത്. ഭീകരപ്രവൃത്തികളും അട്ടിമറികളും തൊട്ട് ദക്ഷിണവിയറ്റ്നാമിലെ രാഷ്ട്രീയ പ്രതിപക്ഷത്തിന്റെ കൂട്ടത്തോടെയുള്ള കായിക ഉന്മൂലനംവരെ അടങ്ങുന്ന നിരങ്കുശഹിംസയുടേതായ ഒരു പരിപാടിയായിരുന്നു അത്. ശരിക്കുമൊരു വംശഹത്യയായി അതിനെ വിശേഷിപ്പിക്കുന്നതിൽ യാതൊരു തെറ്റുമില്ല.

"പൊയ്മുഖം മാറ്റിയ സി.ഐ.ഏ.'' എന്ന പുസ്തകത്തിൽ അർജന്റീനിയൻ പത്രലേഖകനായ ഗ്വൽത്തേറിയ മർദൊനേസ് പറയുന്നു: "സി.ഐ.ഏ.ക്കു പങ്കുണ്ടായിരുന്നുവെന്ന് അനിഷേധ്യമായി തെളിയിക്കപ്പെട്ടുകഴിഞ്ഞ വംശഹത്യയുടെ - കൂട്ടത്തോടെയുള്ള കൊന്നൊടുക്കലിന്റെ - ചുരുങ്ങിയത് രണ്ടു ദൃഷ്ടാന്തങ്ങളെങ്കിലും നമുക്കറിയാം. പ്രസിഡന്റ്

1 Final Report..., P. 156.

സുക്കാർനൊയെ അധികാരഭ്രഷ്ടനാക്കിയ ഇൻഡൊനേഷ്യയിലെ അധികാരക്കയ്യേറ്റമായിരുന്നു ഒന്ന്. 'ഫെനിക്സ്' പരിപാടിയെന്ന പേരിലറിയപ്പെട്ട ദക്ഷിണവിയറ്റ്നാമിലെ 'ഒതുക്കൽ' പരിപാടിയായിരുന്നു മറ്റേത്.

"1966 തൊട്ട് അന്നത്തെ സി.ഐ.ഏ.ഡെപ്യൂട്ടി ഡയറക്ടർ വില്യം കോൾബിയുടെ നിർദ്ദേശപ്രകാരം സി.ഐ.ഏ.യുടെ ഹെഡ്ക്വാർട്ടേഴ്സായ ലാങ്ക്ലേയിൽനിന്ന് അനുവർത്തിച്ചുവന്ന ദക്ഷിണവിയറ്റ്നാം ഗ്രാമങ്ങളുടെ 'ഒതുക്കൽ' പരിപാടിയുടെ തുടർച്ചയായിരുന്നു ഫെനിക്സ്. മുറയ്ക്കുള്ളവരല്ലാത്ത ദക്ഷിണവിയറ്റ്നാം പട്ടാളക്കാരടങ്ങുന്ന പ്രവിശ്യാതലത്തിലുള്ള അന്വേഷണദലങ്ങളാണ് ആ പരിപാടി നടപ്പാക്കിയത്. അവർ പകപോക്കാനായി ജനവാസകേന്ദ്രങ്ങളുടെനേരെ ആക്രമണങ്ങൾ നടത്തി. ഈ ദളങ്ങളെ (കുറെക്കൂടി കൃത്യമായി പറഞ്ഞാൽ, അതീവവലതുപക്ഷ സായുധസംഘങ്ങളെ) സഹായിക്കാൻ പ്രവിശ്യാതലത്തിൽ 44 ചോദ്യംചെയ്യൽ കേന്ദ്രങ്ങളുണ്ടായിരുന്നു (ഓരോ പ്രവിശ്യയിലും ഒരെണ്ണം വീതം). അവയിലെ ആൾക്കാർ സംശയം തോന്നുന്ന സ്വന്തം നാട്ടുകാരെ ചിട്ടയായി ഭേദ്യം ചെയ്തു...

"എന്നാൽ ഈ നടപടികൾ വേണ്ടത്ര ഫലപ്രദമല്ലെന്ന് ചിലർക്ക് തോന്നി. അങ്ങിനെയാണ്, ആരെ ചുമതലപ്പെടുത്തണമെന്നും തന്ത്രപരമായ ഏതു പ്ലാൻ നടപ്പാക്കണമെന്നും കൂലങ്കഷമായി ആലോചിച്ചശേഷം കോൾബി ഫെനിക്സ് പരിപാടി ആവിഷ്ക്കരിച്ചത്. ദക്ഷിണ വിയറ്റ്നാമിലെ പോലീസ്, ഇന്റലിജൻസ് വകുപ്പ്, പട്ടാളം, യു.എസ്സ്. പട്ടാളം, എന്നിവയ്ക്കെല്ലാം പങ്കുള്ള ഒരു പരിപാടിയായിരുന്നു അത്. ഫെനിക്സ് പരിപാടിയുടെ നിർവ്വഹണത്തിനിടയിൽ 'സംശയിക്കപ്പെട്ട' 20,587 പേർ കൊല്ലപ്പെട്ടെന്ന് 1971-ൽ സെനറ്റ് കമ്മിറ്റിക്കു മൊഴി നൽകുമ്പോൾ കോൾബി സമ്മതിക്കുകയുണ്ടായി. സൈഗോൺ ഗവൺമെന്റിന്റെ കണക്കനുസരിച്ച് 40,994 പേർ വരും. കൃത്യമായ സംഖ്യ എത്രയായാലും ഒന്നു തീർച്ചയാണ്. ഇരുപതിനായിരം പേരെ വധിക്കുകയെന്നുവച്ചാൽ അത് വംശഹത്യയല്ലാതെ മറ്റൊന്നുമല്ല. അതോടൊപ്പം യു.എസ്സ്. പട്ടാളവും അവരുടെ ദക്ഷിണ വിയറ്റ്നാം കൂട്ടാളികളും സിവിലിയൻ ജനങ്ങളുടെനേരെ നേപ്പാമും വെളുത്ത ഫോസ്ഫറസ്സും ശിഥിലനബോംബുകളും തീചീറ്റൽ ആയുധങ്ങളും മറ്റും വിപുലമായ തോതിൽ ഉപയോഗിച്ചതും വംശഹത്യാണ്."[1]

1 ഗ്വൽത്തേറിയ മർദൊനേസ്, "പൊയ്മുഖം മാറ്റിയ സി.ഐ.ഏ." (റഷ്യനിൽ), മോസ്കോ, മിസൽ പബ്ലിഷേഴ്സ്, 1979, പേജ് 95-96

ഫെനിക്സ് പരിപാടി നടപ്പാക്കുന്നതിൽ അമേരിക്കൻ മിലിട്ടറി ഇന്റലിജൻസ് സജീവമായി പങ്കെടുത്തു. എങ്കിലും കൂട്ടക്കൊലകളിൽ മുഖ്യപങ്കു വഹിച്ചത് സി.ഐ.ഏ. ആയിരുന്നുവെന്ന കാര്യത്തിൽ സംശയമില്ല. ഒരു മാസത്തിൽ ചുരുങ്ങിയത് എത്ര സിവിലിയന്മാരെ നിർബ്ബന്ധമായും കൊന്നിരിക്കണമെന്നതിനുള്ള ക്വോട്ടകൾ വില്യം കോൾബി നേരിട്ടു നിശ്ചയിച്ചുവെന്നത് ഒരു വസ്തുതയാണ്. സി.ഐ .ഏ.യുടെ ഭാവിമേധാവി ആസൂത്രണം ചെയ്ത ഈ മനുഷ്യത്വഹീനമായ പരിപാടിക്ക് കുറച്ചെങ്കിലും സാധൂകരണം നൽകാൻ ശ്രമിച്ചുകൊണ്ട് "പരേഡ്'' എന്ന അമേരിക്കൻ മാസിക എഴുതി:

"ഫെനിക്സ് പരിപാടി നടപ്പാക്കിയതിനിടയിൽ ദുഷ്പ്രയോഗങ്ങളുണ്ടായിട്ടുണ്ട്. കോൾബിതന്നെ സമ്മതിച്ചിട്ടുള്ളതാണ് അത്: 'ഇതുപോലുള്ള ഒരു പരിപാടിക്കിടയിൽ അബദ്ധവശാൽ ആരേയും കൊന്നിട്ടില്ലെന്നു ഞാൻ പറയുകയില്ല. നിർഭാഗ്യകരമായി അങ്ങിനെ സംഭവിച്ചിരിക്കാമെന്നാണ് എനിക്കു തോന്നുന്നത്.' പക്ഷേ എല്ലാ യുദ്ധങ്ങളിലും അതിക്രമങ്ങളുണ്ടായിട്ടുണ്ട്. അതുകൊണ്ട് കോൾബിയെ 'കൂട്ടക്കൊല നടത്തിയവൻ' എന്നും 'യുദ്ധകുറ്റവാളി' എന്നും മുദ്രയടിക്കുന്നത് വ്യക്തമായും അന്യായമായിരിക്കുമെന്നു തോന്നുന്നു.... രണ്ടാം ലോകമഹായുദ്ധത്തിനിടയിൽ അദ്ദേഹം ജർമ്മൻകാരെ കൊന്നപ്പോൾ ആരും അദ്ദേഹത്തെ അങ്ങിനെ വിളിച്ചില്ല.''[1]

എന്തൊരു താരതമ്യം! ഫാസിസത്തിനെതിരായി പോരാടിയ അമേരിക്കൻ യുദ്ധവീരന്മാരെ ആരും അങ്ങിനെ "മുദ്രയടിച്ചി''ട്ടില്ല. ഈ വിശേഷണം ആർക്കെങ്കിലും ചേരുമെങ്കിൽ അത്, മൃഗീയതയുടെ കാര്യത്തിൽ സി.ഐ.ഏ. യിലുള്ള തങ്ങളുടെ സഹപ്രവർത്തകരുടെ ഒട്ടും പിന്നിലല്ലാതിരുന്ന അമേരിക്കൻ മിലിട്ടറി ഇന്റലിജൻസുകാർക്കായിരിക്കും.

മിലിട്ടറി ഇന്റലിജൻസുകാർ വിയറ്റ്നാമിൽ ചെയ്ത "അഴുക്കുവേല''യെക്കുറിച്ചുള്ള ഒരു ലേഖനം "കൗണ്ടർ സ്പൈ'' എന്ന അമേരിക്കൻ ആനുകാലികം പ്രസിദ്ധീകരിക്കുകയുണ്ടായി. അതിന്റെ ഒരു സംഗ്രഹം ചുവടെ ചേർക്കുന്നു:

ചോദ്യം: വിയറ്റ്നാമിൽ തടവുകാരെയോ അറസ്റ്റുചെയ്യപ്പെട്ടവരെയോ ചോദ്യംചെയ്യുമ്പോൾ നിങ്ങൾ എപ്പോഴെങ്കിലും ഫീൽഡ് ടെലഫോൺ കമ്പിയിലെ വൈദ്യുതധാര ഉപയോഗിച്ച് അവരെ ഭേദ്യം ചെയ്തിട്ടുണ്ടോ?

1 "Parade", July 21, 1974, p. 6.

ഉത്തരം: "ഉവ്വ്. ഞാൻ ആ രീതി പല തവണ ഉപയോഗിച്ചിട്ടുണ്ട്. വിയറ്റ്നാമിൽ ചോദ്യംചെയ്യൽ സമയത്ത് എല്ലാവരും ചെയ്തിട്ടുള്ളതാണ് അത്."[1]

മിലിട്ടറി ഇന്റലിജൻസിലെ ഒരു പട്ടാളക്കാരനോടു ചോദിച്ച ചോദ്യവും അയാളുടെ ഉത്തരവുമാണ് മുകളിൽ കൊടുത്തത്. യുദ്ധത്തടവുകാരെ ചോദ്യംചെയ്ത ഒരു യൂണിറ്റിലായിരുന്നു അയാൾ. അറസ്റ്റുചെയ്യപ്പെട്ട വിയറ്റ്നാംകാരെ ഭേദ്യംചെയ്യുന്നതിലും കൊലപ്പെടുത്തുന്നതിലും പങ്കെടുത്തിട്ടുള്ളവനാണ് അയാൾ.

പ്രസ്തുത മിലിട്ടറി ഇന്റലിജൻസ് യൂണിറ്റിനെക്കുറിച്ചു നടത്തിയ അന്വേഷണത്തിനിടയിൽ ചുരുങ്ങിയത് പതിനെട്ടു പേരെങ്കിലും മൊഴി കൊടുത്തു. കായികമായ ദണ്ഡനമുറകളുപയോഗിച്ച് സിവിലിയന്മാരേയും പട്ടാളക്കാരേയും ചോദ്യം ചെയ്യുന്നതിൽ തങ്ങൾ ദൃക്സാക്ഷികളോ ഭാഗഭാക്കുകളോ ആയിരുന്നുവെന്ന് അവരെല്ലാവരും സമ്മതിച്ചു. ഏറ്റവും സുലഭമായി പ്രയോഗിച്ചത് താഴെപ്പറയുന്ന ദണ്ഡനമുറകളായിരുന്നുവെന്ന് ആ യൂണിറ്റിലെ അംഗങ്ങൾ പറഞ്ഞു:

1. ഫീൽഡ് ടെലഫോൺ. ഫീൽഡ് ടെലഫോണിന്റെ കമ്പികൾ ശരീരത്തിന്റെ വിവിധഭാഗങ്ങളിൽ ഘടിപ്പിക്കുകയും ഫോൺ തിരിച്ച് അവയിലൂടെ വൈദ്യുതാഘാതം ഏൽപ്പിക്കുകയും ചെയ്യുന്നു.

2. ഇലക്ട്രിക് ചെയർ. ഒരു വൈദ്യുതസ്രോതസ്സിൽനിന്നുള്ള കമ്പികൾ ഒരു ലോഹനിർമ്മിത കസേരയിൽ ഘടിപ്പിക്കുന്നു. കസേരയിൽ വെള്ളമൊഴിക്കുന്നു. ചോദ്യംചെയ്യപ്പെടുന്നയാളെ അതിൽ ഇരുത്തിയിട്ട് വൈദ്യുതാഘാതം ഏൽപ്പിക്കുന്നു.

3. നനഞ്ഞ പഴന്തുണി. ചോദ്യം ചെയ്യപ്പെടുന്നയാളിന്റെ വായും മൂക്കും ഒരു പഴന്തുണികൊണ്ടു മൂടിയിട്ട് അതിൽ വെള്ളമൊഴിച്ച് അയാളെ ശ്വാസം മുട്ടിക്കുന്നു.

4. മുക്കിക്കൊല്ലൽ. അറസ്റ്റുചെയ്യപ്പെട്ടയാളുടെ തല അനിശ്ചിതസമയത്തേക്ക് വെള്ളത്തിൽ മുക്കിപ്പിടിക്കുന്നു.

5. ഡമ്മി ഗ്രെനേഡ്. ചാർജ്ജുചെയ്യാത്ത ഒരു ഗ്രെനേഡിന്റെ പിന്നൂരിയിട്ട് അത് അറസ്റ്റുചെയ്യപ്പെട്ടയാളിന്റെ നേരെ എറിയുന്നു.

6. അടിയും ചീത്തവിളിയും. തോക്കിന്റെ പാത്തികൊണ്ട് അടിക്കുക, കൈചുരുട്ടി ഇടിക്കുക, തൊഴിക്കുക, പലകവച്ച് തല്ലുക, ബയനറ്റുകൊണ്ടു കുത്താൻ ഭാവിക്കുക, പാട് പുറത്തു കാണാതിരിക്കാൻവേണ്ടി

1 "Counterspy", Vol. 3, No. 2, 1976, P. 61.

സോക്സിൽ മണൽ നിറച്ച് അതുകൊണ്ട് അടിക്കുക... ഇതെല്ലാം അതിൽ പെടും...[1]

ഭേദ്യംചെയ്യൽ സർവ്വസാധാരണമായിരുന്നുവെന്നു മാത്രമല്ല അത് യു.എസ്സ്. മിലിട്ടറി ഇന്റലിജൻസിന്റെ (എം.ഐ.) ഒരു നിയത നടപടി ക്രമംതന്നെ ആയിരുന്നുവെന്നു സാക്ഷികൾ പറഞ്ഞു.

ഒരു എം.ഐ. ക്യാപ്റ്റൻ മൊഴി നൽകി: "ചോദ്യംചെയ്യുന്നവർക്ക് ഇഷ്ടമുണ്ടെങ്കിൽ തടവുകാരോടു കർക്കശമായി പെരുമാറാമെന്നതായിരുന്നു നിയമം. എന്റെ കമാണ്ടിംഗ് ഓഫീസർ എന്നോടു പറഞ്ഞു: 'ചോദ്യംചെയ്യലിനിടയിലെ ദണ്ഡനമുറകൾ വഴി ലഭിക്കുന്ന വിവരം കൊണ്ട് ഒരു അമേരിക്കൻ പട്ടാളക്കാരന്റെ ജീവൻ രക്ഷിക്കാൻ കഴിയുമെങ്കിൽ അങ്ങിനെ ചെയ്യുന്നതിൽ ഒരു തെറ്റുമില്ല.' ചോദ്യംചെയ്യൽ നടക്കുന്ന സ്റ്റേഷനിലെ എല്ലാവർക്കും ഇക്കാര്യമറിയാമായിരുന്നുവെന്നാണ് ഞാൻ മനസ്സിലാക്കിയത്."

ഈ സമയത്ത് ഈ എം.ഐ. ദളത്തിന്റെ ചുമതല വഹിച്ചിരുന്നത് ക്യാപ്റ്റൻ നോർമനെന്നും ക്യാപ്റ്റൻ റോബർട്ട് എന്നും പേരുള്ള രണ്ട് ഓഫീസർമാരായിരുന്നു. "തടവുകാരിൽനിന്നു വിവരം കിട്ടാൻ എന്തുവേണമെങ്കിലും ചെയ്യാം. കാരണം, യുദ്ധമുന്നണിയിലുള്ള നമ്മുടെ ആൾക്കാരെ സംബന്ധിച്ചിടത്തോളം വളരെ പ്രധാനമാണ് അത്. ദേഹത്ത് പാടൊന്നും കാണരുതെന്നു മാത്രം." നോർമൻ തടവുകാരെ ഭേദ്യംചെയ്യുന്നതു കണ്ടതായി പല എം.ഐ. അംഗങ്ങളും മൊഴി നൽകി. മൊഴി നൽകാൻ വിസമ്മതിച്ച ഒരേയൊരു എം.ഐ. അംഗം ക്യാപ്റ്റൻ നോർമനായിരുന്നു. "അറസ്റ്റുചെയ്യപ്പെട്ട വിയറ്റ്നാംകാരെ ദേഹോപദ്രവം ചെയ്യുന്നതിൽ താനും പങ്കെടുത്തെ"ന്ന് ക്യാപ്റ്റൻ റോബർട്ട് വാക്കാൽ സമ്മതിച്ചു. "വിയറ്റ്നാംകാരെ ചോദ്യംചെയ്യുമ്പോൾ കർക്കശരീതികൾ ഉപയോഗിക്കാൻ അനുവാദമുണ്ടായിരുന്നുവെന്ന് അയാൾ പറഞ്ഞു... കൈകൊണ്ടും വടികൊണ്ടും അടിക്കുക, മുഷ്ടി ചുരുട്ടി ഇടിക്കുക, വൈദ്യുതാഘാതമേൽപ്പിക്കുക, വെള്ളമുപയോഗിച്ചു ഭേദ്യം ചെയ്യുക, തുടങ്ങിയവ ഈ രീതികളിൽ പെടുന്നു. മേജർ ജോർജ്ജിന്റെ അറിവോടെയാണ് ഇങ്ങനെയുള്ള ചോദ്യം ചെയ്യൽ നടന്നതെന്ന് അയാൾ പറഞ്ഞു."[2]

മിലിട്ടറി ഇന്റലിജൻസ് വിയറ്റ്നാമിൽ പ്രവർത്തിച്ചത് ഇങ്ങനെയാണ്. സി.ഐ.ഏ.യും അത്രതന്നെ "ഫലപ്രദമായി"ട്ടാണ് കാര്യങ്ങൾ

1 "Counterspy", Vol. 3, No. 2, 1976, P. 61.
2 "Counterspy", Vol. 3, No. 2, 1976, P. 61.

നടത്തിയത്. പലപ്പോഴും അതുപയോഗിച്ച രീതികൾ വേറെയായിരുന്നു വെന്നു മാത്രം.

ഗ്വൽത്തേറിയ മർദൊനേസ്സ് എഴുതുന്നു: "അതാതു രാജ്യത്തെ ആഭ്യന്തര മർദ്ദകശക്തികളുമായുള്ള ഉറ്റ സഹകരണം പ്രകോപനനടപടികളിൽ വ്യാപൃതമായ ഇന്റലിജൻസ് വകുപ്പുകളുടെ പ്രവർത്തനരീതിയുടെ ഒരു പ്രധാനസവിശേഷതയാണ്. വിശേഷിച്ചും കരുതലോടെ ചെയ്യേണ്ട ചില നടപടികൾ അതാതിടത്തെ പോലീസിന്റെ സഹായത്തോടെ നടപ്പാക്കാൻ ഇത് സാദ്ധ്യത നൽകുന്നു. കത്തുകൾ തുറന്നുനോക്കുക, ടെലഫോൺ ചോർത്തുക, മറുനാടുകളിൽ പോകുന്നവരുടെ പട്ടികകൾ പരിശോധിക്കുക, ഹോട്ടലുകളിൽ മുറിയെടുക്കുന്നവരുടെ പേരുകൾ നോക്കുക, തുടങ്ങിയവ ഈ നടപടികളിൽ പെടുന്നു. മറ്റു ചില കാര്യങ്ങൾക്കും - ഉദാഹരണത്തിന്, ഭവനഭേദനം, അറസ്റ്റ്, വിവരങ്ങൾ കിട്ടാൻവേണ്ടിയുള്ള പീഡനം, എന്നിങ്ങനെയുള്ള അവസരങ്ങളിൽ - ഈ സഹകരണം സി.ഐ.ഏ.യെ സംബന്ധിച്ചിടത്തോളം വളരെ പ്രധാനമാണ്. സുരക്ഷിതത്വത്തിന്റെ താൽപര്യങ്ങളെ മുൻനിർത്തി അമേരിക്കക്കാരായ സി.ഐ.ഏ. ഏജന്റുമാർക്കാർക്കും ഈവക കാര്യങ്ങളിൽ പങ്കുണ്ടാവാതെ നോക്കണം. കാര്യം പുറത്തായാൽ ഇത്തരം വസ്തുതകൾ ഭാവിയിൽ ബന്ധുക്കളോ നിഷ്പക്ഷമതികളോ ആകാൻ സാദ്ധ്യതയുള്ളവരിൽ പ്രതികൂലമായ പ്രതികരണമുളവാക്കിയെന്നു വരും.[1]

അപ്പോൾ ഭീകരപ്രവൃത്തികൾ മറ്റുള്ളവരെക്കൊണ്ടു ചെയ്യിക്കണമെന്നർത്ഥം. വിയറ്റ്നാമിൽ സി.ഐ.ഏ. നടത്തിയ രഹസ്യപ്രവർത്തനങ്ങളുടെ ഈ വശത്തെപ്പറ്റി മുമ്പ് സ്റ്റേറ്റ് ഡിപ്പാർട്ട്മെന്റിന്റെ ഇന്റലിജൻസ് വകുപ്പിലെ ഒരു ഓഫീസറായിരുന്ന ജോൺ മാർക്സ് ഇപ്രകാരം എഴുതി: "മുമ്പ് സി.ഐ.ഏ.യിൽ പ്രവർത്തിച്ചിരുന്ന വേറൊരാളുമായി ഞാൻ ഈയിടെ നടത്തിയ അഭിമുഖസംഭാഷണത്തിന്റെ ഒരു ഭാഗം റിപ്പോർട്ടുചെയ്യാൻ ഞാൻ ആഗ്രഹിക്കുന്നു. ലാറ്റിനമേരിക്കയിലും വിയറ്റ്നാമിലും സേവനമനുഷ്ഠിച്ചിട്ടുള്ള അയാൾ തന്റെ അനുഭവങ്ങളെപ്പറ്റി എന്നോട് തുറന്നു സംസാരിച്ചു. ആദ്യമേതന്നെ പ്രൊവിൻഷ്യൽ ഇന്ററോഗേഷൻ സെന്ററുകൾ (പി.ഐ.സി.കൾ) അഥവാ ചോദ്യംചെയ്യലുകൾ നടത്താനുള്ള പ്രവിശ്യാകേന്ദ്രങ്ങൾ എന്നു പറഞ്ഞാൽ എന്താണെന്നു വിശദീകരിക്കേണ്ടിയിരിക്കുന്നു. വിയറ്റ്നാമിലെ ഓരോ പ്രവിശ്യയിലും സി.ഐ.ഏ. പണിത വലിയ കെട്ടിടങ്ങളായിരുന്നു അവ. ചോദ്യംചെയ്യാനുള്ള മുറികൾ, തടവറകൾ, അമേരിക്കക്കാരും വിയറ്റ്നാംകാരുമായ

1 മുമ്പുദ്ധരിച്ച കൃതി, പേജ് 96-97

ജോലിക്കാർക്കുള്ള ഓഫീസുമുറികൾ, തുടങ്ങിയ സർവ്വതും അവയിലു ണ്ടായിരുന്നു. അഭിമുഖം നൽകിയ ആളാരാണെന്നു പുറത്തറിയാതിരി ക്കാൻവേണ്ടി ചില വാക്കുകൾ മാറ്റിയിട്ടുള്ളതൊഴിച്ചാൽ അതിൽ വേറെ യാതൊരു മാറ്റവും വരുത്തിയിട്ടില്ല.

"സി.ഐ.ഏ.ക്കാരൻ: ധാർമ്മികവശത്തെപ്പറ്റി ഞാൻ ഒരിക്കലും ആലോചിച്ചിട്ടില്ല. ഇന്ന കാര്യം സാധിക്കണമെന്ന ഒരു നിർദ്ദേശം എനിക്കു കിട്ടി. ഞാൻ ആ കാര്യം സാധിച്ചു. ഇപ്പോൾ ആരെയെങ്കിലും കൊല്ലണമെന്ന് എന്നോടു പറഞ്ഞാൽ അതിന്റെ ധാർമ്മികതയെപ്പറ്റി ഞാൻ തീർച്ചയായും ആലോചിക്കും. പക്ഷേ ഞാൻ ചെ ഗെവാറയ്ക്കെ തിരായി പ്രവർത്തിക്കുകയാണെന്നിരിക്കട്ടെ. അപ്പോൾ സംഗതി മാറും. അയാൾ ചെയ്യുന്നതെന്തും നിയമവിരുദ്ധമാണ്. അതുകൊണ്ട് അയാളെ പിടിക്കാൻ ഞാൻ എന്തും ചെയ്യും - അതു നിയമത്തിനെതിരാണെങ്കിൽ പോലും."[1]

ഒരു സി.ഐ.ഏ.ക്കാരന്റെ മനശ്ശാസ്ത്രം ഇതാണ്. മുപ്പതിൽപരം വർഷത്തെ കമ്മ്യൂണിസ്റ്റ് വിരുദ്ധപരിശീലനത്തിന്റെ ഫലമായി അയാളൊരു യന്ത്രമനുഷ്യനെപ്പോലുള്ള ഹോമോ സേപ്പിയനായി മാറിയിരിക്കുന്നു.

ജോൺ മാർക്സ്: "എല്ലാം ചെയ്യുന്നത് പൊതുനന്മയ്ക്കും രാജ്യത്തി ന്റെ ഭദ്രതയ്ക്കും വേണ്ടിയാണെന്ന ഈ മനോഭാവം സി.ഐ.ഏ.യിൽ പൊതുവെ കാണപ്പെടുന്ന ഒന്നാണെന്നു തോന്നുന്നു."

സി.ഐ.ഏ.ക്കാരൻ: "ഞാൻ വീണ്ടും പറയുന്നു. ആരെയെങ്കിലും നോവിക്കണമെന്നോ ദേഹോപദ്രവം ചെയ്യണമെന്നോ കൊല്ല ണമെന്നോ ഉള്ള ഉദ്ദേശത്തോടെ ഞാൻ എന്തെങ്കിലും ചെയ്ത ഒരൊറ്റ സന്ദർഭംപോലും എനിക്കോർമ്മയില്ല. നിയമലംഘനങ്ങൾ നടന്നിട്ടുണ്ടെന്നുള്ളതു ശരിയാണ്. പക്ഷേ അതെല്ലാം നിസ്സാരമായ നിയമലംഘനങ്ങളായിരുന്നു. സാധാരണഗതിയിൽ വല്ലവരേയും നോവിച്ചിട്ടുണ്ടെങ്കിൽ അതു സംഭവിച്ചിട്ടുള്ളത് കാര്യങ്ങൾ ഞങ്ങളുടെ പിടിയിലല്ലാതിരുന്നപ്പോഴാണ് - അതായത്, അവിടത്തെ പോലീസുകാ രുടെ സഹായം തേടുമ്പോൾ. കാരണം, അക്കൂട്ടരുടെ മനോഭാവം നമ്മു ടേതുപോലെയല്ല. അവർ ശരിക്കും കണ്ണിൽ ചോരയില്ലാത്ത കൂട്ടരാണ്. അവർ ആ പി.ഐ.സികൾക്ക് വിയറ്റ്നാമൊട്ടുക്ക് വലിയ പ്രചാരം നൽകാറുണ്ടായിരുന്നു. അവയാകട്ടെ നമ്മുടെ അധികാരത്തിലും

1 "Uncloaking the C.I.A." ed. by Howard Franzier. The Free Press, New York, 1978, p. 15.

നിയന്ത്രണത്തിലുമായിരുന്നു... പി.ഐ.സി.കൾതോറും കയറിയിറങ്ങുന്നതിലാണ് എന്റെ സമയത്തിന്റെ പകുതിയും ചെലവായത്. അവയെല്ലാം ചിട്ടയായും ഭംഗിയായും നടത്തുന്ന കാര്യത്തിൽ ഞാൻ നിഷ്ക്കർഷിച്ചെന്ന് ദൈവം സാക്ഷിയായി എനിക്കു പറയാൻ കഴിയും. അങ്ങിനെയിരിക്കുമ്പോഴാണ് ഒരു പ്രവിശ്യയിൽ ഏതോ വിയറ്റ്നാംകാരനെ അടിച്ച് അർദ്ധപ്രാണനാക്കിയെന്നു കേൾക്കുന്നത്. അനുവാദമോ നിർദ്ദേശമോ ഒന്നും കൂടാതെയാണ് അങ്ങിനെ ചെയ്തിരിക്കുന്നത്. ഞങ്ങൾ ബഹളം കൂട്ടും. പക്ഷേ കന്മതിലിനോടു സംസാരിക്കുന്ന ഫലമേയുള്ളൂ."

"കയ്യൂക്കുള്ളവൻ കാര്യക്കാരൻ എന്ന മനോഭാവമാണ് അക്കൂട്ടർക്കുള്ളത്. അവർക്ക് തമ്മിൽത്തമ്മിൽ കണ്ടുകൂടാ. പരസ്പരം തല്ലിച്ചതയ്ക്കാൻ അവർ തയ്യാറാണ്. സി.ഐ.ഏ.യ്ക്ക് വളരെയധികം കുറ്റം ഏൽക്കേണ്ടിവന്നു. ഈ കാര്യങ്ങൾ ഒതുക്കിത്തീർക്കുകയെന്നതായിരുന്നു ഞങ്ങളുടെ ഒരേയൊരു ചുമതല. തീർച്ചയായും നിയമപരമായി നോക്കിയാൽ, സ്പെഷ്യൽബ്രാഞ്ച് പോലീസ് നടത്തുന്ന പി.ഐ.സി. കൾക്കു ധനസഹായവും ഉപദേശവും നൽകാൻ ഞങ്ങൾ ബാദ്ധ്യസ്ഥരായിരുന്നു. ഞങ്ങൾക്ക് സ്പെഷ്യൽ ബ്രാഞ്ചിന്റെമേൽ കുറെ സ്വാധീനമുണ്ടായിരുന്നുവെന്നതു ശരിയാണ്. കാരണം, ഞങ്ങൾ അവർക്ക് പണമായും മറ്റു വിധത്തിലും സഹായം നൽകി. പക്ഷേ ഭേദ്യംചെയ്യലുണ്ടല്ലോ, അത് പലപ്പോഴും ഞങ്ങൾ അറിയാതെയാണു നടന്നിട്ടുള്ളത്. അതുവഴി കടന്നുപോയ വല്ല പത്രക്കാരനും മണത്തറിയുമ്പോഴാണ് ഞങ്ങൾ അതെപ്പറ്റി കേൾക്കുന്നതുതന്നെ. ഭേദ്യംചെയ്ത സംഭവത്തെപ്പറ്റി ഞങ്ങൾ പത്രത്തിൽ വായിക്കും. ഞങ്ങൾ സൈഗോണിലേക്കു കമ്പിയടിച്ചു ചോദിക്കും: ദൈവത്തെ ഓർത്ത്, നിങ്ങളുടെ നശിച്ച പി.ഐ.സി.യിൽ എന്താണു നടക്കുന്നത്? പക്ഷേ ഒരു ഏജൻസിയെന്ന നിലയ്ക്ക് ഞങ്ങൾ ദേഹദണ്ഡനയ്ക്കോ അക്രമത്തിനോ ഒരിക്കലും പ്രേരിപ്പിച്ചിട്ടില്ല... അങ്ങിനെ ചെയ്യരുതെന്നു ഞങ്ങൾ അവരോടു പറയും. 'ശരി, ഞങ്ങൾ ചെയ്യില്ല,' എന്ന് അവർ പറയും. പക്ഷേ ചോദ്യംചെയ്യൽ നടക്കുമ്പോൾ ഞങ്ങൾ (സി.ഐ.ഏ.ക്കാർ) അവിടെ ഉണ്ടായിരിക്കില്ല. ഈവക കാര്യങ്ങൾ കാണാൻ എനിക്കിഷ്ടമല്ല. അവസാനം കാര്യം പുറത്താവുമ്പോൾ കുറ്റം സി.ഐ.ഏ.യുടെ പിടലിക്കാവും. കാരണം ആ സ്ഥലത്തെ പോലീസിന് സി.ഐ.ഏ. യിൽനിന്ന് സഹായവും പണവും മാത്രമല്ല ഉപദേശംപോലും കിട്ടുന്നുണ്ടാവും. അതുകൊണ്ട് അതിന്റെ പാപങ്ങൾ ചുമക്കേണ്ടത് സി.ഐ.ഏ. ആണെന്നു വരുന്നു. അത് ഒരിക്കലും ന്യായമല്ല. ഞങ്ങളിൽ മിക്കവരുടേയും അഭിപ്രായം അതാണ്."[1]

1 "Uncloaking the C.I.A." , pp. 15-16.

ഗ്രന്ഥകർത്താവ് എഴുതുന്നു: "ആ ഡിപ്പാർട്ടുമെന്റിൽ സർവ്വസാധാരണമായി കാണുന്ന 'പ്രച്ഛന്നമനോഭാവ'ത്തിന്റെ ഒരു ഭയാനകമാതൃകയാണ് ഈ മുൻ സി.ഐ.ഏ. ക്കാരൻ നമുക്കു കാണിച്ചുതന്നിരിക്കുന്നത്... ഇത്തരം ആൾക്കാരെ അധികാരസ്ഥാനങ്ങളിൽനിന്നു നീക്കംചെയ്തേ തീരൂ. അയാളെപ്പോലുള്ളവർ സെനറ്റ്കമ്മിറ്റിയോട് സത്യം പറയുകയില്ല. എന്നാലതേ സമയംതന്നെ അയാൾ മക്കളെ സ്നേഹിക്കുന്നവനും വീട്ടുമുറ്റം പുല്ലു ചെത്തി വെടിപ്പാക്കുന്നവനുമായിരിക്കും. അയാളോടു സംസാരിച്ചാൽ ഏറെക്കുറെ മനസ്സിനിണങ്ങുന്ന ഒരു വ്യക്തിയാണയാൾ എന്ന പ്രതീതിയാണുണ്ടാവുക. അതായത്, അയാൾ ഒരു മനുഷ്യനാണ്, ചിന്താശക്തിയില്ലാത്ത ഒരു യന്ത്രമല്ല എന്നർത്ഥം. പക്ഷേ സി.ഐ.ഏ. ക്കുവേണ്ടിയുള്ള തന്റെ പ്രവർത്തനത്തെ അയാൾ സ്വന്തം സന്മാർഗ്ഗബോധത്തിൽനിന്നു നിശ്ശേഷം വേർതിരിച്ചുനിർത്തുന്നു...."

"നമ്മുടെ പേരിൽ ലോകമാസകലം നടത്തിവരുന്ന ഇത്തരം പ്രവൃത്തികൾക്കുള്ള കുറേ ഉത്തരവാദിത്വം നമ്മൾ തന്നെ ഏറ്റെടുക്കേണ്ട സമയമായിരിക്കുന്നു. നമ്മൾ റേഡിയോ എത്ര ഉറക്കെ വച്ചാലും അവസാനം നിലവിളികൾ കേൾക്കാതിരിക്കില്ല. സി.ഐ.ഏ.യുടെ രഹസ്യപ്രവർത്തനങ്ങൾക്കു വിരാമമിടുകയും യു.എസ്സ്.ഏ.യെ സാർവ്വദേശീയനിയമത്തിന്റേയും മാന്യതയുടേയും പ്രാഥമികമാനദണ്ഡങ്ങൾക്കെങ്കിലും വിധേയമാക്കുകയും ചെയ്യേണ്ട സമയം കരഗതമായിരിക്കുന്നു... യു.എസ്സ്.ഏ. ഇത്തരം പ്രവൃത്തികൾ എത്ര നേരത്തേ അവസാനിപ്പിക്കുന്നോ, അത്രയും നന്ന്."[1]

ഈ അഭ്യർത്ഥനയോടുള്ള അമേരിക്കയിലെ പൊതുജനങ്ങളുടെ പ്രതികരണം എന്തായിരിക്കും? രഹസ്യപ്രവർത്തനങ്ങളിൽ ഭാഗഭാക്കായിട്ടുള്ള ആരെല്ലാം അതു ചെവിക്കൊള്ളും? തീർച്ചയായും, ജോൺ മാർക്സിന്റെ വാക്കുകളിൽ പറഞ്ഞാൽ, "പ്രച്ഛന്നമനോഭാവ"മുള്ളവരും സി.ഐ.ഏ. ക്കുവേണ്ടി തങ്ങൾ ചെയ്യുന്ന പ്രവൃത്തികളെ വ്യക്തിപരമായ സർവ്വവിധ സന്മാർഗ്ഗബോധത്തിൽനിന്നും വേർതിരിച്ചുനിർത്തുന്നവരുമായ ആളുകളായിരിക്കില്ല. തങ്ങൾ കൽപ്പന നിറവേറ്റുന്നു, കൽപ്പനകൾ ചർച്ചാവിഷയങ്ങളല്ല, എന്നതാണ് അത്തരക്കാരുടെ വിശ്വാസപ്രമാണം. മേലധികാരികളോടുള്ള അനുസരണ ഒരു കൊലപാതകിയെ ധാർമ്മിക ഉത്തരവാദിത്വത്തിൽനിന്നു വിമുക്തനാക്കുന്നു.

അങ്ങിനെയാണെങ്കിൽ, കൽപ്പനകൾ പുറപ്പെടുവിക്കുന്നവർ, രഹസ്യപ്രവർത്തനപദ്ധതികൾ ആവിഷ്ക്കരിക്കുകയും തങ്ങളുടെ കീഴിലുള്ളവരുടെ മനോഭാവത്തെ കരുപ്പിടിപ്പിക്കുകയും ചെയ്യുന്നവർ,

1 "Uncloaking the C.I.A." , pp. 16-17.

ആ അഭ്യർത്ഥന ചെവിക്കൊള്ളുമെന്നു വരുമോ?

നമുക്കു അവരിലൊരാളെ കുറെക്കൂടി അടുത്ത് പരിശോധിക്കാം. ഇപ്പോഴും അമേരിക്കൻ ഇന്റലിജൻസ് വകുപ്പിൽ ഗണ്യമായ സ്വാധീനം പുലർത്തുന്ന മുൻ സി.ഐ.ഏ. ഡയറക്ടർ വില്യം കോൾബിയാണ് കഥാ പുരുഷൻ.

വിയറ്റ്നാം യുദ്ധത്തിലെ "വീരപുരുഷൻ" എന്ന നിലയിൽ കുപ്രസി ദ്ധി നേടിയിട്ടുള്ള ഈ വില്യം കോൾബി ആരാണ്? പെരുമാറ്റത്തിൽ പരമയോഗ്യനായ ഈ മാന്യൻ ചിട്ടയായി പതിനായിരക്കണക്കിനാ ളുകളെ വകവരുത്താനുള്ള നിഷ്ക്കരുണമായ കൽപ്പന നൽകാൻ ഇടയായതെങ്ങനെ? എന്തായിരുന്നു അദ്ദേഹത്തിന്റെ ഉദ്ദേശം?

മുൻ സി.ഐ.ഏ. ഡയറക്ടറെക്കുറിച്ചുള്ള ചില വിവരങ്ങൾ "പരേഡി"ലെ ലേഖനത്തിൽ ലോയ്ഡ് ഷീറർ നൽകുന്നുണ്ട്.

"ബിൽ കോൾബി... പഠിപ്പുകൊണ്ട് ഒരു അഭിഭാഷകനാണ്. കാഴ്ചയിൽ വക്കീലോ വാദ്ധ്യാരോ മന്ത്രിയോ ബാങ്കറോ ഡോക്ടറോ ആരു വേണമെങ്കിലുമാണെന്നു തോന്നാം. പക്ഷേ അദ്ദേഹം വാസ്ത വത്തിൽ ആരാണോ അതാണെന്നു മാത്രം തോന്നുകയില്ല. ഈ രാജ്യത്തിലെ പ്രധാന 'അദൃശ്യമനുഷ്യ'നും സി.ഐ.ഏ. യുടെ രഹസ്യ പ്രവർത്തനവകുപ്പിന്റെ ഡെപ്യൂട്ടി ഡയറക്ടറായി അനേകവർഷക്കാലം പ്രവർത്തിച്ചിട്ടുള്ളയാളുമാണ് അദ്ദേഹമെന്ന് ആരും പറയുകയില്ല... സൈനികോദ്യോഗസ്ഥനായ എൽഡ്രിഡ്ജ് കോൾബിയുടെ ഏകസ ന്താനമാണ് അദ്ദേഹം..."

"ഇന്റലിജൻസ് വകുപ്പിലുള്ള വില്യം കോൾബിയുടെ പ്രവർത്തന ത്തിൽ ഏറ്റവും കൂടുതൽ വാദപ്രതിവാദത്തിനിടയാക്കിയിട്ടുള്ളത് വിയ റ്റ്നാമിലെ 'ഒതുക്കൽ' പരിപാടിയിലുള്ള അദ്ദേഹത്തിന്റെ കയ്യാണ്... ആ പരിപാടിയുടെ ഒരു ഭാഗത്തിന്റെ കോഡ്നാമം ഫെനിക്സ് എന്നാ യിരുന്നു. വിയറ്റ്കോങ്ങുകാരെ പിടിക്കുക, തടവിലിടുക, ഒറ്റുകാരാക്കുക, കൊല്ലുക - ഇതെല്ലാം അതിൽ അടങ്ങിയിരുന്നു..."

"ഒരു ഉറച്ച കത്തോലിക്കൻ, പ്രതിവർഷം 42,000 ഡോളർ ശമ്പളം പറ്റുന്ന അദ്ധ്വാനശീലനായ ഒരു സർക്കാരുദ്യോഗസ്ഥൻ, ജീവിച്ചിരി പ്പുള്ള നാലു മക്കളോട് മനസ്സറിഞ്ഞു പെരുമാറുന്ന പിതാവ്, സ്നേഹവും ചുമതലാബോധവുമുള്ള ഭർത്താവ്, ഇതെല്ലാമായിരുന്നു അദ്ദേഹം... സർക്കാർജോലിയിൽനിന്നു കിട്ടുന്നതിന്റെ മൂന്നിരട്ടി ഒരു വക്കീലെന്ന നിലയ്ക്ക് അദ്ദേഹത്തിനു വേണമെങ്കിൽ സമ്പാദിക്കാം. 'പക്ഷേ ഈ ജോലിയിൽനിന്നു കിട്ടുന്ന സംതൃപ്തി അതെനിക്കു നൽകുകയില്ല,'

എന്നാണ് അദ്ദേഹം പറയുന്നത്.''[1]

കോൾബിക്ക് "സംതൃപ്തി'' നൽകിയ ഈ ജോലി എത്തരത്തിലു ള്ളതായിരുന്നുവെന്നതിന്റെ ഒരു ഏകദേശ രൂപം "ദി സി.ഐ.ഏ. ഫയൽ,"എന്ന പുസ്തകത്തിൽ ഉദ്ധരിച്ചിട്ടുള്ള സെനറ്റ് കമ്മിറ്റി തെളി വെടുപ്പിന്റെ നടപടിക്കുറിപ്പുകളിൽനിന്നു നമുക്കു കിട്ടും:

ചെയർമാൻ: "ഞാൻ താങ്കളോട് ഒരു ചോദ്യം ചോദിക്കാൻ ആഗ്രഹിക്കുന്നു. 'രഹസ്യപ്രവർത്തനം ദേശീയനയത്തെ പ്രതിഫലി പ്പിക്കുന്നു' എന്നു താങ്കൾ പറഞ്ഞല്ലോ. എല്ലാ രഹസ്യപ്രവർത്തനവും ഗോപ്യമായിട്ടാണു നടത്തുന്നത്. സംഗതി പുറത്തായാൽ സി.ഐ.ഏ അതു നിഷേധിക്കുന്നു. അതെക്കുറിച്ച് യാതൊന്നും പൊതുജനങ്ങളെ അറിയിക്കുന്നില്ല. പിന്നെങ്ങിനെ അത് ദേശീയനയത്തെ പ്രതിഫലി പ്പിക്കുന്നുവെന്നു പറയാൻ കഴിയും?"

കോൾബി: "മി. ചെയർമാൻ, കാര്യമെന്താണെന്നു വച്ചാൽ, യു.എസ്സ്. ഗവൺമെന്റിന്റേയും പ്രസിഡന്റിന്റേയും നാഷനൽ സെക്യൂരിട്ടി കൗൺസിലിന്റേയും നിർദ്ദേശപ്രകാരം നടത്തുന്ന പ്രവർത്തനമാണ് അത്. അതെക്കുറിച്ചുള്ള റിപ്പോർട്ടുകൾ കോൺഗ്രസ്സിനു നൽകുന്നുമുണ്ട്.''

എപ്പോഴും കേൾക്കുന്ന ന്യായംതന്നെ: ഞാൻ കൽപ്പന നിറവേറ്റു ന്നുവെന്നേയുള്ളൂ.

കോടിക്കണക്കിനാളുകളുടെ മരണത്തിനു കാരണക്കാരായവർ നാൽപ്പതു വർഷം മുമ്പ് ന്യൂറംബർഗ്ഗിലെ വിചാരണസമയത്തും ഇതുതന്നെ പറഞ്ഞു.

സദസ്സിൽനിന്ന് ആരുടെയോ ചോദ്യം: "താങ്കൾ വിയറ്റ്നാമിൽ എത്ര പേരെ കൊന്നു?"

കോൾബി: "ആ ചോദ്യത്തിനു മറുപടി പറയാം. ഞാൻ ആരെയും കൊന്നില്ല. (സദസ്സിൽ ചിരി). വിയറ്റ്നാം ഗവൺമെന്റിന്റെ മൊത്ത ത്തിലുള്ള ഒതുക്കൽപരിപാടിയുടെ ഒരു ഭാഗമായിരുന്നു ഫെനിക്സ് പരിപാടി. അതിനു വേറെയും പല ഭാഗങ്ങളുണ്ടായിരുന്നു. ഗ്രാമങ്ങളെ സംരക്ഷിക്കാൻവേണ്ടി അതാതിടത്ത് രക്ഷാസേനകൾ രൂപീകരിച്ചു. ശമ്പളമില്ലാത്ത ആത്മരക്ഷാഗ്രൂപ്പുകളുടെ ഉപയോഗത്തിനായി ദക്ഷി ണവിയറ്റ്നാമിലെ ജനങ്ങൾക്കിടയിൽ അഞ്ചു ലക്ഷം ആയുധങ്ങൾ വിതരണം ചെയ്തു. ഇങ്ങനെ ചെയ്യാൻ ധൈര്യപ്പെടുന്ന ഗവൺമെന്റുകൾ അധികമുണ്ടാവുമോ എന്നും ചെയ്താൽത്തന്നെ വിയറ്റ്നാംകാർ ചെയ്തത്ര

1 "Parade" , July 21, 1974, p.6.

വിജയകരമായി ചെയ്യുമോ എന്നും സംശയമാണ്."

"ഗ്രാമതലത്തിലും പ്രവിശ്യാതലത്തിലും തിരഞ്ഞെടുപ്പ് നടത്തുകയും തിരഞ്ഞെടുക്കപ്പെട്ട വ്യക്തികളെ അധികാരം ഏൽപ്പിക്കുകയും ചെയ്യുകയെന്നതും പരിപാടിയുടെ ഭാഗമായിരുന്നു."

"അതാതിടത്തെ സാമ്പത്തികവികസനപരിപാടികളെക്കുറിച്ച് തീരുമാനമെടുക്കാനുള്ള അധികാരം പ്രാദേശികാധികൃതർക്കു നൽകപ്പെട്ടു. അത്തരത്തിലുള്ള പല പരിപാടികളുമുണ്ടായിരുന്നു. വിയറ്റ്കോങ്ങിന്റെ കൂടെയായിരുന്നവരും പിന്നീട് ഗവൺമെന്റിന്റെ ഭാഗത്തേക്കു വന്നവരുമായ രണ്ടു ലക്ഷത്തിലധികം വിയറ്റ്നാംകാരെ പ്രോത്സാഹിപ്പിക്കുകയും സ്വീകരിക്കുകയും പുനരധിവസിപ്പിക്കുകയും ചെയ്യുക എന്നതായിരുന്നു ഒരു പരിപാടി. അവരുടെ ചെയ്തികൾക്ക് അവരെ ശിക്ഷിക്കുന്നതിനു പകരം അവരെ സ്വീകരിക്കുകയാണുണ്ടായത്. ലക്ഷക്കണക്കിന് അഭയാർത്ഥികളെ സ്വീകരിക്കുകയും പുനരധിവസിപ്പിക്കുകയും സ്ഥിതിഗതികൾ മെച്ചപ്പെട്ടപ്പോൾ ഗ്രാമങ്ങളിലേക്കു മടക്കി അയയ്ക്കുകയും ചെയ്യുകയെന്നതും പരിപാടിയുടെ ഭാഗമായിരുന്നു. ദക്ഷിണവിയറ്റ്നാം ജനതയെ സംഭീതരാക്കുകയും ആക്രമിക്കുകയും ചെയ്യുന്ന കമ്മ്യൂണിസ്റ്റ് സംഘടനയുടെ നേതാക്കളെ കണ്ടുപിടിക്കുകയെന്ന ഉദ്ദേശത്തോടെ ആവിഷ്ക്കരിക്കപ്പെട്ട ഫെനിക്സ് പരിപാടിയും അതിന്റെ ഒരു ഭാഗമായിരുന്നു."

"1968-നോടടുപ്പിച്ചാണ് ഫെനിക്സ് പരിപാടി ആവിഷ്ക്കരിക്കുകയും നടപ്പാക്കാൻ തുടങ്ങുകയും ചെയ്തത്. അതിനു മുമ്പുതന്നെ ആരംഭിച്ചു കഴിഞ്ഞിരുന്ന അരോചകവും വൃത്തികെട്ടതുമായ യുദ്ധത്തിന് കുറച്ചൊരു ക്രമവും ചിട്ടയും കൈവരുത്താൻവേണ്ടിയാണ് അങ്ങിനെയൊരു പരിപാടി തയ്യാറാക്കിയത്. ആ യുദ്ധത്തിന്റെ നടത്തിപ്പു മെച്ചപ്പെടുത്താൻ അതു പലതും ചെയ്തു."

സദസ്സിൽനിന്ന് ആരുടെയോ ചോദ്യം: "താങ്കൾ അവിടെ ഉണ്ടായിരുന്നപ്പോൾ എത്രപേർ കൊല്ലപ്പെട്ടു?"

കോൾബി : "അതേപ്പറ്റി ഞാൻ മൊഴി നൽകിക്കഴിഞ്ഞു. ഫെനിക്സ് പരിപാടിയുടെ രണ്ടരയിലധികം വർഷത്തിനിടയിൽ 29,000 പേരെ പിടിച്ചു. പതിനേഴായിരം പേരുടെ മനസ്സു മാറ്റി. 20, 500 പേർ കൊല്ലപ്പെട്ടു. അവരിൽ 87 ശതമാനത്തെ പട്ടാളവും അർദ്ധസേനാദളങ്ങളും 12 ശതമാനത്തെ പോലീസും അതുപോലുള്ളവരുമാണു വധിച്ചത്."

"ബഹുഭൂരിപക്ഷം പേരും കൊല്ലപ്പെട്ടത് സൈനിക സംഘട്ടനത്തിന്റേയും പരസ്പരവെടിപ്രയോഗത്തിന്റേയും ഒളിച്ചിരുന്നുള്ള

ആക്രമണങ്ങളുടേയും ഇടയിലാണ്. അവരെ പിടിക്കാനുള്ള പോലീസ് നടപടികളുടെ സമയത്താണ് ബാക്കിയുള്ളവർ കൊല്ലപ്പെട്ടത്. പിടികൂടുന്നതിലാണ് ഫെനിക്സ് പരിപാടി ഊന്നൽ നൽകിയത്. അതിന് വളരെ യുക്തിപൂർവ്വവും സുഗ്രഹവുമായ കാരണങ്ങളുണ്ടായിരുന്നു."

"ഒന്നാമത്..... മനുഷ്യജീവനെ നാം ബഹുമാനിക്കുന്നു (ഹാളിൽ ചിരി). രണ്ടാമത് ജീവനോടെ പിടിക്കുന്ന ആളിന്റെ പക്കൽ നമുക്കു തരാൻ വിവരങ്ങളുണ്ട്. മൃതദേഹത്തിന്റെ പക്കൽ അതില്ല."[1]

ജീവനോടെ പിടിക്കുന്നവരിൽനിന്ന് വിവരങ്ങൾ എങ്ങിനെ ചോർത്തിയെടുത്തുവെന്ന് ഫെനിക്സ് പരിപാടിയിൽ ഒരു വിദഗ്ധനായിരുന്ന വിക്ടർ മർക്കേറ്റി "പെന്റ്ഹൗസ്" എന്ന ആനുകാലികവുമായുള്ള ഒരു അഭിമുഖത്തിൽ വിവരിക്കുന്നുണ്ട്:

പെന്റ്ഹൗസ് : "കോൾബി എത്തരക്കാരനാണ്?"

മർക്കേറ്റി : "വളരെയേറെ അപകടകാരിയായ ഒരു മനുഷ്യനാണ് കോൾബി. ഹിംലറിന്റെ മനോഭാവമാണ് അദ്ദേഹത്തിനുള്ളതെന്നു തോന്നുന്നു... സി.ഐ.ഏ. യെപ്പോലുള്ള ഒരു ഏജൻസിക്കു പകരം ഒരു കോൺസൻട്രേഷൻ ക്യാമ്പ് നടത്താൻ ഏറ്റവും പറ്റിയ ആളാണ് അദ്ദേഹം."

"പെന്റ്ഹൗസ് : "വിയറ്റ്നാമിൽ 'എതിർഭീകരപ്രവർത്തന' പരിപാടിയുടെ സൂത്രധാരൻ അദ്ദേഹമല്ലേ?"

മർക്കേറ്റി : "അതെ... അവർ അടുത്ത ഗ്രാമത്തിൽ പോകും. വിയറ്റ്കോങ്ങുകാരെ, അല്ലെങ്കിൽ വിയറ്റ്കോങ്ങുകാരാണെന്നു സംശയിക്കപ്പെടുന്നവരെ, പിടിക്കാൻ വേണ്ടി ആളുകളെ കൊല്ലുകയും തട്ടിക്കൊണ്ടുപോവുകയും ഭേദ്യംചെയ്യുകയും ചോദ്യംചെയ്യുകയും വിയറ്റ്കോങ്ങ് അനുഭാവികളെ ഭയവിഹ്വലരാക്കുകയും ചെയ്യും..."

"സി.ഐ.ഏ. യിൽനിന്നു വിട്ടുപോന്നശേഷം ഞാൻ വിയറ്റ്നാമിൽനിന്നു മടങ്ങിവന്നവരിൽനിന്ന് അവിടെ നമ്മൾ എന്തൊക്കെയാണു ചെയ്യുന്നതെന്ന് അറിഞ്ഞു. ഉദാഹരണത്തിന്, പിടികൂടപ്പെട്ട ആളിന്റെ ചെവിയിൽ മരയാണി അടിച്ചുകയറ്റുക. അയാൾ ഒന്നുകിൽ ചോദിച്ചതിനു സമാധാനം പറയണം, അല്ലെങ്കിൽ അയാളുടെ തല രണ്ടായി പിളർക്കും. അതല്ലെങ്കിൽ അയാളുടെ ഗുഹ്യഭാഗത്ത് വൈദ്യുതകമ്പി ഘടിപ്പിച്ച് വൈദ്യുതാഘാതം ഏൽപ്പിക്കും. ഒന്നുകിൽ അയാൾക്കു

1. "The C.I.A File", ed. by Robert L. Borosage and John Marks, Grossman Publishers, New York, 1976, pp. 188-190.

ഭ്രാന്തു പിടിക്കും. അല്ലെങ്കിൽ അയാൾ അറിയാവുന്ന കാര്യങ്ങൾ പറയും. നമ്മുടെ തന്നെ കണക്കനുസരിച്ച് ഫെനിക്സ് പരിപാടിയുടെ ഫലമായി ഇരുപതിനായിരം വിയറ്റ്നാംകാർ കൊല്ലപ്പെട്ടു. വിയറ്റ്നാം കാരുടെ മതിപ്പനുസരിച്ച് എണ്ണം അതിന്റെ ഇരട്ടി വരും. അതെല്ലാം അതിരുകടന്ന നടപടികളായിരുന്നുവെന്ന ന്യായം പറഞ്ഞാണ് കോൾബി തടിതപ്പുന്നത്. 'ഇത്ര വൻതോതിലുള്ള ഒരു പരിപാടിയിൽ അങ്ങിനെയൊക്കെ നടക്കും. എന്നുവച്ച് നമ്മൾ തീർച്ചയായും അവ പൊറുക്കുകയില്ല,' എന്നാണ് അദ്ദേഹം പറയുന്നത്."

പെന്റ്ഹൗസ് : "തന്റെ ആൾക്കാർ കൊല നടത്തുന്ന കാര്യം കോൾബി അറിഞ്ഞേ തീരു എന്നുണ്ടായിരുന്നോ?"

മർക്കേറ്റി : "തീർച്ചയായും. അദ്ദേഹം അറിയാതിരിക്കുന്ന പ്രശ്നമേ യില്ല. അദ്ദേഹം ആ വകുപ്പിന്റെ തലവനായിരുന്നല്ലോ. മുഴുവൻ പരിപാ ടിയുടേയും ചുമതല അദ്ദേഹത്തിനായിരുന്നു. വിയറ്റ്നാമിലെ സ്റ്റേഷൻ തലവന്മാർ അദ്ദേഹത്തിനു റിപ്പോർട്ടു നൽകുകയും അവിടെ നടക്കുന്ന കാര്യങ്ങൾ അദ്ദേഹത്തെ അറിയിക്കുകയും ചെയ്യുന്നുണ്ടായിരുന്നു."

പെന്റ്ഹൗസ്: "അപ്പോൾ സി.ഐ.എ. യുടെ ഇപ്പോഴത്തെ മേധാവി ഒരു കൊലപാതകിയാണെന്നാണോ അർത്ഥം?"

മാർക്കേറ്റി : "നിയമത്തിന്റെ ദൃഷ്ടിയിൽ അല്ല. തീർച്ചയായും അല്ല.... ആ സ്ഥാപനം - അല്ലെങ്കിൽ അതിന്റെ തലവൻ വ്യക്തിപരമായി - ഒരു കുറ്റകൃത്യം ചെയ്തെന്നു തെളിയിക്കാൻ സാദ്ധ്യമല്ല. എപ്പോഴും മറ്റുള ളവരെക്കൊണ്ട് കാര്യം നടത്തിക്കാനുള്ള സാമർത്ഥ്യം അവർക്കുണ്ട്. ഒരു ജോലി എത്രകണ്ട് കൂടുതൽ വൃത്തികെട്ടതാണോ അത്രകണ്ട് അത് മറ്റുള്ളവരെ ഏൽപ്പിക്കാനുള്ള സാദ്ധ്യതയും കൂടും. അർദ്ധസൈനികന ടപടികളിൽ സി.ഐ.എ. ക്കാർ സബ്മഷീൻഗണ്ണും പിടിച്ച് വിമാനങ്ങ ളിൽനിന്ന് എടുത്തു ചാടാറില്ല. സാധാരണഗതിയിൽ വല്ല മുൻനാവിക ഭടനോ ഭാഗ്യാന്വേഷിയായ വല്ല സാഹസികനോ മറ്റൊരിടത്തുനിന്ന് ഇറക്കുമതി ചെയ്ത ചോറ്റുപട്ടാളക്കാരനോ ആയിരിക്കും അത്തരം ജോലികൾ ചെയ്യുന്നത്. അതുകൊണ്ട്, കൊലപാതകത്തെപ്പോലുള്ള അറുവഷളൻ സംഗതികളെ സംബന്ധിച്ചിടത്തോളം സി.ഐ.എ. ക്ക് അവയിൽ കയ്യുണ്ടെന്നു തെളിയിക്കാൻ സാദ്ധ്യമല്ലെന്നുതന്നെ പറയാം."

പെന്റ്ഹൗസ് : "അപ്പോൾ ഫെനിക്സ് കൊലപാതകങ്ങൾക്ക് തനിക്കു ധാർമ്മികമായ ഉത്തരവാദിത്വമുണ്ടെന്ന് വില്യം കോൾബിക്കു തോന്നേണ്ട കാര്യമില്ലെന്നാണോ അർത്ഥം?"

മർക്കേറ്റി : "തീർച്ചയായും, അങ്ങിനെ തോന്നേണ്ട കാര്യമില്ല. ഫെനിക്സ്പരിപാടിയോടുള്ള അദ്ദേഹത്തിന്റെ മനോഭാവം, ദിവസേന ബി-52 ബോംബർ വിമാനങ്ങൾ അയച്ച് ഗ്രാമങ്ങളെ അപ്പാടെ തുടച്ചുനീക്കുകയും നൂറുകണക്കിനാളുകളെ കൊല്ലുകയും ചെയ്യുന്ന ജനറലിന്റെ മനോഭാവം തന്നെയായിരിക്കുമെന്നു പറയാം. ആ മനുഷ്യൻ പള്ളിയിൽ പോകുന്നവനായിരിക്കും; കള്ളം പറയരുതെന്നും കളവു കാട്ടരുതെന്നും കുട്ടികളെ പഠിപ്പിക്കുന്നവനായിരിക്കും. 'നിങ്ങൾക്ക് ഇതെങ്ങിനെ സാധിക്കുന്നു?' എന്നു ചോദിച്ചാൽ അയാൾ പറയും: 'ഞാനൊരു കൊലയാളിയല്ല. ഞാൻ ആരേയും കൊല്ലുന്നില്ല. ഇതു യുദ്ധമാണ്. ഞാൻ കൽപ്പന നിറവേറ്റുന്നുവെന്നേയുള്ളു.' പ്രച്ഛന്നമനോഭാവമുള്ളവർ ഇങ്ങനെ പറഞ്ഞ് സ്വയം സമാശ്വസിക്കാൻ കഴിയുന്നവരാണ്."[1]

ഈ നിഗമനത്തോടു യോജിക്കാൻ നിവൃത്തിയില്ല. തങ്ങൾ ചെയ്യുന്നതെന്താണെന്ന് കോൾബിയെപ്പോലുള്ളവർക്ക് ഭംഗിയായിട്ടറിയാം. അവർക്കത് ഇഷ്ടപ്പെടുന്നുപോലുമുണ്ട്. പക്ഷേ കയ്യോടെ പിടികൂടിയാൽ അവർ ഓന്തിനെപ്പോലെ നിറം മാറുകയും കാര്യമെന്താണെന്നു മനസ്സിലാവുന്നില്ലെന്നു നടിക്കുകയും ചെയ്യും.

പരിഷ്കൃതമായ ദണ്ഡനമുറകളും കൂട്ടക്കൊലകളും വിയറ്റ്നാമിൽ സി.ഐ.ഏ. നടത്തുന്ന പാതകങ്ങളുടെ പുറമെ കാണുന്ന വശം മാത്രമാണ്. അമേരിക്കയുടെ വിയറ്റ്നാം സാഹസത്തിന്റെ ആകെത്തന്നെ അടിയിൽ യഥാർത്ഥത്തിലുണ്ടായിരുന്നത് സി.ഐ.ഏ. ആണെന്നതിന് ഇന്ന് ധാരാളം തെളിവുകൾ ലഭിച്ചിട്ടുണ്ട്. വിയറ്റ്നാമിൽ ഇടപെടാൻ യു.എസ്സ്. കോൺഗ്രസ്സിനെക്കൊണ്ടു തീരുമാനമെടുപ്പിക്കത്തക്ക സാഹചര്യങ്ങൾ അത് മനപ്പൂർവ്വം സൃഷ്ടിക്കുകയാണുണ്ടായത്.

സി.ഐ.ഏ. യ്ക്ക് ഇതിനകം ഇൻഡോചൈനയിൽ രഹസ്യപ്രവർത്തനം നടത്തി തഴക്കവും പഴക്കവും കൈവന്നുകഴിഞ്ഞിരുന്നു. 1950-കളിൽ സി.ഐ.ഏ.യിലെ "വീരപുരുഷൻ" കേണൽ എഡ്വേർഡ് ലാൻസ്ഡെയിൽ ആയിരുന്നു. അയാളെക്കുറിച്ചാണ് ഗ്രഹാം ഗ്രീൻ "ദി ക്വയറ്റ് അമേരിക്കൻ" എന്ന പുസ്തകമെഴുതിയത്.

ഇന്റലിജൻസ് വകുപ്പിലുള്ള ലാൻസ്ഡെയിലിന്റെ പ്രവർത്തനം ആരംഭിക്കുന്നത് ഫിലിപ്പൈൻസിലാണ്. 1950-കളുടെ തുടക്കത്തിൽ അയാൾ ഫിലിപ്പൈൻ പ്രതിരോധവകുപ്പുമന്ത്രി റമോൺ മഗ്സെയ്സേയുടെ ഉപദേഷ്ടാവായി നിയുക്തനായി. അമേരിക്കൻ ഗവൺമെന്റിന്റെ രഹസ്യഫണ്ടിൽനിന്നുള്ള ദശലക്ഷക്കണക്കിന് ഡോളറുമായി അയാൾ പ്രവർത്തനരംഗത്തിറങ്ങി.താമസിയാതെതന്നെ ഒളിപ്പോരാളികളുമായി

1. "Penthouse", January 1975, p. 91.

പൊരുതുന്നതിന് അയാൾ ചെറുതെങ്കിലും സുശിക്ഷിതമായ ഒരു പട്ടാളം സൃഷ്ടിച്ചെടുത്തു. ഫിലിപ്പിനൊ സിവിൽ അഫയേഴ്സ് ഓഫീസും അയാളുടെ സൃഷ്ടിയായിരുന്നു. അത് കലാപകാരികൾക്കെതിരായുള്ള മനശ്ശാസ്ത്രപരമായ യുദ്ധത്തിന്റെ കേന്ദ്രമായി പ്രവർത്തിക്കണമെന്നായിരുന്നു അയാളുടെ ഉദ്ദേശം. 1972-ൽ അമേരിക്കൻ പത്രപ്രവർത്തകനായ സ്റ്റാൻലി കർനൗവുമായുള്ള ഒരു അഭിമുഖത്തിൽ ലാൻസ്ഡെയിൽ ഈ മനശ്ശാസ്ത്രപരമായ യുദ്ധത്തിന്റെ ഒരു രൂപം നൽകുകയുണ്ടായി:

“അസ്വാങ്ങ് എന്ന രക്തരക്ഷസ്സിനെക്കുറിച്ച് ഫിലിപ്പൈൻസിലെ ഗ്രാമവാസികൾക്കുണ്ടായിരുന്ന അന്ധവിശ്വാസപരമായ ഭീതിയെ മുതലെടുത്തുകൊണ്ടുള്ളതായിരുന്നു മനശ്ശാസ്ത്രപരമായ യുദ്ധത്തിലെ ഒരു പരിപാടി. മനശ്ശാസ്ത്രയുദ്ധത്തിന്റെ ഒരു ദളം ഒരു മേഖലയിൽ പോയി. കമ്മ്യൂണിസ്റ്റുകാരുടെ താവളമുള്ളിടത്ത് അസ്വാങ്ങ് ഉണ്ടെന്ന ശ്രുതി പരത്തി. കമ്മ്യൂണിസ്റ്റ് അനുഭാവികൾക്കിടയിൽ ശ്രുതി പരക്കാൻ രണ്ടു ദിവസം കാത്തുനിന്നശേഷം ആ ദളം ഗറില്ലകളെ പതിയിരുന്ന് ആക്രമിക്കാൻ തയ്യാറെടുത്തു. ഗറില്ലകളുടെ ഒരു പാറാവുസംഘം കടന്നുപോയപ്പോൾ, ഒളിച്ചിരിക്കുന്നവർ അവസാനത്തെയാളെ പിടിച്ച് രക്തരക്ഷസ്സിന്റെ പണിയാണെന്നു തോന്നുമാറ് കഴുത്തിൽ രണ്ടു തുള തുളച്ച് തലകീഴായി കെട്ടിത്തൂക്കി. ചോര മുഴുവനും വാർന്നുപോയശേഷം ജഡമെടുത്ത് വഴിയിലിട്ടു. മറ്റേതു ഫിലിപ്പൈൻകാരേയുംപോലെതന്നെ അന്ധവിശ്വാസികളായിരുന്ന കലാപകാരികൾ ആ പ്രദേശത്തുനിന്ന് ഓടിപ്പോയി.”[1]

1953-ൽ ലാൻസ്ഡെയിൽ ഫിലിപ്പൈൻസിലെ ദൗത്യം നിറവേറ്റിക്കഴിഞ്ഞിരുന്നു. റമോൻ മഗ്സെയ്സെ പ്രസിഡന്റായി. കേണൽ വാഷിംഗ്ടണിലേക്കു മടങ്ങി. അയാൾക്കവിടെ ഹൃദ്യമായ വരവേൽപ്പ ലഭിച്ചു. താമസിയാതെ അയാൾക്ക് പ്രധാനപ്പെട്ട മറ്റൊരു ദൗത്യം നൽകപ്പെട്ടു. 1954-ൽ അയാൾ സൈഗോണിലേക്കു പുറപ്പെട്ടു. ദക്ഷിണവിയറ്റ്നാമിലെ സർവ്വാധിപതി ന്ഗോഡിൻ ഡ്യെമിനെ പ്രസിഡന്റായി തിരഞ്ഞെടുപ്പിക്കുക എന്നതാണ് അയാൾ ചെയ്യേണ്ടിയിരുന്നത്. ലാൻസ്ഡെയിൽ ഡ്യെം ഭരണത്തെ താങ്ങിനിർത്താനുള്ള ആദ്യത്തെ സായുധദളങ്ങൾ രൂപീകരിക്കുകയും അവർക്ക് പരിശീലനം നൽകാൻവേണ്ടി സൈഗോണിലേക്ക് താൻ നേരത്തെ അഭ്യസിപ്പിച്ചെടുത്ത ഫിലിപ്പിനോകളെ കൊണ്ടുവരികയും ചെയ്തു. കേണൽ കഠിനമായി പ്രയത്നിച്ചു. അതിന്റെ ഫലം കാണുകയും ചെയ്തു. 1955-ൽ ന്ഗോഡിൻ ഡ്യെം പ്രസിഡന്റായി.

1. വിക്ടർ മർക്കേറ്റി, ജോൺ മാർക്സ്, മുമ്പുദ്ധരിച്ച കൃതി. പേജ് 27-28

ഡ്യെമിനെ പിന്താങ്ങിയത് അബദ്ധമായിപ്പോയെന്ന് 1960-കളുടെ ആരംഭത്തിൽ വാഷിംഗ്ടണ മനസ്സിലായിത്തുടങ്ങി. കടലിനക്കരെയുള്ള തന്റെ രക്ഷാധികാരികൾ തന്നിൽനിന്ന് എന്താണ പ്രതീക്ഷിക്കുന്ന തെന്നതിനെപ്പറ്റി ആ സർവ്വാധിപതിക്ക് അത്ര തീർച്ചയില്ലായിരുന്നു. ഗ്വൽത്തേറിയ മർദൊനേസ് എഴുതുന്നു: "വിയറ്റ്നാമിലെ അമേരിക്കൻ നയത്തിന്റെ സൂത്രധാരന്മാർക്ക് ഡ്യെം ഒരു തടസ്സമായിരുന്നുവെന്നതിന് പെന്റഗൺരേഖകളിൽ വേണ്ടത്ര സൂചനകളുണ്ട്."[1] സി.ഐ.ഏ. യുമായി ഗാഢബന്ധമുള്ള ജനറൽമാരുടെ ഒരു ജ്ജുണ്ട ഡ്യെമിനെ കൊലപ്പെടുത്തി. ഒരു അമേരിക്കൻ ഇന്റലിജൻസ് വകുപ്പുദ്യോഗസ്ഥനായ കേമൽ ഫ്ളെച്ചർ പ്രൗട്ടി അതെപ്പറ്റി പറഞ്ഞത് ഇങ്ങനെയാണ്:

"ഡ്യെമും സഹോദരനും വധിക്കപ്പെട്ടത് 1963 ഒക്ടോബറിലാണ്. 1971 ഗ്രീഷ്മത്തില ചാൾസ് കോൽസണും ഇ. ഹോവാർഡ് ഹണ്ടും അതിൽ താൽപര്യമെടുത്തു. ആ കൊലപാതകങ്ങളിൽ പ്രസിഡന്റ് ജോൺ എഫ്.കെന്നെഡിക്ക് നേരിട്ട കയ്യുണ്ടായിരുന്നുവെന്നു വരുത്താൻവേണ്ടി സ്റ്റേറ്റ്ഡിപ്പാർട്ടുമെന്റിന്റെ ഔദ്യോഗികസന്ദേശങ്ങൾ തിരുത്തുകയും കളവായി എഴുതിയുണ്ടാക്കുകയും ചെയ്യാൻ പറ്റുമോ എന്നായിരുന്നു അവരുടെ നോട്ടം... ഈ 'അഴുക്കുവേലാ' പദ്ധതിക്ക് - അതായത്, കെന്നെഡിയെ കുടുക്കാൻവേണ്ടി ആ രേഖകൾ തിരുത്തിയെഴുതാനുള്ള പദ്ധതിക്ക് -തിരഞ്ഞെടുത്ത സമയം ശ്രദ്ധേയമാണ്. ന്യൂയോർക്ക് ടൈംസ് 'പെന്റഗൺ പേപ്പേഴ്സ്' പ്രസിദ്ധീകരിച്ചത് കുറച്ചു മാസങ്ങൾക്കു മുമ്പു മാത്രമായിരുന്നു. ഡ്യെം സഹോദരന്മാർ കൊല്ലപ്പെടുന്നതിനു തൊട്ടുമുമ്പ് 1963 ഗ്രീഷ്മാവസാനം നടന്ന സംഭവങ്ങളെപ്പറ്റി ഏറെക്കുറെ വിശദവും കുട്ടിക്കുഴച്ചതുമായ ഒരു ചിത്രമാണ് പെന്റഗണിൽനിന്നു കിട്ടിയതെന്ന് അവകാശപ്പെട്ടുകൊണ്ട് ന്യൂയോർക്ക് ടൈംസ് പ്രസിദ്ധീകരിച്ച രേഖകളിൽനിന്നു വായനക്കാർക്കു ലഭിച്ചത്. സി.ഐ.ഏ.യ്ക്ക് ആ പ്ലാനുമായി അടുത്ത ബന്ധമുണ്ടായിരുന്നുവെന്നും അതിന്റെ ആൾക്കാർ രംഗത്തുണ്ടായിരുന്നുവെന്നും ആ രേഖകൾ ശ്രദ്ധിച്ചു വായിക്കുന്ന ആർക്കും മനസ്സിലാക്കാം."

"എന്നാൽ 'ഡ്യെംസഹോദരന്മാരെ കൊല്ലണം,' എന്നു തെളിച്ചു പറയുന്ന ഒരു സന്ദേശമോ നിർദ്ദേശമോ ആ രേഖകളിലൊരിടത്തുമില്ല. അങ്ങിനെയൊരു ഖണ്ഡിതമായ രേഖ ഇല്ലാത്ത സ്ഥിതിക്ക് സി.ഐ.ഏയ്ക്ക് അതിൽ കയ്യുണ്ടായിരുന്നുവെന്നായിരിക്കും പല ഗവേഷകരും അനുമാനിക്കുക. കെന്നെഡിയാണ് കൊലപാതകങ്ങൾക്കു കൽപ്പന നൽകിയതെന്ന് അവരിലാരും അനുമാനിക്കുകയില്ല. 1963-ൽ ഇ. ഹോവാർഡ് ഹൺട് സി.ഐ.ഏ യുടെ ഒരു സജീവ

1. ഗ്വൽത്തേറിയ മർദൊനേസ്, "പൊയ്മുഖം മാറ്റിയ സി.ഐ.ഏ." (റഷ്യനിൽ), പേജ് 93.

ഏജന്റായിരുന്നുവെന്ന് ഓർക്കണം. പ്രസിഡന്റ് കെന്നെഡി പിരിച്ചുവിട്ട മുൻ സി.ഐ.ഏ ഡയറക്ടർ അല്ലൻ ഡള്ളസ്സിന്റെ ഏറ്റവും പ്രധാനപ്പെട്ട പുസ്തകമായ ' ദി ക്രാഫ്റ്റ് ഓഫ് ഇന്റലിജൻസ്" എഴുതുന്നതിൽ അയാളുടെ ഗണ്യമായ സഹകരണമുണ്ടായിരുന്നു..."

"1954-ലാണ് ഡ്യെം ദക്ഷിണവിയറ്റ്നാമിൽ അധികാരത്തിൽ വന്നത്. ആദ്യംതൊട്ടുതന്നെ ഡ്യെമിന്റെ നേതൃത്വവും അധികാരവും സൃഷ്ടിക്കപ്പെട്ടത് ഫലത്തിൽ അമേരിക്കയുടെ രഹസ്യസഹായത്തോടെയായിരുന്നു... 1963 ഗ്രീഷ്മമായപ്പോഴേയ്ക്ക് ദക്ഷിണവിയറ്റ്നാം ഡ്യെം ഗവൺമെന്റിന്റെ പരിപൂർണ്ണനിയന്ത്രണത്തിലായിട്ട് പത്തു വർഷം തികഞ്ഞിരുന്നു. പക്ഷേ സംഗതികൾ കൂടുതൽ കൂടുതൽ വഷളായതേയുള്ളൂ. വിയറ്റ്നാമിൽ മാത്രമല്ല വാഷിംഗ്ടണിലും ഡ്യെം ഭരണത്തോട് വമ്പിച്ച അതൃപ്തിയും എതിർപ്പും പ്രകടമായ ഒരു ഗ്രീഷ്മമായിരുന്നു അത്..."

"1963 ആഗസ്റ്റായപ്പോഴേയ്ക്ക് അമേരിക്കൻ ഗവൺമെന്റിന്റെ ഉന്നതതലങ്ങളിൽ ചില പ്രത്യേകമെമ്മോറാണ്ടങ്ങൾ പ്രചരിക്കാൻ തുടങ്ങി... പരമരഹസ്യമായിരുന്ന ആ രേഖകളിൽ യാതൊരുവിധ അടയാളമോ നമ്പരുകളോ ഒന്നുമുണ്ടായിരുന്നില്ല. അവ വായിക്കേണ്ടവർ തമ്മിൽ മാത്രം അവ നേരിട്ടു കൈമാറുകയാണുണ്ടായത്... ഡ്യെമിനെക്കൊണ്ടു നമ്മൾ മടുത്തു,' 'ഡ്യെം സഹോദരന്മാരെ ഓടിക്കാൻ ഒരു വഴി കാണേണ്ടിയിരിക്കുന്നു,' എന്നിങ്ങനെയുള്ള സംഗതികൾ ആ മെമ്മോകളിൽ തുറന്നു പറഞ്ഞിരുന്നു."

"ആ മെമ്മോകളെത്തുടർന്ന് വാഷിംഗ്ടണിലുള്ള സി.ഐ.ഏ യുടെ ആസ്ഥാനത്തുനിന്ന് സൈഗോണിലേക്ക് തുടരെത്തുടരെ അന്വേഷണങ്ങളുണ്ടായി. ഡ്യെമിനോടുള്ള എതിർപ്പ് എത്രമാത്രം ശക്തമാണെന്നും പകരം ആരു വരുന്നതാണു ഭേദമെന്നും മറ്റും അറിയണമെന്നതായിരുന്നു അതിന്റെ ഉദ്ദേശം."

"ഡ്യെമിനെ അധികാരത്തിലേറ്റുകയും അയാൾക്ക് ഒരു 'രാഷ്ട്രപിതാവി'ന്റെ പ്രതിച്ഛായ നൽകാൻവേണ്ടി ഒരു പതിറ്റാണ്ടിലധികം കാലം പാടുപെടുകയും ചെയ്ത സി.ഐ.ഏ യ്ക്കുള്ളിൽ അയാളെ ഇനി എന്തു ചെയ്യണമെന്ന കാര്യത്തിൽ മൂർച്ചയേറിയ അഭിപ്രായവ്യത്യാസമുണ്ടായിരുന്നു. അയാളെ അധികാരത്തിൽ തുടരാൻ അനുവദിക്കണമെന്നും അയാളുടെ ആവശ്യങ്ങളെല്ലാം സാധിച്ചുകൊടുക്കണമെന്നും ഒരു കൂട്ടർ വാദിച്ചു. അയാളെ മാറ്റി വേറൊരാളെ വച്ച് ആദ്യമേ തുടങ്ങണമെന്ന് വേറൊരു കൂട്ടർ. ഡ്യെമിനെ പിന്തുടർന്നു വരാൻ ഏറ്റവും പറ്റിയ ആൾ ജനറൽ ഡുവോങ്ങ് വാൻ മിൻ ആണെന്ന് സൈഗോണിലുള്ള സി.ഐ.ഏ.

ക്കാർ കരുതി. കുറെക്കൂടി ഒതുക്കമുള്ളവനും ഒരുപക്ഷേ കൂടുതൽ വിശ്വാസയോഗ്യനുമായ ജനറൽ ന്ഗുവെൻ ക്യാനിനെ വേറേ ചിലർ അനുകൂലിച്ചു. വാഷിംഗ്ടന് ഇഷ്ടപ്പെട്ടവർ ഇവർ രണ്ടു പേരുമായിരുന്നു. സൈഗോണിൽ അവർക്കു ധാരാളം അനുയായികളുണ്ടായിരുന്നു. അങ്ങിനെ കൊലപാതകത്തിനുള്ള കളമൊരുക്കാൻ ആരംഭിച്ചു."

"യു.എസ്സ്.എ. ഡ്യെമിനുള്ള പിന്തുണ പിൻവലിക്കാൻ 'ഇടയുണ്ടെന്ന' ശ്രുതി സൈഗോണിലെത്തി. ഉപശാലകളിലുള്ള ഓരോ ഗൂഢസംഘവും അതിൽനിന്നു മുതലെടുത്തു... തങ്ങളുടെ കാലം കഴിഞ്ഞെന്നും ഉള്ള നേരത്തേ സ്ഥലം വിടാൻ നോക്കുകയാണു നല്ലതെന്നും ഡ്യെമിന്റെ രഹസ്യപ്പോലീസിനും അംഗരക്ഷാഭടന്മാർക്കും അണിയറ വൃത്തങ്ങൾക്കും മനസ്സിലായി. അവർ മർദ്ദകരാണ്. കൊലപാതകികളാണ്. ലക്ഷക്കണക്കിനു ഡോളർ മോഷ്ടിച്ചവരാണ്. വിയറ്റ്നാമിലുള്ള അനേകമനേകം പേരെ നശിപ്പിച്ചവരാണ്. യു.എസ്സ്.ഏ.യുടേയും സി.ഐ.ഏ.യുടേയും ഡ്യെംകുടുംബത്തിന്റേയും പിന്തുണയില്ലെങ്കിൽ അണിയറയിലുള്ള ആ വരേണ്യവർഗ്ഗം മൃതതുല്യരാണ്."

"ക്രമേണ പദ്ധതി രൂപമെടുക്കാൻ തുടങ്ങി...തനിക്ക് യൂറോപ്പിലേക്കും യു.എസ്സ്.ഏ.യിലേക്കും ഒരു ദീർഘയാത്ര നടത്താൻ പറ്റിയ സമയം ഇതാണെന്ന് ഡ്യെമിന്റെ സഹോദരഭാര്യ മാഡം നുവിനു പെട്ടെന്നു ബോദ്ധ്യമായി. അതായിരുന്നു ആദ്യത്തെ ചുവട്. അടുത്ത പടിയായി ഡ്യെം സഹോദരന്മാരെക്കൂടി അവരുടെ പിന്നാലെ രാജ്യത്തിനു പുറത്തു കടത്തണം. യൂറോപ്പിലെ ഒരു പ്രധാനസമ്മേളനത്തിൽ അവർ സംബന്ധിക്കേണ്ടതാണെന്നു നിശ്ചയിച്ചു. അവർക്ക് ഔപചാരികമായ ക്ഷണമയയ്ക്കുകയും യൂറോപ്പിലേക്കു യാത്രചെയ്യാൻ ഒരു പ്രത്യേകവിമാനം തയ്യാറാക്കി നിർത്തുകയും ചെയ്തു."

"അവരുടെ യാത്രാസമയം അടുത്തു വന്നതോടെ, പുതിയ ഭരണകർത്താക്കളാവാനിടയുള്ള നേതാക്കളോടു കൂടുതൽ അടുക്കാൻ സി.ഐ.ഏ. അതിന്റെ ഏജന്റുമാർക്കു നിർദ്ദേശം നൽകി...ഇത് ഡ്യെമിന്റെ അംഗരക്ഷാഭടന്മാരുടെ ശിഥിലീകരണത്തെ ത്വരിതപ്പെടുത്തി. ഡ്യെം സഹോദരന്മാർ വിമാനത്താവളത്തിലെത്തിയശേഷം, ഇനിയും വിശദീകരിക്കപ്പെട്ടിട്ടില്ലാത്ത എന്തോ കാരണത്താൽ അവർ പെട്ടെന്ന് കാറിൽ കയറി കൊട്ടാരത്തിലേക്കു തിരിച്ചുപോയി. കളിയുടെ ചട്ടങ്ങൾ അവർ മനസ്സിലാക്കിയില്ലെന്നു തോന്നുന്നു...."

"അവർ കൊട്ടാരത്തിൽ തിരിച്ചെത്തിയപ്പോൾ അതൊരു പ്രേതലോകംപോലെ ശൂന്യമായിരുന്നു. അവരുടെ കാവൽഭടന്മാരെല്ലാവരും

പ്രാണരക്ഷാർത്ഥം ഓടിപ്പൊയ്ക്കഴിഞ്ഞിരുന്നു...ഡ്യെം സഹോദരന്മാർ തങ്ങളുടെ മേശയ്ക്കരികിൽ അല്പസമയം ഇരുന്നു. അവസാനം, കാര്യമെന്താണെന്നു പിടികിട്ടിയപ്പോൾ അവർ ഒരു തുരങ്കത്തെ ലക്ഷ്യമാക്കി പുറപ്പെട്ടു. അല്പസമയത്തിനുള്ളിൽ അവർ മരിച്ചുകഴിഞ്ഞിരുന്നു."[1]

അങ്ങിനെയാണ് വാഷിംഗ്ടൺ അതിന്റെ ഒരു കൂത്തുപാവയെ രാഷ്ട്രീയരംഗത്തുനിന്നു നീക്കംചെയ്തത്. അതിനു ശേഷം, വൈറ്റ്ഹൗസിന്റെ കല്പനകളെ ചോദ്യം ചെയ്യാതെ അനുസരിക്കാൻ തയ്യാറുള്ള കൂടുതൽ പറ്റിയ ആളുകൾക്കുവേണ്ടി സി.ഐ.ഏ. അന്വേഷണം തുടങ്ങി. അവസാനവാക്കു പറയുന്നത് വിയറ്റ്നാം ജനതയായിരിക്കുമെന്നും ആ ജനതയുടെ മുട്ടു മടക്കാനോ അവരെ മറ്റു വല്ലവരുടേയും ഹിതത്തിനു കീഴ്പ്പെടുത്താനോ സാദ്ധ്യമല്ലെന്നുമുള്ള കാര്യം അന്ന് സി.ഐ.ഏയിലെ സർവ്വജ്ഞരായ വിദഗ്ദ്ധന്മാർക്ക് അറിഞ്ഞുകൂടായിരുന്നു.

പക്ഷേ വിയറ്റ്നാമിലെ "അഴുക്കുയുദ്ധ"ത്തിന്റെ ദയനീയപരാജയത്തോടെ തെക്കുകിഴക്കൻ ഏഷ്യയിൽ സി.ഐ.ഏ. നടത്തിവന്ന പാതകങ്ങൾ അവസാനിച്ചുവെന്നു കരുതുന്നതു തെറ്റായിരിക്കും. യു.എസ്സ്.ഏ.യ്ക്ക് ഇൻഡോചൈനയിൽ സംഭവിച്ച തോൽവി തെക്കുകിഴക്കൻ ഏഷ്യയിലെ പല രാജ്യങ്ങളിലും സുശക്തമായ ഒരു അമേരിക്കൻവിരുദ്ധ വേലിയേറ്റം സൃഷ്ടിച്ചു. പുരോഗമനപരമായ പരിഷ്ക്കാരങ്ങൾ നടപ്പാക്കണമെന്നും ആ മേഖലയിൽ യു.എസ്സ്.ഏ.യുടെ സാമ്പത്തിക - സൈനിക - രാഷ്ട്രീയ സാന്നിദ്ധ്യം പരിമിതപ്പെടുത്തണമെന്നും ആ രാജ്യങ്ങളിലെ-വിശേഷിച്ച് തായ്‌ലണ്ടിലെ- ജനാധിപത്യവാദികൾ ആവശ്യപ്പെട്ടു.

1973 ശരത്കാലത്ത് അധികാരത്തിൽ വന്ന ബൂർഷ്വാ ലിബറൽ ഗവൺമെന്റ് ഉടൻ തന്നെ പല ജനാധിപത്യപരിഷ്ക്കാരങ്ങളും നടപ്പിൽ വരുത്തി. അവ രാജ്യത്തിനകത്തെ സാമൂഹ്യ - രാഷ്ട്രീയാന്തരീക്ഷം മെച്ചപ്പെടുത്തുകയും തായ്‌ലണ്ടിനെ ആ മേഖലയിലെ ഒരു സൈനികസമരമുഖമായി ഉപയോഗിക്കാനുള്ള അമേരിക്കയുടെ സാദ്ധ്യത ഗണ്യമായി വെട്ടിക്കുറയ്ക്കുകയും ചെയ്തു. അവിടെയുള്ള അമേരിക്കൻ പട്ടാളക്കാരുടെ എണ്ണത്തിൽ പതിനായിരം കുറയ്ക്കണമെന്ന് 1974-ൽ യു.എസ്സ്.ഏ.യും തായ്‌ലണ്ടും തമ്മിൽ ധാരണയിലെത്തി. അതേ സമയം അമേരിക്കൻ വിമാനങ്ങൾ തായ്‌ലണ്ടിലെ വിമാനത്താവളങ്ങൾ ഉപയോഗിക്കുന്നതിന് തായ് ഗവൺമെന്റ് ചില നിയന്ത്രണങ്ങൾ ഏർപ്പെടുത്തുകയും ചെയ്തു. തായ്‌ലണ്ടിൽനിന്ന് എല്ലാ അമേരിക്കൻ പട്ടാളക്കാരേയും എന്നെന്നേക്കുമായി പിൻവലിക്കണമെന്ന് ആവശ്യപ്പെട്ടുകൊണ്ട് ആ രാജ്യത്തെ പുരോഗമനവാദികൾ ഒരു ക്യാമ്പെയിൻ ആരംഭിച്ചു.

1. "Uncloaking the C.I.A.", pp. 201-205.

1975 മാർച്ചിൽ പുതിയ പാർലമെണ്ടിലെ സോഷ്യലിസ്റ്റ് പാർട്ടികളുടെ സംയുക്തഗ്രൂപ്പ്, തായ്‌ലണ്ടിലെ കമ്മ്യൂണിസ്റ്റ് പാർട്ടിയെ നിയമവിധേയമാക്കണമെന്നും പ്രധാനവ്യവസായങ്ങൾ ദേശസാൽക്കരിക്കണമെന്നുമുള്ളവയടക്കം പല നിർദ്ദേശങ്ങളും മുന്നോട്ടുവച്ചു.

രാജ്യത്ത് അമേരിക്കൻ രാഷ്ട്രീയവിപുലീകരണത്തിന് ഉത്തരവാദികളായ യു.എസ്സ്. സംഘടനകളെ പുറത്താക്കാൻ വേണ്ടിയുള്ള പ്രസ്ഥാനം തായ്‌ലണ്ടിൽ ക്രമേണ ശക്തിപ്പെട്ടുവന്നു. തായ്‌ലണ്ടിൽ അമേരിക്കൻ പീസ്കോറിന്റെ സാന്നിദ്ധ്യത്തിനെതിരായി നിരവധി ജനാധിപത്യസംഘടനകൾ - വിശേഷിച്ച് വിദ്യാർത്ഥിസംഘടനകൾ - മുന്നോട്ടുവന്നു. പീസ്കോറുകാർക്ക് സി.ഐ.ഏ.യുമായി ഉറ്റ ബന്ധമുണ്ടെന്ന് അവർ കുറ്റപ്പെടുത്തി. ജനാധിപത്യപ്രസ്ഥാനത്തിന്റേയും അമേരിക്കൻവിരുദ്ധ ചിന്താഗതിയുടേയും വ്യാപ്തി തായ്‌ലണ്ടിലെ വലതുപക്ഷവൃത്തങ്ങളിൽ അങ്കലാപ്പുളവാക്കി. പട്ടാളത്തിലെ പിന്തിരിപ്പന്മാരുടേയും ബൂർഷ്വാസിക്കിടയിലുള്ള അമേരിക്കൻപക്ഷപാതികളായ ഗ്രൂപ്പുകളുടേയും പിൻബലത്തോടെ 1976 ഒക്ടോബറിൽ വലതുപക്ഷം തായ്‌ലണ്ടിലെ ഗവൺമെന്റിനെ മറിച്ചിടുകയും ഒരു സൈനികസർവ്വാധിപത്യം സ്ഥാപിക്കുകയും ചെയ്തു.

തായ്‌ലണ്ടിലെ പിന്തിരിപ്പൻ ശക്തികൾ കടന്നാക്രമണം നടത്തിയ 1976-ാമാണ്ട് ആ രാജ്യത്തിന്റെ ചരിത്രത്തിലെ ദുരന്തപൂർണ്ണമായ ഒരു വഴിത്തിരിവായി കലാശിച്ചു. ഒരു തീവ്രവലതുപക്ഷസംഘടനയായ “റെഡ്ഗൗറുകൾ” പിന്തിരിപ്പത്തത്തിന്റെ ഫലപ്രദമായ ഒരു ഉപകരണമായി രംഗത്തുവന്നു. അതിലെ അംഗങ്ങൾ പുരോഗമനവിദ്യാർത്ഥികൾക്കെതിരായി പ്രകോപനങ്ങൾ നടത്തുകയും തായ്‌ലണ്ട് ഫാർമേഴ്സ് ഫെഡറേഷന്റെ സജീവപ്രവർത്തകരെ കൊലപ്പെടുത്തുകയും ചെയ്തു.

1976 ഏപ്രിലിൽ, പാർലമെണ്ടറി തിരഞ്ഞെടുപ്പിന്റെ സമയത്ത്, വലതുപക്ഷക്കാർ നടത്തിയ കൊലപാതകങ്ങൾ വിശേഷിച്ചും ഗണ്യമായി വർദ്ധിച്ചു. രക്തരൂഷിതമായ ഭീകരവാഴ്ച തിരഞ്ഞെടുപ്പുഫലങ്ങൾ നിർണ്ണയിക്കുന്നതിൽ വലിയൊരു പങ്കു വഹിച്ചു. ലിബറൽ കക്ഷികൾക്ക് സാരമായ തോൽവി സംഭവിക്കുകയും വലതുപക്ഷം മുകളിൽ വരികയുംചെയ്തു. ഭീകരനടപടികളുടെ ഈ തേർവാഴ്ച ഒരു പട്ടാളവിപ്ലവത്തിനുള്ള മുന്നോടിയാണെന്നു മനസ്സിലാക്കിക്കൊണ്ട് ഉല്പതിഷ്ണുക്കളായ അനേകം ബുദ്ധിജീവികളും മറ്റു പുരോഗമനവാദികളും ഒളിവിൽ പോവുകയോ നാടുവിടുകയോ ചെയ്തു എന്നതായിരുന്നു ഈ സംഭവവികാസങ്ങളുടെ ഒരു പ്രധാനഭവിഷ്യത്ത്.

തായ്‌ലണ്ടിലെ അമേരിക്കൻ പട്ടാളക്കാരുടെ എണ്ണം കുറച്ചതു കൊണ്ട് അമേരിക്കൻ സൈനികോദ്യോഗസ്ഥന്മാരും "ന്യൂ ഫോഴ്സ് (നവപ്പോൻ) പാർട്ടി''യുടെ മറവിൽ പ്രവർത്തിച്ച തായ്‌സൈന്യത്തിലെ വലതുപക്ഷക്കാരും തമ്മിൽ വ്യക്തിതലത്തിലും വകുപ്പുതലത്തിലുമുള്ള സമ്പർക്കങ്ങൾക്ക് യാതൊരു കോട്ടവും സംഭവിച്ചില്ല. അധികാരസ്ഥാനങ്ങളിലിരിക്കുന്ന വലതുപക്ഷക്കാരുമായുള്ള സഹകരണം യു.എസ്സ്.എ. തുടർന്നുപോന്നു.

1965 ഡിസംബറിൽ, അന്നത്തെ യു.എസ്സ്. സ്ഥാനപതി ഗ്രഹാം അൻഡേഴ്സൺ മാർട്ടിന്റെ നിർബ്ബന്ധപ്രകാരം തായ്‌ലണ്ടിൽ "കമ്മ്യൂണിസ്റ്റുകാരെ അമർച്ചചെയ്യാനുള്ള നടപടികൾക്കുള്ള കമാണ്ട്'' എന്നൊരെണ്ണം സ്ഥാപിച്ചു (പിന്നീട് അതിന്റെ പേര് ആഭ്യന്തരസുരക്ഷിതത്വനടപടികൾക്കുള്ള കമാണ്ട് എന്നാക്കി മാറ്റി)[1]. സെയ്യുദ് കെർഡ്പോളിന്റെ കീഴിലുള്ള ഓപ്പറേഷൻസ് ഡയറക്ടറേറ്റായിരുന്നു അതിലെ പ്രധാനവകുപ്പ്. "ലഹളകൾ" ഒതുക്കുന്നതിൽ വിദഗ്ദ്ധന്മാരായ ചെറിയൊരു സംഘം ആൾക്കാരാണ് അതിലുണ്ടായിരുന്നത്. കമ്മ്യൂണിസ്റ്റ് വിരുദ്ധ തീവ്രവാദിഗ്രൂപ്പുകൾ സ്ഥാപിക്കാൻ അവർ ഉത്സാഹിച്ചു. തായ്‌ലണ്ട് ഗവൺമെന്റിൽ സെയ്യുദിനുണ്ടായിരുന്ന പ്രാമുഖ്യത്തിന്റെ കാരണം അമേരിക്കക്കാരുമായും പ്രത്യേകിച്ച് സി.ഐ.ഏ.യുമായും അയാൾക്കുണ്ടായിരുന്ന അടുപ്പമായിരുന്നു. കണ്ണിയായി പ്രവർത്തിച്ചത് പിർ ഡി സിൽവയാണ്. ആഭ്യന്തരകലാപനിഗ്രഹകാര്യങ്ങൾക്കുള്ള മാർട്ടിന്റെ സ്പെഷ്യൽ അസിസ്റ്റന്റും ഒരു ഉയർന്ന സി.ഐ.ഏ. ഉദ്യോഗസ്ഥനുമായിരുന്ന ഡി സിൽവ അതിനുമുമ്പ് പല രാജ്യങ്ങളിലും സി.ഐ.ഏ. ശാഖാതലവനായി പണിയെടുത്തിട്ടുള്ളയാളാണ്.

1966-68 കാലത്തുതന്നെ ഡി സിൽവ ഏതാനും "ഗ്രാമരക്ഷാസംഘടനകളെ'' ഒന്നിച്ചു ചേർത്ത് "ഗ്രാമ സംരക്ഷണസേന'' എന്ന പേരിൽ ഒരെണ്ണം രൂപീകരിക്കുകയുണ്ടായി. പിന്നീട് സെയ്യുദിന്റെ വകുപ്പ് സി.ഐ.ഏ.യുടെ പണം കൊടുത്ത് അതിനെ സഹായിക്കുകയും ചെയ്തു. കൂടാതെ കർഷകരുടെ മനോഗതി അറിയാൻ വേണ്ടി സെയ്യുദും ഡി സിൽവയും "രാഷ്ട്രീയനടപടികൾക്കുള്ള ടീമുകൾ" രൂപീകരിച്ചു. വിയറ്റ്നാമിലും ഇത്തരം യൂണിറ്റുകളുണ്ടായിരുന്നു. സി.ഐ.ഏ. നടപടികളുടെ ചട്ടക്കൂട്ടിലാണ് അവ പ്രവർത്തിച്ചത്. തായ്‌ലണ്ടിൽ ദേശീയതലത്തിലും പ്രവിശ്യാതലത്തിലും അവയുടെ മേൽനോട്ടം വഹിച്ചത് സംയുക്ത യു.എസ്സ്.-തായ് കമ്മിറ്റികളായിരുന്നു. പരിശീലനകേന്ദ്രങ്ങൾക്കും റിക്രൂട്ട്മെന്റ് സ്റ്റേഷനുകൾക്കും ഡിപ്പോകൾക്കുമുള്ള സ്ഥലങ്ങൾ തിരഞ്ഞെടുത്തതും

1. George K. Tanham, "Trial in Thailand" (Crane, Rusak & Co., Inc., New York, 1974) എന്ന പുസ്തകം നോക്കുക.

ഏജന്റുമാരുടെ പ്രതിഫലം നിശ്ചയിച്ചതുമെല്ലാം കമ്മിറ്റികൾ തമ്മിൽ ആലോചിച്ചാണ്. ഈ പരിപാടിക്കും സി.ഐ.ഏ.യിൽ നിന്നുള്ള ധനസഹായമുണ്ടായിരുന്നു.

റെഡ്ഗൗറുകാരും അവരെ പിന്താങ്ങിയ നവപ്പോൻ പാർട്ടിക്കാരും നടത്തി വന്ന ഭീകരപ്രവർത്തനങ്ങളുടേയും കൊലപാതകങ്ങളുടേയും നേരെ യു.എസ്സ്.ഏ. കണ്ണടച്ചു. അത് അവരുമായുള്ള സഹകരണം തുടർന്നു. ഭീകരസംഘടനകളുടെ ചെയ്തികളോടുള്ള യു.എസ്സ്.ഏ.യുടെ മനോഭാവമെന്താണെന്ന് യു.എസ്സ്.എംബസിയിലെ ഒരു ഉയർന്ന ഉദ്യോഗസ്ഥനോട് "കൗണ്ടർസ്പൈ''യുടെ ലേഖകൻ ചോദിച്ചപ്പോൾ വലതുപക്ഷ ഭീകരനടപടികളോട് എതിർപ്പുണ്ടെന്നു സൂചിപ്പിക്കുന്ന യാതൊന്നും എംബസിയുടെ ഭാഗത്തുനിന്ന് ഉണ്ടായില്ല എന്ന മറുപടിയാണു ലഭിച്ചത്. "തായ്‌ലണ്ടുകാരോട് 'നിങ്ങൾ ഇതു ചെയ്യരുത്,' എന്നു പറയുന്നത് ഞങ്ങളുടെ ജോലിയല്ല എന്നാണ് അദ്ദേഹം പറഞ്ഞത്.''[1]

ഇടപെടാത്തതാണ് സൗകര്യപ്രദമെന്നു കാണുമ്പോൾ യു.എസ്സ്.ഏ. "കർശനമായ നിഷ്പക്ഷത'' പാലിക്കുന്നു. അതേ എംബസി ഉദ്യോഗസ്ഥൻ വലതുപക്ഷ ഭീകരനടപടികളുടെ ഗൗരവം കുറയ്ക്കാൻ ശ്രമിക്കുക പോലും ചെയ്തു. "'അക്രമം രണ്ടു കൂട്ടരുടെ ഭാഗത്തുനിന്നും ഉണ്ടായിരുന്നു,' അദ്ദേഹം പറഞ്ഞു. 'ആര് ആരോട് എന്തു ചെയ്യുന്നുവെന്ന് എനിക്ക് ഒരിക്കലും വ്യക്തമായിരുന്നില്ല.'''[2]

അമേരിക്കൻ എംബസി ഉദ്യോഗസ്ഥന്മാരിൽ ചിലർ നവപ്പോൻ പാർട്ടിയോടും റെഡ്ഗൗറുകാരോടും തങ്ങൾക്കുള്ള അനുഭാവം മറച്ചു വച്ചില്ലെന്നു മാത്രമല്ല അവരെ പരസ്യമായി ന്യായീകരിക്കുകപോലും ചെയ്തുവെന്നു ചൂണ്ടിക്കാട്ടേണ്ടിയിരിക്കുന്നു. 1975 ഡിസംബറിൽ നടന്ന ഒരു സംഭവം പറയാം. കാണാതായ ആളുകളെക്കുറിച്ച് അന്വേഷണം നടത്താനുള്ള അമേരിക്കൻ ഹൗസ് ഓഫ് റെപ്രസന്റേറ്റീവ്സ് സിലക്ട് കമ്മിറ്റി ബാങ്കോക്ക് സന്ദർശിച്ചപ്പോൾ, അതിലെ സെക്യൂരിറ്റി ഓഫീസറായിരുന്ന ചെറുപ്പക്കാരനായ ഒരു ആർമി ക്യാപ്റ്റനോട് റെഡ്ഗൗറുകാരെക്കുറിച്ചുള്ള അഭിപ്രായമെന്താണെന്ന് സന്ദർഭവശാൽ ചോദിക്കുകയുണ്ടായി. അമേരിക്കൻ പട്ടാളത്തെ പിൻവലിക്കേണ്ട അവസാനദിവസമായ മാർച്ച് 20-നുമുമ്പ് തായ്‌ലണ്ടിലെ നൂറു കമ്മ്യൂണിസ്റ്റുകാരെ വധിക്കാൻ പ്ലാനിട്ടിട്ടുണ്ടെന്ന് റെഡ്ഗൗർ നേതാക്കൾ തന്നോടു പറഞ്ഞ കാര്യം അയാൾ പ്രകടമായ സംതൃപ്തിയോടെ അറിയിച്ചു.

1. "Counterspy'', Vol. 3, No 2, 1976, p. 51.
2 Ibid.

നവപ്പോനും റെഡ്ഗൗറുകാർക്കും സി.ഐ.ഏ. പണം കൊടുക്കന്നുണ്ടെന്ന് പട്ടാളവിപ്ലവം നടക്കുന്നതിന് ഏതാനും ആഴ്ചകൾക്കു മുമ്പ് ഗവൺമെന്റിലെ ഒരു ഉന്നതനായ സെനി പ്രാമോത് ഒരു വിദേശസന്ദർശകനോടു പറയുകയുണ്ടായി. ധനസഹായത്തിന്റെ വിശദവിവരങ്ങൾ അദ്ദേഹം നൽകിയില്ലെന്നതു ശരിയാണ്. പക്ഷേ, "ആഭ്യന്തരസുരക്ഷിതത്വനടപടികൾക്കുള്ള കമാണ്ടി"ന് പ്രതിവർഷം ഏകദേശം 50 കോടി ബാറ്റ് (25 ദശലക്ഷം ഡോളർ) വരുന്ന ഒരു രഹസ്യ ബഡ്ജറ്റുള്ള വിവരം 1975 ആഗസ്റ്റിൽ പുറത്തു വന്നു.[1] സി.ഐ.ഏ. വളരെക്കാലമായി അതിനു ധനസഹായം നൽകിവന്നിരുന്നു. അതുകൊണ്ട് വലതുപക്ഷ അർദ്ധസൈനികഗ്രൂപ്പുകൾ സംഘടിപ്പിക്കാൻ സി.ഐ.ഏ.യുടെ പണം ഉപയോഗിച്ചുവെന്നത് തികച്ചും സംഭാവ്യമാണ്.

മേൽപ്പറഞ്ഞ കമാണ്ടിന്റെ ഒരു വകുപ്പുമേധാവിയായ കേണൽ സുദ്സായ് ഹസ്ദിനോട് സി.ഐ.ഏ.യുടെ സഹായത്തെപ്പറ്റി ചോദിച്ചപ്പോൾ അയാൾ പറഞ്ഞത് ഇങ്ങനെയാണ്:" അവർ എന്തുകൊണ്ടാണു ഞങ്ങളെ സഹായിക്കാത്തതെന്ന് ഞാൻ ചിലപ്പോൾ അത്ഭുതപ്പെടാറുണ്ട്. കാരണം, ഞങ്ങൾ ചെയ്യുന്ന ചില കാര്യങ്ങൾ അവർക്ക് ഇഷ്ടപ്പെടണം."

തീർച്ചയായും സി.ഐ.ഏ.യ്ക്ക് ഇഷ്ടപ്പെട്ടിരുന്നു. അതുകൊണ്ടാണല്ലോ അത് ആ കേണലിന് കയ്യയച്ച് പ്രതിഫലം നൽകിയത്. നല്ലൊരു തുക കീശയിലാക്കിയിട്ടും മുറുമുറുക്കുന്ന ഒരു വാടകദ്രോഹിയുടെ കൂസലില്ലായ്മയാണ് നമ്മെ അത്ഭുതപ്പെടുത്തുന്ന ഒരേയൊരു കാര്യം.

തെക്കുകിഴക്കൻ ഏഷ്യയിലെ ജനതകൾക്കെതിരായ സി.ഐ.ഏ.യുടെ രഹസ്യയുദ്ധം തുടരുകയാണ്. അതിന്റെ എന്തെല്ലാം പുതിയ പാതകങ്ങളായിരിക്കും നാളെ അനാവൃതമാകുന്നത്!

വാഷിംഗ്ടന്റെ തിരക്കഥ

കഴിഞ്ഞ കുറേ ദശാബ്ദങ്ങളായി ലാറ്റിനമേരിക്ക സി.ഐ.ഏ. ഘാതകരുടെ രംഗവേദിയായിത്തീർന്നിരിക്കുകയാണ്. അവിടത്തെ ജനതകൾക്കെതിരായ യു.എസ്സ്.ഇന്റലിജൻസ് വകുപ്പിന്റെ പാതകങ്ങളുടെ കാരണം കണ്ടെത്താൻ വിഷമമില്ല. അമേരിക്കൻ കുത്തകമൂലധനത്തിന് ആ മേഖലയിൽ പ്രത്യേകിച്ചും താൽപര്യമുണ്ട്. അവിടത്തെ പ്രകൃതിവിഭവങ്ങളും ആൾശക്തിയും നിഷ്ക്കരുണം ചൂഷണംചെയ്തുകൊണ്ട് വമ്പിച്ച ലാഭം പിഴിഞ്ഞെടുക്കാൻ അതിനു കഴിയുന്നു. ലാറ്റിനമേരിക്കയെ തങ്ങളുടെ വീട്ടുമുറ്റമായിട്ടാണ് അമേരിക്കൻ കുത്തകകൾ കരുതുന്നത്.

1. Ibid., p. 52

അതിന്റെ മൊത്തം ദേശീയോൽപ്പന്നത്തിന്റെ അഞ്ചിലൊരു ഭാഗവും കയറ്റുമതിയിൽനിന്നുള്ള വരുമാനത്തിന്റെ മൂന്നിലൊരു ഭാഗവും പോകുന്നത് അവയുടെ പണപ്പെട്ടികളിലേക്കാണ്. ലാറ്റിനമേരിക്കൻ രാജ്യങ്ങളിലെ യു.എസ്സ്.നിക്ഷേപം ആണ്ടോടാണ്ട് പെരുകുന്നു. അത് 1973-ൽ 1640 കോടി ഡോളറായിരുന്നെങ്കിൽ 1975-ൽ 2220 കോടിയായി. അത് പിന്നെയും തുടർച്ചയായി വർദ്ധിച്ചു വരികയാണ്. ലാറ്റിനമേരിക്കയെ സ്വന്തം പിടിയിൽ നിർത്താൻവേണ്ടി യു.എസ്സ്.ഏ. കൈക്കൊള്ളാത്ത മാർഗ്ഗമില്ല. കുത്തകകളുടെ താൽപര്യങ്ങൾക്കു പരമാവധി ഉതകുന്നതും യു.എസ്സ്.ഏ.യുടെ സാമ്പത്തികവിപുലീകരണത്തിന് അനിയന്ത്രിതമായ അവസരങ്ങൾ നൽകുന്നതുമായ സാഹചര്യങ്ങൾ അവിടെ ഉണ്ടായിരിക്കണമെന്ന് അതിനു നിർബ്ബന്ധമുണ്ട്. യു.എസ്സ്.ഏയുടെ ആഗോളതന്ത്രത്തെ അനുസരണയോടെ പിന്തുടരുകയും അതിന്റെ സഹായത്തോടെ സൃഷ്ടിക്കപ്പെട്ട പട്ടാളവും രഹസ്യപ്പോലീസുമടങ്ങുന്ന പ്രബലമായ ഒരു മർദ്ദനയന്ത്രത്തിന്റെ പിൻബലമൊന്നുകൊണ്ടുമാത്രം നിലനിൽക്കുകയും ചെയ്യുന്ന, അതിന്റെ താളത്തിനൊത്തു തുള്ളുന്ന ഒരു സർവ്വാധിപത്യമാണ് വാഷിംഗ്ടന്റെ നോട്ടത്തിൽ ലാറ്റിനമേരിക്കയ്ക്ക് ഏറ്റവും പറ്റിയ ഭരണക്രമമെന്നാണ് കണ്ടിടത്തോളം കൊണ്ട് തോന്നുന്നത്. പല ലാറ്റിനമേരിക്കൻ രാജ്യങ്ങളിലും ഇപ്പോൾ നിലവിലുള്ള സർവ്വാധിപത്യങ്ങൾക്ക് സർവ്വതോന്മുഖമായ സഹായം നൽകുന്നതിൽ മാത്രമായി യു.എസ്സ്. ഭരണാധികാരികൾ ഒതുങ്ങിനിൽക്കുന്നില്ല. ആ മേഖലയിലെ ദേശീയവിമോചനപ്രസ്ഥാനം അവരുടെ നിതാന്തശ്രദ്ധയ്ക്കു വിഷയീഭവിച്ചു. സാമ്പത്തികസമ്മർദ്ദം, ഭീഷണി, ആയുധം നൽകിയും ഉപദേഷ്ടാക്കളെ അയച്ചുകൊടുത്തും പിന്തിരിപ്പൻ വൃത്തങ്ങൾക്കുള്ള പിന്തുണ, എന്നിവതൊട്ട് കൂലിപ്പട്ടാളത്തിന്റേയും സി.ഐ.ഏ. ഏജന്റുമാരുടേയും രഹസ്യ നടപടികളും പ്രത്യക്ഷമായ സായുധ ഇടപെടലും വരെയുള്ള എല്ലാ മാർഗ്ഗങ്ങളും അതിനെതിരായി അവർ സ്വീകരിച്ചു.

നിസ്സംശയമായും ലാറ്റിനമേരിക്കയിൽ സി.ഐ.ഏ. നടത്തിയ ഏറ്റവും വലിയ വിധ്വംസകപ്രവർത്തനം അതിന്റെ സജീവപങ്കാളിത്തത്തോടെ ചിലിയിൽ നടന്ന ഫാസിസ്റ്റ് പട്ടാള അധികാരകയ്യേറ്റമാണ്. യു.എസ്സ്.ഏ.യുടെ യഥാർത്ഥ്യലക്ഷ്യങ്ങൾ എന്തായിരുന്നുവെന്നു തുറന്നുകാട്ടിക്കൊണ്ട് പ്രമുഖ ചിലിയൻ രാഷ്ട്രീയനേതാവായ ഒർലാൻഡോ ലെറെറല്ല്യെർ എഴുതി:

“വില്യം സൈമൺ (മുൻ യു.എസ്സ്. ട്രഷറി സെക്രട്ടറി) ചിലി സന്ദർശിച്ചു. സൈനികഗവൺമെന്റുമായി മനുഷ്യാവകാശലംഘനങ്ങളെക്കുറിച്ചു ചർച്ചചെയ്തു. ആ സന്ദർശനത്തിനുശേഷം അദ്ദേഹം, ചിലിയൻ

ജനതയ്ക്ക് 'സാമ്പത്തികസ്വാതന്ത്ര്യം' പ്രദാനം ചെയ്തതിന് പിനൊച്ചറ്റിനെ അനുമോദിച്ചു. 'സാമ്പത്തികസ്വാതന്ത്ര്യ'ത്തിനും രാഷ്ട്രീയഭീകരവാഴ്ചയ്ക്കും പരസ്പരം സ്പർശിക്കാതെ സഹവർത്തിക്കാൻ കഴിയുന്ന ഒരു സാമൂഹ്യവ്യവസ്ഥിതിയെക്കുറിച്ചുള്ള, വിശേഷിച്ചും സൗകര്യപ്രദമായ ഒരു ധാരണയാണിത്... അനിയന്ത്രിതമായ 'സാമ്പത്തികസ്വാതന്ത്ര്യം' അനിവാര്യമായും നടപ്പാക്കുന്നത് വൻതോതിലുള്ള മർദ്ദനത്തിന്റേയും പട്ടിണിയുടേയും തൊഴിലില്ലായ്മയുടേയും ഒരു പോലീസ് രാഷ്ട്രത്തിന്റെ മൃഗീയതയുടേയും അകമ്പടിയോടുകൂടിയാവുമ്പോൾ ആ നയം നടപ്പാക്കുന്നവരോട് സമാധാനം ചോദിക്കേണ്ടതാണെന്ന് ന്യായമായും പ്രതീക്ഷിക്കാവുന്നതാണ്."[1]

1970 സെപ്റ്റംബർ 4-ാംതീയതി പോപ്പുലർ യൂണിറ്റി ബ്ലോക്കിന്റെ സ്ഥാനാർത്ഥി സൽവഡോർ അല്യെൻഡെ പ്രസിഡന്റ് തിരഞ്ഞെടുപ്പിൽ ജയിച്ചു. ജനാധിപത്യപരമായ മാർഗ്ഗത്തിലൂടെ രാഷ്ട്രീയാധികാരം നേടിയെടുക്കാൻ കഴിയുമെന്ന് ഇടതുപക്ഷപ്പാർട്ടികളുടെ സഖ്യത്തിന്റെ തിരഞ്ഞെടുപ്പുവിജയം തെളിയിച്ചു.

"1970-ൽ ചിലിയൻ ജനത നേടിയ വിജയം സാമൂഹ്യസമരത്തിന്റെ എല്ലാ മുന്നണികളിലും വമ്പിച്ച പോരാട്ടങ്ങൾ നടന്ന ഒരു കാലഘട്ടത്തിന്റെ പരമകാഷ്ഠയായിരുന്നു," ചിലിയൻ കമ്മ്യൂണിസ്റ്റുകാർ പറഞ്ഞു. "ചിലിയൻ വിപ്ലവത്തിന്റെ സ്വഭാവത്തെ ശരിയായി നിർവ്വചിച്ച ഒരു നയത്തിന്റെ പിന്നിൽ ജനങ്ങൾ അണിനിരന്നതുകൊണ്ടാണ് ആ വിജയം സാദ്ധ്യമായത്. സാമ്രാജ്യത്വവും കുത്തകകളുടേയും ഭൂവുടമകളുടേയും ദുഷ്പ്രഭുത്വവുമാണ് മുഖ്യശത്രുക്കളെന്നു ചൂണ്ടിക്കാണിക്കപ്പെട്ടു. ആക്രമണത്തിന്റെ പ്രധാനദിശ അതായിരുന്നു. തൊഴിലാളിവർഗ്ഗം പോപ്പുലർ യൂണിറ്റി എന്ന പേരിൽ ഒരു സാമൂഹ്യ-രാഷ്ട്രീയ ഐക്യമുന്നണി രൂപീകരിച്ചു... ആ അനുകൂലസ്ഥാനത്തു നിന്നുകൊണ്ടാണ് ജനകീയപ്രസ്ഥാനം ചിലിയൻ സമൂഹത്തിൽ വിപ്ലവകരമായ ഒരു പരിവർത്തനപ്രക്രിയ സമാരംഭിച്ചത്."[2]

സ്വാഭാവികമായും പോപ്പുലർ യൂണിറ്റി ബ്ലോക്കിന്റെ വിജയവും ചിലിയിൽ ആരംഭിച്ച പുരോഗമനപരമായ മാറ്റങ്ങളും, ആ രാജ്യത്ത് തങ്ങൾക്കു ഹൃദ്യമായ ഒരു വ്യവസ്ഥ നിലനിർത്താൻ വളരെക്കാലമായി യത്നിച്ചു പോന്നിരുന്ന യു.എസ്സ്. രാഷ്ട്രീയവൃത്തങ്ങളെ വല്ലാതെ നടുക്കിക്കളഞ്ഞു. പ്രസിഡന്റ് തിരഞ്ഞെടുപ്പിൽ വലതുപക്ഷത്തെ സഹായിക്കാൻവേണ്ടി 1958 തൊട്ടുതന്നെ വൈറ്റ്ഹൗസ് വൻതുകകൾ നീക്കിവയ്ക്കാൻ തുടങ്ങിയിരുന്നു. ചിലിയിൽ യു.എസ്സ്.ഏ.യ്ക്ക് അനുകൂലമായ

1. "Counterspy", Vol. 3, No 2, 1976, p. 33.
2. "World Marxist Review", 1974, July, No. 7, p. 27.

ഒരു രാഷ്ട്രീയസ്ഥിതി ഉളവാക്കണമെന്ന ലക്ഷ്യത്തോടെ 1962-നും 1973-നുമിടയ്ക്ക് "40 കമ്മിറ്റി'' 110 ലക്ഷം ഡോളറിൽ കുറയാത്ത ഒരു സംഖ്യ അനുവദിക്കുകയുണ്ടായി.[1] 280 ലക്ഷം ഡോളർ അനുവദിച്ചുവെന്നാണ് മറ്റു ചില കേന്ദ്രങ്ങൾ പറയുന്നത്.[2] ഇതേ ഉദ്ദേശം മുൻനിർത്തി 1964-ൽ സാന്റിയാഗോ ഡി ചിലിയിൽ സി.ഐ.ഏ. യുടെ ഒരു മേഖലാ നിലയം സ്ഥാപിച്ചു.

1970 സെപ്തംബർ 15-ന് പ്രസിഡന്റ് നിക്സൺ, അദ്ദേഹത്തിന്റെ ദേശീയസുരക്ഷിതത്വ ഉപദേഷ്ടാവ് ഹെന്റി കിസിഞ്ചർ, സി.ഐ.ഏ. ഡയറക്ടർ റിച്ചാർഡ് ഹെംസ്, അറ്റോർണി ജനറൽ ജോൺമിച്ചൽ എന്നിത്രയും പേർ വൈറ്റ്ഹൗസിൽ സമ്മേളിച്ചു. അവിടെ നടന്ന സംഭാഷണത്തെക്കുറിച്ചും പ്രസിഡന്റിന്റെ നിർദ്ദേശങ്ങളെക്കുറിച്ചും സി.ഐ.ഏ. മുഖ്യൻ കുറിപ്പുകളെടുത്തു.

"വിജയസാദ്ധ്യത പത്തിലൊരംശമേ ഉള്ളുവെങ്കിൽ പോലും നമ്മൾ ചിലിയെ രക്ഷിച്ചേ തീരൂ. അതിന് എന്തു ചെലവായാലും സാരമില്ല. അതുകൊണ്ടു ദോഷം വരുമോ എന്നൊന്നും നോക്കേണ്ടതില്ല. എംബസി മാറി നിൽക്കണം. റൊക്കമായിട്ട് ഒരു കോടി ഡോളർ കൊടുക്കുക. വേണ്ടിവന്നാൽ അതിൽ കൂടുതലും. രാപകൽ പണിയെടുക്കുക, ഏറ്റവും നല്ല ഏജന്റുമാരെ നിയോഗിക്കുക, കർമ്മപരിപാടി ഉടൻ തയ്യാറാക്കുക... 48 മണിക്കൂറിനകം തന്ത്രം ആവിഷ്ക്കരിച്ചിരിക്കണം.''[3]

പോപ്പുലർ യൂണിറ്റി ഗവൺമെന്റിനെതിരായ യു.എസ്സ്.ഏ.യുടെ രഹസ്യയുദ്ധം 1970 നവംബർ തൊട്ട് 1973 സെപ്തംബർ വരെ നീണ്ടുനിന്നു. അതിനെ രണ്ടു ഘട്ടങ്ങളായി തിരിക്കാം. അല്യെൻഡെഗവൺമെന്റിനെ മറിച്ചിടുകയെന്ന വാഷിംഗ്ടന്റെ തന്ത്രത്തിൽ മാറ്റമൊന്നുമുണ്ടായില്ല. അമേരിക്കൻ ഇന്റലിജൻസ് വകുപ്പിന്റെ അടവിൽ മാത്രമേ മാറ്റമുണ്ടായുള്ളൂ. സാമ്പത്തിക അട്ടിമറികൾ, ചിലിയുടെ ഉപരോധം, അതിനെ സാർവ്വദേശീയമായി ഒറ്റപ്പെടുത്തൽ, സാമ്പത്തികവും സാമൂഹ്യവും രാഷ്ട്രീയവുമായ അരാജകത്വം സൃഷ്ടിക്കൽ, ഇടയ്ക്കിടയ്ക്കുള്ള ഭീകരനടപടികൾ, മനശ്ശാസ്ത്രപരവും പ്രചരണപരവുമായ യുദ്ധം - ഇവയായിരുന്നു 1973 മാർച്ചിലെ പാർലമെണ്ടു തിരഞ്ഞെടുപ്പുവരെ സി.ഐ.ഏ. പ്രയോഗിച്ച പ്രധാന മാർഗ്ഗങ്ങൾ. എന്നാൽ ഇതെല്ലാം ചെയ്തിട്ടും ഗവൺമെന്റ് "തനിയെ വീഴുന്നില്ല'' എന്നു കണ്ടപ്പോൾ തിരഞ്ഞെടുപ്പിനുശേഷം സി.ഐ.ഏ. അടവു മാറ്റി. ഭീകരനടപടികൾ

1. ഗ്വൽത്തേറിയ മർദൊനേസ്, "പൊയ്മുഖം മാറ്റിയ സി.ഐ.ഏ.'', പേജ് 139
2. Ibid
3. "സാഗൊവൊറി ത്സെറു '' (റഷ്യനിൽ), പേജ് 41.

നടത്തുക, സായുധസംഘട്ടനങ്ങൾ ഇളക്കിവിടുക, ഗതാഗതവും വൈദ്യുതസപ്ലൈയും അട്ടിമറിക്കുക, പോപ്പുലർ യൂണിറ്റിയുടെ നേതാക്കളുടെ നേരെ വധോദ്യമം നടത്തുക, പ്രതിവിപ്ലവശക്തികളെ ബലപ്പെടുത്തുക, എന്നിവയിൽ അതു ശ്രദ്ധ കേന്ദ്രീകരിച്ചു.

ചിലിയിലെ ഒരു മുൻനയതന്ത്രജ്ഞനും "ഇടതുപക്ഷക്രിസ്ത്യൻ" പാർട്ടിയിൽപ്പെട്ട ഒരു രാഷ്ട്രീയനേതാവുമായ അർമാൻഡൊ ഉറിബെ "ചിലിയിലെ അമേരിക്കൻ ഇടപെടലിന്റെ കറുത്ത പുസ്തകം," എന്ന പേരിൽ ഒരു പുസ്തകം എഴുതിയിട്ടുണ്ട്. അല്ല്യെൻഡെ ഗവൺമെന്റിനെ മറിച്ചിടാൻ വാഷിംഗ്ടൺ തീരുമാനിച്ചതിന് രണ്ടു കാരണങ്ങളുണ്ടായിരുന്നുവെന്ന് അതിൽ പറയുന്നു. യു.എസ്സ്.എ.യുടെ ആഗോളനയത്തിന്റെ ലക്ഷ്യങ്ങളാൽ നിർണ്ണയിക്കപ്പെട്ട രാഷ്ട്രീയകാരണമായിരുന്നു ആദ്യത്തേത് (സോഷ്യലിസത്തിലേക്കു സമാധാനപരമായി കടക്കുന്നതു സംബന്ധിച്ച് ചിലിയിലെ അനുഭവം വിജയിക്കുന്നതിനോടുള്ള അസഹിഷ്ണുതയും, ഒരു രൂപത്തിലല്ലെങ്കിൽ മറ്റൊരു രൂപത്തിൽ അതിന്റെ മാതൃകയെ പിന്തുടരാനിടയുള്ള ലാറ്റിനമേരിക്കൻ രാജ്യങ്ങളേയും യൂറോപ്യൻ രാജ്യങ്ങളേയും - സർവ്വോപരി ഫ്രാൻസിനേയും ഇറ്റലിയേയും - ഒരു പാഠം പഠിപ്പിക്കേണ്ടതിന്റെ ആവശ്യകതയും); സ്വത്ത് ദേശസാൽക്കരിക്കപ്പെട്ട അമേരിക്കൻ കമ്പനികൾക്കു നൽകിയ നഷ്ടപരിഹാരത്തിന്റെ അളവും രൂപവുമായി ബന്ധപ്പെട്ട സാമ്പത്തികകാരണമായിരുന്നു മറ്റേത്.

എന്തായാലും, തങ്ങൾക്കിഷ്ടപ്പെടാത്ത ഗവൺമെന്റുകളെ മറിച്ചിടാൻ അമേരിക്കൻ ഭരണാധികാരികൾ എപ്പോഴും പ്രയോഗിക്കാറുള്ള സാർവ്വദേശീയഭീകരപ്രവർത്തനത്തിന്റെ എല്ലാ ഉപായങ്ങളും 1970 ശരൽക്കാലത്തുതന്നെ ചിലിയിൽ നടപ്പിലാക്കാൻ തുടങ്ങി. അല്ല്യെൻഡെ ഗവൺമെന്റിനെതിരായ രഹസ്യയുദ്ധം നടത്താൻ ചുമതലപ്പെടുത്തിയത് യു.എസ്സ്. ഇന്റലിജൻസ് വകുപ്പിനെയാണ്. അതിന് എന്തും ചെയ്യാനുള്ള അധികാരവും നിർലോഭമായ പണവും ലഭിച്ചു. യു.എസ്സ്. മിലിട്ടറി ഇന്റലിജൻസും സി.ഐ.ഏ.യും ഗാഢമായി സഹകരിച്ചു പ്രവർത്തിക്കണമെന്നൊരു തീരുമാനം 1970 സെപ്തംബറിൽ കൈക്കൊള്ളപ്പെട്ടു. അതോടനുബന്ധിച്ച് മിലിട്ടറി ഇന്റലിജൻസിന്റെ ഡെപ്യൂട്ടി ചീഫ് ചിലിയിലെ യു.എസ്സ്. മിലിട്ടറി അറ്റാഷേയ്ക്ക് താഴെപ്പറയുന്ന രഹസ്യനിർദ്ദേശം അയച്ചു:

"അല്ല്യെൻഡെയ്ക്കെതിരായ നടപടികളിൽ സജീവമായി പങ്കെടുക്കാൻ സാദ്ധ്യതയുള്ള സൈനികനേതാക്കന്മാരുമായി, സി.ഐ.ഏ.

നിലയത്തിന്റെ മേധാവിയുടെയോ ഉപമേധാവിയുടെയോ ഉറ്റ സഹക രണത്തോടെ സമ്പർക്കം സ്ഥാപിക്കാൻ ശ്രമിക്കുക...നിങ്ങളുടെ സാധാരണ ചുമതലകളെ സംബന്ധിച്ചിടത്തോളം അംബാസഡറുടെ നിർദ്ദേശമനുസരിച്ചു പ്രവർത്തിക്കുക. സി.ഐ.എ. നിലയത്തിന്റെ മേധാ വിയുമായി ബന്ധപ്പെട്ടുകൊണ്ട് നിങ്ങളുടെ പ്രവർത്തനങ്ങൾ നടത്തുക."[1]

പ്രസിഡന്റ് അല്യെൻഡെ ഒരിക്കൽ ചിലിയെ "നിശ്ശബ്ദവിയറ്റ്നാം," എന്നു വിളിച്ചതിനു തക്കതായ കാരണമുണ്ടായിരുന്നു. മിലിട്ടറി ഇന്റലി ജൻസ് വകുപ്പുമായി സഹകരിച്ചുകൊണ്ട് സി.ഐ.എ. വിയറ്റ്നാമിൽ നടപ്പാക്കിയ ഫെനിക്സ് പരിപാടിയിൽനിന്ന് ആർജ്ജിച്ച അനുഭ വത്തെ പോപ്പുലർയൂണിറ്റി ഗവൺമെന്റിനെതിരായ സമരത്തിൽ വാഷിംഗ്ടൺ തികച്ചും പ്രയോജനപ്പെടുത്തി.

ചിലിയിലെ പിന്തിരിപ്പന്മാർ പോപ്പുലർ യൂണിറ്റി ബ്ലോക്കിനെതി രായി ആദ്യത്തെ ആക്രമണം നടത്തിയത് 1970 ഒക്ടോബറിലാണ്. പ്രസിഡന്റായി നിയമാനുസൃതം തിരഞ്ഞെടുക്കപ്പെട്ട അല്യെൻഡെയെ പിന്താങ്ങിയ ചിലിയിലെ സർവ്വസൈന്യാധിപനായ ജനറൽ റെനെ ഷ്നെയ്ഡറെ അവർ കൊലപ്പെടുത്തി. ഷ്നെയ്ഡർക്കെതിരായ ഗൂഢാലോചന ആസൂത്രണം ചെയ്യുന്നതിൽ സി.ഐ.എ.യ്ക്ക് നേരിട്ടു കയ്യുണ്ടായിരുന്നു. സാന്റിയാഗൊയിലെ സി.ഐ.എ. നിലയവുമായി അടുത്ത ബന്ധമുള്ള ഒരു സംഘം പട്ടാള ഓഫീസർമാർ ഒക്ടോബർ 19-ന് അദ്ദേഹത്തെ തട്ടിക്കൊണ്ടുപോകാൻ ഒരു ശ്രമം നടത്തി. അന്ന് അതു വിജയിച്ചില്ല. അവർ പിറ്റേന്നും ശ്രമിച്ചു. അപ്പോഴും പരാജയപ്പെട്ടു. ഒക്ടോബർ 22-ാംനു സി.ഐ.എ.ക്കാർ അവരെ യന്ത്രത്തോക്കുകളും വെടിക്കോപ്പുകളും ഏൽപ്പിച്ചിട്ട് ഷ്നെയ്ഡറെ വധിക്കാൻ പറഞ്ഞു. ഭരണഘടനയെ ഉയർത്തിപ്പിടിച്ച ജനറൽ ഷ്നെയ്ഡർ ആ ദിവസം വധിക്കപ്പെട്ടു.

സാന്റിയാഗൊയിലെ സി.ഐ.എ. നിലയത്തിൽ തിരക്കുപിടിച്ച ദിവസങ്ങളായിരുന്നു അവ. രാജ്യത്തിലെ രാഷ്ട്രീയസ്ഥിതിഗതികളെ ക്കുറിച്ചു വിവരങ്ങൾ ശേഖരിക്കുന്നതിനു പുറമെ ഗവൺമെന്റിന്റെ എതി രാളികളിൽനിന്നു തിരഞ്ഞെടുത്ത ഏജന്റുമാരുടെ വിപുലമായ ശൃംഖല രൂപീകരിക്കാനും പ്രതിവിപ്ലവനേതാക്കളുമായി ബന്ധം വയ്ക്കാനും പത്ര ങ്ങളെ കോഴ കൊടുത്തു പാട്ടിലാക്കാനും ഭീകരപ്രവൃത്തികൾക്കും അട്ടി മറികൾക്കുമുള്ള പദ്ധതികൾ ആസൂത്രണം ചെയ്യാനും നിലയത്തിലുള്ള ഉദ്യോഗസ്ഥന്മാർ ഉത്സാഹിച്ചു. പ്രതിവിപ്ലവ അധികാരക്കയ്യേറ്റത്തിനു കളമൊരുക്കിക്കൊണ്ടിരുന്ന ആ സമയത്ത് സി.ഐ.എ. നിലയത്തിന്റെ

1. "സാഗൊവൊറി ത്സെറ " പേജ് 59.

തലവൻ റെയ്മോണ്ട് വാറൻ ആയിരുന്നു. 1954-ൽ ഗ്വാട്ടമാലയിൽ ഒരു സാധാരണ സി.ഐ.ഏ. ജോലിക്കാരനായി പണിയെടുത്തതുവഴി വിധ്വംസകപ്രവർത്തനത്തിൽ ഗണ്യമായ അനുഭവം ആർജ്ജിച്ചിരുന്ന ഒരാളായിരുന്നു അയാൾ.

ചിലിയിലെ യു.എസ്സ്. അംബാസഡർ നതാനിയൽ ഡേവിസ്സും ഗ്വാട്ടമലയിലെ സി.ഐ.ഏ. നടപടികളിൽ പങ്കെടുത്ത അനുഭവസമ്പന്നനായിരുന്നു. ചിലിയിലെ ഫാസിസ്റ്റ് അട്ടിമറിക്കുശേഷം അയാൾക്ക് ഉദ്യോഗക്കയറ്റം കിട്ടുകയും യു.എസ്സ്. സ്റ്റേറ്റ്ഡിപ്പാർട്ടുമെന്റിന്റെ ആഫ്രിക്കാഡിവിഷന്റെ ചുമതല നൽകപ്പെടുകയും ചെയ്തു.

സി.ഐ.ഏ. ചിലിയിൽ നടത്തിയ സങ്കീർണ്ണപ്രവർത്തനങ്ങൾക്ക് ധാരാളം പണച്ചെലവ് വേണ്ടിവന്നു. ചിലിയിലെ ആഭ്യന്തരസ്ഥിതി മൂർഛിപ്പിക്കാൻവേണ്ടി കൈക്കൊണ്ട വിവിധനടപടികൾക്കായി 1970-നും 1973-നുമിടയ്ക്ക് സി.ഐ.ഏ. 80 ലക്ഷത്തിലധികം ഡോളർ ചെലവാക്കിയെന്ന് വില്യം കോൾബി കോൺഗ്രസ്സിൽ പറഞ്ഞു. 1970-ലെ തിരഞ്ഞെടുപ്പുപ്രചരണത്തിന്റെ സമയത്ത് വലതുപക്ഷരാഷ്ട്രീയപ്പാർട്ടികളെ സഹായിക്കാൻ അഞ്ചു ലക്ഷം ഡോളറും പാർലമെണ്ടംഗങ്ങൾക്കു കോഴ കൊടുക്കാൻ മൂന്നര ലക്ഷം ഡോളറും നീക്കിവച്ചിരുന്നുവെന്നാണ് സെനറ്റ് കമ്മിറ്റിക്ക് അദ്ദേഹം നൽകിയ മൊഴിയിൽ നിന്നു തെളിയുന്നത്. 1970-നുശേഷം ചിലിയിലെ അസ്ഥിരീകരണക്യാമ്പെയിനുവേണ്ടി യു.എസ്സ്.ഏ. യ്ക്ക് അമ്പതു ലക്ഷം ഡോളർ ചെലവായി. 1973-ലെ മുനിസിപ്പൽ തിരഞ്ഞെടുപ്പിന്റെ സമയത്തു ചെലവിട്ട പതിനഞ്ചു ലക്ഷം ഡോളറിനു പുറമെയാണിത്. ഗതാഗത അട്ടിമറിയുടെ ഏറ്റവും വലിയ ദൃഷ്ടാന്തമായ ലോറിഡ്രൈവർമാരുടെ പ്രതിവിപ്ലവപണിമുടക്കിനുവേണ്ടി സി.ഐ.ഏ. ഏകദേശം അര ലക്ഷം ഡോളർ കൊടുത്തു. 1973 ആഗസ്റ്റിൽ ഫാസിസ്റ്റ് അധികാരക്കയ്യേറ്റത്തിനുള്ള സജ്ജീകരണങ്ങൾ മൂർദ്ധന്യത്തിലെത്തിയപ്പോൾ അടിയന്തിരാവശ്യങ്ങൾക്കായി ഒരു പത്തുലക്ഷം കൂടി ചെലവിടേണ്ടി വന്നു. വലതുപക്ഷശക്തികൾ നിയമാനുസൃതഗവൺമെന്റിനെ ബലം പ്രയോഗിച്ച് അട്ടിമറിക്കാൻ പദ്ധതിയിടുകയാണെന്ന് 1973 ഗ്രീഷ്മത്തിൽത്തന്നെ വ്യക്തമായി. സി.ഐ.ഏ.യുമായി വളരെയടുത്ത ബന്ധമുണ്ടായിരുന്ന അങ്ങേയറ്റത്തെ വലതുപക്ഷക്കാരുടെ സംഘടനയായ "പാട്രിയ ഇ ലിബർട്ടാഡ്" ആണ് പിന്തിരിപ്പൻ ഗൂഢാലോചനയുടെ മുൻപന്തിയിലുണ്ടായിരുന്നത്. 1973 ജൂലൈയിലും ആഗസ്റ്റിലും മാത്രമായിഅതിന്റെ ഗുണ്ടാപ്പരിഷകൾ അഞ്ഞൂറോളം സ്ഫോടനങ്ങൾ സംഘടിപ്പിക്കുകയും നിരവധി രാഷ്ട്രീയകൊലപാതകങ്ങൾ നടത്തുകയും ചെയ്തു. ഭീകരപ്രവർത്തകരുടെ വെടിയുണ്ടകൾക്ക് ഇരയായവരുടെ

ക്കൂട്ടത്തിൽ പ്രസിഡന്റ് അല്യെൻഡെയുടെ നാവിക അഡ്ജ്യൂട്ടന്റും ലോറിപ്പണിമുടക്കിനെ എതിർത്ത, ലോറി ഡ്രൈവർമാരുടെ ദേശീയ അസോസിയേഷന്റെ സാന്റിയാഗൊ ശാഖയുടെ നേതാവും പെടുന്നു.

സി.ഐ.ഏ. യുമായി കൈകോർത്തു പിടിച്ചുകൊണ്ട് പിന്തിരിപ്പന്മാർ ചോരക്കുരുതിയിലേക്ക് അടിവച്ചടിവച്ച് നീങ്ങിക്കൊണ്ടിരുന്നു. ലോറി ഡ്രൈവർമാരുടെ പണിമുടക്ക് രാജ്യത്തിന്റെ സമ്പദ്വ്യവസ്ഥയ്ക്ക് വമ്പിച്ച നഷ്ടം വരുത്തി. രാജ്യത്തൊട്ടാകെ ചരക്കുകളുടെ കയറ്റിയിറക്കൽ സ്തംഭിച്ചു. കൃഷിയിറക്കൽ അപകടത്തിലായി. നാണയപ്പെരുപ്പം കുതിച്ചുകയറി. ജൂൺ 29-ാംനു പിന്തിരിപ്പൻ ചിന്താഗതിക്കാരായ ഒരു സംഘം സൈനികോദ്യോഗസ്ഥന്മാർ അധികാരം പിടിച്ചെടുക്കാനും ചിലിയിലെ സർവ്വസൈന്യാധിപനായ ജനറൽ കാർലോസ് പ്രാറ്റ്സിനെ കൊലപ്പെടുത്താനും ഒരു ശ്രമം നടത്തി.

ആദ്യത്തെ ഗൂഢാലോചന പൊളിഞ്ഞു. പാട്രിയ ഇലിബർട്ടാഡിന്റെ നേതാക്കൾ വിദേശ എംബസികളിൽ അഭയം പ്രാപിക്കുകയോ നാടുവിടുകയോ ചെയ്തു. ആ സംഘടന ഔദ്യോഗികമായി നിരോധിക്കപ്പെട്ടു. പക്ഷേ പ്രതിവിപ്ലവകാരികൾ പിന്മാറിയില്ല. സി.ഐ.ഏ.യുമായി കൂടിയാലോചിച്ചുകൊണ്ടും വാഷിംഗ്ടന്റെ സാമ്പത്തികസഹായത്തോടെയും വീണ്ടും ഒരു അധികാരക്കയ്യേറ്റത്തിന് അവർ തയ്യാറെടുത്തു. ഇത്തവണ ഗൂഢാലോചനയുടെ തലപ്പത്തുണ്ടായിരുന്നത് ചിലിയിലെ സൈനിക മേധാവികളാണ്. 1973 സെപ്റ്റംബറിൽ ചിലിയിൽ അതിമൃഗീയമായ ഒരു ഫാസിസ്റ്റ് പട്ടാള അധികാരക്കയ്യേറ്റം നടന്നു. അത്രയും പൈശാചികമായ ഒന്ന് അതിനുമുമ്പ് ഒരിടത്തും ഉണ്ടായിട്ടില്ല. അധികാരം തട്ടിയെടുത്ത സൈനികസർവ്വാധിപതികൾ ഇടതുപക്ഷശക്തികളെ നിർദ്ദയം മർദ്ദിച്ചൊതുക്കി.

കഴിഞ്ഞ ദശാബ്ദങ്ങളിലെ ലാറ്റിനമേരിക്കയുടെ ചരിത്രത്തിലൂടെ കണ്ണോടിച്ചാൽ, ഓരോ രാജ്യത്തും യു.എസ്സ്.ഏ. യ്ക്ക് ഇഷ്ടപ്പെട്ട ഭരണം കൊണ്ടുവരാൻവേണ്ടി സി.ഐ.ഏ. കൈക്കൊണ്ടിട്ടുള്ള നടപടികളുടെ പരസ്പരസാദൃശ്യം നമ്മെ അത്ഭുതപ്പെടുത്തും. ലാറ്റിനമേരിക്കയിൽ യു.എസ്സ്.ഏ.യുടെ "സജീവതാൽപര്യങ്ങളു"മായി പൊരുത്തപ്പെടാത്ത - അതായത്, അവിടെ കൊടികുത്തി വാഴുന്ന വൻകിടക്കുത്തകകളുടെ താൽപര്യങ്ങളെ സ്പർശിക്കുന്ന- പരിപാടിയോടുകൂടിയ ഒരു ഗവൺമെന്റ് ആ മേഖലയിലുള്ള ഏതെങ്കിലും രാജ്യത്ത് നിലവിൽ വരുമ്പോഴെല്ലാം സി.ഐ.ഏ. അതിന്റെ രഹസ്യപ്രവർത്തനപദ്ധതികളുടെ കെട്ടഴിക്കുകയായി. ആ കെട്ടിനകത്ത് എപ്പോഴുമുള്ളത് ഒരേ ഇനങ്ങളാണ്. ഭീഷണി,

കൈക്കൂലി, നുണപ്രചരണം, ഭീകരനടപടികൾ, അട്ടിമറി. ഓരോ തവണയും അവ കലാശിക്കുന്നത് അധികാരക്കയ്യേറ്റത്തിലായിരിക്കും. വാഷിംഗ്ടന്റെ പാവകൾ അധികാരത്തിൽ വരികയും അവർ ഉടൻതന്നെ ഇടതുപക്ഷ - ദേശാഭിമാനശക്തികൾക്കെതിരായി ഭീകരഭരണം അഴിച്ചുവിടുകയും ചെയ്യുന്നു.

1953-ൽ ഇറാനിലാണ് സി.ഐ.ഏ. ഈ മാതൃക ആദ്യമായി പരീക്ഷിച്ചുനോക്കിയത്. അല്ലൻ ഡള്ളസിന്റെ വലംകയ്യായ കെർമിറ്റ് റൂസ്‌വെൽറ്റിന്റെ നേതൃത്തിലുള്ള ഒരു പ്രത്യേകഗ്രൂപ്പിന് മൊസ്സദെക്കിന്റെ നിയമാനുസൃതഗവൺമെന്റിന്റെ നിഷ്ക്കാസനം വിജയകരമായി സംഘടിപ്പിക്കാൻ കഴിഞ്ഞു. വിജയത്തിന്റെ ലഹരിയിൽ സി.ഐ.ഏ. അതുപോലൊരു പരിപാടി അടുത്ത വർഷം ലാറ്റിനമേരിക്കയിൽ ആവർത്തിക്കാൻ നിശ്ചയിച്ചു. തിരഞ്ഞെടുത്ത രാജ്യം ഗ്വാട്ടമാലയായിരുന്നു. അവിടുത്തെ സ്ഥിതി യു.എസ്സ്.ഏ. യ്ക്ക് പ്രതികൂലമായിക്കൊണ്ടിരിക്കുകയാണെന്ന് വൈറ്റ്ഹൗസ് കരുതി.

മദ്ധ്യ അമേരിക്കയുടെ വടക്കുകിഴക്കു ഭാഗത്തുള്ള ആ ചെറിയ അല്പവികസിതരാജ്യത്ത് അനേകം ദശാബ്ദങ്ങളായി യഥാർത്ഥ ഭരണാധികാരികൾ യു.എസ്സ്. യുണൈറ്റഡ് ഫ്രൂട്ട് കമ്പനിയായിരുന്നു. കൂറ്റൻ വാഴത്തോപ്പുകളും റെയിൽവേയും തുറമുഖങ്ങളും മാത്രമല്ല സ്വന്തമായൊരു പോലീസുപോലും അതിനുണ്ടായിരുന്നു. ഗ്വാട്ടമാലയുടെ എണ്ണയിൽ നോട്ടമിട്ടിരുന്ന മറ്റു യു.എസ്സ്. കുത്തകകളും അവിടെ ദീർഘകാലം പിടിച്ചുനിൽക്കാൻ കഴിയുമെന്നു പ്രതീക്ഷിച്ചു.

എന്നാൽ 1950 അവസാനത്തിൽ കുത്തകകളുടെ മുമ്പിൽ ഗുരുതരമായ ഒരു ഭീഷണി ഉയർന്നു. ഭൂമി കർഷകർക്കും കർഷകത്തൊഴിലാളികൾക്കും കൈമാറുന്നതുൾപ്പെടെ പല ജനാധിപത്യപരിഷ്ക്കാരങ്ങളും നടപ്പാക്കാനുദ്ദേശിക്കുന്നുണ്ടെന്ന് പ്രസിഡന്റ് അർബെൻസിന്റെ നേതൃത്വത്തിൽ പുതുതായി അധികാരത്തിൽ വന്ന പുരോഗമന ഗവൺമെന്റ് പ്രഖ്യാപിച്ചു. യുണൈറ്റഡ് ഫ്രൂട്ടിന്റെ വകയുൾപ്പെടെയുള്ള വൻകിടജന്മിമാരുടെ ഭൂസ്വത്തുക്കൾ പിടിച്ചെടുക്കാനുള്ള ഗവൺമെന്റിന്റെ തീരുമാനമാണ് വൈറ്റ്ഹൗസിൽ വിശേഷിച്ചും സംഭ്രാന്തിയുളവാക്കിയത്. ഗ്വാട്ടമാലയുടെ ആഭ്യന്തരകാര്യങ്ങളിൽ നേരിട്ട് കൈകടത്തിക്കൊണ്ട് യു.എസ്സ്. സ്റ്റേറ്റ്ഡിപ്പാർട്ട്മെന്റ് അർബെൻസ്ഗവൺമെന്റിനോട് അതിന്റെ ഭൂനയത്തിൽ പ്രതിഷേധം പ്രകടിപ്പിച്ചു.

അർബെൻസ് ഗവൺമെന്റിനെ മറിച്ചിടാൻ 1953-ൽ പ്രസിഡന്റ് ഐസൻഹോവർ തീരുമാനിച്ചു.

സാർവ്വദേശീയഭീകരപ്രവർത്തനത്തിന്റെ പ്രത്യക്ഷപ്രകടനമായ ഈ നടപടിയെ ന്യായീകരിക്കാൻവേണ്ടി അമേരിക്കൻ വാർത്താമാധ്യമങ്ങൾ മദ്ധ്യ അമേരിക്കയിലെ കമ്മ്യൂണിസ്റ്റ് ഭീഷണിയെക്കുറിച്ച് വലിയ ഒച്ചപ്പാടുണ്ടാക്കി. അതേ സമയം ഗ്വാട്ടമാലയിൽ അധികാര അട്ടിമറി നടത്താനുള്ള പദ്ധതി തയ്യാറാക്കാൻ സി.ഐ.ഏ. ഡയറക്ടർ അല്ലൻ ഡളളസ്സ് രഹസ്യപ്രവർത്തനങ്ങളുടെ ആസൂത്രണത്തിന്റെ ചുമതല വഹിച്ചിരുന്ന തന്റെ സഹായിയായ ഫ്രാങ്ക് വിസ്സർക്ക് നിർദ്ദേശം നൽകി. അമേരിക്കൻ പാവഗവൺമെന്റുകൾ ഭരിച്ചിരുന്ന നിക്കരാഗ്വ, ഹോണ്ടുറാസ് എന്നീ അയൽരാജ്യങ്ങളിൽനിന്ന് കൂലിപ്പട്ടാളവും ഭീകര സംഘങ്ങളും ഗ്വാട്ടമാല ആക്രമിക്കണം എന്നതായിരുന്നു സി.ഐ.ഏ. യുടെ പ്ലാൻ. അതേ സമയംതന്നെ, ഗ്വാട്ടമാലയിലെ സി.ഐ.ഏ. നിലയം രാജ്യത്തിനകത്തുള്ള പിന്തിരിപ്പന്മാരെ അധികാരഗ്രഹണത്തിനുവേണ്ടി തിടുക്കത്തിൽ സജ്ജീകരിക്കാൻ തുടങ്ങി.

1954 ഫെബ്രുവരിയിൽ ഗ്വാട്ടമാലയിൽ പുതിയ യു.എസ്സ്. അംബാസഡർ വന്നു. ഗ്രീസിൽ "അഴുക്കുവേല" ചെയ്ത് തഴക്കമാർജ്ജിച്ച ജോൺ പെരിഫ്വാ ആയിരുന്നു പുതിയ സ്ഥാനപതി. നയതന്ത്രപദവി വെറുമൊരു മറ മാത്രമായിരുന്നു. ഗ്വാട്ടമാലയിലെ സി.ഐ.ഏ. നിലയത്തിന്റെ തലവനായിരുന്ന പെരിഫ്വായുടെ യഥാർത്ഥദൗത്യം അധികാരം അട്ടിമറിക്കുകയെന്നതായിരുന്നു. അംബാസഡറുടെ വേഷമിട്ട ആ രഹസ്യവകുപ്പുകാരൻ ഗ്വാട്ടമാലയിലെ പട്ടാളത്തിലുള്ള പിന്തിരിപ്പൻ ഓഫീസർമാരുമായി ഉറ്റ ബന്ധം സ്ഥാപിക്കുകയും ആ രാജ്യത്തിലെ നിയമാനുസൃതഗവൺമെന്റിനെ മറിച്ചിട്ട് അധികാരം പിടിച്ചെടുക്കേണ്ട സൈനികജൂണ്ടയുടെ ബീജകേന്ദ്രമായി അവരെ ഉപയോഗിക്കുകയും ചെയ്തു. വാഷിംഗ്ടണിൽ മുമ്പ് ഗ്വാട്ടമാലയുടെ മിലിട്ടറി അറ്റാഷെ ആയിരുന്ന കേണൽ കസ്റ്റില്ല്യൊ അർമാസിനെയാണ് സായുധ ആക്രമണത്തിനുള്ള സന്നാഹങ്ങൾ നടത്താൻ സി.ഐ.ഏ. ചുമതലപ്പെടുത്തിയത്. അയാൾ ഹോണ്ടുറാസിന്റെ തലസ്ഥാനമായ തെഗുസിഗാൽപ്പയിൽ തന്റെ ആസ്ഥാനം സ്ഥാപിച്ചു. അർമാസിന്റെ സംഘങ്ങൾക്ക് ആയുധങ്ങളെത്തിച്ചുകൊടുക്കാനുള്ള ചുമതല സി.ഐ.ഏ.യ്ക്കും പെന്റഗണിലെ ഇന്റലിജൻസ് വകുപ്പിനുമായിരുന്നു. കലാപകാരികൾക്കുള്ള രണ്ടു കപ്പലുകൾ നിറയെ ആയുധങ്ങൾ ഹോണ്ടുറാസിലേക്കും നിക്കരാഗ്വയിലേക്കും അയച്ചുകൊടുത്തു. കൂടാതെ ആക്രമണം നടത്താനുള്ള ചെലവിലേക്കായി സി.ഐ.ഏ. അർമാസിന് അമ്പതു ലക്ഷത്തോളം ഡോളർ നൽകുകയും ചെയ്തു.

'നിക്കരാഗ്വയിലെ മൊമൊത്തൊംബിട്ടൊ ദ്വീപിലും സൊമൊസയുടെ

വക "എൽ തമറിന്റൊ'' എസ്റ്റേറ്റിലും പുവേർട്ടൊ-കബേസാസിന് അടുത്തുള്ള ഒരു മുൻവിമാനത്താവളത്തിലും വച്ചാണ് കൂലിപ്പട്ടാളക്കാർക്ക് പരിശീലനം ലഭിച്ചത്. യുണൈറ്റഡ് ഫ്രൂട്ട് കമ്പനിയിലെ ഒരു ജോലിക്കാരനായി നടിച്ചു നടന്നിരുന്ന അമേരിക്കക്കാരൻ കേണൽ കാറൽ ഷ്റ്റഡറായിരുന്നു പരിശീലനത്തിന്റെ ചുമതലക്കാരൻ.

എൽ ഡിയാബ്ലൊ എന്ന കോഡ്നാമം നൽകപ്പെട്ട ആക്രമണപരിപാടി 1954 ജൂൺ 18-ാംനു ആരംഭിച്ചു. അർമാസിനു നൽകിയിരുന്ന വിമാനങ്ങൾ - അവ ഓടിച്ചത് അമേരിക്കൻ പൈലട്ടുകളാണ് - രാവിലെ ഗ്വാട്ടമാലയുടെ തലസ്ഥാനനഗരിയിലും ശാന്തസമുദ്രതീരത്തുള്ള സാൻഹോസെ തുറമുഖത്തിലും ബോംബുകൾ വർഷിച്ചു. എണ്ണത്തിൽ അധികമില്ലെങ്കിലും പൂർണ്ണമായും ആയുധസജ്ജരും സി.ഐ.ഏ. ക്കാരിൽനിന്ന് പരിശീലനം സിദ്ധിച്ചവരുമായ അർമാസിന്റെ അക്രമികൾ ഗ്വാട്ടമാലയുടെ അതിർത്തി കടന്നു. പക്ഷേ ആ പദ്ധതി പൊളിഞ്ഞു. ഗ്വാട്ടമാലയുടെ രാഷ്ട്രഭദ്രതാവകുപ്പിന് ആ ഗൂഢാലോചനയെപ്പറ്റി 1954 ആരംഭത്തിൽത്തന്നെ അറിവു കിട്ടിയിരുന്നു. അർമാസിന്റെ കൂലിപ്പടയെ ഹോണ്ടുറാസിലേക്ക് നിഷ്പ്രയാസം തിരിച്ചോടിച്ചു.

സി.ഐ.ഏ.യ്ക്ക് വെപ്രാളമായി. ഇനി എന്തു വേണമെന്ന് ആലോചിക്കാൻവേണ്ടി വൈറ്റ്ഹൗസ് അടിയന്തിരയോഗം വിളിച്ചുകൂട്ടി. കൂലിപ്പടയ്ക്കുള്ള സഹായം തുടർന്നു നൽകണമെന്ന് പ്രസിഡന്റ് ഐസൻഹോവർ നിശ്ചയിച്ചു. അവർക്ക് പുതിയ വിമാനങ്ങൾ അയച്ചുകൊടുക്കാൻപോലും അദ്ദേഹം ഉത്തരവിട്ടു. അർബെൻസ് ഗവൺമെന്റിനെ മറിച്ചിടാനുള്ള ആദ്യത്തെ പദ്ധതി പരാജയപ്പെട്ടെങ്കിലും സി.ഐ.ഏ. "ഓപ്പറേഷൻ എൽ ഡിയാബ്ലൊ'' അവസാനം നടപ്പാക്കുകതന്നെ ചെയ്തു. 1954 ജൂൺ 27-ാംനു അർബെൻസ് രാജിവച്ച് നാടുവിടാൻ നിർബ്ബന്ധിതനായി. കുറച്ചു ദിവസത്തേക്ക് പട്ടാളജൂണ്ടയുടെ തലവൻ കേണൽ ഡിയാസും പിന്നീട് കേണൽ മൊൺസൊനുമായിരുന്നു. ജൂലൈ 3-ാംനു സാക്ഷാൽ കസ്റ്റില്യൊ അർമാസ്തന്നെ ഗ്വാട്ടമാലയിൽ വന്നിറങ്ങുകയും ജൂണ്ട അയാളെ പ്രസിഡണ്ടായി പ്രഖ്യാപിക്കുകയും ചെയ്തു. ഏതാനും ദിവസങ്ങൾ കഴിഞ്ഞ് അയാളുടെ "ഗവൺമെന്റി''നെ യു.എസ്സ്.ഏ. ഔദ്യോഗികമായി അംഗീകരിച്ചു.

യുണൈറ്റഡ് ഫ്രൂട്ട് കമ്പനിക്കാർക്ക് ബഹുസന്തോഷമായി, അമേരിക്കക്കാരിൽനിന്നു പിടിച്ചെടുത്ത ഭൂമി അവർക്കു മടക്കിക്കൊടുക്കാൻ അർമാസിന്റെ ഗവൺമെന്റു തീരുമാനിച്ചു. സി.ഐ.ഏ. യുടെ "അഴക്കുവേല''യ്ക്കുള്ള കൃതജ്ഞതാസൂചകമായി 1950-53 കാലത്ത് സി.ഐ.ഏ.

ഡയറക്ടറും പിന്നീട് യു.എസ്സ്. സ്റ്റേറ്റ് അണ്ടർസെക്രട്ടറിയുമായിരുന്ന ജനറൽ വാൾട്ടർ ബെഡെൽ സ്മിത്തിനെ യുണൈറ്റഡ് ഫ്രൂട്ട് കമ്പനിയുടെ ഡയറക്ടന്മാരിലൊരാളാക്കി. സാർവ്വദേശീയഭീകരപ്രവർത്തനത്തിന്റെ തലതൊട്ടപ്പന്മാരുടെ യഥാർത്ഥലക്ഷ്യമെന്തായിരുന്നുവെന്നു മനസ്സിലാക്കാൻ താഴെപ്പറയുന്ന വസ്തുതകളും ഉപകരിക്കും. ഉദാഹരണത്തിന്, ഗ്വാട്ടമാലയിലെ അധികാരക്കയ്യേറ്റത്തിന്റെ രണ്ടു മുഖ്യസൂത്രധാരന്മാരായ യു.എസ്സ്. സ്റ്റേറ്റ് സെക്രട്ടറി ജോൺ ഫോസ്റ്റർ ഡള്ളസ്സും അദ്ദേഹത്തിന്റെ സഹോദരനായ സി.ഐ.ഏ. ഡയറക്ടർ അല്ലൻ ഡള്ളസ്സും യുണൈറ്റഡ് ഫ്രൂട്ടിന്റെ കാര്യങ്ങൾ നടത്തിപ്പോന്ന സള്ളിവൻ ആൻഡ് ക്രോംവെൽ എന്ന കമ്പനിയിലെ പങ്കുകാരായിരുന്നു. അന്തർ-അമേരിക്കൻ കാര്യങ്ങൾക്കുള്ള ജോൺ ഫോസ്റ്റർ ഡള്ളസ്സിന്റെ സഹായി ജോൺ കാബൊട്ട് യുണൈറ്റഡ് ഫ്രൂട്ടിലെ ഒരു ഓഹരിയുടമയായിരുന്നു. സാർവ്വദേശീയഭീകരപ്രവർത്തനം ലാഭമുള്ള - അതും, നല്ല ലാഭമുള്ള - ഒരു ഏർപ്പാടാണെന്നു വ്യക്തം.

സി.ഐ.ഏ.യുടെ പരിപാടി വിജയിക്കുന്ന എല്ലായിടത്തും നടക്കുന്ന ആവർത്തനവിരസമായ അതേ പദ്ധതിയനുസരിച്ചാണ് ലാറ്റിനമേരിക്കയിൽ അനന്തരസംഭവവികാസങ്ങളുണ്ടായത്. വൈറ്റ്ഹൗസിനു ഹൃദ്യമായ മാതൃകയനുസരിച്ച് സി.ഐ.ഏ. പടച്ചുവിട്ട പാവഭരണങ്ങൾ പരസ്പരം തിരിച്ചറിയാൻതന്നെ പ്രയാസമായിരുന്നു. അവയുടെ ബീഭത്സരൂപം ഒന്നുതന്നെയായിരുന്നു. അമേരിക്കക്കാരുടെ ചട്ടുകങ്ങളായ സർവ്വാധിപതികൾ അമേരിക്കൻ പരിശീലകരാൽ സൃഷ്ടിക്കപ്പെട്ടതും സജ്ജീകരിക്കപ്പെട്ടതുമായ മർദ്ദനയന്ത്രത്തെ നമ്പിക്കൊണ്ട് പൈശാചികമായ തേർവാഴ്ച നടത്തുകയും സ്വന്തം ജനങ്ങൾക്കെതിരെ അവിരാമമായി യുദ്ധം നടത്തുകയും ചെയ്തു. അതാണ് ഇറാനിലും ഗ്വാട്ടമാലയിലും നടന്നത്. നാളെ ഉറുഗ്വായിലും ബ്രസീലിലും തായ്‌ലണ്ടിലും എൽസാൽവഡോറിലും നടക്കാനിരുന്നതും അതാണ്. സി.ഐ.ഏ.യുടെ ചോരപുരണ്ട കൈപ്പാടുകൾ എല്ലായിടത്തും തെളിഞ്ഞുകിടന്നു.

ഗ്രെനാഡയാണ് ഏറ്റവും ഒടുവിലത്തെ ദൃഷ്ടാന്തം. എന്നാൽ ഒരു ലക്ഷം ജനസംഖ്യ വരുന്ന ആ ദ്വീപിൽ ദേശീയശക്തികൾ വേണ്ടത്ര പ്രബലമായിരുന്നതുകൊണ്ട് സി.ഐ.ഏ. പതിവുപോലെ "രഹസ്യനടപടികൾ" കൈക്കൊള്ളേണ്ട എന്നു തീരുമാനിച്ചു. അവ വിജയിക്കുമെന്ന് അതിനു തീർച്ചയില്ലായിരുന്നു. ഈ ചുറ്റുപാടിൽ അമേരിക്കൻ സാമ്രാജ്യത്വം അതിന്റെ തനിനിറം കാട്ടി. "മനുഷ്യാവകാശത്തിനുവേണ്ടിയുള്ള സമര"ത്തെക്കുറിച്ചുള്ള പറച്ചിലെല്ലാം തൽക്കാലം മാറ്റിവച്ചുകൊണ്ട് പട്ടാളത്തെ അയച്ച് അത് കൈവശപ്പെടുത്തി.

നിയമാനുസൃതഗവൺമെന്റുകളെ അട്ടിമറിച്ച് പകരം സർവ്വാധിപതികളെ അവരോധിക്കാനുള്ള ഗൂഢാലോചനകൾ സംഘടിപ്പിക്കുന്നതിൽ സി.ഐ.ഏ.യുടെ രഹസ്യപ്രവർത്തനങ്ങൾ ഒതുങ്ങിനിൽക്കുന്നില്ല. സാധാരണഗതിയിൽ ആ സർവ്വാധിപത്യങ്ങൾക്ക് സി.ഐ.ഏ.യുടെ സഹായവും തുണയുമില്ലാതെ നിലനിൽക്കാനാവില്ല.

അതുകൊണ്ട് വാഷിംഗ്ടന്റെ ഹിതം നിർവിഘ്നം നടപ്പാക്കാൻ കഴിയുമാറ് ആ പാവഗവൺമെന്റുകൾക്ക് അനുകൂലമായ സാഹചര്യങ്ങൾ സൃഷ്ടിക്കുകയെന്നത് സി.ഐ.ഏ.യുടെ മുമ്പിലുള്ള മറ്റൊരു പ്രധാനകടമയാണ്. അതിന് സുശക്തമായ ഒരു മർദ്ദനയന്ത്രവും സി.ഐ.ഏ.യുമായി ബന്ധമുള്ള തീവ്രവലതുപക്ഷശക്തികളുടെ ഭീകരസംഘടനകളും ആവശ്യമാണ്. അവ സി.ഐ.ഏ. യുടെ സഹായത്തോടെ എല്ലാ ദേശാഭിമാന-ഇടതുപക്ഷ-ജനാധിപത്യശക്തികളേയും ചിട്ടയായി വകവരുത്തുന്നു. ഇക്കൂട്ടരുടെ നിരന്തരമായ അക്രമമില്ലെങ്കിൽ വാഷിംഗ്ടന്റെ സൃഷ്ടികളായ പാവഗവൺമെന്റുകൾ കടലാസുകോട്ട പോലെ തകർന്നുവീഴുമെന്നു തീർച്ചയാണ്.

പക്ഷേ നമുക്ക് ഗ്വാട്ടമാലയിലേക്കു മടങ്ങാം. അമേരിക്കൻ ഇടപെടൽ അവിടെ വരുത്തിവച്ചതെന്താണെന്നും അമേരിക്കക്കാർ അടിച്ചേൽപ്പിച്ച "ഐശ്വര്യ"ത്തിന്റെ മാതൃക ഇപ്പോൾ എങ്ങിനെയിരിക്കുന്നുവെന്നും നോക്കാം.

1980 ജൂലൈ 14. ഒരു പ്രത്യേകതരം ശിരാവരണം ധരിച്ച കുറെപ്പേർ സാൻ കാർലോസ് സർവ്വകലാശാലയുടെ മുമ്പിൽ കാറുകളിൽ വന്നിറങ്ങി. അവർ ഓരോരുത്തരായി സർവ്വകലാശാലാവളപ്പിൽ പ്രവേശിച്ചു. ഏതു നിമിഷവും ക്ലാസു തുടങ്ങാനുള്ള മണിയടിക്കും. അതുകൊണ്ട് അപരിചിതരായ ആഗതരെ ശ്രദ്ധിക്കാതെ വിദ്യാർത്ഥികൾ ക്ലാസുകളിലേക്കു തിരക്കിട്ടു പോവുകയാണ്. ആഗതർ വസ്ത്രത്തിനടിയിൽനിന്ന് യന്ത്രത്തോക്കുകൾ പുറത്തെടുത്തു. ദൗത്യം നിറവേറ്റിയശേഷം അവർ കാറുകളിലേക്കു മടങ്ങുമ്പോൾ സർവ്വകലാശാലയുടെ വളപ്പിൽ ഇരുപത്തഞ്ചു പേർ മരിച്ചുകിടപ്പുണ്ടായിരുന്നു. മുറിവേറ്റ് പതിന്നാലുപേർ വേറെയും.

ആ കൂട്ടക്കൊല നടത്തിയതു തങ്ങളാണെന്ന് "മരണദളം" എന്ന പേരിലുള്ള ഒരു സംഘം പിന്നീട് അവകാശപ്പെടുകയുണ്ടായി. ഇത്തരം കൂട്ടക്കൊലകൾ ഇന്നത്തെ ഗ്വാട്ടമാലയിൽ ഒരു നിത്യസംഭവമാണ്. അവിടെ അമേരിക്കയുടെ ഒത്താശയോടെ ഇടതുപക്ഷത്തെ "ഒതുക്കുക"യെന്ന പരിപാടി നടപ്പാക്കുന്നത് "മരണദള"വും "സീക്രട്ട്

ആന്റികമ്മ്യൂണിസ്റ്റ് ആർമി'' (ഇ.എസ്സ്.ഏ.) എന്ന ഭീകരസംഘടനയു മാണ്.

ഇ.എസ്സ്.ഏ. അംഗങ്ങളിൽ ബഹുഭൂരിപക്ഷവും സി.ഐ.ഏ. ശിക്ഷകർ യു.എസ്സ്.ഏ.യിൽ പരിശീലനം നൽകിയ സൈനികോ ദ്യോഗസ്ഥന്മാരാണ്. അവരിൽ ചിലർ ഇസ്രായേൽ, ചിലി തുടങ്ങിയ രാജ്യങ്ങളിൽ പോയി പ്രത്യേകപരിശീലനം നേടിയിട്ടുണ്ട്. ഇ.എസ്സ്.ഏ. അതിന്റെ ഭീകരനടപടികൾ നടപ്പാക്കാൻവേണ്ടി മോട്ടോർ സൈക്കി ളുകൾതൊട്ട് ഹെലിക്കോപ്റ്ററും ടാങ്കുംവരെയുള്ള സർവ്വവിധ വാഹ നങ്ങളും ഉപയോഗിക്കുന്നു. കൂടാതെ, രഹസ്യതടവറകളും ദണ്ഡനയ റകളുമായി ഉപയോഗിക്കാൻ വേണ്ടി അതിന്റെ വരുതിയിൽ നിരവധി സ്വകാര്യഭവനങ്ങളുമുണ്ട്. ഇ.എസ്സ്.ഏ. കൂടുതലും തോക്കുകളാണ് ഉപയോഗിക്കുന്നതെങ്കിൽ മരണദളത്തിന് ഇഷ്ടപ്പെട്ട ആയുധങ്ങൾ കഠാരയും നൈലോൺ പാശവുമാണ്.

ഗ്വാട്ടമാലയിൽ ഈ ഭീകരപ്രവൃത്തികൾ നടത്തുന്നത് അങ്ങേയറ്റ ത്തെ വലതുപക്ഷക്കാരും ഇടതുപക്ഷക്കാരുമാണെന്നും ഗവൺമെന്റിന് അവരെ നിയന്ത്രിക്കാൻ കഴിയുന്നില്ലെന്നുമാണ് ലൂക്കാസ് ഗാർസിയ ഗവൺമെന്റിന്റെ ഔദ്യോഗികവക്താക്കൾ പറഞ്ഞത്. എന്നാൽ പ്രസിഡണ്ടിന്റേയും ആഭ്യന്തരമന്ത്രി ഡൊണാൽഡൊ അൽവാറസ് റൂയിസിന്റേയും ഉന്നതന്മാരായ മറ്റേതാനും ജനറൽമാരുടേയും ചൊൽപ്പ ടിയിലുള്ള സൈനിക-പോലീസ് ഉദ്യോഗസ്ഥന്മാരാണ് "മരണദളങ്ങ ൾ"ക്കു നേതൃത്വം നൽകിയിരുന്നതെന്നും അവർക്ക് പ്രസിഡന്റിന്റെ സ്റ്റാഫിന്റെ തലവനായ കേണൽ ഹെക്ടർ മൊൺടൽവനയുടേയും ദേശീയ പോലീസ് തലവനായ കേണൽ ഹെർമൻ ച്വപ്പിനയുടേയും പിന്തുണയുണ്ടായിരുന്നുവെന്നും ലൂക്കാസ് ഗാർസിയ ഗവൺമെന്റിനോ ടടുപ്പമുള്ള കേന്ദ്രങ്ങൾ ചൂണ്ടിക്കാട്ടിയിട്ടുണ്ട്. മരണദളങ്ങൾ സൃഷ്ടിക്കപ്പെ ട്ടത് സായുധസേനകളുടെ സംരക്ഷണയിൽ കീഴിലാണെന്ന് ഗ്വാട്ടമാല യിലെ ഒരു വ്യവസായപ്രമുഖനായ റവൂൽ ഗാർസിയ ഗ്രനദോസ് ഒരു അഭിമുഖത്തിൽ പറയുകയുണ്ടായി.

"കമ്മ്യൂണിസ്റ്റുകാരെന്നു സംശയമുള്ളവരുടെ പട്ടികകൾ അവരുടെ കയ്യിലുണ്ട്. ആ ആളുകളെയാണ് അവർ കൊല്ലുന്നത്,'' അദ്ദേഹം പറഞ്ഞു.

മരണദളങ്ങൾ ഗവൺമെന്റിന്റെ നിയന്ത്രണത്തിലാണെന്നതിനു ധാരാളം തെളിവുകളുണ്ട്. നാലു വർഷം ആഭ്യന്തരമന്ത്രികാര്യാലയ ത്തിലെ പ്രസ്സ് സെക്രട്ടറിയായിരുന്ന എലിയാസ് ബരവോണ 1980

സെപ്റ്റംബറിൽ പരസ്യമായി സ്ഥിരീകരിച്ച കാര്യമാണത്. ലൂക്കാസ് ഗാർസിയയും സൈനിക ജനറൽമാരും അവയെ നിയന്ത്രിക്കുന്നത് ഏതെല്ലാം രൂപത്തിലാണെന്നതിന്റെ വിശദവിവരങ്ങളടങ്ങുന്ന ഒരു പ്രസ്താവന അദ്ദേഹം പത്രലേഖകർക്ക് നൽകുകയുണ്ടായി. തട്ടിക്കൊണ്ടുപോയവരെ ഒളിച്ചു താമസിപ്പിക്കാനും ഭേദ്യംചെയ്യാനുമായി ഗവൺമെന്റ് ഉപയോഗിക്കുന്ന സ്ഥലങ്ങളുടെ മേൽവിലാസങ്ങൾപോലും അദ്ദേഹം പത്രക്കാർക്കു നൽകി. ഗവൺമെന്റിനെ എതിർക്കുന്ന സകലരും കമ്മ്യൂണിസ്റ്റുകാരായി ഗണിക്കപ്പെടുന്നതുകൊണ്ട് കൊല്ലപ്പെടാനുദ്ദേശിച്ചിട്ടുള്ളവരുടെ പട്ടികയിൽ തന്റെ പാർട്ടിയുടെ നേതാക്കളുമുണ്ടെന്ന് ക്രിസ്ത്യൻഡെമോക്രാറ്റിക്ക് പാർട്ടി ജനറൽ സെക്രട്ടറി വിനിസിയോ സെറേസൊ ഒരു പത്രസമ്മേളനത്തിൽ പറഞ്ഞു.

പ്രതിപക്ഷത്തിനെതിരായ സമരത്തിൽ ഗ്വാട്ടമാലയിലെ ഭരണാധികാരികളുടെ ഒരേയൊരു വാദമുഖം ഭീകരഭരണമാണ്. 1980 ആഗസ്റ്റിനും 1981 മെയ്ക്കുമിടയ്ക്ക് ക്രിസ്ത്യൻ ഡെമോക്രാറ്റിക്ക് കക്ഷിയായ "യുണൈറ്റഡ് റവല്യൂഷൻ ഫ്രണ്ടി''ന്റെ പത്തു പ്രവർത്തകരും കൊല്ലപ്പെട്ടവരിൽ ഉൾപ്പെടുന്നു.

ജനകീയപ്രതിരോധത്തിന്റെ ഒരു വേലിയേറ്റമുണ്ടാവുമെന്ന് ഭയന്ന് ഗ്വാട്ടമാലയിലെ പട്ടാളം അടുത്ത കാലത്ത് ഗ്രാമപ്രദേശങ്ങളിൽ "ചുട്ടുഭസ്മമാക്കൽ" പരിപാടി നടപ്പാക്കാൻ തുടങ്ങിയിരിക്കുന്നുവെന്ന് "ഗ്വാട്ടമാലൻ മർദ്ദനവിരുദ്ധ ജനാധിപത്യമുന്നണി'' 1981 മാർച്ചിൽ പുറപ്പെടുവിച്ച ഒരു പ്രസ്താവനയിൽ ചൂണ്ടിക്കാട്ടി. പ്രത്യേകം രൂപീകരിച്ചിട്ടുള്ള ദണ്ഡകസംഘങ്ങൾ ഗ്രാമങ്ങളെ അപ്പാടെ നശിപ്പിക്കുകയും നിരപരാധികളെ ഭേദ്യംചെയ്യുകയും കൊലപ്പെടുത്തുകയും ചെയ്തു. ആ പട്ടാളക്കാർ സ്ത്രീകളും കുഞ്ഞുങ്ങളുമുൾപ്പെടെ കുടുംബങ്ങളെ അപ്പാടെ ജീവനോടെ ദഹിപ്പിച്ച ദൃഷ്ടാന്തങ്ങൾ പ്രസ്താവനയിൽ എടുത്തുപറഞ്ഞിട്ടുണ്ട്.

1982 വസന്തത്തിൽ ഗ്വാട്ടമാലയിൽ ഒരു അധികാര അട്ടിമറി നടന്നു. ജനറൽ ലൂക്കാസ് ഗാർസിയയെ പ്രസിഡന്റ് സ്ഥാനത്തുനിന്നു നീക്കം ചെയ്തു. ഗവൺമെന്റും നാഷനൽ കോൺഗ്രസ്സും പിരിച്ചുവിടപ്പെട്ടു. ഭരണഘടനയുടെ സാധുത നിർത്തിവയ്ക്കപ്പെട്ടു. ഗ്വാട്ടമാലൻ പട്ടാളത്തിലെ തീവ്രവലതുപക്ഷക്കാരായിരുന്ന അധികാരക്കയ്യേറ്റക്കാർ ജനറൽ റിയോസ് മോൺടിന്റെ നേതൃത്വത്തിൽ ഒരു "പ്രതിനിധ്യാത്മകജൂണ്ട'' രൂപീകരിച്ചു.

മുൻഭരണത്തിന്റെ മർദ്ദനനയം ഉപേക്ഷിക്കാൻ അതിന് ഉദ്ദേശമില്ലെന്ന് അതിന്റെ ആദ്യത്തെ നടപടികൾ തന്നെ തെളിയിച്ചു.

ഗ്വാട്ടമാലയിൽ ജനാധിപത്യത്തിന്റെയും സ്വാതന്ത്ര്യത്തിന്റേയും പുനഃസ്ഥാപനത്തിനുവേണ്ടി പൊരുതുന്ന ദേശാഭിമാനികൾ ആയുധം വച്ച് കീഴടങ്ങിയില്ലെങ്കിൽ അവരെ വകവരുത്തുമെന്ന് ജനറൽ റിയോസ് മോൺട് ഭീഷണിപ്പെടുത്തി.

ഗ്വാട്ടമാലയിൽ അവസാനത്തെ അധികാര അട്ടിമറി നടന്നത് 1983 ആഗസ്റ്റ് 8-നാണ്. മുൻപ്രതിരോധവകുപ്പമന്ത്രി ബ്രിഗേഡിയർജനറൽ ഓസ്കാർ ഉംബെർട്ടോ മേഹിയ വിക്റ്റോറെസ് പ്രസിഡണ്ടായി. നിക്കരാഗ്വൻ പത്രങ്ങൾ ചൂണ്ടിക്കാട്ടിയതുപോലെ, “കഴുകന്മാരിൽ വച്ച് ഏറ്റവും ഭയങ്കരനായ കഴുകനും'' ദേശാഭിമാനികളോട് കണ്ണിൽ ചോരയില്ലാതെ പെരുമാറിയവനുമായ ഒരു മുരത്ത കമ്മ്യൂണിസ്റ്റ് വിരോധിയായിരുന്നു അയാൾ. ഒരു യഥാർത്ഥജനാധിപത്യവാദിയെന്നു പ്രസിഡന്റ് റീഗൻ അടുത്ത കാലത്ത് വിശേഷിപ്പിച്ച, “അത്രത്തോളം വലതുപക്ഷക്കാരനല്ലാത്ത'', ജനറൽ റിയോസ് മോണ്ടായിരുന്നു അയാളുടെ മുൻഗാമി. ആ “ജനാധിപത്യവാദി'' അധികാരത്തിലുണ്ടായിരുന്ന 463 ദിവസങ്ങൾക്കുള്ളിൽ പതിനയ്യായിരത്തോളം പേരാണു കൊല്ലപ്പെട്ടത്. പക്ഷേ ആ തോതിലുള്ള മർദ്ദനംപോലും വാഷിംഗ്ടണെ തൃപ്തിപ്പെടുത്തിയില്ല. അങ്ങിനെയാണ് സി.ഐ.ഏ.യുടെ സഹായത്തോടെ മേഹിയ അധികാരത്തിലേറിയത്. അയാൾ സമാധാനപ്രിയരായ സ്വന്തം ജനതയുടെ നേരെ പട്ടാളത്തെ അയച്ചു. ശരിക്കും വംശഹത്യയെന്നു പറയാവുന്ന ഒരു നയമാണ് അയാൾ അനുവർത്തിച്ചത്. ദേശാഭിമാനികളെ സഹായിക്കുന്നുണ്ടെന്നു സംശയം തോന്നിയ ഗ്രാമങ്ങളപ്പാടെതന്നെ സൈനികാക്രമണത്തിനു വിധേയമാകുന്നു. കെമിക്കൽ-ബാക്ടീരിയോളജിക്കൽ ആയുധങ്ങൾ പ്രയോഗിക്കുന്നതും വിരളമല്ല.

മെക്സിക്കൻ അതിർത്തിയ്ക്കടുത്തുള്ള സാൻഫ്രാൻസിസ്ക്കോ എന്ന ഒരു ചെറിയ റെഡ് ഇന്ത്യൻഗ്രാമം ഭൂമുഖത്തുനിന്നു തുടച്ചുനീക്കപ്പെട്ടുവെന്നു തന്നെ പറയാം. രണ്ടേ രണ്ടു പേർ എങ്ങിനെയോ രക്ഷപ്പെട്ടു. മെക്സിക്കോയിൽ അഭയം പ്രാപിച്ച അവർ ആ ഗ്രാമത്തിൽ നടന്ന സംഭവങ്ങൾ വിവരിച്ചു.

... ആറ് ഓഫീസർമാരുടെ നേതൃത്വത്തിൽ അറുനൂറു പട്ടാളക്കാർ ട്രക്കുകളിൽ ആ ഗ്രാമത്തിൽ വന്നിറങ്ങി. ഗ്രാമത്തിലുണ്ടായിരുന്ന മുഴുവനാളുകളേയും അവർ രണ്ടായി തിരിച്ചു - സ്ത്രീകളെ പള്ളിയിലും പുരുഷന്മാരെ കോടതിക്കെട്ടിടത്തിലുമിട്ടു പൂട്ടി. അതിനുശേഷം സ്ത്രീകളെ കുട്ടികളിൽനിന്നു വേർപെടുത്തി മറ്റൊരു കെട്ടിടത്തിൽ കൊണ്ടുപോയി വാളുകൊണ്ടു വെട്ടിക്കൊന്നു. അവരുടെ വീടുകളിൽ നിന്ന് എടുക്കാവുന്നതെല്ലാം

എടുത്തശേഷം പട്ടാളക്കാർ അവ തീയിട്ട് ദഹിപ്പിച്ചു.

കുട്ടികളുടെ ഊഴമായിരുന്നു അടുത്തത്. ചിലരുടെ വയറ് കഠാരകൊണ്ടു കുത്തിപ്പിളർന്നെങ്കിൽ വേറെ ചിലരുടെ തല കല്ലിലടിച്ചു തകർത്തു. വെടിയുണ്ട പാഴാക്കിയില്ല. മുലകുടിക്കുന്ന കുഞ്ഞുങ്ങളേയും പിച്ചവച്ചു തുടങ്ങുന്ന കൊച്ചുകുട്ടികളേയും പോലും അവർ വെറുതെ വിട്ടില്ല.

ഇത്രയും ചെയ്തിട്ട് പട്ടാളക്കാർ അല്പനേരം വിശ്രമിച്ചു. പിന്നീടാണ് പുരുഷന്മാരുടെ നേരെ തിരിഞ്ഞത്. അവരെ ഓരോരുത്തരെയായി കോടതിക്കെട്ടിടത്തിൽനിന്നും ഇറക്കിക്കൊണ്ടുവന്നു. കൈകൾ പുറകിൽ കൂട്ടിക്കെട്ടിയിട്ട് നിലത്ത് കമഴ്ത്തിക്കിടത്തി കത്തികൊണ്ടു കുത്തിക്കൊന്നു.

ഉച്ചയ്ക്ക് ഒരു മണിക്കു തുടങ്ങിയ ആ ചോരക്കുരുതി വൈകുന്നേരം ഏഴു മണിവരെ നീണ്ടുനിന്നു. ആ ആറു മണിക്കൂറിനുള്ളിൽ 352 പേരെയാണ് അവർ കൊന്നത്.

1964-ൽ ബ്രസീലിൽ ജൊവാവൊ ഗുലാർട്ടിന്റെ ജനാധിപത്യഗവൺമെന്റിനെ അട്ടിമറിക്കാൻവേണ്ടി സി.ഐ.ഏ. ഒരു അധികാരക്കയ്യേറ്റം സംഘടിപ്പിച്ചു. ജനാധിപത്യശക്തികൾക്കെതിരായി പ്രകോപനങ്ങളും ഭീകര നടപടികളും നടത്തുന്നതിൽ പ്രത്യേകവൈദഗ്ദ്ധ്യമാർജ്ജിച്ച പലതരം ബ്രസീലിയൻ സംഘടനകളുടെ സഹായത്തോടെയാണ് സി.ഐ.ഏ. അതു നടപ്പാക്കിയത്.

1964-ലെ പട്ടാളവിപ്ലവത്തിൽ സി.ഐ.ഏ. വഹിച്ച പങ്കിനെ 1976-ൽ ബ്രസീലിലെ പത്രലേഖകർ തുറന്നുകാട്ടുകയുണ്ടായി. അവർ നിരവധി രഹസ്യ ഔദ്യോഗികരേഖകൾ പ്രസിദ്ധീകരിച്ചു. സി.ഐ.ഏ. ബ്രസീലിന്റെ ആഭ്യന്തരകാര്യങ്ങളിൽ യാതൊരു കൂസലുമില്ലാതെ ഇടപെട്ടുവെന്നും "കമ്മ്യൂണിസ്റ്റ് വിരുദ്ധപ്രസ്ഥാനം", "മരണദളം" തുടങ്ങിയ വലതുപക്ഷ ഭീകരസംഘടനകളുമായി അതിന് ഉറ്റ ബന്ധമുണ്ടായിരുന്നുവെന്നും ഇന്ന് എല്ലാവർക്കുമറിയാം.

ഉറുഗ്വേ, പരാഗ്വേ, ഹൈററി എന്നീ ലാറ്റിനമേരിക്കൻ രാജ്യങ്ങളിലെ സ്വേച്ഛാധിപത്യഗവൺമെന്റുകളുടെ മർദ്ദനസംവിധാനവുമായും സി.ഐ.ഏ. "സുഹൃദ്ബന്ധങ്ങൾ" പുലർത്തുന്നുണ്ട്. ലാറ്റിനമേരിക്കയിലെ സാമ്രാജ്യവിരുദ്ധ വിമോചനപ്രസ്ഥാനത്തോടും ജനാധിപത്യപ്രസ്ഥാനത്തോടുമുള്ള ഭയം കാരണം യു.എസ്സ്.ഏ. ആ മേഖലയിലെ ജനതകൾക്കെതിരായ രഹസ്യയുദ്ധം കൂടുതൽ സജീവമായി നടത്തുകയും പശ്ചിമാർദ്ധഗോളത്തിൽ അമേരിക്കൻ സാമ്രാജ്യത്വത്തിന്റെ ഏകബന്ധുക്കളായ ഭീകരഫാസിസ്റ്റ് സർവ്വാധിപത്യങ്ങളെ

വാഴിക്കുകയും പരസ്യമായി പിന്താങ്ങുകയും ചെയ്യുന്നു.

സി.ഐ.ഏ. കർമ്മനിരതമാക്കിയ സാർവ്വദേശീയ ഭീകരപ്രവർത്തനത്തിന്റെ നിർദ്ദയയന്ത്രം പുതിയപുതിയ ഇരകളെ തേടുകയാണ്. ബലപ്രയോഗംകൂടാതെ ഇന്ന് ലാറ്റിനമേരിക്കയിലുള്ള ഒരൊറ്റ സാമ്രാജ്യാനുകൂലഗവൺമെന്റിനും ഒരു ദിവസംപോലും നിലനിൽക്കാനാവില്ല. മറ്റൊരു ലാറ്റിനമേരിക്കൻ രാജ്യമായ എൽ സൽവഡോറിൽ ഇന്ന് ലോകജനതയുടെ മുഴുവനും കൺമുമ്പാകെ നടക്കുന്നത് ഈ ഭയങ്കര ദുരന്തത്തിന്റെ മറ്റൊരു ദൃഷ്ടാന്തമാണ്.

"ആയുധബലത്തെ നമ്പുകയും സ്വന്തം ജനതയ്ക്കെതിരായി ഭീകരനടപടികൾ കൈക്കൊള്ളുകയും ചെയ്യുന്ന ഒരു സർവ്വാധിപത്യത്തെ യു.എസ്സ്.ഏ. എവിടെങ്കിലും അവരോധിക്കുമ്പോൾ അതിനാണ് ഭീകരപ്രവർത്തനം എന്നു പറയുന്നത്.'' എൽ സൽവഡോറിലെ ഫരബുണ്ടോ മാർട്ടി ദേശീയവിമോചനമുന്നണി (എഫ്.എം.എൽ.എൻ.) 1981 ഫെബ്രുവരിയിൽ സംഘടിപ്പിച്ച ഒരു പത്രസമ്മേളനത്തിൽ മുൻ സി.ഐ.ഏ. പ്രവർത്തകനായ ഫിലിപ്പ് എയ്ജി പറഞ്ഞ വാക്കുകളാണിവ.

ദേശീയവിമോചനപ്രസ്ഥാനവും ഭീകരപ്രവർത്തനവും തമ്മിൽ ബന്ധമുണ്ടെന്ന വാഷിംഗ്ടന്റെ ആരോപണത്തെക്കുറിച്ചുള്ള അഭിപ്രായം ആരാഞ്ഞപ്പോഴാണ് എയ്ജി ഈ നിർവ്വചനം നൽകിയത്. എൽ സൽവഡോറിൽ ഒരു ജനാധിപത്യഗവൺമെന്റ് നിലവിൽ വരാതിരിക്കാൻ വേണ്ടി വാഷിംഗ്ടൺ അതിനാലാവുന്നതെല്ലാം ചെയ്യുമെന്ന് അദ്ദേഹം മുന്നറിയിപ്പു നൽകി. ആ രാജ്യത്തിന്റെ നേരെ പ്രത്യക്ഷമായ സൈനികാക്രമണം നടത്താൻ - അതിനെ ഒരു "രണ്ടാം വിയറ്റ്നാ''മാക്കി മാറ്റാൻ പോലും - യു.എസ്സ്.ഏ. തയ്യാറാവുമെന്ന് അദ്ദേഹം ചൂണ്ടിക്കാട്ടി. ഈ മുന്നറിയിപ്പിൽ കഴമ്പുണ്ടെന്ന് മുൻ സ്റ്റേറ്റ് സെക്രട്ടറി അലക്സാണ്ടർ ഹെയ്ഗിന്റേയും പ്രസിഡന്റിന്റെ മുൻ ഉപദേഷ്ടാവ് എഡ്വിൻ മീസിന്റേയും പ്രകോപനപരങ്ങളായ പ്രസ്താവനകൾ സ്ഥിരീകരിക്കുന്നുണ്ട്.

എൽ സൽവഡോറിലെ ദേശാഭിമാനികൾ മുൻകയ്യെടുത്തു നടത്തിയ ആ പത്രസമ്മേളനം സി.ഐ.ഏ. യുടെ കുതന്ത്രങ്ങൾ തുറന്നുകാട്ടി. ഒരു വശത്ത് അത് എൽ സൽഡോറുൾപ്പെടെയുള്ള രാജ്യങ്ങളിലെ ദേശീയവിമോചനപ്രസ്ഥാനത്തിനെതിരായി വിധ്വംസകപ്രവർത്തനങ്ങൾ നടത്തുന്നു. മറുവശത്ത് അത് വിവിധരാജ്യങ്ങളിലെ പൊതുജനാഭിപ്രായത്തെ വഴിതെറ്റിക്കാൻ നോക്കുന്നു. എൽ സൽവഡോറിലെ കലാപകാരികളും സോഷ്യലിസ്റ്റ് രാജ്യങ്ങളും തമ്മിൽ ബന്ധമുണ്ടെന്നതിനുള്ള

തഥാകഥിത തെളിവുകൾ യു.എസ്സ്. രഹസ്യവകുപ്പുകാർ കെട്ടിച്ചമച്ച വയാണെന്ന് എയ്ജി പറഞ്ഞു. യു.എസ്സ്. സ്റ്റേറ്റ് അണ്ടർസെക്രട്ടറി പശ്ചിമയൂറോപ്പിന്റെ മുമ്പാകെ ഹാജരാക്കിയത് ആ "തെളിവുക"ളാണ ല്ലൊ. സി.ഐ.ഏ. യുടെ വിധ്വംസന-വ്യാജവാർത്താവിതരണയന്ത്രം എങ്ങിനെയൊക്കെയാണ പ്രവർത്തിക്കുന്നതെന്ന വെളിപ്പെടുത്തുന്ന രേഖകളുടെ ഫോട്ടോസ്റ്റാറ്റ് കോപ്പികൾ പത്രസമ്മേളനത്തിൽ പങ്കെടുത്ത പത്രലേഖകർക്കു ലഭിച്ചു.

ലാറ്റിനമേരിക്കൻ രാജ്യങ്ങളിലെ ട്രേഡ് യൂണിയനുകൾക്കാവശ്യമായ കേഡറുകളെ പരിശീലിപ്പിക്കാനാണെന്ന പറഞ്ഞ് ഉണ്ടാക്കിയിട്ടുള്ള "അമേരിക്കൻ ഇൻസ്റ്റിറ്റ്യൂട്ട് ഫോർ ഫ്രീ ലേബർ ഡെവലപ്മെന്റ്'' യഥാർത്ഥത്തിൽ സി.ഐ.ഏ. യുടെ മറ്റൊരു മറയാണെന്ന് എയ്ജി പറഞ്ഞു. സോഷ്യൽഡെമോക്രാറ്റിക്ക് പാർട്ടികളിലെ അംഗങ്ങളെ പാട്ടിലാക്കിക്കൊണ്ട് എൽ സൽവഡോറിനെ സംബന്ധിച്ച അമേരിക്കൻ നയത്തിന് അവരുടെ പിന്തുണ നേടാൻ കൂടുതൽ ഉത്സാഹിക്കണമെന്ന പറയുന്ന ഇൻസ്റ്റിറ്റ്യൂട്ടിന്റെ ഒരു രേഖയിൽനിന്ന് അദ്ദേഹം ഉദ്ധരിച്ചു.

എയ്ജി തുറന്നുകാട്ടിയ വസ്തുതകൾ സത്യമാണെന്ന് 1981 ഏപ്രിൽ 11-ാംന "സി.ഐ.ഏ.യും എൽ സൽവഡോറിനെ സംബന്ധിച്ച ധവള പത്രവും'' എന്ന ശീർഷകത്തിൽ "ദി നേഷൻ" എന്ന അമേരിക്കൻ ആനുകാലികത്തിൽ പ്രസിദ്ധീകരിച്ച ലേഖനം സ്ഥിരീകരിക്കുന്നുണ്ട്. സി.ഐ.ഏ.യുടെ ഓപ്പറേഷൻസ് ഡയറക്ടറേറ്റിന്റെ "ഇന്റർനാഷനൽ കമ്മ്യൂണിസം ബ്രാഞ്ചി''ലെ ഒരു മുൻജീവനക്കാരനും സി.ഐ.ഏ. ക്കുവേണ്ടി തൈവാനിലും തായ്ലണ്ടിലും വിയറ്റ്നാമിലും പ്രവർത്തിച്ചിട്ടുള്ളയാളുമായ റാൽഫ് മാക്ഗിഹിയാണ് ലേഖനകർത്താവ്.

അദ്ദേഹം എഴുതി :

"യു.എസ്സ്.ഏ. മൂന്നാംലോകത്തിലെ അനേകം രാജ്യങ്ങളിൽ ഇതിനകം ചെയ്തിട്ടുള്ള അതേ കാര്യംതന്നെയാണ് അത് ഇപ്പോൾ എൽ സൽവഡോറിൽ ചെയ്യാൻ ശ്രമിക്കുന്നത്. സ്വന്തം സദുദ്ദേശങ്ങൾ പ്രഖ്യാപിക്കുകയും സ്വന്തം ദേശീയസുരക്ഷിതത്വത്തിന്റെ നേർക്കുള്ള ഭീഷണിയെ അപലപിക്കുകയും ചെയ്തുകൊണ്ട് അമേരിക്കൻ നയശിൽപികൾ ചെയ്തിട്ടുള്ളത് ജനങ്ങൾക്ക് ഇഷ്ടപ്പെടാത്ത ഗവൺമെന്റുകളെ അവരുടെ തലയിൽ കെട്ടിവയ്ക്കുകയും പട്ടാളവും പോലീസും ആയുധങ്ങളും കൊണ്ട് അവയെ താങ്ങി നിർത്തുകയുമാണ്. സാർവ്വദേശീയകമ്മ്യൂണിസത്തിനെതിരായ - അഥവാ, ഇപ്പോൾ പറയാറുള്ളതുപോലെ, 'സാർവ്വദേശീയഭീകരപ്രവർത്തന'ത്തിനെതിരായ - സമരത്തിന്റെ

കൊടിക്കുറയ്ക്കു പിന്നിൽ സ്വന്തം ലക്ഷ്യങ്ങൾ മറച്ചുപിടിച്ചുകൊണ്ട് യു.എ സ്സ്.ഏ. ബഹുജനങ്ങളുടെ താൽപര്യങ്ങൾക്കെതിരായി ഒരു ന്യൂനപക്ഷം വരുന്ന കലീനഭൂവുടമകളേയും അവരുടെ സൈനികശിങ്കിടികളേയും പിന്താങ്ങുന്നു..."

"ആധുനികീകരണം കൈവരിക്കാനും സാർവ്വദേശീയകമ്മ്യൂണിസ ത്തിന്റെ (അഥവാ സാർവ്വദേശീയഭീകരപ്രവർത്തനത്തിന്റെ) വ്യാപനം തടയാനും സ്വേച്ഛാധിപത്യഭരണങ്ങൾ ആവശ്യമാണെന്ന ന്യായം പറഞ്ഞാണ് അവയ്ക്കു നൽകുന്ന പിന്തുണയെ യു.എസ്സ്.ഏ. ന്യായീകരി ക്കുന്നത്. മർദ്ദകസ്വേച്ഛാധിപത്യവാഴ്ചകൾ താൽക്കാലികമാണെന്നും ത്യാഗങ്ങൾ നിറഞ്ഞ ഒരു കാലഘട്ടത്തിനു ശേഷം ജനജീവിതം ആധുനി കവൽക്കരണത്തിലൂടെ ഐശ്വര്യപൂർണ്ണമാവുമെന്നുമാണു പറയുന്നത്... എൽ സൽവഡോറിൽ സൈനിക ഇടപെടൽ നടത്തണമെന്ന പ്രസി ഡന്റ് റീഗന്റെ 'സജ്ജീകൃതസിദ്ധാന്ത'ത്തെ എതിർത്തുകൊണ്ടാണ് തനിക്ക് വിദേശസർവീസിൽ നിന്നു രാജിവച്ചു പിരിയേണ്ടിവന്നതെന്ന് എൽ സൽവഡോറിലെ മുൻ യു.എസ്സ്.അംബാസഡർ റോബർട്ട് വൈറ്റ് പ്രസ്താവിക്കുകയുണ്ടായി. അമേരിക്കൻ പിന്തുണയുള്ള സൈനി കഗവൺമെന്റിന് അരുനിൽക്കുന്ന വലതുപക്ഷശക്തികളാണ് ആ രാജ്യത്തിന് ഏറ്റവും വലിയ അപകടമെന്ന് അദ്ദേഹം പറഞ്ഞു. എൽ സൽവഡോർ ഗവൺമെന്റിന് സൈനിക സഹായം നൽകുന്നതിനെ അംബാസഡർ വൈറ്റ് എതിർത്തു... 'യാതൊരു നിയന്ത്രണവുമില്ലാതെ കൊല നടത്താ'നായിരിക്കും യു.എസ്സ്.ഏ. നൽകുന്ന ആയുധങ്ങൾ ഉപയോഗിക്കപ്പെടുന്നതെന്ന് അദ്ദേഹം പറഞ്ഞു. സൽവഡോറുകാരെ മുഖ്യമായും കൊല്ലുന്നത് ഗവൺമെന്റിന്റെ രക്ഷാസേനകളാണ്. നാല് അമേരിക്കൻ കന്യാസ്ത്രീകളെ വധിച്ചതിനും ഇടതുപക്ഷക്കാരോ ഇടതു പക്ഷക്കാരെന്നു വെറുതെ സംശയിക്കപ്പെട്ടവരോ ആയ ചുരുങ്ങിയത് അയ്യായിരം പേരെയെങ്കിലും വകവരുത്തിയതിനും ഉത്തരവാദികൾ മിക്കവാറും അവരാണ്.

"എൽ സൽവഡോറിലെ സത്യാവസ്ഥയെ വളച്ചൊടിക്കാനുള്ള സി.ഐ.ഏ. യുടെ ആദ്യത്തെ ശ്രമം, അവിടത്തെ ഇടതുപക്ഷക്കാർക്ക് സോവിയറ്റുയൂണിയൻ, ക്യൂബ, ബൾഗേറിയ, വിയറ്റ്നാം, പി.എൽ.ഓ., എത്യോപ്പിയ, നിക്കരാഗ്വ എന്നിവിടങ്ങളിൽനിന്നു വൻതോതിൽ ആയുധം ലഭിക്കുന്നുവെന്ന റിപ്പോർട്ടുകളിൽ ഒതുങ്ങിനിന്നു. യു.എസ്സ്.ഏ. യ്ക്കെതിരായ ഒരു സാർവ്വദേശീയഗൂഢാലോചനയിൽ അവർ ഒന്നി ച്ചിരിക്കുകയാണെന്ന് ആരോപിക്കപ്പെട്ടു. പശ്ചാത്യരാജ്യങ്ങളിലുണ്ടാ ക്കിയ ആയുധങ്ങൾ മാത്രം നൽകാൻ ഗൂഢാലോചനക്കാർ പ്രത്യേകം

നിഷ്കർഷിച്ചിരുന്നുവത്രെ..."

"സൈനിക ഇടപെടൽ നടത്തുകയെന്ന പ്രസിഡന്റ് റീഗന്റെ 'സജ്ജീകൃതസിദ്ധാന്ത' ത്തിനു കളമൊരുക്കാൻ വേണ്ടി വ്യാജവാർത്തകൾ പ്രചരിപ്പിക്കുകയെന്നതായിരുന്നു സി.ഐ.എ. യുടെ രണ്ടാമത്തെ നടപടി. നൂറിനും ആയിരത്തിനുമിടയ്ക്കു വരുന്ന ഒരു ഗറില്ലാസൈന്യം നിക്കരാഗ്വയിൽനിന്ന് എൽ സൽവഡോറിനെ ആക്രമിച്ചുവെന്ന് 1981 ജനുവരി 19-ാംതീയതി യു.എസ്സ്. പത്രങ്ങൾ റിപ്പോർട്ടു ചെയ്തു. ആക്രമണം നടത്തിയ ഗറില്ലകളും എൽ സൽവഡോറിലെ പട്ടാളവും തമ്മിലുള്ള പോരാട്ടം ആ ദിവസം മുഴുവനും നീണ്ടുനിന്നുവെന്നു പത്രങ്ങൾ പറഞ്ഞെങ്കിലും ഗവൺമെന്റ് പട്ടാളത്തിന് ഏതെങ്കിലും ഗറില്ലകളെ കൊല്ലാനോ ആരെയെങ്കിലും തടവുകാരായി പിടിക്കാനോ ഏതെങ്കിലും ആയുധങ്ങൾ പിടിച്ചെടുക്കാനോ കഴിഞ്ഞില്ല."

"കടൽവഴി നടത്തിയ രണ്ടാമത്തെ ആക്രമണത്തെക്കുറിച്ച് ജനുവരി 22-ന് റിപ്പോർട്ടു ചെയ്യപ്പെട്ടു. ഇത്തവണയും ആരും കൊലപ്പെടുകയോ തടവിൽ പിടിക്കപ്പെടുകയോ ചെയ്തില്ല. എങ്കിലും ഇത് മതിയായ തെളിവായി കരുതപ്പെടുകയും ജനുവരി 24-ന് യു.എസ്സ്.എ. സൽവഡോർ ഗവൺമെന്റിന് 65 ദശലക്ഷം ഡോളർ ധനസഹായം നൽകുന്നതായുള്ള ഒരു കരാറിൽ ഒപ്പുവയ്ക്കുകയും ചെയ്തു. എൽ സൽവഡോറിലെ കലാപകാരികൾക്ക് ക്യൂബക്കാരും റഷ്യക്കാരും ആയുധം നൽകുന്നുവെന്നതിന് ധാരാളം തെളിവുകളും ഹാജരാക്കപ്പെട്ടു. സോവിയറ്റ്യൂണിയനിൽ നിന്നും ക്യൂബയിൽനിന്നുമുള്ള ആയുധസഹായത്തിന്റെ രേഖാമൂലമായ തെളിവുകൾ പ്രതിപാദിച്ചുകൊണ്ട് സ്റ്റേറ്റ് ഡിപ്പാർട്ട്മെന്റ് ഇറക്കിയ ധവളപത്രത്തിലടങ്ങിയിട്ടുള്ള 'തെളിവുകളിൽ' 70 ശതമാനവും അവയാണ്."[1]

എൽ സൽവഡോറിൽ വാസ്തവത്തിൽ നടക്കുന്നതെന്താണെന്നും ആരാണ് അവിടത്തെ ജനങ്ങൾക്കെതിരെ പരസ്യമായി വംശഹത്യ നടത്തുന്നതെന്നും നമുക്കു നോക്കാം.

എൽ സൽവഡോറിലെ നാടകീയസംഭവവികാസങ്ങളുടെ അർത്ഥം വളച്ചൊടിക്കാനും അവിടത്തെ സാമ്രാജ്യത്വപക്ഷപാതഗവൺമെന്റിന്റെ ദുർഭരണത്തിനെതിരായി ദേശാഭിമാനികൾ നടത്തുന്ന സമരത്തെ "മോസ്ക്കോ''യുടെ സഹായത്തോടെ നടക്കുന്ന ഭീകരപ്രവർത്തനമായി വരച്ചുകാട്ടാനും റീഗൻഗവൺമെന്റ് എത്രതന്നെ ശ്രമിച്ചാലും, ആ രാജ്യത്തെ സ്ഥിതിഗതികളെക്കുറിച്ചുള്ള വസ്തുനിഷ്ഠമായ റിപ്പോർട്ടുകൾ അമേരിക്കൻ പത്രങ്ങളിൽത്തന്നെ വന്നിട്ടുണ്ട്.

1. "The Nation'', April 11, 1981, pp. 423-25.

എൽ സൽവഡോർ വാസ്തവത്തിൽ ഭരിക്കുന്നത് ജ്ജുണ്ടയല്ല, തീവ്രവലതുപക്ഷക്കാരുടെ ഭീകരസംഘടനകളാണ്, എന്നാണ് "കവെർട്ട് ആക്ഷൻ" എന്ന ആനുകാലികത്തിൽ "യു.എസ്സ്.ഏ.യും എൽ സൽവഡോറും'' എന്ന ശീർഷകത്തിൽ പ്രസിദ്ധീകരിച്ച ഒരു ലേഖനത്തിൽ സ്റ്റുവാർട്ട് ക്ലെപ്പർ പറയുന്നത്. "അവയുടെ 'മരണദളങ്ങൾ' പട്ടാളവും നാഷനൽ ഗാർഡും പോലീസുമായി അടുത്തു സഹകരിച്ചുകൊണ്ടാണു പ്രവർത്തിക്കുന്നത്. എൽ സൽവഡോറിലെ രാഷ്ട്രീയകൊലപാതകങ്ങളുടെ 80 ശതമാനത്തിനും ഉത്തരവാദികൾ ഈ സംഘടനകളാണ്. അത്തരം കൊലകളുടെ ആകെയെണ്ണം ഇപ്പോൾ പതിനേഴായിരത്തിൽ കവിയും.''

ഏറ്റവും വലിയ ഭീകരസംഘടനകളിലൊന്നിന്റെ പേര് "ഓർഡെൻ" എന്നാണ്. സി.ഐ.ഏ.യുമായി അടുത്ത ബന്ധമുള്ള ജനറൽ ഹൊസെ മെദ്രാനൊ 1968-ൽ സ്ഥാപിച്ചതാണ് അത്. 1972-ൽ നടന്ന പ്രസിഡന്റ് "തിരഞ്ഞെടുപ്പി''ൽ വാഷിംഗ്ടന്റെ പിന്തുണയുണ്ടായിരുന്ന സ്ഥാനാർത്ഥിയായിരുന്നു അയാൾ. ആ സംഘടനയുടെ പേര് നാഷനൽ ഡെമോക്രാറ്റിക്ക് ഫ്രണ്ട് എന്നാക്കി മാറ്റി. 1980 ജൂലൈ 9-ന് ലാ ലിബർട്ടാഡ് പ്രവിശ്യയിലെ മൊഗൊട്ടെസ് ഗ്രാമത്തിൽ പത്തു വയസ്സിനു താഴെയുള്ള പതിനഞ്ച് കുട്ടികളടക്കം മൊജിക്ക സാൻറോസിന്റെ കുടുംബത്തിലെ 31 അംഗങ്ങളെ വധിച്ചത് അതിന്റെ ചെയ്തികളുടെ വ്യക്തമായ ഒരു ഉദാഹരണമാണ്. നാഷനൽ ഗാർഡുമായി ചേർന്ന് അത് ഹോണ്ടുറാസ് അതിർത്തിയിലുള്ള സാംപുൾ നദിക്കടുത്തുവച്ച് 600 കർഷകരെ കൂട്ടത്തോടെ കൊന്നൊടുക്കുകയുണ്ടായി.

റോബർട്ടോ ഡൊബ്യുസ്സോന്റെ നേതൃത്വത്തിലുള്ള യൂണിയൻ ഓഫ് വൈറ്റ് വാറിയേഴ്സാണ് രാജ്യവ്യാപകമായ മറ്റൊരു ഭീകരസംഘടനയെന്ന് ക്ലെപ്പർ പറയുന്നു. "മരണദളങ്ങളിൽവച്ച് ഒരുപക്ഷേ ഏറ്റവും കൂടുതൽ രാഷ്ട്രീയച്ഛായയുള്ളത് അതിനാണ്. വാഷിംഗ്ടണിലെ ഇന്റർനാഷനൽ പോലീസ് അക്കാഡമിയിൽനിന്നു പരിശീലനം ലഭിച്ചയാളാണ് ഡൊബ്യുസ്സോൻ. ജനറൽ റൊമേറോയുടെ കീഴിൽ എൽ സൽവഡോറിലെ രഹസ്യവകുപ്പിൽ രണ്ടാമനായിരുന്ന അയാളുടെ മേൽനോട്ടത്തിൽ ഭേദ്യംചെയ്യൽ നടന്നിട്ടുണ്ടെന്നു മാത്രമല്ല, അയാൾ നേരിട്ട് ഡസൻകണക്കിനാളുകളെ കത്തികൊണ്ട് വരഞ്ഞിട്ടുണ്ടെന്നാണു പറയുന്നത്... തനിക്ക് സി.ഐ.ഏ.യുമായി ഉറ്റ ബന്ധമുണ്ടെന്ന് ഡൊബ്യുസ്സോൻ അവകാശപ്പെടുന്നു. ഡിഫൻസ് ഇന്റലിജൻസ് ഏജൻസിയുടെ മുൻഡയറക്ടർ ലെഫ്റ്റനന്റ് ജനറൽ ഡാനിയൽ ഗ്രഹാമിനെ കഴിഞ്ഞ മേയിൽ താൻ കണ്ടെന്നാണ് അയാൾ പറയുന്നത്...''

എൽ സൽവഡോറിൽ രാജ്യവ്യാപകമായ ഒരു ഭീകരസംഘടന കൂടിയുണ്ട്. ഫലാഞ്ച് എന്നാണ് അതിന്റെ പേർ. ഇടതുപക്ഷശക്തികളോട് അനുഭാവമുണ്ടെന്നു സംശയിക്കപ്പെടുന്ന പട്ടാളക്കാരേയും സൈനികോദ്യോഗസ്ഥന്മാരേയും വകവരുത്തുന്നതിൽ അതു പ്രത്യേകം ശ്രദ്ധിക്കുന്നു.

എൽ സൽവഡോറിൽ യു.എസ്സ്.ഏ. എന്തു ചെയ്യണമെന്നതിനെ സംബന്ധിച്ച് റീഗൻഗവൺമെന്റിൽ രണ്ട് അഭിപ്രായഗതികളുണ്ടെന്നാണ് ക്ലെപ്പർ പറയുന്നത്. ദേശാഭിമാനശക്തികളെ അടിച്ചമർത്താൻവേണ്ടി ഗ്വാട്ടമാലയിലേയും ഹോണ്ടുറാസിലേയും ചിലിയിലേയും പട്ടാളത്തെ ഉപയോഗപ്പെടുത്തണമെന്ന് ഒരു കൂട്ടർ പറയുന്നു. അന്തർ-അമേരിക്കൻ സമാധാനപാലനസേനയുടെ വേഷത്തിൽ അവയെ അങ്ങോട്ടയയ്ക്കാൻ കഴിയും. എന്നാൽ യു.എസ്സ്.ഏ. നേരിട്ട് ഇടപെടണമെന്ന അഭിപ്രായമാണ് പെന്റഗണുള്ളത്.

“എൽ സൽവഡോറിൽ ഇപ്പോൾത്തന്നെ എണ്ണൂറിലധികം യു.എസ്സ്. പട്ടാളക്കാരുണ്ടെന്നാണ് എഫ്.എം. എൽ.എൻ. വക്താക്കൾ പറയുന്നത്...എങ്കിലും റീഗന്റെ പദ്ധതിയിൽ ബദൽസൈന്യങ്ങൾക്ക് ഒരു പങ്കുണ്ട്. ഏറ്റവും വഷളൻ വേലകൾക്ക് ക്യൂബയിൽനിന്നുള്ള പ്രവാസികളേയും നിക്കരാഗ്വയിലെ മുൻ നാഷനൽ ഗാർഡുകാരേയും ഉപയോഗിക്കാനിടയുണ്ട്...അന്തർ-അമേരിക്കൻ കാര്യങ്ങൾക്കുള്ള അസിസ്റ്റന്റ് സ്റ്റേറ്റ് സെക്രട്ടറിയായി റീഗൻ തിരഞ്ഞെടുത്തിരിക്കുന്നത് തോമസ് എൻ ഡെർസിനെയാണ്. 1971-74 കാലത്തു കാംബോഡിയയിലെ അമേരിക്കൻ മിഷന്റെ ഡെപ്യൂട്ടി ചീഫായിരുന്ന അദ്ദേഹം... എൽ സൽവഡോറിലെ മിലിട്ടറി അസിസ്റ്റന്റ് ഗ്രൂപ്പിന്റെ തലവൻ, ലാവോസിലെ ജനറൽവാങ്ങ് പാവോയുടെ മുഖ്യസൈനികോപദേഷ്ടാവായിരുന്ന കേണൽ എൽഡോൺ കമ്മിംഗ്സ് ആണ്... സി.ഐ.ഏ. ഇതുവരെ നടത്തിയിട്ടുള്ളതിൽവച്ച് ഏറ്റവും വലിയ അർദ്ധസൈനിക നടപടിയിൽ അതിന്റെ വലംകയ്യായിരുന്ന ആളാണ് വാങ്ങ് പാവോ...

“എൽ സൽവഡോറിലെ പുതിയ അംബാസഡറായി റീഗൻ നിയമിച്ചത് ഡീൻ ഹിന്റണെയാണ്. അല്യേൻഡെ ഗവൺമെന്റിനെതിരായ സി.ഐ.ഏ.യുടെ കുപ്രചരണം ഏറ്റവും നിശിതമായി നടന്ന 1969-71 കാലത്ത് സാന്റിയാഗൊയിൽ പ്രവർത്തിച്ചിട്ടുള്ളയാളാണ് ഹിൻറൺ”.[1] യു.എസ്സ്. ഏ.യുടെ നിർദ്ദേശപ്രകാരം കാർഷികപരിഷ്ക്കരണമെന്ന പേരിൽ എൽ സൽവഡോറിൽ നടപ്പാക്കിയ പരിപാടിയിൽ സി.ഐ.ഏ.യ്ക്ക് നേരിട്ട് കയ്യുണ്ടായിരുന്നുവെന്നതിനുള്ള തെളിവുകൾ

1 “Covert Action Information Bulletin”, No. 12, April 1981, pp. 5-14.

ക്ലെപ്പർ തന്റെ ലേഖനത്തിൽ ഹാജരാക്കിയിട്ടുണ്ട്. എ.എഫ്.എൽ.-സി.ഐ.ഓ.യുടെ ഒരു സംഘടനയും പലപ്പോഴും സി.ഐ.എ. യോടൊപ്പം ഒരേ "ടീമിൽ" പ്രത്യക്ഷപ്പെടാറുള്ളതുമായ "അമേരിക്കൻ ഇൻസ്റ്റിറ്റ്യൂട്ട് ഫോർ ഫ്രീ ലേബർ ഡെവലപ്മെന്റി''ന്റെ മേൽനോട്ടത്തിലാണ് കാർഷികപരിഷ്ക്കരണം നടക്കുന്നത്. ഈ പരിപാടിയുടെ സൂത്രധാരൻ വാഷിംഗ്ടൺ സർവ്വകലാശാലയിലെ പ്രൊഫസർ റോയ് പ്രോസ്റ്റർമാനാണ്. ദക്ഷിണവിയറ്റ്നാമിലെ കാർഷികപരിഷ്ക്കരണ പരിപാടി തയ്യാറാക്കിയതും ഇതേയാളാണ്. ദക്ഷിണവിയറ്റ്നാമിൽ വിമോചനശക്തികളുടെ അനുഭാവികളാണെന്ന സംശയത്തിന്റെ പേൽ പതിനായിരക്കണക്കിനു കർഷകർ വകവരുത്തപ്പെട്ട ഫെനിക്സ് എന്ന സി.ഐ.എ. പദ്ധതിയുടെ ഒരു ഭാഗമായിരുന്നു അത്.

സ്റ്റുവർട്ട് ക്ലെപ്പർ എഴുതുന്നു: "ജനങ്ങളെ ഭയചകിതരാക്കി നിർത്തുന്നതിന് എൽ സൽവഡോറിലെ മരണദളങ്ങൾ ചില നാടൻ രീതികൾ ആവിഷ്ക്കരിച്ചിട്ടുണ്ട്. ആളുകളെ വാളുകൊണ്ട് തുണ്ടുതുണ്ടായി വെട്ടിനുറുക്കുക, അവരുടെ മുഖത്ത് ആസിഡ് ഒഴിക്കുക തുടങ്ങിയവ അക്കൂട്ടത്തിൽ പെടുന്നു...

"കാർഷികപരിഷ്ക്കരണമേഖലയിൽപ്പെട്ട അനേകം കർഷകരെ കഴിഞ്ഞ മൂന്നു മാസത്തിനുള്ളിൽ വധിച്ചിട്ടുണ്ട്. ഭൂപരിഷ്ക്കരണപരിപാടിപ്രകാരം പട്ടയം കിട്ടിയിട്ടുള്ളത് 800 പേർക്കാണ്. അതേ സമയം രാജ്യത്ത് 1,99,200 കർഷകർ ഭൂരഹിതരായി തുടരുന്നു.''[1]

പുരോഗമനശക്തികളെ ഉന്മൂലനംചെയ്യാൻവേണ്ടി യു.എസ്സ്.എ.യുടെ പിന്തുണയോടെ തദ്ദേശീയ പിന്തിരിപ്പന്മാർ 1979 ഒക്ടോബർ 15-ന് സൈനികമേധാവികളും സിവിലിയന്മാരുമടങ്ങുന്ന ഒരു ജൂണ്ടയെ അധികാരത്തിലേറ്റിയ എൽ സൽവഡോറിൽ ഇതാണ് ഇന്നു നടക്കുന്നത്. അവിടെ യു.എസ്സ്. എ.യുടെ പങ്കിനെ നഗ്നമായ സാർവ്വദേശീയഭീകരപ്രവർത്തനമെന്നല്ലാതെ മറ്റൊരു തരത്തിലും വിശേഷിപ്പിക്കാനാവില്ല.

എൽ സൽവഡോറിലെ ദുർഭരണത്തിനെതിരായ ജനകീയസമരത്തിൽ മൗലികമായിത്തന്നെ പുതുതായ ചില സംഭവവികാസങ്ങളുണ്ടായിട്ടുണ്ടെന്നാണ് അടുത്ത കാലത്തെ റിപ്പോർട്ടുകളിൽനിന്നും കാണുന്നത്. അവിടത്തെ സൈനികദുഷ്പ്രഭുത്വം തികച്ചും പൊളിഞ്ഞിരിക്കുന്നുവെന്ന് ഇന്ന് സുവ്യക്തമാണ്. അധികാരത്തിൽ തുടരാൻവേണ്ടി അത് സ്വന്തം ജനതയെത്തന്നെ അപ്പാടെ കൊന്നൊടുക്കുകയാണ്. "കംപൂചിയയ്ക്കുശേഷം പത്രപ്രവർത്തകരിലും ലോകപൊതുജനാരോഗ്യസംഘടനയുടെ സന്നദ്ധഭടന്മാരിലും ആരുംതന്നെ ഇത്തരം

1 Ibid.,.7, 8.

ഭീകരദൃശ്യങ്ങൾ കണ്ടിട്ടില്ല."[1] എൽ സൽവഡോറിൽ പോയിവന്നശേഷം "ലെ നവൽ ഒബ്സർവറ്റേർ" എന്ന ഫ്രഞ്ച് വാരികയുടെ ലേഖകനായ പ്യേർ ബ്ലാൻഷെ എഴുതി.

1982 മാർച്ച് 28-ന് എൽ സൽവഡോറിൽ തോക്കിൻമുനയിൽ "തിരഞ്ഞെടുപ്പ്'' നടത്തപ്പെട്ടു. അത് ഭീകരജ്ജുണ്ടയെ വെള്ളയടിച്ച കാട്ടി അതിന് കുറച്ചൊരു മാന്യത പകരുമെന്നും ആ മൃഗീയഭരണ ത്തിന് വൻതോതിലുള്ള സൈനിക-രാഷ്ട്രീയപിന്തുണ നൽകുന്ന റീഗൻ ഗവൺമെന്റ് രാജ്യത്തിനകത്തും പുറത്തും നേരിട്ടുകൊണ്ടിരിക്കുന്ന വിമർശനത്തിന്റെ മാറ്റു കുറയ്ക്കുമെന്നാണ് വാഷിംഗ്ടൺ കരുതിയത്. പക്ഷേ അവരുടെ ഉദ്ദേശം നടന്നില്ല. ആഭ്യന്തര കിടമത്സരം കാരണം ഒരു തീവ്രവലതുപക്ഷക്കൂട്ടുകെട്ട് അധികാരത്തിൽ വന്നു. ജ്ജുണ്ടയുടെ മുൻതലവൻ നെപ്പോളിയൻ ഡുവാർട്ടെ ഒരു "ഉൽപ്പതിഷ്ണു''വായി രുന്നുവെന്ന് അത് കുറ്റപ്പെടുത്തി (ആ "ഉൽപ്പതിഷ്ണു''വിന്റെ രണ്ടര വർഷത്തെ ഭരണകാലത്താണ് നാൽപ്പതിനായിരം സൽവഡോറുകാർ കൊല ചെയ്യപ്പെട്ടത്). തനി ഫാസിസ്റ്റായ മേജർ ഡൊബ്യൂസ്സോന്റെ നേതൃത്വത്തിലുള്ള പിന്തിരിപ്പന്മാർക്കു വേണ്ടത് അതിലും മൃഗീയമായ ഭീകരവാഴ്ചയും രക്തപ്രളയവുമാണ്.

"തിരഞ്ഞെടുപ്പ്'' കഴിഞ്ഞയുടനെ സി.ഐ.ഏ.യുമായി ഉറ്റ ബന്ധ മുള്ള റിട്ടയേഡ് ജനറൽ വെർനോൻ വാൾട്ടേഴ്സ് വൈറ്റ്ഹൗസിന്റെ പ്രത്യേകദൂതനായി സാൻ സൽവഡോറിലെത്തി. അധികാരത്തിനുവേ ണ്ടി കടിപിടികൂടുന്ന ആരാച്ചാരന്മാരുടെ മേൽ സമ്മർദ്ദം ചെലുത്തുകയും അവർക്കിടയിലുള്ള അന്തച്ഛിദ്രം അവസാനിപ്പിക്കുകയും ചെയ്യുകയെന്ന താണ് അയാളുടെ ദൗത്യമെന്ന് പത്രങ്ങൾ റിപ്പോർട്ടു ചെയ്തു.

അതേ സമയം വിയറ്റ്നാമിലെ ചെയ്തികൾക്കു കുപ്രസിദ്ധിയാർജ്ജി ച്ച "ഗ്രീൻ ബെറെറ്റുകൾ" ഫോർട്ട് ബ്രാഗ്ഗിലും ഫോർട്ട് ബെന്നിംഗിലുമുള്ള യു.എസ്സ്. സൈനികത്താവളങ്ങളിൽവച്ച് എൽ സൽവഡോറിലെ പട്ടാളത്തിനു പരിശീലനം നൽകിവരികയാണ്. അമേരിക്കൻ ആയുധ ങ്ങൾ ആ രാജ്യത്തേക്ക് തിടുക്കത്തിൽ എത്തിച്ചു കൊടുക്കുന്നു. പക്ഷേ പെന്റഗണ് അതുപോരാ. അത് എൽ സൽവഡോറിലെ അമേരിക്കൻ സൈനികോപദേഷ്ടാക്കളുടെ എണ്ണം പിന്നെയും പിന്നെയും കൂട്ടുന്നു. അവരാകട്ടെ, സൈനികനടപടികളിൽ നേരിട്ടു പങ്കെടുക്കുന്നുണ്ടെന്നത് സുവിദിതമാണ്.

ഒളിപ്പോരാളികൾക്കെതിരായ യുദ്ധത്തിൽ തോൽക്കു മ്പോൾ അവിടത്തെ സൈനികമേധാവികളും അങ്ങേയറ്റത്തെ

1 "Le Nouvel Observateur", julliet 18, 1981, p. 42.

വലതുപക്ഷക്കാർക്കിടയിൽനിന്നു രൂപീകരിച്ചിട്ടുള്ള "മരണദളങ്ങളും" പകരംവീട്ടുന്നത് സിവിലിയൻ ജനങ്ങളുടെ നേരെയാണ്. സൽവഡോറിലെ കത്തോലിക്കാപള്ളി രൂപീകരിച്ചിട്ടുള്ള മനുഷ്യാവകാശ സംരക്ഷണഗ്രൂപ്പിന്റെ പ്രസ്താവനയനുസരിച്ച് 1983-ന്റെ ആദ്യത്തെ ആറു മാസത്തിൽ മാത്രം 2527 പേർ "മരണദളങ്ങൾ" ക്ക് ഇരയായി. ക്യൂബയുടേയും നിക്കരാഗ്വയുടേയും നേരെ സായുധാക്രമണം നടത്താനും മദ്ധ്യ അമേരിക്കയിലും കരീബിയനിലും ഇടപെടാനുള്ള വിശദമായ പദ്ധതികൾ വാഷിംഗ്ടൺ ആവിഷ്ക്കരിച്ചുകൊണ്ടിരിക്കുന്നു.

നാഷനൽ സെക്യൂരിട്ടി കൗൺസിലിലെ ചർച്ചയ്ക്കുശേഷം അംഗീകരിച്ച ഈ പദ്ധതികളിൽ വിഭാവനംചെയ്തിട്ടുള്ളത് സാമ്പത്തികവും രാഷ്ട്രീയവും പ്രചരണപരവുമായ നടപടികളുടെ വിപുലമായൊരു വ്യൂഹമാണ്. മദ്ധ്യ അമേരിക്കയിൽ യു.എസ്സ്. സൈനികസാന്നിദ്ധ്യം ഗണ്യമായി ശക്തിപ്പെടുത്തേണ്ടത് ആവശ്യമാണെന്ന നിഗമനത്തിൽ റീഗനും അദ്ദേഹത്തിന്റെ സഹായികളും എത്തിച്ചേർന്നിരിക്കുന്നുവെന്നാണ് പടിഞ്ഞാറൻ പത്രങ്ങൾ പറയുന്നത്. ഉദാഹരണത്തിന് ഹോണ്ടുറാസിന്റെ അറ്റ്ലാന്റിക്സമുദ്രതീരത്തു ഒരു പട്ടുകൂറ്റൻ അമേരിക്കൻസൈനികത്താവളം സ്ഥാപിക്കാൻ നിശ്ചയിച്ചിട്ടുണ്ട്. വേണ്ടി വന്നാൽ അമേരിക്കൻ പട്ടാളത്തെ ദ്രുതവേഗത്തിൽ പോർക്കളത്തിൽ ഇറക്കാൻവേണ്ടിയാണ് അത്. ഈ പുതിയ തന്ത്രമനുസരിച്ച് പ്രസിഡന്റിന്റെ പ്രത്യേകഫണ്ടിൽനിന്ന് എൽ സൽവഡോറിന് കൂടുതൽ സൈനികസഹായം ലഭിക്കും. "കലാപവിരുദ്ധ" പട്ടാളത്തെ അങ്ങോട്ടയയ്ക്കാൻ യു.എസ്സ്.എ. മറ്റു ലാറ്റിനമേരിക്കൻ രാജ്യങ്ങളെ നിർബ്ബന്ധിക്കുന്നു.

മദ്ധ്യ അമേരിക്കയിൽ സി.ഐ.എ. യുടെ പ്രവർത്തനം അഭൂതപൂർവ്വമായ തോതിൽ വർദ്ധിപ്പിക്കാൻ വൈറ്റ് ഹൗസ് പദ്ധതിയിട്ടിട്ടുണ്ടെന്നതാണ് എടുത്തുപറയേണ്ട സംഗതി. രാഷ്ട്രീയവും "അർദ്ധസൈനിക"വുമായ വിധ്വംസകപ്രവർത്തനങ്ങൾക്കായി ആ മേഖലയിലെ സി.ഐ.എ. നിലയങ്ങളിൽ പണിയെടുക്കുന്നവരുടെ എണ്ണം കൂട്ടിയിട്ടുണ്ടെന്നു മാത്രമല്ല, അത് ഇപ്പോഴും കൂട്ടിക്കൊണ്ടിരിക്കുകയുമാണ്. "നിക്കരാഗ്വയിൽ സാൻഡിനിസ്റ്റ് ഭരണത്തിനെതിരായി 'വിശാലമായൊരു രാഷ്ട്രീയപ്രതിപക്ഷം' കെട്ടിപ്പടുക്കാൻവേണ്ടി 19 ദശലക്ഷം ഡോളർ ചെലവു വരുന്ന ഒരു രഹസ്യപദ്ധതി"[1] സി.ഐ.എ. ആസൂത്രണം ചെയ്തിട്ടുണ്ടെന്ന് "വാഷിംഗ്ടൺ പോസ്റ്റ്" ചൂണ്ടിക്കാട്ടി.

എന്നാൽ യു.എസ്സ്.എ.യുടെ ഭാഗത്തുനിന്നുള്ള ആക്രമണനടപടികൾ വൻതോതിൽ വർദ്ധിച്ചിരിക്കുന്നു. നിക്കരാഗ്വയിൽ നേരിട്ടുള്ള സൈനിക

1 "The Washington Post", February 15, 1982.

ഇടപെടൽ നടത്താനുള്ള സജ്ജീകരണങ്ങളാണവയെന്നു കരുതാം. 1983 ജൂലൈയിൽ അമേരിക്കൻ പ്രസിഡന്റ് ആ കൊച്ചുരാജ്യത്തിന്റെ തീരത്തിനടുത്തേക്ക് ആറായിരം നാവികരടങ്ങുന്ന വലിയൊരു കപ്പൽവ്യൂഹംതന്നെ അയച്ചു. അതേ സമയം വാഷിംഗ്ടൺ ഹോണ്ടുറാസിനുള്ള സൈനിക-സാമ്പത്തികസഹായം ഗണ്യമായി വർദ്ധിപ്പിക്കുകയും ചെയ്തു. സ്വന്തം ആക്രമണപദ്ധതികളിൽ ഒരു സമരമുഖവും ചട്ടുകവുമെന്ന പങ്കാണ് അത് ഹോണ്ടുറാസിനു കൽപ്പിച്ചിരിക്കുന്നത്. വാഷിംഗ്ടന്റെ "രഹസ്യയുദ്ധം'' ഒരു പരസ്യയുദ്ധത്തിന്റെ മുന്നോടിയായിത്തീർന്നിട്ടുള്ള എല്ലാ ലക്ഷണങ്ങളുമുണ്ട്.

വാഷിംഗ്ടൺ പരിശീലിപ്പിക്കുകയും ആയുധസജ്ജമാക്കുകയും ചെയ്ത പ്രതിവിപ്ലവസംഘങ്ങൾ 1983 അവസാനത്തിൽ നിക്കരാഗ്വയിലെ സമാധാനപ്രിയരായ ജനങ്ങൾക്കെതിരെ രക്തരൂഷിതമായ പുതിയ ആക്രമണങ്ങൾ നടത്തി. ഹോണ്ടുറാസിൽനിന്ന് രണ്ടായിരം കഴുത്തറുപ്പന്മാർ ഹിനൊത്തെഗ ജില്ലയിൽ അതിക്രമിച്ചുകടക്കുകയും പാടത്തു പണിയെടുത്തുകൊണ്ടിരുന്ന പതിനേഴ കർഷകരെ വെടിവച്ചുകൊല്ലുകയും ചെയ്തു. സെലയ് ജില്ലയിൽ നുഴഞ്ഞുകയറിയ മറ്റൊരു സംഘം കത്തോലിക്കാ ബിഷപ്പായ (യു.എസ്സ്.പൗരനുമായ) സൽവഡോർ ഷ്ലാഫെറെ മൃഗീയമായി കൊലപ്പെടുത്തി.

നിക്കരാഗ്വയ്ക്കെതിരായ "രഹസ്യയുദ്ധ'' ത്തിന്റെ അമേരിക്കൻ സൂത്രധാരന്മാർ ആണ്ടിന്റെ ഈ സമയത്ത് തങ്ങളുടെ വാടകഘാതകന്മാരുടെ പ്രവർത്തനം ഊർജ്ജിതപ്പെടുത്തുന്നത് യാദൃച്ഛികമല്ല. രാജ്യത്തിന്റെ വടക്കുപടിഞ്ഞാറുഭാഗത്തുള്ള ഹിനൊത്തെഗ, മത്തഗാൽപ, ന്വേവാ സെഗോവിയ എന്നീ ജില്ലകൾ വനനിബിഡങ്ങളായ മലമ്പ്രദേശങ്ങളും അക്കാരണംകൊണ്ടുതന്നെ അക്രമിസംഘങ്ങളുടെ വിഹാരരംഗങ്ങളുമാണ്. ആ ജില്ലകളിൽ നവംബർ തൊട്ട് ഫെബ്രുവരിവരെയുള്ള മാസങ്ങളിലാണ് കാപ്പിയുടെ വിളവെടുപ്പ് നടക്കുന്നത്. ഫാക്ടറികളിൽനിന്നും കോളേജുകളിൽനിന്നുമുള്ള സന്നദ്ധസംഘങ്ങളും കർഷകരെ സഹായിക്കാനെത്തും. നാട്ടുകാരേയും അവരെ സഹായിക്കാനെത്തുന്നവരേയും ഭീഷണിപ്പെടുത്തുക, അങ്ങിനെ പരുത്തിയെപ്പോലെതന്നെ രാജ്യത്തിന് വിദേശനാണ്യം നേടിക്കൊടുക്കുന്ന കാപ്പിയുടെ വിളവെടുപ്പ് താറുമാറാക്കുക - ഇതാണ് അക്രമിസംഘങ്ങളുടെ കയ്യേറ്റങ്ങളുടെ ലക്ഷ്യം.

എന്നാൽ ഹിനൊത്തെഗ ജില്ലയെ ആക്രമിച്ച സൊമോസിസ്റ്റുകളുടെ എണ്ണം നോക്കിയാൽ, അവരെ മറ്റൊരു കാര്യംകൂടി

ഭരമേൽപ്പിച്ചിരുന്നുവെന്നു വ്യക്തമാണ്. പ്രധാനപ്പെട്ട ഏതെങ്കിലുമൊരു ജനവാസകേന്ദ്രം പിടിച്ചെടുത്തിട്ട് അവിടെ ഒരു "താൽക്കാലികഗവൺമെന്റ്" പ്രഖ്യാപിക്കണം. അത് ഉടൻതന്നെ യു.എസ്സ്.ഏ.യോടും ഹോണ്ടുറാസിലേയും എൽ സൽവഡോറിലേയും ഗ്വാട്ടമാലയിലേയും അമേരിക്കൻ പക്ഷപാതഗവൺമെന്റുകളോടും "സഹായാഭ്യർത്ഥന" നടത്തണം.

അക്രമികളുടെ എണ്ണം ഇത്രയധികമുണ്ടെങ്കിലും അതിർത്തിജില്ലകളിലുള്ള കരുതൽസേനാദളങ്ങളും ജനകീയമിലിഷ്യക്കാരും അവരെ വിജയകരമായി ചെറുത്തുനിൽക്കുന്നുണ്ട്.

സൊമോസിസ്റ്റുകളുടെ കൊടുംപാതകങ്ങൾ ഭീതിയല്ല, അമർഷമാണ് ഉളവാക്കുന്നത്. വാഷിംഗ്ടന്റെ ചോറ്റു പട്ടാളത്തിന്റെ വിധ്വംസകനടപടികളും യു.എസ്സ്. സൈനിക ഇടപെടലിന്റെ ഭീഷണിയും നിക്കരാഗ്വൻ ജനതയുടെ ശക്തമായ എതിർപ്പിനെ നേരിടുന്നുണ്ട്.

1983 ഒക്ടോബറിൽ അമേരിക്കൻ സൈനികമേധാവികൾ ഗ്രെനാഡയുടെ നേർക്കു നടത്തിയ സായുധാക്രമണം ലോകത്തെ ഞെട്ടിച്ചു. ആ സാർവ്വദേശീയഭീകരനടപടികക്കു നിയമസാധുത നൽകാൻ വൈറ്റ്ഹൗസ് ശ്രമിച്ചു. ആ ദ്വീപിൽ "ക്രമസമാധാന"വും ജനാധിപത്യവും പുനഃസ്ഥാപിക്കുന്നതിനുവേണ്ടി പൗരസ്ത്യകരീബിയൻരാഷ്ട്രസംഘടനയിലെ അംഗങ്ങളായ അഞ്ചു രാജ്യങ്ങൾ "ഓദ്യോഗികമായി" അമേരിക്കയോടു സഹായം ചോദിച്ചതനുസരിച്ചാണ് ഗ്രെനാഡയെ ആക്രമിക്കാനുള്ള തീരുമാനമെടുത്തതെന്ന് അതു പറഞ്ഞു.

എന്നാൽ വാഷിംഗ്ടൺ ആ ആക്രമണത്തിനു നേരത്തേതന്നെ തയ്യാറെടുത്തിരുന്നുവെന്നതിനു ധാരാളം തെളിവുകളുണ്ട്. ഉദാഹരണത്തിന് യു.എസ്സ്.ഏ.യുടെ "ക്ഷിപ്രവിന്യാസസേന"യിലെ 82-ാം വ്യോമവാഹിത ഡിവിഷന്റെ യൂണിറ്റുകൾ "നേരത്തെ നിശ്ചയിച്ച പ്ലാനനുസരിച്ച്" ഒക്ടോബർ 26-ന് ഗ്രെനാഡയിൽ ഇറങ്ങുകയാണുണ്ടായതെന്ന് പ്രതിരോധവകുപ്പുസെക്രട്ടറി വൈൻബർഗർ എൻ.ബി.സി.യുമായുള്ള ഒരു അഭിമുഖത്തിൽ പറഞ്ഞു.

ഗ്രെനാഡയുടെ നേർക്കുള്ള ആക്രമണത്തിന് ഒരുക്കുകൂട്ടുന്ന സമയത്ത് പേർട്ടോറീക്കോ അമേരിക്കൻ പട്ടാളത്തിന്റെ പരിശീലനകളരിയെന്ന നിലയ്ക്ക് അതിപ്രധാനമായ ഒരു പങ്കു വഹിച്ചെന്ന് പെന്റഗൺ വക്താക്കൾ പറഞ്ഞതായി സ്പാനിഷ് വാർത്താ ഏജൻസി റിപ്പോർട്ടു ചെയ്തു. നാവികഭടന്മാരെ യു.എസ്സ്.ഏ.യിൽ നിന്ന് ആ ദ്വീപിലുള്ള ഒരു താവളത്തിൽ നേരത്തേതന്നെ കൊണ്ടിറക്കിയിട്ടുണ്ടായിരുന്നു.

ഗ്രെനാഡയെ ആക്രമിക്കുന്നതിനു മുമ്പുള്ള കുറെ കാലം അവർ അവിടെ കഴിച്ചുകൂട്ടി. അതിന്റെ അയൽപക്കത്തുള്ള ബർബാഡൊസിനെ ആസ്ഥാനമാക്കിയിരുന്ന "ഗ്രെനാഡാ ജനാധിപത്യപ്രസ്ഥാനം" ഗ്രീഷ്മത്തിൽത്തന്നെ അതിന്റെ പ്രവർത്തനം ഊർജ്ജിതപ്പെടുത്താൻ തുടങ്ങിയിരുന്നു. അതിന്റെ തലവനും വാഷിംഗ്ടന്റെ വിശ്വസ്തദാസനുമായ ഫ്രാൻസിസ് ആലക്സിസ് എന്നൊരാൾ തിടുക്കത്തിൽ ഒരു പ്രഖ്യാപനം നടത്തി. സോവിയറ്റ്യൂണിയനും ക്യൂബയും ലിബിയയുമായുള്ള ബന്ധങ്ങൾ വേർപെടുത്തുകയെന്നതായിരിക്കും താൻ രൂപീകരിക്കാനുദ്ദേശിക്കുന്ന "ഗവൺമെന്റ്" വിദേശനയത്തിന്റെ തുറയിൽ കൈക്കൊള്ളുന്ന ആദ്യത്തെ നടപടിയെന്ന് അയാൾ തട്ടിവിട്ടു. ഗ്രെനാഡയുടെ നേർക്കുള്ള ആക്രമണത്തിന് ആറാഴ്ച മുമ്പ് അതേ ബർബാഡൊസിൽ ഗ്രെനാഡയുടെ മുൻസർവ്വാധിപതി ഗെയ്റിയും വന്നെത്തി. നാലു വർഷത്തെ നിർബ്ബന്ധിതപ്രവാസത്തിനുശേഷം താൻ അടുത്തുതന്നെ വീണ്ടും അധികാരത്തിൽ വരുമെന്ന് അയാൾ പ്രഖ്യാപിച്ചു.

വാഷിംഗ്ടണ് റാൻ മൂളുന്ന വേറെ ശിങ്കിടികളുമുണ്ടായിരുന്നു. ഉദാഹരണത്തിന് ഗ്രെനാഡയുടെ ഗവർണർജനറൽ സ്കൂൻ. 1979 മാർച്ചിൽ ഗെയ്റിയുടെ അമേരിക്കൻപക്ഷപാതസർവ്വാധിപത്യം തൂത്തെറിയപ്പെട്ട നാൾ തൊട്ടുള്ള ഈ നാലുവർഷക്കാലം മുഴുവനും അവരിൽ പലരും വീണ്ടും അധികാരത്തിലേറാൻവേണ്ടി ആറ്റുനോറ്റിരിക്കുകയായിരുന്നു.

മോറിസ് ബിഷപ്പിന്റെ ഗവൺമെന്റിനെ അസ്ഥിരീകരിക്കാനും പഴയ വ്യവസ്ഥിതി പുനഃസ്ഥാപിക്കാനുമുള്ള അനുസ്യൂതശ്രമങ്ങളുടെ നടുവിലാണ് ഗ്രെനാഡയിലെ വിപ്ലവം മുന്നോട്ടു നീങ്ങിയത്. ആ ശ്രമങ്ങളുടെ എല്ലാറ്റിന്റേയും പുറകിലുണ്ടായിരുന്നത് യു.എസ്സ്.ഏ.യാണ്. 1980 ജൂണിൽ ഗ്രെനാഡയുടെ തലസ്ഥാനമായ സെന്റ് ജോർജസ്സിൽ വമ്പിച്ച ഒരു പൊതുയോഗം നടന്നുകൊണ്ടിരിക്കുമ്പോൾ പ്രസംഗവേദിയുടെ അടിയിൽ ബോംബു പൊട്ടിച്ചത് അമേരിക്കൻ രഹസ്യവകുപ്പുകാരാണ്. അതേ വർഷത്തിന്റെ അവസാനത്തിൽ സി.ഐ.ഏ. ആസൂത്രണം ചെയ്ത രണ്ടു ഗൂഢാലോചനകൾ അനാവരണം ചെയ്യപ്പെട്ടു. 26 പേരുടെ ഒരു പ്രതിവിപ്ലവഗ്രൂപ്പ് ബർബാഡൊസിലെ സി.ഐ.ഏ. പ്രതിനിധിയായ എഷ്ലിവിൽസുമായി ബന്ധം പുലർത്തുന്നുണ്ടെന്ന് 1981 ജൂണിൽ രാഷ്ട്രഭദ്രതാവകുപ്പ് കണ്ടുപിടിച്ചു. രഹസ്യമായി അച്ചടിച്ച "ഗ്രെനേഡിയൻ വോയ്സ്" എന്ന പത്രത്തിലൂടെ ആ ഗ്രൂപ്പ് ഭീകരനടപടികൾക്കും ബിഷപ്പിന്റെ ഗവൺമെന്റിന്റെ അട്ടിമറിക്കും ആഹ്വാനം ചെയ്തു. അതിനുശേഷവും അത്തരം ഗൂഢാലോചനകൾ പല തവണ കണ്ടുപിടിക്കപ്പെട്ടു.

ഗ്രെനാഡയ്ക്കകത്തുള്ള പിന്തിരിപ്പൻ ശക്തികൾ തീരെ ദുർബ്ബലമായിരുന്നതിനാൽ അവർ വിജയിക്കുമെന്ന് യു.എസ്സ്.എ. ക്ക് വലിയ പ്രതീക്ഷയുണ്ടായിരുന്നില്ല. എങ്കിലും അത് അവരെക്കൊണ്ട് അട്ടിമറിപ്രവർത്തനങ്ങൾ നടത്തിക്കുകയും ഗ്രെനാഡയ്ക്കെതിരായി വലിയൊരു പ്രചരണയുദ്ധംതന്നെ അഴിച്ചുവിടുകയും ചെയ്തു.

പത്രങ്ങളിൽ മാസംതോറും 170 ഗ്രെനാഡാവിരുദ്ധലേഖനങ്ങൾ വരെ വന്നുകൊണ്ടിരുന്നു. സി.ഐ.ഏ.യുടെ പണംകൊണ്ടു തയ്യാറാക്കിയ ആ ലേഖനങ്ങൾ രാജ്യത്തിനകത്തെ വിപ്ലവപ്രക്രിയയെ വളച്ചൊടിച്ചു. ഈ ദുഷ്പ്രചരണത്തിൽ വോയ്സ് ഓഫ് അമേരിക്ക വിശേഷിച്ചും സജീവമായിരുന്നു. അതിനുവേണ്ടി അത് അന്റിഗ്വാ ദ്വീപിലുള്ള റേഡിയോ ട്രാൻസ്മിറ്റർ ഉപയോഗപ്പെടുത്തി.

അതേ സമയം ഗ്രെനാഡയിൽനിന്നോടിപ്പോയ പിന്തിരിപ്പന്മാർ യു.എസ്സ്.ഏ.യിൽ ഒരു ചോറ്റുപട്ടാളം സംഘടിപ്പിക്കുകയായിരുന്നു. അതിനുവേണ്ടി സി.ഐ.ഏ. രണ്ടു ഘട്ടങ്ങളിലായി നടപ്പാക്കേണ്ട ഒരു പ്രത്യേകപരിപാടി തയ്യാറാക്കി. ആദ്യം, ലോകത്തിന്റെ കണ്ണിൽ പൊടിയിടാൻവേണ്ടി ആ കൂലിപ്പട്ടാളക്കാർ ഡൊമിനീക്കയിൽ ഇറങ്ങണം, അതിനുശേഷം അവർ പല ഗ്രൂപ്പുകളായി ഗ്രെനാഡയെ ആക്രമിക്കണം, എന്നതായിരുന്നു പ്ലാൻ.

എങ്കിലും വാഷിംഗ്ടൺ മുഖ്യമായും നമ്പിയത് സ്വന്തം പട്ടാളത്തെയാണ്. ഗ്രെനാഡയുടെ തീരത്ത് യു.എസ്സ്.സൈന്യത്തിന്റെ അഭ്യാസപ്രകടനങ്ങൾ മുറയ്ക്കു നടന്നു. 1981-ൽ പ്വേർട്ടോറീക്കൊയുടെ സമീപം പ്രകോപനപരമായ ഒരു സൈനികപരിശീലനം നടന്നു. വൻതോതിലുള്ള ആ പ്രകടനം അമേരിക്കൻ സൈനിക ഇടപെടലിനുള്ള ജനറൽ റിഹേഴ്സലായിരുന്നുവെന്നു പലരും കരുതി. പിന്നീട് ഗ്വന്റനാമൊയിലുള്ള അമേരിക്കൻ താവളത്തിൽ നാവികഭടന്മാരെ കരയ്ക്കിറക്കിക്കൊണ്ടുള്ള പരിശീലനം നടന്നു. ഗ്രെനാഡയുടെ തീരദേശത്തോടു സാദൃശ്യമുള്ള ചുറ്റുപാടുകളിലാണ് അതു നടത്തിയത്.

ഗ്രെനാഡയെ ആക്രമിച്ചു കയ്യടക്കിയ യു.എസ്സ്.ഏ. വളരെക്കാലത്തേക്ക് അവിടെ തങ്ങാൻ ഉദ്ദേശിക്കുന്നുണ്ടെന്ന കാര്യം മറച്ചുവയ്ക്കുന്നില്ല. അമേരിക്കൻ അധിനിവേശത്തിലുള്ള ആ ദ്വീപിൽ "ക്രമപരിപാലന"ത്തിനുവേണ്ടി പരശതം പേരടങ്ങുന്ന ഒരു യു.എസ്സ്.സേനാവിഭാഗത്തെ നിർത്തിയിട്ടുണ്ട്. ഔപചാരികമായി അത് "കരീബിയൻ സമാധാനപാലനസേന"യുടെ ഒരു ഭാഗമാണ്. ഗ്രെനാഡയുടെ നേർക്കുണ്ടായ ആക്രമണത്തിന് ഒരു "സാർവ്വദേശീയനടപടി"യുടെ പ്രതീതി

നൽകാൻവേണ്ടി കരീബിയൻ മേഖലയിലെ അമേരിക്കൻപക്ഷപാത ഗവൺമെന്റുകളുടെ ആൾക്കാരെ തട്ടിക്കൂട്ടിക്കൊണ്ട് വാഷിംഗ്ടൺ പടച്ചുണ്ടാക്കിയ ഒന്നാണ് പ്രസ്തുതസേന.

"അമേരിക്കൻ ജനാധിപത്യ''ത്തിന്റെ കയറ്റുമതിപ്പതിപ്പിന്റെ എല്ലാ ഗുണഗണങ്ങളും ഗ്രെനാഡക്കാർ ഇതിനകംതന്നെ രുചിച്ചറിഞ്ഞുക ഴിഞ്ഞിരിക്കുന്നു. ബോംബുവർഷം, നിയമവിരുദ്ധമായ അറസ്റ്റുകൾ, കോൺസൻട്രേഷൻ ക്യാമ്പുകൾ, ചോദ്യം ചെയ്യലുകൾ, ദേഹദണ്ഡനം, ആക്രമണകാരിയോട് എതിർപ്പു കാട്ടിയ സകലരേയും വകവരുത്തൽ - ഇതാണ് അവർക്കു കിട്ടിയ സമ്മാനം....

വാഷിംഗ്ടണ് ഇഷ്ടപ്പെടാത്ത രാഷ്ട്രീയനേതാക്കൾക്കും ഭരണതല വന്മാർക്കും ഉയർന്ന സൈനികജനറൽമാർക്കും "അപകടമരണം'' സംഭവിക്കുന്നതിന്റെ റിപ്പോർട്ടുകൾ അടുത്ത കാലത്തായി ലാറ്റിനമേരി ക്കയിൽനിന്ന് കൂടുതൽ സുലഭമായി കേൾക്കാറുണ്ട്. അപകടം ആർക്കും സംഭവിക്കാം. പ്രസിഡന്റുമാർ, പ്രധാനമന്ത്രിമാർ, ജനറൽമാർ, അഡ്മിറ ൽമാർ, ഇവരൊക്കെ ഇതിനു മുമ്പും വിമാനാപകടത്തിലും റെയിലപക ടത്തിലും കാറപകടത്തിലും മരിച്ചിട്ടുണ്ട്. എങ്കിലും പനാമയുടെ നാഷന ൽഗാർഡ് കമാണ്ടർ ഒമാർ ടൊറിഹോസ്, പെറുവിലെ കരസേനയുടെ സർവ്വസൈന്യാധിപൻ ജനറൽ റഫയേൽ ഹൊയൊസ് റൂബിയോ എന്നിവർക്കു ജീവഹാനി സംഭവിച്ചതിന്റെ പല സാഹചര്യങ്ങളും അവ ആകസ്മികമരണങ്ങളായിരുന്നില്ല എന്ന സംശയത്തിനിടനൽകുന്നു. അവരെല്ലാവരും ലാറ്റിനമേരിക്കയിലെ ദേശീയജനാധിപത്യവാ ദികളായ സമുന്നതനേതാക്കളായിരുന്നു. തങ്ങളുടെ രാജ്യങ്ങളുടെ പ്രകൃതിവിഭവങ്ങളെ യു.എസ്സ്.കുത്തകകൾ കൊള്ളയടിക്കുന്നതിനെ ശക്തിയായി എതിർക്കുകയും യു.എസ്സ്.എ.യെ ആശ്രയിക്കാത്ത ഒരു വിദേശനയത്തെ അനുകൂലിക്കുകയും ചെയ്തവരായിരുന്നു അവർ.

ആ അപകടമരണങ്ങളുടെ സാഹചര്യങ്ങൾ കൃത്യമായി തിട്ടപ്പെടു ത്താൻ കഴിയുന്നില്ലെന്ന നിഗമനത്തിലാണ് മൂന്നു സംഭവങ്ങളെക്കുറിച്ചും അന്വേഷിക്കാൻ നിയോഗിക്കപ്പെട്ട കമ്മിറ്റികൾ എത്തിച്ചേർന്നത്. അതേ സമയം, അവ യാദൃച്ഛികസംഭവങ്ങളായിരുന്നില്ലെന്നും കരുതി ക്കൂട്ടി നടത്തിയ ഭീകരനടപടികളായിരുന്നുവെന്നുമുള്ള അഭിപ്രായം ലാറ്റിനമേരിക്കയിൽ പരക്കെയുണ്ട്.

ജനറൽ ടൊറിഹോസ് മരിച്ചയുടൻതന്നെ യു.എസ്സ്.ഗവൺമെ ന്റിന്റെ ഒരു വകുപ്പിനും അതിൽ കയ്യില്ലെന്ന് യു.എസ്സ്. സ്റ്റേറ്റ്ഡിപ്പാ ർട്ട്മെന്റ് പ്രഖ്യാപിച്ചു. ആ പ്രഖ്യാപനം നടത്താൻ ഇങ്ങനെ തിടുക്കം

കാട്ടിയതുതന്നെ സംശയാസ്പദമാണ്. പോരെങ്കിൽ, പനാമ തോട്ടം തോടിരിക്കുന്ന മേഖലയും പനാമാക്കാർക്കു തിരിച്ചുകിട്ടണമെന്ന തികച്ചും ന്യായമായ ആവശ്യത്തിനുവേണ്ടി വീറോടെ മുന്നോട്ടുവന്ന "ശല്യക്കാരനായ" ജനറലിനെ നീക്കംചെയ്യാൻ അതിനു മുമ്പും യു.എസ്സ്. ഭരണാധികാരികൾ പല തവണ ശ്രമിച്ചിട്ടുള്ള കാര്യം എല്ലാവർക്കും അറിയാം.

ജനറൽ ടൊറിഹോസിനെ വധിക്കാൻ ഒരു പ്രത്യേക ഗ്രൂപ്പുണ്ടാക്കുന്ന കാര്യം അലസിപ്പോയ ബേ ഓഫ് പിഗ്സ് ആക്രമണത്തിന്റെ നേതാക്കളിലൊരാളെ 1973-ൽ ത്തന്നെ സി.ഐ.ഏ. ഏൽപ്പിച്ചിരുന്നുവെന്ന് നിക്കാരാഗ്വയിലെ "ലാ പ്രെൻസ്" എന്ന പത്രം റിപ്പോർട്ടുചെയ്തു. വാട്ടർഗേറ്റ് സംഭവത്തിൽ കയ്യുള്ള ഹോവാർഡ് ഇ. ഹൺട് മുഖേനയാണ് ഘാതകർക്ക് സി.ഐ.ഏ.യിൽ നിന്നുള്ള കൽപ്പനകൾ കിട്ടിയത്.

ജനറൽ ടൊറിഹോസിനെ കൊലപ്പെടുത്താനുള്ള ഒരു പദ്ധതി വാട്ടർഗേറ്റ് സംഭവത്തെക്കുറിച്ചുള്ള അന്വേഷണത്തിനിടയിൽ വെളിപ്പെടുകയുണ്ടായെന്ന് അമേരിക്കൻ പത്രങ്ങളിൽ റിപ്പോർട്ടുണ്ടായിരുന്നു.

മരിക്കുന്നതിനു മുമ്പ് ടൊറിഹോസ് മദ്ധ്യ അമേരിക്കയിലെ - വിശേഷിച്ച് നിക്കരാഗ്വയിലേയും എൽസൽവഡോറിലേയും - ജനതകളുടെ ന്യായമായ സമരത്തിനു പിന്തുണ നൽകിയത് യു.എസ്സ്. നേതാക്കളെ വിശേഷിച്ചും രോഷാകുലരാക്കി. ജനറലിന്റെ മരണത്തിൽ സി.ഐ.ഏ. യ്ക്കു പങ്കുണ്ടെന്ന് അഭിജ്ഞരായ പല അമേരിക്കൻ ഉദ്യോഗസ്ഥന്മാരും പരസ്യമായി സമ്മതിക്കുന്നുണ്ട്. ഉദാഹരണത്തിന്, ടൊറിഹോസ് സഞ്ചരിച്ച പനാമാവിമാനത്തിന്റെ തകർച്ചയ്ക്കു പിന്നിൽ നിസ്സംശയമായും സി.ഐ.ഏ. ഉണ്ടായിരുന്നുവെന്ന് മുൻ അറ്റോർണി ജനറൽ റാംസെ ക്ലാർത്ത് മെക്സിക്കോ സിറ്റിയിൽവച്ച് മെക്സിക്കൻ അഭിഭാഷകരോടു പറയുകയുണ്ടായി.

ഇക്വഡോർ പ്രസിഡന്റ് ഹൈമെ റോൾഡോസിന്റെ മരണത്തിനിടയാക്കിയ വിമാനാപകടവും ഒരു കടം കഥയാണ്. അതെപ്പറ്റി അന്വേഷണം നടത്തിയ പ്രതിരോധമന്ത്രികാര്യാലയം തയ്യാറാക്കിയ പ്രത്യേകരേഖയിൽ യു.എസ്സ്. ഭരണാധികാരികളും എണ്ണക്കുത്തകകളും പ്രസിഡന്റ് റോൾഡോസിനോടു കൈക്കൊണ്ടിരുന്ന അങ്ങേയറ്റം നിഷേധാത്മകമായ മനോഭാവത്തെപ്പറ്റി പ്രത്യേകം പരാമർശിക്കപ്പെട്ടിരുന്നു. ഇക്വഡോറിലെ സ്റ്റേറ്റ് പെട്രോളിയം കോർപ്പറേഷനെ നിലനിർത്താനും ശക്തിപ്പെടുത്താനും അദ്ദേഹം കാട്ടിയ ഉത്സാഹമാണ്

വൈറ്റ്ഹൗസിനെ വിശേഷിച്ചും ചൊടിപ്പിച്ചത്. കൂടാതെ ലാറ്റിനമേരിക്കൻ മനുഷ്യാവകാശ അസോസിയേഷന്റെ ആസ്ഥാനം ക്വിറ്റോയിൽ സ്ഥാപിച്ചത്, നിക്കരാഗ്വയിലേയും എൽ സൽവഡോറിലേയും ദേശീയവിമോചനസമരത്തിന് റോൾഡോസ് നൽകിയ പിന്തുണ, അവസാനത്തെ യു.എസ്സ്. സന്ദർശനത്തിന്റെ സമയത്ത് അദ്ദേഹം കൈക്കൊണ്ട കൂസലില്ലാത്ത മനോഭാവം - ഇതൊന്നും വാഷിംഗ്ടണ് ഇഷ്ടപ്പെട്ടില്ല. യു.എസ്സ്. ഇന്റലിജൻസ് വകുപ്പ് സംഘടിപ്പിച്ച ക്യൂബയിലെ ഇക്വഡോർ എംബസിയുടെ നേർക്കുള്ള സാമൂഹ്യവിരുദ്ധന്മാരുടെ കയ്യേറ്റവും എണ്ണനിക്ഷേപങ്ങളെച്ചൊല്ലി പെറുവും ഇക്വഡോറും തമ്മിലുള്ള അതിർത്തിസംഘട്ടനത്തിന് വാഷിംഗ്ടൺ രഹസ്യമായി നൽകിയ പ്രോത്സാഹനവും റോൾഡോസിന്റെ മേലുള്ള സമ്മർദ്ദതന്ത്രമായിരുന്നുവെന്ന് പ്രതിരോധമന്ത്രി കാര്യാലയത്തിന്റെ രേഖയിൽ തെളിച്ചു പറയുന്നുണ്ട്.

പ്രസിഡന്റ് റോൾഡോസ് യാത്രചെയ്ത ബീച്ച്ക്രാഫ്റ്റ് വിമാനം സപൊട്ടില്ലൊ എന്ന സ്ഥലത്താണ് തകർന്നുവീണത്. ശക്തിയുള്ള ഒരു സ്ഫോടനവസ്തുവായിരിക്കാം അതിനിടയാക്കിയതെന്ന് ആ സ്ഥലത്തെ ഒരു പുരോഹിതൻ നൽകിയ മൊഴിയിൽനിന്ന് അനുമാനിക്കാവുന്നതാണ്. വിമാനം ആകാശത്തുവച്ച് പൊട്ടിത്തെറിച്ച് മലയിൽ ചെന്നു വീണുവെന്നാണ് "എൽ യൂണിവെഴ്സൊ" എന്ന ഇക്വഡോറിയൻ പത്രത്തിൽ പ്രസിദ്ധീകരിച്ച പുരോഹിതന്റെ മൊഴിയിൽ പറഞ്ഞിട്ടുള്ളത്. വിമാനാപകടത്തിന്റെ മറ്റു രണ്ടു ദൃക്സാക്ഷികളെ പെട്ടെന്നു "കാണാതായി."

പ്രസിഡന്റിന്റെ വിമാനത്തിന്റെ തകർച്ച മുൻകൂട്ടി ആസൂത്രണം ചെയ്ത ഒരു ഭീകരനടപടിയായിരുന്നുവെന്നതിന് പരോക്ഷമായ മറ്റൊരു തെളിവുകൂടിയുണ്ട്. "ഒരു അസാധാരണസംഭവം അടുത്തു നടക്കും," എന്ന് തലേന്നു നടന്ന ഒരു സ്വീകരണത്തിൽവച്ച് ഇക്വഡോറിലെ ചിലിയൻ അംബാസഡർ അറിയാതെ പറഞ്ഞുപോയി. പിറ്റേന്ന് ആ "പ്രവചനം" ഫലിക്കുകയും ചെയ്തു.

പെറുവിലെ കരസേനയുടെ സർവ്വസൈന്യാധിപനായിരുന്ന ജനറൽ റഫയേൽ ഹൊയൊസ് റൂബിയോയും യു.എസ്സ്.എണ്ണക്കുത്തകകളുടെ അപ്രീതി സമ്പാദിച്ചിരുന്നു. 1968 ഒക്ടോബറിൽ അധികാരത്തിൽ വന്ന ദേശാഭിമാനികളായ സൈനികോദ്യോഗസ്ഥന്മാരിലൊരാളായിരുന്നു അദ്ദേഹം. ഉടൻതന്നെ യു.എസ്സ്. ഇന്റർനാഷനൽ പെട്രോളിയം കമ്പനിയുടെ പെറുവിലെ സബ്സിഡിയറി ദേശസാൽക്കരിക്കപ്പെടുകയും

പെട്രോ പെറു എന്ന പേരിൽ ഒരു ദേശീയ എണ്ണക്കമ്പനി സ്ഥാപിക്കപ്പെടുകയും ചെയ്തു. ആമസോൺ നദീതടത്തിൽ എണ്ണപര്യവേക്ഷണം നടത്താനും പെറുവിന്റെ സാമൂഹ്യ-സാമ്പത്തികവികാസത്തിന്റെ താൽപര്യാർത്ഥം എണ്ണ യുക്തിപൂർവ്വം ഉപയോഗിക്കാനും അദ്ദേഹം വളരെയേറെ ഉത്സാഹിച്ചു.

ജനറൽ റൂബിയോ യാത്രചെയ്ത ഹെലിക്കോപ്റ്ററിന്റെ പൈലറ്റിന് ആ പ്രത്യേകമോഡലോടിച്ചു പരിചയമില്ലായിരുന്നുവെന്ന് ഗവൺമെന്റ് കമ്മീഷൻ നടത്തിയ അന്വേഷണത്തിൽനിന്നു തെളിഞ്ഞു. മാത്രമല്ല, രക്ഷാനിബന്ധനകൾക്കു വിരുദ്ധമായി ഹെലിക്കോപ്റ്ററിൽ വേണ്ടതിലേറെ ഇന്ധനവുമുണ്ടായിരുന്നു. ഈയൊരു "നോട്ടക്കുറവ്" യാദൃച്ഛികമല്ലാതിരിക്കാനിടയുണ്ട്.

ഈ മൂന്നു വിമാനാപകടങ്ങളെ സംബന്ധിച്ച പല വിശദാംശങ്ങളും ഇപ്പോഴും അജ്ഞാതമാണ്. എങ്കിലും ആ ദുരന്തസംഭവങ്ങളിൽ സി.ഐ.ഏ.യ്ക്കു കയ്യുണ്ടായിരുന്നുവെന്ന് ലാറ്റിനമേരിക്കയിലെ പുരോഗമനവാദികൾ വിശ്വസിക്കുന്നതിനു തക്കതായ കാരണമുണ്ട്. സി.ഐ.ഏ.യുടെ പ്രവർത്തനരീതികൾ ലാറ്റിനമേരിക്കയിലെ ജനങ്ങൾക്കു സുപരിചിതമാണ്.

കൂട്ടത്തോടെ പടച്ചുവിടുന്ന ഗൂഢാലോചനകൾ

ഇഗൊർ തിമൊഫേയെവ്

"യു.എസ്സ്.ഏ. സാധാരണഗതിയിൽ മറ്റു രാജ്യങ്ങളുടെ ആഭ്യന്തരകാര്യങ്ങളിൽ നേരിട്ട് ഇടപെടാറില്ല, അതിരുകടന്ന സമ്മർദ്ദമോ ഭീഷണിയോ പ്രയോഗിക്കാറുമില്ല... ചില പ്രത്യേകസന്ദർഭങ്ങളിൽ അത് ഗൂഢമാർഗ്ഗങ്ങൾ കൈക്കൊണ്ടെന്നു വരാം. പക്ഷേ അത് വളരെ ദുർലഭമായിട്ടു മാത്രമേയുള്ളൂ. സോവിയറ്റുകാരിൽനിന്നു വ്യത്യസ്തമായി യു.എസ്സ്.ഏ. രഹസ്യ ഇടപെടലുകളെ അതിന്റെ സാധാരണഗതിയിലുള്ള വിദേശനയത്തിന്റെ ഭാഗമാക്കാറില്ല."[1]

സൈനിക-രാഷ്ട്രീയാസൂത്രണരംഗത്തെ ഒരു പ്രമുഖ അമേരിക്കൻ വിദഗ്ധനായ റോബർട്ട് കബാലിന്റെ വാക്കുകളാണ് മുകളിൽ ഉദ്ധരിച്ചിരിക്കുന്നത്. ചരിത്രത്തെക്കുറിച്ച് അൽപ്പമെങ്കിലും വിവരമുള്ള ഏതൊരാൾക്കും ഇത് അസംബന്ധമായി തോന്നും. പക്ഷേ അമേരിക്കൻ പത്രങ്ങളിൽ ഇത്തരം പ്രസ്താവനകൾ കൂടുതൽ കൂടുതൽ സുലഭമായി കണ്ടുവരാറുണ്ട്. "സാർവ്വദേശീയഭീകരപ്രവർത്തനത്തിനെതിരായ സമരം," എന്നു പറഞ്ഞുകൊണ്ടുള്ള ക്യാമ്പെയിൻ വിദേശനയത്തിന്റെ തുറയിലുള്ള അമേരിക്കൻ പ്രചാരവേലയിൽ ഒരു പ്രധാനപങ്കു വഹിച്ചുകൊണ്ടിരിക്കുന്ന ഇക്കാലത്ത് സി.ഐ.ഏ.യുടെ "വീരപരാക്രമങ്ങൾ" ജനങ്ങളുടെ ഓർമ്മയിൽനിന്നു മായ്ച്ചുകളയാനും വൈറ്റ്ഹൗസിന്റെ ഇന്നത്തെ സാഹസികനയത്തിന് അനുകൂലമായ വെളിച്ചത്തിൽ സമീപകാലചരിത്രത്തെ അവരുടെ മുമ്പിൽ അവതരിപ്പിക്കാനും വേണ്ടി വാഷിംഗ്ടൺ വളരെ പാടുപെടുന്നുണ്ട്.

പക്ഷേ ഫാഷന്റെ കാര്യത്തിലെന്നപോലെ രാഷ്ട്രീയത്തിലും പുതിയതെന്നു പറയുന്നത് മറന്നുകിടക്കുന്ന പഴയതല്ലാതെ മറ്റൊന്നുമല്ല. ഇന്നലെ നടന്നതെന്താണെന്നു സൂക്ഷിച്ചുനോക്കിയാൽ ഇന്നു നടക്കുന്നതിന്റെ തുമ്പു കണ്ടെത്താൻ കഴിയും.

നമുക്കു വസ്തുതകൾ പരിശോധിക്കാം. മദ്ധ്യപൗരസ്ത്യദേശത്തും സി.ഐ.ഏ. അതിന്റെ വാക്കുകളിൽ പറഞ്ഞാൽ "ക്രിപ്റ്റോ ഡിപ്ലൊമസി"യുടെ അഥവാ ഗൂഢനയതന്ത്രത്തിന്റെ - അതായത് തെളിച്ചു പറഞ്ഞാൽ, സാർവ്വദേശീയഭീകരപ്രവർത്തനത്തിന്റെ - ആദ്യത്തെ ചുവടുകൾ വച്ച കാലത്തേക്ക് നമുക്കൊന്നു തിരിഞ്ഞുനോക്കാം.

1 "Conf lict and Co-operation in the Persian Gulf"' ed. by Mohammed Mughisuddin, Praeger Publishers, New York-London, 1977, p. 171,

1946-ൽ സ്ഥാപിതമായ ഉടൻതന്നെ സി.ഐ.ഏ. എണ്ണയിൽ സമൃദ്ധവും അങ്ങേയറ്റം തന്ത്രപ്രധാനവുമായ മദ്ധ്യപൗരസ്ത്യദേശത്ത് ശ്രദ്ധ കേന്ദ്രീകരിച്ചു. 1940-കളുടെ അവസാനത്തിൽ വൈറ്റ്ഹൗസ് ഇറാക്കിൽ നിലയുറപ്പിക്കാൻ വിശേഷിച്ചും ഉത്സാഹം കാട്ടി. രണ്ടാം ലോകമഹായുദ്ധം കഴിഞ്ഞയുടനെ അമേരിക്കൻ എണ്ണക്കുത്തകകൾ നോട്ടമിട്ടിരുന്ന ഒരു രാജ്യമായിരുന്നു അത്. എക്സൺ എന്ന കമ്പനി യുടെ "എണ്ണനയതന്ത്രജ്ഞ"നായ ഹോവാർഡ് പേജ് ബാഗ്ദാദിലെ ഒരു സ്ഥിരം സന്ദർശകനായിരുന്നു. പേർഷ്യൻ ഉൾക്കടൽ രാജ്യങ്ങ ളിലെ ആഭ്യന്തരസ്ഥിതിയെക്കുറിച്ചു സ്റ്റേറ്റ് ഡിപ്പാർട്ടുമെന്റിനു ലഭിച്ച വിവരങ്ങളുടെ പ്രധാനസ്രോതസ്സ് അയാളായിരുന്നു. സി.ഐ.ഏ. നിലയം യു.എസ്സ്. മിഷന്റെ ഒരു ഭാഗമായിരുന്നു. കുറച്ചു പേരേ അതി ലുണ്ടായിരുന്നുള്ളു. അന്നാട്ടുകാരായ ഏജന്റുമാരെ ചേർത്തും സ്വന്തം ആൾക്കാരെ രാജ്യത്തിന്റെ സാമ്പത്തിക-രാഷ്ട്രീയ-സാംസ്ക്കാരികരം ഗങ്ങളിൽ കടത്തിവിട്ടും അത് ഇറാക്കിൽ ആദ്യത്തെ ചുവടുകൾ വച്ചത് അപ്പോഴാണ്.

"നയതന്ത്രമറയുടെ പിന്നിൽ പ്രവർത്തിച്ചിരുന്ന ഇറാക്കിലെ സി.ഐ.ഏ. നിലയത്തിൽ ആള് തീരെ കുറവായിരുന്നു," ഒരു അമേ രിക്കൻ ഇന്റലിജൻസ് വകുപ്പുദ്യോഗസ്ഥനായ വിൽബർ ക്രെയിൻ ഈവ്‌ലാൻഡ് അനുസ്മരിച്ചു. "അതു കാരണം, അതിന്റെ രണ്ടു സെക്രട്ട റിമാർക്കു തന്നെ ഏജന്റുമാരുമായി സമ്പർക്കപ്പെടുകയും രഹസ്യസം ങ്കേതങ്ങളിൽവച്ച് അവരെ കാണുകയും ചെയ്യേണ്ടിവന്നു."[1]

പക്ഷേ ഇത് തുടക്കം മാത്രമായിരുന്നു. "റോപ്സ് ഓഫ് സാൻഡ്" എന്ന പുസ്തകത്തിൽ ഈവ്‌ലാൻഡ് സി.ഐ.ഏ.യുടെ പ്രവർത്തനങ്ങ ളുടെ ഒരു വിശാലദൃശ്യം വരച്ചുകാട്ടുന്നുണ്ട്. അതിന്റെ ഏജന്റുമാർ നയത ന്ത്രജ്ഞരായും കോളേജ് അദ്ധ്യാപകരായും പുരാവസ്തുഗവേഷകരായും നടിച്ചു. "അമേരിക്കൻ ഫ്രെൻഡ്സ് ഓഫ് ദി മിഡിൽ ഈസ്റ്റ്"[2] എന്ന "പൊതുജന" സംഘടനയേയും അവർ ഒരു മറയായി ഉപയോഗിച്ചു. ഇറാക്കിൽ ഗവൺമെന്റിനെതിരായ വിധ്വംസകപ്രവർത്തനത്തിൽ അവർ സജീവമായി പങ്കെടുത്തു. ഇറാക്കിലെ സി.ഐ.ഏ. നിലയത്തി ന്റെ മേധാവിയായിരുന്ന ഡിക്ക് കെറിൻ ഇറാക്കിലെ സൈനികോ ദ്യോഗസ്ഥന്മാരെക്കുറിച്ചുള്ള ഫയലുകൾ സൂക്ഷിച്ചു. അവരെ പിന്നീട് ഉപയോഗപ്പെടുത്താൻവേണ്ടിയാണ് അങ്ങിനെ ചെയ്തത്. കൂടാതെ

1 Wilbar Crane Eveland , " Ropes of sand. America's Failure in the Middle East"' W.W. Norton &Co., London, 1980, p.46.

ബുദ്ധിജീവികളുടേയും വിദ്യാർത്ഥികളുടേയും ഇടയിലുള്ള പ്രതിപക്ഷനീക്കങ്ങളെ സശ്രദ്ധം വീക്ഷിക്കുകയും ചെയ്തു.

സി.ഐ.ഏ. ക്രമേണ ഗവൺമെന്റിന്റെ ഒരു ഇന്റലിജൻസ് വകുപ്പെന്ന നിലയിൽനിന്ന് സാർവ്വദേശീയഭീകരപ്രവർത്തനത്തിനുള്ള സുശക്തമായ ഒരു ഉപകരണമായും യു.എസ്സ്.ഏ. അനുവർത്തിച്ച "ബലത്തിന്റെ നയതന്ത്ര"ത്തിന്റെ സിരാകേന്ദ്രമായും മാറി. അതോടെ സി.ഐ.ഏ. "ശക്തനായ" ഒരാളെ തിരയാൻ തുടങ്ങി. വൻതോതിലുള്ള വിധ്വംസകപ്രവർത്തനങ്ങളുടെ ആവശ്യകതയും സാധുതയും സൈദ്ധാന്തികമായി സമർത്ഥിക്കുന്നതിനു പുറമെ അവയെ ഒരു പതിവുനടപടിക്രമമായി മാറ്റാൻ കഴിയുന്ന, ഉന്നതതലങ്ങളിൽ വേണ്ടത്ര പിടിയുള്ള, ഒരു നേതാവാണു വേണ്ടിയിരുന്നത്.

അതിനു പറ്റിയ ആളെ കിട്ടുകയും ചെയ്തു. "സൂപ്പർ ചാരനും" "ഗൂഢനയതന്ത്രത്തിന്റെ രാജാവും" ആയ അല്ലൻ ഡള്ളസ്സ് ആയിരുന്നു ആ വ്യക്തി. അദ്ദേഹം 1951-53-ൽ സി.ഐ.ഏ.യുടെ ഡെപ്യൂട്ടി ഡയറക്ടറായിരുന്നു. പിന്നീട് ഡയറക്ടറായി. 1953 ജനുവരിയിൽ ജ്യേഷ്ഠസഹോദരനായ ജോൺ ഫോസ്റ്റർ ഡള്ളസ്സിനെ യു.എസ്സ്. സ്റ്റേറ്റ് സെക്രട്ടറിയായി നിയമിച്ചതുമായി അടുത്ത ബന്ധമുണ്ടായിരുന്നു ഈ ഉദ്യോഗക്കയറ്റത്തിന്. അങ്ങിനെ സ്റ്റേറ്റ് ഡിപ്പാർട്ട്മെന്റും സി.ഐ.ഏ.യും ഒരു കുടുംബകാര്യമായിത്തീർന്നു. ബലപ്രയോഗത്തിലും ഭീകരപ്രവർത്തനത്തിലും ഉറച്ചു വിശ്വസിച്ചിരുന്ന ആ സഹോദരന്മാർ ആ ക്രിമിനൽ സിൻഡിക്കേറ്റിനെ കർമ്മനിരതമാക്കാൻ ഒട്ടും അമാന്തിച്ചില്ല. അട്ടിമറിയും വിധ്വംസനവും രാഷ്ട്രീയകൊലപാതകങ്ങളുമായിരുന്നു അതിന്റെ കർമ്മപരിപാടി.

ഒരു വ്യാധിയോളമെത്തിയ കമ്മ്യൂണിസ്റ്റ് വിരോധമായിരുന്നു രണ്ടു സഹോദരന്മാർക്കും പൊതുവിലുണ്ടായിരുന്ന മറ്റൊരു സവിശേഷത. സ്വാഭാവികമായും വിദേശനയത്തിന്റെ തുറയിലുള്ള അവരുടെ എല്ലാ പ്രവർത്തനങ്ങളുടേയും ആണിക്കല്ല് അതായിരുന്നു. തുടക്കംതൊട്ടേ മദ്ധ്യപൗരസ്ത്യദേശം ഡള്ളസ്സ് സഹോദരന്മാരുടെ രാഷ്ട്രതന്ത്രപരിപാടികളിൽ ഒരു പ്രധാനസ്ഥാനം അലങ്കരിച്ചു.

1953 മേയിൽ ജോൺ ഫോസ്റ്റർ ഡള്ളസ് മദ്ധ്യപൗരസ്ത്യദേശത്തും ദക്ഷിണ ഏഷ്യയിലും ഒരു പര്യടനം നടത്തി. അമേരിക്കൻ

2 ഇത് സ്ഥാപിച്ചത് 1951-ലാണ് . ഈജിപ്റ്റ്, സിറിയ, മൊറോക്കൊ, ടുണീഷ്യ, ലിബിയ, ജോർഡാൻ എന്നീ രാജ്യങ്ങളിൽ അതിന് ശാഖകളുണ്ടായിരുന്നു. ശാസ്ത്രരംഗത്തും സാംസ്ക്കാരികരംഗത്തും യു.എസ്സ്.ഏ.യും അറബി ലോകവും തമ്മിലുള്ള ബന്ധങ്ങൾ ശക്തിപ്പെടുത്തുകയാണെന്ന പേരിൽ അതിന്റെ പ്രവർത്തകർ ചാരപ്പണിയും അട്ടിമറിയും നടത്തി. സി.ഐ.ഏ. ഏജന്റ് കെർമിറ്റ് റൂസ്‌വെൽട്ടായിരുന്നു അതിന്റെ തലവൻ.

സഹായത്തെക്കുറിച്ച ചർച്ചചെയ്യുക എന്നതാണ് അതിന്റെ ഔദ്യോഗികലക്ഷ്യമായി പറഞ്ഞിരുന്നത്. എന്നാൽ യു.എസ്സ്.എ.യുടെ ദീർഘകാലതന്ത്രാവിഷ്ക്കരണത്തിനുവേണ്ടി ആ രാജ്യങ്ങളിലെ സ്ഥിതി നേരിട്ടു മനസ്സിലാക്കുക എന്നതായിരുന്നു ആ യാത്രയുടെ യഥാർത്ഥ ഉദ്ദേശം. സോവിയറ്റ്യൂണിയനെതിരായ ഒരു ആക്രമണോന്മുഖസൈനികസഖ്യത്തിൽ അധിഷ്ഠിതമായിരിക്കണം പ്രസ്തുതതന്ത്രമെന്ന് ജോൺ ഫോസ്റ്റർ ഡള്ളസ്സ് വിശ്വസിച്ചു. 'വടക്കൻ നിര'യിലുള്ള മദ്ധ്യപൗരസ്ത്യരാജ്യങ്ങളിലെ ജനങ്ങളെ കമ്മ്യൂണിസത്തിൽനിന്നു രക്ഷ നേടാൻ സഹായിക്കുകയെന്നതായിരുന്നു അദ്ദേഹത്തിന്റെ പ്രധാനപ്പെട്ട മറ്റൊരു ലക്ഷ്യം.''[1] വിൽബർ ഈവ്ലാൻഡ് എഴുതി. ഡള്ളസ്സ് ടർക്കിക്കും ഇറാനും പാക്കിസ്ഥാനും അമേരിക്കൻ സഹായം വാഗ്ദാനം ചെയ്യുകയും "സ്വതന്ത്രലോക''ത്തെ ഭീഷണിപ്പെടുത്തുന്ന ശക്തികളെ ചെറുക്കുന്നതിന് അവയുടെ പരസ്പരപ്രതിരോധം ബലപ്പെടുത്താൻവേണ്ടിയാണ് ആ സഹായം നൽകുന്നതെന്നു സൂചിപ്പിക്കുകയും ചെയ്തു.

തന്റെ സഹോദരന്റെ പരിപാടി നടപ്പാക്കാൻ അല്ലൻ ഡള്ളസ്സും ഉടനെ രംഗത്തിറങ്ങി. മദ്ധ്യപൗരസ്ത്യദേശം അദ്ദേഹത്തിന് അപരിചിതമായിരുന്നില്ല. രാഷ്ട്രീയം തൊഴിലായെടുത്തവരുടെ കുടുംബത്തിൽ ജനിച്ചുവളർന്ന അല്ലൻ ഡള്ളസ്സ് ഒന്നാം ലോകമഹായുദ്ധത്തിനുശേഷം ബർലിനിലേയും കോൺസ്റ്റാന്റിനോപ്പിളിലേയും യു.എസ്സ്. എംബസികളിൽ പ്രവർത്തിക്കുകയും പിന്നീട് സ്റ്റേറ്റ് ഡിപ്പാർട്ടുമെന്റിന്റെ മദ്ധ്യപൗരസ്ത്യശാഖയുടെ തലവനാവുകയും ചെയ്തു. സി.ഐ.എ. ഡയറക്ടറായ ഉടനെ അദ്ദേഹം തന്റെ പഴയ ബന്ധങ്ങൾ പുതുക്കി. മദ്ധ്യപൗരസ്ത്യദേശം സി.ഐ.എ.യുടെ ഒരു പ്രധാന ശ്രദ്ധാകേന്ദ്രമായിത്തീർന്നിരിക്കുന്നതിനാൽ ആ ബന്ധങ്ങൾ തനിക്ക് അത്യന്തം ഉപകരിക്കുമെന്ന് അദ്ദേഹത്തിനറിയാമായിരുന്നു.

അഭിനവ "ലോറൻസ് ഓഫ് അറേബ്യ''യായി തിരഞ്ഞെടുത്തത് ഡള്ളസ്സിന്റെ വലംകയ്യായ കെർമിറ്റ് (കിം) റൂസ്‌വെൽട്ടിനെയാണ്. മദ്ധ്യപൗരസ്ത്യദേശത്ത് അമേരിക്കൻ ഇന്റലിജൻസ് വകുപ്പു നടത്തിയിട്ടുള്ള നിരവധി പാതകങ്ങളുടെ കളങ്കം പുരണ്ടതാണ് അയാളുടെ നാമം. 1901-1909 കാലത്തെ അമേരിക്കൻ പ്രസിഡന്റും 1903-ൽ പ്രഖ്യാപിക്കപ്പെട്ട "നെട്ടുവടി'' നയത്തിന്റെ ഉപജ്ഞാതാവുമായിരുന്ന തിയഡോർ റൂസ്‌വെൽട്ട്, കിമ്മിന്റെ മുത്തച്ഛനായിരുന്നു. അറബി ലോകത്തെക്കുറിച്ച് സാമാന്യം നല്ല പരിജ്ഞാനമുണ്ടായിരുന്ന ഒരു പൗരസ്ത്യപണ്ഡിതനായിരുന്നു കിം റൂസ്‌വെൽട്ട്. വിവിധ സാംസ്ക്കാരികദൂതമണ്ഡലങ്ങളുടെ മറവിൽ പ്രവർത്തിക്കാൻ അയാൾക്കു വിശേഷിച്ചും

1 മുമ്പുദ്ധരിച്ച പുസ്തകം, പേജ് 65.

ഇഷ്ടമായിരുന്നു. വളരെ വേഗംതന്നെ സി.ഐ.ഏ.യുടെ മദ്ധ്യപൗരസ്ത്യ ദേശത്തെ പ്രവർത്തനങ്ങളാകെ അയാളുടെ മേൽനോട്ടത്തിലായി. വിധ്വംസകപ്രവർത്തനങ്ങൾ ആസൂത്രണം ചെയ്യുന്നതിലും നടപ്പാക്കുന്നതിലും അയാളുടെ കയ്യുണ്ടായിരുന്നു. അവ പലതും നടന്നെങ്കിലും കിം റൂസ്‌വെൽട്ടിന്റെ തൊപ്പിയിലെ തൂവലായി ശോഭിക്കുന്നത് "ഓപ്പറേഷൻ അജാക്സ്'' ആണ്. ഇറാനിലെ നിയമാനുസൃതഗവൺമെന്റിനെ തകിടം മറിക്കാനുള്ള പരിപാടിയായിരുന്നു അത്.

1950-കളുടെ തുടക്കത്തിൽ ഇറാനിലെ സ്ഥിതി അങ്ങേയറ്റം സംഘർഷാത്മകമായിരുന്നു. ഒരു ബൂർഷ്വാലിബറൽ ദേശീയവാദിയായ മുഹമ്മദ് മൊസദെക്കിന്റെ നേതൃത്വത്തിലുള്ള ദേശീയമുന്നണി രാഷ്ട്രീയവേദിയുടെ മുൻപന്തിയിലേക്കു നീങ്ങി. ആ രാജ്യത്തെ ബ്രിട്ടീഷ് ആധിപത്യത്തെ എതിർത്ത ദേശീയവാദികളായ ബൂർഷ്വാ-ഭൂവുടമഗ്രൂപ്പുകളാണ് പ്രസ്തുത മുന്നണിയിലുണ്ടായിരുന്നത്. ബ്രിട്ടീഷ് കുത്തകകളുടെ പിടിയിൽനിന്ന് ഇറാനെ മോചിപ്പിക്കണമെന്ന ഉദ്ദേശത്തോടെ 1953 മാർച്ചിൽ മൊസദെക്ക് ആംഗ്ലോ-ഇറാനിയൻ ഓയിൽ കമ്പനിയെ ദേശസാൽക്കരിച്ചുകൊണ്ടുള്ള ഒരു നിയമം ഇറാനിയൻ മജ്‌ലിസ്സിനെക്കൊണ്ട് പാസ്സാക്കിച്ചെടുത്തു. ബ്രിട്ടീഷ് കൊളോണിയലിസത്തിന്റെ അടിവേരിളക്കിയ ജനസമ്മതനായ പ്രധാനമന്ത്രിയുടെ ദേശാഭിമാനനയം ഇറാനിലെ വർദ്ധിച്ചുവരുന്ന യു.എസ്സ്. സ്വാധീനത്തിനെതിരായ ഒരു ഭീഷണിയായിട്ടാണ് വാഷിംഗ്ടൺ കണ്ടത്. ഇറാനിയൻ പിന്തിരിപ്പന്മാരുടെ സഹായത്തോടെ സി.ഐ.ഏ.യും ബ്രിട്ടീഷ് ഇന്റലിജൻസ് വകുപ്പും അധികാര അട്ടിമറിക്കു തയ്യാറെടുത്തു. ആദ്യത്തെ ശ്രമം പരാജയപ്പെട്ടു. ഇറാനിലെ ഷാ മൊഹമ്മദ് റെസാ പഹ്‌ലവിക്ക് തൽക്കാലം രാജ്യം വിടേണ്ടിവന്നു. അദ്ദേഹം ആദ്യം ബാഗ്ദാദിലേക്കു പലായനം ചെയ്യുകയും അവിടന്ന് റോമിൽ പോയി എക്സൽസിയർ ഹോട്ടലിൽ സർവ്വവിധ സുഖസൗകര്യങ്ങളോടുംകൂടി താമസമാക്കുകയും ചെയ്തു. തന്റെ പത്നി സൊരയയ്ക്കുവേണ്ടി വിലപിടിച്ച സമ്മാനങ്ങൾ വാങ്ങിക്കൂട്ടിക്കൊണ്ട് അദ്ദേഹം സമയം പോക്കി. ജനങ്ങൾ ഒരു തീരുമാനമെടുക്കുന്നതുവരെ താൻ കാത്തിരിക്കുകയാണെന്നാണ് അദ്ദേഹം പറഞ്ഞത്.

തീരുമാനമെടുത്തത് ജനങ്ങളല്ല, ബ്രിട്ടനിലേയും യു.എസ്സ്.ഏ.യിലേയും എണ്ണക്കുത്തകകളാണ്. മാർച്ചിലെ ദേശസാൽക്കരണനിയമം വരുന്നതിനു മുമ്പുതന്നെ, മൊസദെക്ക് തങ്ങളോടൊത്തു പോകുന്നയാളല്ലെന്ന് എണ്ണപ്രഭുക്കൾക്കു ബോദ്ധ്യമായപ്പോൾത്തന്നെ, ആ തീരുമാനമെടുത്തു കഴിഞ്ഞിരുന്നു.

1952-ലെ അമേരിക്കൻ പ്രസിഡന്റിന്റെ തിരഞ്ഞെടുപ്പിനു കുറച്ചുനാൾ മുമ്പ് കിം റൂസ് വെൽട്ട് ലണ്ടനിലേക്കു ക്ഷണിക്കപ്പെട്ടു. മൊസദെക്കിനെ താഴെയിറക്കാൻ വേണ്ടി അയാളുടെ നേതൃത്വത്തിൽ നടപ്പാക്കേണ്ട പരിപാടിയുടെ വിശദാംശങ്ങൾ അവിടെവച്ച് അയാളും ബ്രിട്ടീഷ് ഇന്റലിജൻസ് വകുപ്പിലെ പ്രമാണിമാരും ചർച്ചചെയ്തു. ഏതാനും ദിവസങ്ങൾക്കുശേഷം അയാൾ പതിവുപോലെ അല്ലൻ ഡളളസ്സിനെ ടെന്നീസ് കോർട്ടിൽവച്ചു കാണുകയും സന്നാഹങ്ങൾ തകൃതിയായി നടക്കുന്ന വിവരം അറിയിക്കുകയും ചെയ്തു. എന്നാൽ ഐസൻഹോവർ പ്രസിഡന്റിന്റെ ചുമതലകൾ ഔപചാരികമായി ഏറ്റെടുക്കുന്നതുവരെ കാത്തിരിക്കാൻ അന്ന് സി.ഐ.ഏ.യുടെ ഡെപ്യൂട്ടി ഡയറക്ടറായിരുന്ന അല്ലൻ ഡളളസ്സ് നിർദ്ദേശിച്ചു. കാരണം, പുതിയ ഭരണത്തിൻകീഴിൽ മദ്ധ്യപൗരസ്ത്യദേശത്തെ സി.ഐ.ഏ.യുടെ രഹസ്യയുദ്ധം ഗണ്യമായ തോതിൽ വിപുലപ്പെടുത്താൻ ഡളളസ്സിന് ഉദ്ദേശമുണ്ടായിരുന്നു.

ഡളളസ്സിന്റെ കണക്കുകൂട്ടൽ ശരിയായിരുന്നുവെന്നു തെളിഞ്ഞു. 1953 ഫെബ്രുവരി 3-ന് ബ്രിട്ടീഷ് ഇന്റലിജൻസ് വകുപ്പിന്റെ പ്രതിനിധികൾ വാഷിംഗ്ടണിലെത്തി. സ്റ്റേറ്റ് സെക്രട്ടറി ജോൺ ഫോസ്റ്റർ ഡളളസ്സ്, അദ്ദേഹത്തിന്റെ സഹോദരൻ അല്ലൻ ഡളളസ്സ് (അദ്ദേഹം അതിനകം സി.ഐ.ഏ. ഡയറക്ടറായിക്കഴിഞ്ഞിരുന്നു). മുൻ സി.ഐ.ഏ. ഡയറക്ടർ ജനറൽ വാൾട്ടർ ബെഡെൽ സ്മിത്ത്, എന്നിവരെപ്പോലുളള യു.എസ്സ്. ഉദ്യോഗസ്ഥ പ്രമുഖന്മാരുമായുളള രഹസ്യസമ്മേളനത്തിൽ അവർ പങ്കെടുത്തു. ഓപ്പറേഷൻ അജാക്സിന്റെ തലവനായി കിം റൂസ്‌വെൽട്ടിനെ നിയമിച്ചുകൊണ്ടുളള തീരുമാനം അവിടെവച്ച് സ്ഥിരീകരിക്കുകയും സ്ഥിതി നേരിട്ടു മനസ്സിലാക്കുന്നതിന് അയാളെ ഉടൻ ഇറാനിലേക്കയയ്ക്കാൻ നിശ്ചയിക്കുകയും ചെയ്തു.

ഏതാനും ദിവസം കഴിഞ്ഞ് കിം റൂസ് വെൽട്ട് ടെഹറാനിലെത്തി. രഹസ്യപ്രവർത്തനാനുഭവമുളള രണ്ട് ഇറാൻകാരുമായി അയാൾ ബന്ധപ്പെട്ടു. "ലൈ ഡിറ്റക്ടർ" പരീക്ഷണത്തിനും അട്ടിമറിപ്പരിപാടികളുള്ള തയ്യാറെടുപ്പിനുംവേണ്ടി അവരെ യു.എസ്സ്.ഏ.യിലേക്കയച്ചു. അന്നത്തെ ഇറാനിലെ യു.എസ്സ്. അംബാസഡർ ലോയ് ഹെൻഡേഴ്സൺ "സോവിയറ്റ് ഭീഷണി"യെക്കുറിച്ചുള്ള കെട്ടുകഥകൾ പടച്ചുവിട്ടുകൊണ്ടിരുന്ന കാലമായിരുന്നു അത്. "സോവിയറ്റുയൂണിയനോടും സാർവ്വദേശീയകമ്മ്യൂണിസത്തോടും അനുഭാവമുളളവർക്കു മാത്രമേ ഇറാനിലെ ഇന്നത്തെ സ്ഥിതിഗതികളിൽ സന്തോഷിക്കാൻ

വകയുള്ള,"[1] ഹെൻഡേഴ്സൺ വാഷിംഗ്ടണിലേക്കെഴുതി.

ആംഗ്ലോ-ഇറാനിയൻ ഓയിൽ കമ്പനി ദേശസാൽക്കരിച്ചുകൊണ്ടുള്ള മാർച്ചിലെ നിയമവും യു.എസ്സ്. അംബാസഡറുടെ പ്രകോപനപരങ്ങളായ റിപ്പോർട്ടുകളും ദുരന്തത്തെ ത്വരിതപ്പെടുത്തി.

"സ്ഥിതി ഇത്രത്തോളമെത്തുകയും രഹസ്യപ്രവർത്തനത്തെ ഈഡനും ചർച്ചിലും ശക്തിയായി അനുകൂലിക്കുന്നുണ്ടെന്ന് അറിവാവുകയും ചെയ്തപ്പോൾ അമേരിക്കൻ ഗവൺമെന്റ് കാര്യം നടത്താൻതന്നെ തീരുമാനിച്ചു,"[2] യു.എസ്സ്. ചരിത്രകാരനായ ബാരി റൂബിൻ എഴുതി.

1953 ജൂൺ 22-ന് ജോൺ ഫോസ്റ്റർ ഡള്ളസ്സിന്റെ ഓഫീസുമുറിയിൽ കൂടിയ രഹസ്യയോഗത്തിൽവച്ചാണ് ഓപ്പറേഷൻ അജാക്സിനുള്ള പച്ചക്കൊടി കാട്ടിയത്. അല്ലൻ ഡള്ളസ്സ്, കിം റൂസ് വെൽട്ട്, ടെഹറാനിൽ നിന്നു പ്രത്യേകം വിളിച്ചുവരുത്തപ്പെട്ട അംബാസഡർ ഹെൻഡേഴ്സൺ, ഡിഫൻസ് സെക്രട്ടറി ചാറൽസ് വിൽസൺ എന്നിവരും കൂടാതെ സ്റ്റേറ്റ്ഡിപ്പാർട്ടുമെന്റിലെ ഉയർന്ന ഏതാനും ഉദ്യോഗസ്ഥന്മാരും അതിൽ സംബന്ധിച്ചു.

അധികാര അട്ടിമറിക്കുള്ള അവസാനത്തെ സജ്ജീകരണങ്ങൾ പൂർത്തിയായപ്പോൾ ജൂലൈ മദ്ധ്യത്തിൽ കിം റൂസ് വെൽട്ട് ടെഹറാനിലേക്കു പോയി. അവിടെ അഞ്ച് ഏജന്റുമാരടങ്ങുന്ന ഒരു പ്രത്യേകഗ്രൂപ്പ് അയാളെ കാത്തു നിൽക്കുന്നുണ്ടായിരുന്നു. സി.ഐ.ഏ.യുടെ പദ്ധതി നടപ്പാക്കേണ്ടത് അവരായിരുന്നു. പദ്ധതിയുടെ ചെലവിനേക്കായി കിം റൂസ്‌വെൽട്ടിനെ ഇറാനിയൻ നാണയത്തിൽ പത്തു ലക്ഷം ഡോളർ ഏൽപ്പിച്ചിരുന്നു. അന്നത്തെ ഇറാനിലെ ഏറ്റവും കൂടിയ 500 റിയാലിന്റെ നോട്ടുതന്നെ ഏഴര ഡോളറേ വരുമായിരുന്നുള്ളൂ. മൊസദെക്കിനെ മറിച്ചിടാൻ അക്ഷരാർത്ഥത്തിൽത്തന്നെ ഒരു പണച്ചാക്കു മുഴുവനും കരുതിയിരുന്നുവെന്നർത്ഥം.

എന്നാൽ അതിന്റെ പത്തിലൊന്നു മാത്രമേ ചെലവു വന്നുള്ളൂ. ഒരു ലക്ഷം ഡോളർ റൊക്കം കയ്യിൽ വാങ്ങിക്കൊണ്ട് കിം റൂസ്‌വെൽട്ടിന്റെ ഇറാനിയൻ ഏജന്റന്മാർ ടെഹറാന്റെ തെക്കുഭാഗത്തുള്ള ചേരിപ്രദേശത്തു പോയി അവിടെയുള്ള തെണ്ടികളുടേയും ക്രിമിനൽപുള്ളികളുടേയും ഇടയിൽനിന്ന് പ്രകോപകന്മാരെ കൂലിക്കെടുത്തു. പറ്റിയ സമയം വരുമ്പോൾ ഷാഭരണത്തിനു "ജനകീയപിന്തുണ"യുണ്ടെന്നു വരുത്താൻവേണ്ടി ആ പരിഷകളെ തെരുവിലിറക്കി

1 Barry Rubin, "Paved with Good Intentions. The American Experience and Iran". Oxford University Press, New York-Oxford, 1980, p.80.

2 Ibid., p.81.

കുഴപ്പമുണ്ടാക്കണമെന്നായിരുന്നു കിം റൂസ്‌വെൽട്ടിന്റെ ഉദ്ദേശം. ഒപ്പിട്ട രണ്ട് കൽപ്പനകൾ - ഒന്ന് മെസദെക്കിനെ നീക്കംചെയ്തുകൊണ്ടുള്ളതും മറ്റേത് ജനറൽ ഫസ്‌ലൊള്ളാ സഹേദിയെ പ്രധാനമന്ത്രിയായി നിയമിച്ചുകൊണ്ടുള്ളതും - ഗൂഢാലോചനക്കാരെ ഏൽപ്പിച്ചശേഷം ഷാ കാസ്പിയൻ കടൽക്കരയിലുള്ള ഒരു വിദൂരപട്ടണത്തിലേക്കു മാറിത്താമസിക്കണമെന്നാണ് ഓപ്പറേഷൻ അജാക്സിൽ വിഭാവനംചെയ്തിരുന്നത്. രണ്ടാം ലോകമഹായുദ്ധകാലത്ത് നാസിരഹസ്യവകുപ്പുമായി അടുത്ത ബന്ധമുണ്ടായിരുന്ന ജനറൽ സഹേദി ഇറാനിലെ ദേശാഭിമാനശക്തികൾക്കെതിരായ രഹസ്യയുദ്ധത്തിലെ സി.ഐ.ഏ.യുടെ തുറുപ്പുചീട്ടായിരുന്നു. ഷായുടെ കാവൽസേനയിലെ ചില പിന്തിരിപ്പൻ ഓഫീസർമാർക്കും ഗൂഢാലോചനയിൽ പങ്കുണ്ടായിരുന്നു.

ശരിക്കുമൊരു ഡിറ്റക്ടിവ്നോവലിൽ നടക്കുന്നതു പോലുള്ള സംഭവങ്ങളാണു പിന്നീടു നടന്നത്. ആഗസ്റ്റ് 1-ന് പാതിരാത്രി കിം റൂസ്‌വെൽട്ട് തന്റെ രഹസ്യ സങ്കേതത്തിനു പുറത്തിറങ്ങി, അയാളെ കാത്തുകിടന്ന കാറിനടുത്തേക്കു ധൃതിയിൽ നടന്നു. നാലുപാടും കണ്ണോടിച്ച ശേഷം അയാൾ കാറിലേക്കു നൂന്നുകയറുകയും ഒരു കരിമ്പടംകൊണ്ടു തലവഴി മൂടി പിൻസീറ്റിൽ കിടക്കുകയും ചെയ്തു. ആ കൂറ്റൻ കാർ ഇരുട്ടിനെ ഭേദിച്ചുകൊണ്ട് ഇരമ്പിപ്പാഞ്ഞ് ഷായുടെ കൊട്ടാരത്തിന്റെ ഗേറ്റിൽ വന്നുനിന്നു. ഡ്രൈവർ കാണിച്ച പാസ് സെക്യൂരിട്ടി ഓഫീസർ പരിശോധിച്ചു. ഷായുടെ ഒപ്പ് സംശയത്തിനിടനൽകാത്തവണ്ണം വ്യക്തമായിരുന്നു. കൂറ്റൻ ഇരുമ്പുഗേറ്റ് തുറന്നു.

രാത്രി ഒരു മണി സമയത്ത് ഷാ കൊട്ടാരത്തിലെ ഒരു എടുപ്പിൽനിന്ന് ഇറങ്ങിവന്ന് കാറിന്റെ പിൻസീറ്റിലേക്കു കയറി. കിം റൂസ്‌വെൽട്ടിനു ഹസ്തദാനം ചെയ്യുമ്പോൾ ഷായുടെ കൈ വിറയ്ക്കുന്നുണ്ടായിരുന്നു.

ടെഹറാനിലെ തന്റെ ദൗത്യത്തെപ്പറ്റി യു.എസ്സ്.ഇന്റലിജൻസ് വകുപ്പുദ്യോഗസ്ഥൻ ചുരുക്കം വാക്കുകളിൽ ഷായോടു പറഞ്ഞു. ഇനി നടക്കാൻ പോകുന്ന പരിപാടിക്ക് പ്രസിഡന്റ് ഐസൻഹോവറുടേയും പ്രധാനമന്ത്രി ചർച്ചിലിന്റേയും പരിപൂർണ്ണമായ അനുമതിയുണ്ടെന്ന് അയാൾ ഉറപ്പു കൊടുത്തു.

റൂസ് വെൽട്ട് പറഞ്ഞതു മുഴുവനും ഷാ ശ്രദ്ധിച്ചു കേട്ടു. അധികാര അട്ടിമറിയിൽ പങ്കുകൊള്ളാമെന്നു സമ്മതിച്ച് ധൃതിയിൽ വിടവാങ്ങിയിട്ട് അദ്ദേഹം കൊട്ടാരത്തിലേക്കു മടങ്ങി.

1953 ആഗസ്റ്റ് 16-ാംനു രാത്രി നടത്തിയ ആദ്യത്തെ ഉദ്യമം പരാജയപ്പെട്ടു. ഗൂഢാലോചന നടപ്പാക്കാനുള്ള ചുമതല ഷായുടെ

കാവൽസേനയിലെ കേണൽ നെമത്തൊള്ള നസ്സീറിയെ ഏൽപ്പിച്ചിട്ട് സി.ഐ.ഏ. ശിങ്കിടി ജനറൽ സഹേദി തന്റെ തറവാട്ടുവക ഒരു എസ്റ്റേറ്റിൽ ഒളിച്ചിരിക്കുകയായിരുന്നു. എന്നാൽ അവസാനനിമിഷത്തിൽ ഓഫീസർന്മാരിലൊരാൾ ഗൂഢാലോചനയുടെ പ്ലാൻ പുറത്തുവിട്ടു. മൊസദെക്കിനോടു കൂറുള്ള പോലീസ് കേണലിനെ കയ്യോടെ പിടിക്കുകയും അയാളുടെ കയ്യിൽനിന്ന് ഷായുടെ രണ്ടു തിട്ടൂരങ്ങൾ പിടിച്ചെടുക്കുകയും ചെയ്തു. തന്റെ ഈ പരാജയത്തിന് പിന്നീടയാൾ പ്രായശ്ചിത്തം ചെയ്തുവെന്നതു ശരിതന്നെ. 1970-കളിൽ ഷായുടെ രഹസ്യപ്പോലീസായ സവാക്കിന്റെ മേധാവി ജനറൽ നസ്സീറിയായിരുന്നു. നസ്സീറിയുടെ ഔദ്യോഗികജീവിതത്തിനു തിരശ്ശീല വീണത് 1979-ലാണ്. ഇറാനിയൻ വിപ്ലവാനന്തരം അയാളെ വധശിക്ഷയ്ക്കു വിധിക്കുകയും ജനങ്ങളോടു ചെയ്തിട്ടുള്ള പാതകങ്ങളുടെ പേരിൽ അയാളെ വെടിവച്ചു കൊല്ലുകയും ചെയ്തു.

ആദ്യത്തെ ശ്രമം പരാജയപ്പെട്ടെന്നുവച്ച് കിം റൂസ്‌വെൽട്ട് നിരാശനായില്ല. തന്റെ ഇറാനിയൻ ഏജന്റന്മാരിലൊരാളിന്റെ വീട്ടിലിരുന്നുകൊണ്ട് അയാൾ സംഭവവികാസങ്ങൾ സ്വസ്ഥമായി നിരീക്ഷിക്കുകയായിരുന്നു. തന്റെ "വൻപീരങ്കികൾ" - താൻ കൂലിക്കെടുത്ത തെമ്മാടിപ്പരിഷകൾ - ഇനിയും രംഗത്തിറങ്ങിയിട്ടില്ലെന്ന് അയാൾക്കറിയാമായിരുന്നു.

ഈ സമയത്ത് ജനറൽ സഹേദി തന്റെ അമേരിക്കൻ "സുഹൃത്തുക്കളുടെ " നിർദ്ദേശപ്രകാരം നടപടികൾ കൈക്കൊണ്ടു (പിന്നീട് യു.എസ്സ്.ഏ.യിൽ ഷായുടെ അംബാസഡറായി നിയമിക്കപ്പെട്ട, അയാളുടെ മകൻ അർദെഷീർ സഹേദിയായിരുന്നു അയാളേയും സി.ഐ.ഏ. യേയും ബന്ധിപ്പിച്ച കണ്ണി). താൻ പ്രസിഡന്റായ റിട്ടയേഡ് ഓഫീസേഴ്‌സ് അസോസിയേഷൻവഴി അയാൾ ഉയർന്ന സൈനികോദ്യോഗസ്ഥന്മാരുമായി ബന്ധപ്പെട്ടു. സൈന്യത്തിന്റെ പിന്തുണ നേടുകയെന്നതായിരുന്നു ലക്ഷ്യം.

ഇളകിവശായ ആൾക്കൂട്ടം തെരുവുകളിലിറങ്ങി ഷായ്ക്കും യു.എസ്സ്.ഏ.യ്ക്കുമെതിരായ മുദ്രാവാക്യങ്ങൾ മുഴക്കുമ്പോൾ കിം റൂസ് വെൽട്ടിന്റെ "രഹസ്യപ്പട"യിലെ കൂലിപ്പരിഷകൾ തങ്ങൾക്കു കിട്ടിയ നോട്ടുകെട്ടുകൾ ആർത്തിയോടെ എണ്ണിനോക്കുകയായിരുന്നു.

ആഗസ്റ്റ് 18-ന് ചില സേനാവിഭാഗങ്ങൾ "ഷാ നീണാൾ വാഴട്ടെ!", "മൊസദെക്കിനെ കഴുവേറ്റുക!" എന്നീ മുദ്രാവാക്യങ്ങൾ വിളിച്ചുപറഞ്ഞുകൊണ്ട് തെരുവിലിറങ്ങി. കിം റൂസ്‌വെൽട്ടിന്റെ ഏജൻന്മാർ അവർക്കിടയിൽ നുഴഞ്ഞുകയറിയിട്ടുണ്ടായിരുന്നു. സി.ഐ.ഏ. കൂലിക്കെടുത്ത ഒരു

പറ്റം ആളുകൾ പിറ്റേന്ന രാവിലെ ടെഹറാന്റെ തെക്കൻ ജില്ലകളിൽ ഒത്തുകൂടി. നഗരമദ്ധ്യത്തിലേക്കു നീങ്ങുമ്പോൾ അവരുടെ അണികൾ പെരുകി.

തെരുവുകളിൽ ആകെ ബഹളമായി. അദൃശ്യസൂത്രധാരന്മാരുടെ അടയാളം കിട്ടിയപ്പോൾ ശരവർഷംപോലെ വന്നുവീണ കല്ലുകൾ പീടികജനാലകൾ തകർത്തു. ജയിലുകളിൽനിന്നു തുറന്നുവിട്ട ക്രിമിനൽപുള്ളികൾ പുരോഗമനസംഘടനകളുടേയും പത്രങ്ങളുടേയും ഓഫീസുകൾ കയ്യേറി. ഉച്ചയായപ്പോഴേയ്ക്ക് സി.ഐ.ഏ. വാടകയ്ക്കെടുത്തിരുന്ന തെണ്ടികൾ വിദേശമന്ത്രകാര്യാലയവും മറ്റു പല ഗവൺമെന്റ് കെട്ടിടങ്ങളും കൈവശപ്പെടുത്തിക്കഴിഞ്ഞിരുന്നു.

കൂലിക്കെടുത്ത ഗുണ്ടാസംഘങ്ങൾ ലോഹക്കയ്യുറകളും ചങ്ങലകളും കഠാരകളുമായി ടെഹറാനിലെ തെരുവുകളിൽ ചുറ്റിനടന്നു. അവർ ആളുകളെക്കൊണ്ടു ഷായ്ക്കു "ജേ'' വിളിപ്പിച്ചു. അനുസരിക്കാൻ കൂട്ടാക്കാത്തവരെ ബോധം കെടുംവരെ തല്ലിച്ചതച്ചു. കാറുകൾ തടഞ്ഞുനിർത്തി ഷായുടെ വർണ്ണചിത്രങ്ങൾ ചില്ലിൽ ഒട്ടിക്കാൻ നിർബ്ബന്ധിച്ചു. ആ ചിത്രങ്ങളുടെ ധാരാളം കോപ്പികൾ നേരത്തേ അടിച്ച് തയ്യാറാക്കിവച്ചിരുന്നു. സി.ഐ.ഏ. ഫണ്ടിൽനിന്ന് കിം റൂസ്‌വെൽട്ട് കൊടുത്ത പണമാണ് അതിനു മുടക്കിയത്. വർണ്ണചിത്രങ്ങൾ തീർന്നപ്പോൾ ഷായുടെ പടമുള്ള ഒരു റിയാലിന്റെ നോട്ടുകൾ കാറുകളുടെ ചില്ലിൽ ഒട്ടിച്ചുവച്ചു.

നിർണ്ണായകനിമിഷമെത്തിയെന്നു മനസ്സിലായപ്പോൾ കിം റൂസ്‌വെൽട്ട് രഹസ്യസങ്കേതത്തിൽനിന്നു പുറത്തു കടന്ന് ഒരു മുസ്ലീം പള്ളിയിലേക്കു പോയി. അതിന്റെ നിലവറയിലേക്കിറങ്ങിച്ചെന്ന് അയാൾ അവിടെ ഒളിച്ചിരുന്ന സഹേദിയെ കാണുകയും പുതിയ ഗവൺമെന്റ് തലവനെന്ന നിലയ്ക്ക് അനുമോദിക്കുകയും ചെയ്തു. ആ സമയത്തുതന്നെ സഹേദിയുടെ കൂട്ടാളികളായ ഒരു സംഘം ഓഫീസർമാരും പള്ളിയിലെത്തി. അവർ അയാളെ പൊക്കിയെടുത്ത് ഒരു ടാങ്കിൽ കയറ്റി. അത് ജനറൽ സ്റ്റാഫിന്റെ കെട്ടിടത്തിലേക്ക് മെല്ലെ നീങ്ങി. അതേസമയം മറ്റൊരു ടാങ്ക് പ്രധാനമന്ത്രിയുടെ വസതിയെ സമീപിച്ചു. ഒരു അമേരിക്കൻ സൈനികോപദേഷ്ടാവാണ് അത് ഓടിച്ചത്. (1953-ൽ ഇറാനിൽ അവർ മൂവായിരത്തോളം പേരുണ്ടായിരുന്നു). ടാങ്കിൽനിന്നു വെടിപൊട്ടി. മൊസദെക്ക് പ്രാണരക്ഷാർത്ഥം ഒരു ജനലിലൂടെ എടുത്തുചാടിയെങ്കിലും അദ്ദേഹത്തെ പിടികൂടി.

യു.എസ്സ്. എംബസി വാഷിംഗ്ടണിലേക്ക് വിജയവാർത്ത അറിയിച്ചുകൊണ്ടുള്ള സന്ദേശമയച്ചു. അന്നു വൈകുന്നേരം പുതിയ

പ്രധാനമന്ത്രിയുടെ മകൻ അർദെഷിർ സഹേദി എംബസിയിൽ വന്നു. തന്നെ അച്ഛൻ അയച്ചതാണെന്നും ഇനി എന്തു ചെയ്യണമെന്ന് അറിയാൻ വേണ്ടി വന്നതാണെന്നുമുള്ള കാര്യം അയാൾ മറച്ചുവച്ചില്ല.

അങ്ങിനെ ഇറാന്റെ ചരിത്രത്തിലെ ഏറ്റവും അഭിശപ്തമായ കാള രാത്രികളിലൊന്ന് 1953 ആഗസ്റ്റ് 19-ാം തീയതി ആരംഭിച്ചു. മൊസദെക്കിനേയും അദ്ദേഹത്തിന്റെ അനുകൂലികളേയും തുടച്ചുനീക്കിയശേഷം ഷാ ഏറ്റവും നിസ്സാരമായ എതിർപ്പുപോലും പ്രകടിപ്പിച്ചവരുടെനേരെ പൈശാചികമായ പോലീസ് മർദ്ദനം അഴിച്ചുവിട്ടു. ഏറ്റവും വലിയ ആഘാതമേറ്റത് പൊതുവിൽ ഇടതുപക്ഷത്തിനും പ്രത്യേകിച്ച് ടൂഡേ പാർട്ടിക്കുമാണ്. പ്രതിപക്ഷത്തെ വകവരുത്താനുള്ള ഷാഭരണത്തിന്റെ പ്രധാന ആയുധം കുപ്രസിദ്ധമായ സവാക്കായിരുന്നു.

സവാക്ക് യഥാർത്ഥത്തിൽ സ്ഥാപിതമായത് 1957-ലാണ്. അത് സ്ഥാപിക്കുന്നതിൽ സി.ഐ.ഏ.യ്ക്കും ഷായുടെ പ്രത്യേകവിശ്വാസത്തിനു പാത്രീഭവിച്ചിരുന്ന ഇസ്രായേലിന്റെ രഹസ്യപ്പോലീസായ മൊസ്സാദിനും നേരിട്ടു പങ്കുണ്ടായിരുന്നു. (പിന്നീട് സിയോണിസ്റ്റുകളുടെ രഹസ്യവകുപ്പ് ടെഹറാനെ മദ്ധ്യപൗരസ്ത്യദേശത്തേക്കുള്ള അതിന്റെ മുഖ്യനിലയമാക്കി മാറ്റി.) സി.ഐ.ഏ. യുടെ നിർബ്ബന്ധപ്രകാരം സവാക്ക് സ്ഥാപിച്ചുകൊണ്ടുള്ള ഔദ്യോഗികഡിക്രി 1958-ൽ ഷാ പുറപ്പെടുവിച്ചു. ഇറാനും യു.എസ്സ്.ഏ.യും “പരസ്പര രാജ്യരക്ഷാ ഉടമ്പടി’’ ഒപ്പുവയ്ക്കുന്നതിന് ഒരു വർഷം മുമ്പായിരുന്നു അത്. ആ ഉടമ്പടിയോടെ ഇറാൻ കടലിനക്കരെയുള്ള അതിന്റെ യജമാനന്മാരുടെ ഒരു കളിപ്പാവയായിത്തീർന്നു.

മുപ്പതിനായിരത്തിൽപ്പരം ജോലിക്കാരും ശമ്പളം പറ്റുന്ന ചുരുങ്ങിയത് മുപ്പതുലക്ഷമെങ്കിലും ചാരന്മാരുമുണ്ടായിരുന്ന സവാക്ക് ഒരു കൂറ്റൻ നീരാളിയെപ്പോലെ ഇറാനിയൻ ജീവിതത്തിന്റെ എല്ലാ മണ്ഡലങ്ങളിലും അതിന്റെ വള്ളികൾ പടർത്തി. നാസികളിൽനിന്നു കടമെടുത്ത “തീവ്രതരമായ ചോദ്യംചെയ്യൽ” രീതികൾ സവാക്ക് ഉദ്യോഗസ്ഥന്മാരെ പഠിപ്പിക്കാൻവേണ്ടി സി.ഐ.ഏ. വിദഗ്ദ്ധന്മാർ ഇറാനിൽ വന്നെത്തി.

സാരാംശത്തിൽ സവാക്ക് രാഷ്ട്രത്തിനകത്തെ ഒരു രാഷ്ട്രമായിരുന്നു. ഷായുടെ സംരക്ഷണം അതിനെ നിയമത്തിനും ധാർമ്മികമാനദണ്ഡങ്ങൾക്കുമെല്ലാം അതീതമാക്കി. എന്തു കുറ്റം ചെയ്താലും അതിന് ഉത്തരം പറയേണ്ടിവന്നില്ല. സവാക്ക് ഏജന്റുമാർക്ക് നേരിയൊരു സംശയത്തിന്റെ പേരിൽപോലും ആരെ വേണമെങ്കിലും അറസ്റ്റുചെയ്യാം. വാറണ്ടില്ലാതെ വീടു പരിശോധിക്കാം. ആളുകൾ എന്നെന്നേക്കുമായി അപ്രത്യക്ഷരായി. വിചാരണയ്ക്കു മുമ്പു തടവിൽ പാർപ്പിക്കുന്നതിനോ

പട്ടാളക്കോടതികളുടെ രഹസ്യവിചാരണകൾക്കുശേഷം നൽകുന്ന ശിക്ഷകൾക്കോ യാതൊരു കാലപരിധിയുമുണ്ടായിരുന്നില്ല.

സി.ഐ.ഏ. യിലെ ആശാന്മാർക്ക് തങ്ങളുടെ ശിഷ്യന്മാരെപ്പറ്റി അഭിമാനിക്കാൻ വകയുണ്ടായിരുന്നു. കൈകൾ പിരിച്ച് കുഴ തെറ്റിക്കുക, നഖവും പല്ലും പറിച്ചുകളയുക, കൈവിരലുകളൊടിക്കുക, തിളച്ച വെള്ളം തലവഴി ഒഴിക്കുക, കണ്ണു തുരന്നെടുക്കുക തുടങ്ങിയ “കലകൾ” സവാക്കുകാർ വളരെ വേഗം വശമാക്കി. “കറുത്ത ഡോക്ടന്മാർ” - ആ ആരാച്ചാരന്മാർ സ്വയം വിളിച്ചത് അങ്ങിനെയാണ് - കയ്യിൽ കിട്ടിയവരെ ഭേദ്യം ചെയ്തത് “കൊമിറ്റെ'' എന്ന ജയിലിന്റെ മൂന്നാം നിലയിലാണ്. പകൽസമയത്ത് തെരുവിലെ ഒച്ചയും ബഹളവും കാരണം നിലവിളികൾ പുറത്തു കേൾക്കില്ല. പക്ഷേ രാത്രിയിൽ, കൊളുത്തിട്ട് അടച്ചുപൂട്ടിയ ജനാലകൾക്കിടയിലൂടെ അവ കേൾക്കാം. അതു കാരണം, യാദൃച്ഛികമായി അതുവഴി പോകാനിടയായ വഴിപോക്കർ ഒഴിഞ്ഞുമാറിപ്പോകും.

ഷാഭരണത്തിന്റെ പല രഹസ്യരേഖകളും ഇപ്പോൾ പരസ്യപ്പെടുത്തിയിട്ടുള്ളതിനാൽ ഞെട്ടിപ്പിക്കുന്ന പലതും നമുക്കറിയാൻ കഴിഞ്ഞിട്ടുണ്ട്. രണ്ടു പതിറ്റാണ്ടുകൾക്കിടയിൽ ഇറാനിലെ ജനതയുടെ ഉത്തമസന്തതികളായ 360,000 രാഷ്ട്രീയത്തടവുകാരെയാണ് വെടിവച്ചും ഭേദ്യംചെയ്തും സവാക്കുകാർ കൊന്നിട്ടുള്ളത്. ആ ബീഭത്സമായ പാതകത്തിൽ സി.ഐ.ഏ.യ്ക്കും കയ്യുണ്ടായിരുന്നു.

പക്ഷേ നമുക്ക് 1950-കളുടെ മദ്ധ്യത്തിലേക്കു തിരിച്ചുപോകാം. മദ്ധ്യപൗരസ്ത്യരാജ്യങ്ങൾക്കെതിരായ സി.ഐ.ഏ.യുടെ രഹസ്യയുദ്ധം ശക്തിപ്പെട്ടുവരാൻ തുടങ്ങിയത് അക്കാലത്താണ്. ഇന്ന് സാർവ്വദേശീയ ഭീകരപ്രവർത്തനത്തിന്റെ പ്രതീകമായ ലാങ്ക്ലേയിലായിരുന്നില്ല അന്ന് സി.ഐ.ഏ.യുടെ ആസ്ഥാനം. വിധ്വംസകനടപടികൾ ആസൂത്രണം ചെയ്യുന്നതിനും നടപ്പാക്കുന്നതിനും ചുമതലപ്പെട്ട വകുപ്പുകൾ അന്നു പ്രവർത്തിച്ചിരുന്നത്, രണ്ടാം ലോകമഹായുദ്ധത്തിന്റെ സമയത്ത് വാഷിംഗ്ടണിലെ 17-ാംതെരുവിൽ പണിതിരുന്ന തടിക്കെട്ടിടങ്ങളിലാണ്. ലോകമാസകലം ചിതറിക്കിടന്നിരുന്ന ഏജന്റന്മാരെക്കുറിച്ചുള്ള രഹസ്യഫയലുകൾ സൂക്ഷിച്ചിരുന്നത് അവിടെയാണ്. അവരുടെ കോഡുപേരുകൾ നിശ്ചയിച്ചതും അവിടെവച്ചാണ്. ഒരു പഴയ ആസ്ട്രേലിയൻ ടെലഫോൺ ഡയറക്ടറി വെറുതെ തുറന്ന് കണ്ണുമടച്ച് തൊടുന്നത് ഏതു പേരാണോ ആ പേരാണു തിരഞ്ഞെടുക്കുക. അവിടെ “കെ'' ബ്ലോക്കിലായിരുന്നു ആഫ്രിക്ക-മദ്ധ്യപൗരസ്ത്യ വകുപ്പിന്റെ (എൻ.ഇ.ഏ.) ആസ്ഥാനം. ഇറാനിൽ പ്രവർത്തിച്ച തഴക്കം സിദ്ധിച്ച ഒരു സ്ഥിരം

ചാരപ്രവർത്തകനായിരുന്ന റോഷെ ഗ്വറാൻ എന്ന ഫ്രഞ്ച് വംശജനായിരുന്നു ആദ്യം അതിന്റെ തലവൻ. പിന്നീട്, യെയിൽ സർവ്വകലാശാലയിൽനിന്നു നിയമബിരുദമെടുത്ത നോർമൻ പോൾ ആ സ്ഥാനത്തു വന്നു. എൻ.ഇ.ഏ. തലവന്റെ ആദ്യത്തെ ഡെപ്യൂട്ടി കിം റൂസ്‌വെൽട്ടിന്റെ മച്ചുനൻ ആർച്ചിബാൾഡ് റൂസ്‌വെൽട്ടായിരുന്നു. മുമ്പ് കെയിറോ സർവ്വകലാശാലയിലെ ലെക്ചററായിരുന്ന ചാറൽസ് ക്രെമെൻസായിരുന്നു മദ്ധ്യപൗരസ്ത്യദേശത്തെ സംബന്ധിച്ച സി.ഐ.ഏ.യുടെ വിശകലനവിദഗ്ദ്ധൻ.

1950-കളുടെ തുടക്കത്തിൽ മദ്ധ്യപൗരസ്ത്യദേശത്തു നിലനിന്നിരുന്ന സ്ഥിതിയെക്കുറിച്ചുള്ള വിശകലനം സി.ഐ.ഏ. വിദഗ്ദ്ധന്മാർക്കു സംതൃപ്തിയരുളുന്ന ഒന്നായിരുന്നില്ലെന്നു ചൂണ്ടിക്കാണിച്ചുകൊള്ളട്ടെ. രണ്ടാം ലോകമഹായുദ്ധത്തിനു ശേഷം മുതലാളിത്തത്തിന്റെ പൊതു പ്രതിസന്ധി മൂർഛിക്കുകയും സോഷ്യലിസ്റ്റ് രാഷ്ട്രസമുച്ചയം രംഗത്തു വരികയും ചെയ്തതോടെ ആ മേഖലയിൽ ദേശീയബോധം ദ്രുതഗതിയിൽ വളരുകയും ദേശീയവിമോചനപ്രസ്ഥാനം ശക്തിപ്രാപിക്കുകയും ചെയ്തു. എണ്ണക്കുത്തകകളുടെ സർവ്വാധീശത്വത്തിനെതിരായ പോരാട്ടവും എണ്ണവ്യവസായം ദേശസാൽക്കരിക്കാനും സ്വന്തം എണ്ണവ്യവസായം സൃഷ്ടിക്കാനും വേണ്ടിയുള്ള സമരവുമായിരുന്നു ആ പ്രസ്ഥാനത്തിന്റെ ഒരു പ്രധാനസവിശേഷത.

ഈ ദേശീയവിമോചനപ്രവണതകളെ ഇറാനിൽ അടിച്ചമർത്താൻ കഴിഞ്ഞെങ്കിലും അയൽരാജ്യങ്ങളിൽ അവ ചെലുത്തിയ വിപ്ലവാത്മകസ്വാധീനം നിസ്തർക്കമായിരുന്നു. ആ മേഖലയിലെ മറ്റു രാജ്യങ്ങളിൽ സാമ്രാജ്യവിരുദ്ധസമരനടപടികൾ ആവർത്തിക്കുമോ എന്ന് സി.ഐ.ഏ. ഭയന്നു. ഈജിപ്റ്റിന്റെ പ്രസിഡന്റ് നാസ്സർ അനുവർത്തിച്ച ക്രമാധികം സ്വതന്ത്രമായ നയവും സിറിയയിലെ ഇടതുപക്ഷശക്തികളുടെ പ്രവർത്തനങ്ങളിൽ കാണപ്പെട്ട പ്രകടമായ വർദ്ധനവും സി.ഐ.ഏ.യെ അസ്വസ്ഥമാക്കി.

1950-കളിൽ സി.ഐ.ഏ. ഈജിപ്റ്റിന്റെ പ്രസിഡന്റിനെ കായികമായിത്തന്നെ നീക്കംചെയ്യാനുള്ള പദ്ധതികൾ കാര്യമായി ആസൂത്രണം ചെയ്തിരുന്നുവെന്നതിന് ഇന്ന് ധാരാളം തെളിവുകളുണ്ട്.

അത് അമേരിക്കൻ ഇന്റലിജൻസ് വകുപ്പിന്റെ "സ്വകാര്യ" മുൻകയ്യായിരുന്നോ? അതോ, സ്റ്റേറ്റ് ഡിപ്പാർട്ടുമെന്റിന്റെ അറിവോടുകൂടിയെന്നു മാത്രമല്ല നിർദ്ദേശമനുസരിച്ചുപോലുമായിരുന്നോ ആ നടപടികൾ? ഈ ചോദ്യങ്ങൾക്കു മറുപടി കണ്ടെത്താൻ അതിപ്രധാനമായ ഒരു

സംഗതി ഓർമ്മയിൽ വയ്ക്കണം. എങ്കിലേ യു.എസ്സ്.ഏ.യുടെ മദ്ധ്യപൗരസ്ത്യനയത്തിന്റെ ദ്വിമുഖസ്വഭാവത്തിന് ഒരു വിശദീകരണം ലഭിക്കൂ. ആ മേഖലയിൽ പരസ്പരവർജ്ജ്യങ്ങളായ രണ്ടു ലക്ഷ്യങ്ങളാണ് വാഷിംഗ്ടണ് ഉണ്ടായിരുന്നത്. അറബിരാജ്യങ്ങളെ സോവിയറ്റ് വിരുദ്ധചട്ടക്കൂട്ടിൽ പിടിച്ചുനിർത്തുക, അവയെ യു.എസ്സ്. നേതൃത്വത്തിലുള്ള ഒരു ആക്രമണസഖ്യത്തിൽ ഒന്നിച്ചുനിർത്താൻ ശ്രമിക്കുക, എന്നതായിരുന്നു ഒന്നാമത്തെ ലക്ഷ്യം. ഇസ്രായേലുമായുള്ള സർവ്വതോമുഖബന്ധങ്ങൾ തുടർന്നു വികസിപ്പിക്കുക, സൈനികശേഷി വർദ്ധിപ്പിക്കാൻ അതിനെ സഹായിക്കുക, എന്നതായിരുന്നു രണ്ടാമത്തെ ലക്ഷ്യം. ഇത് അറബി അയൽരാജ്യങ്ങളിൽ സംശയവും അസംതൃപ്തിയും ഉളവാക്കുമെന്നത് സ്വാഭാവികം മാത്രമായിരുന്നു. ഈ ലക്ഷ്യങ്ങൾ നിറവേറ്റാൻ മദ്ധ്യപൗരസ്ത്യദേശത്ത് ഒരേ സമയത്തു രണ്ടു തരം വിദേശനയങ്ങൾ അനുവർത്തിക്കേണ്ടത് ആവശ്യമായിവന്നു. ഐസൻഹോവർ ഗവൺമെന്റ് ചെയ്തതും അതുതന്നെയാണ്. സ്റ്റേറ്റ് ഡിപ്പാർട്ടുമെന്റ് പരസ്യമായ നയതന്ത്രത്തിലേർപ്പെട്ടപ്പോൾ സി.ഐ.ഏ. വാഷിംഗ്ടന്റെ യഥാർത്ഥലക്ഷ്യങ്ങൾ രഹസ്യനയതന്ത്രത്തിലൂടെ നടപ്പാക്കി.

"8 ഡെയ്സ്" (എട്ടു ദിവസങ്ങൾ) എന്ന അമേരിക്കൻ ആനുകാലികം എഴുതി : "സ്റ്റേറ്റ് ഡിപ്പാർട്ടുമെന്റിന്റെ വിശകലനപടുക്കൾ പലപ്പോഴും ദീർഘകാലലക്ഷ്യം മുന്നിൽ വച്ചുകൊണ്ട് ആ മേഖലയിലെ മൗലിക പ്രശ്നങ്ങൾ പഠിക്കാൻ ശ്രമിക്കുകയും ഏറെക്കുറെ സ്ഥിരതയുള്ള ഒരു അമേരിക്കൻ നയം പിന്തുടരാൻ ഉന്നം വയ്ക്കുകയും ചെയ്തപ്പോൾ, പണത്തിനു യാതൊരു മുട്ടുമില്ലാതിരുന്ന സി.ഐ.ഏ. പ്രവർത്തകർ നാടകീയനടപടികൾ കൈകൊള്ളുകയും ഹ്രസ്വകാലപരിഹാരമാർഗ്ഗങ്ങൾ തേടുകയുമാണു ചെയ്തത്. ദീർഘകാലത്തേക്കുള്ളവയെ മാത്രമല്ല മദ്ധ്യകാലത്തേക്കുള്ളവയെപ്പോലും അവർ ഗൗനിച്ചില്ല."

ഈ നാടകീയനടപടികളിലൊന്നായിരുന്നു സിറിയയിൽ അധികാര അട്ടിമറി നടത്താനുള്ള അല്ലൻ ഡളളസ്സിന്റെ പദ്ധതി. 1954-ൽ അദീബ് ഷിഷാക്ലിയുടെ സർവ്വാധിപത്യം നിഷ്ക്കാസിതമായതിനെത്തുടർന്ന് അവിടെ അധികാരത്തിൽ വന്നത് ജനാധിപത്യചിന്താഗതിക്കാരായ ആളുകളാണ്.

1956 ഗ്രീഷ്മത്തിൽ സി.ഐ.ഏ. ഏജന്റ് വിൽബർ ഈവ്ലാൻഡ് അതിന്റെ ആസ്ഥാനത്തേക്കു വിളിച്ചുവരുത്തപ്പെട്ടു. പ്രത്യേക അറബിക്ക് പഠനകോഴ്സ് പൂർത്തിയാക്കിയിരുന്ന അയാളെ ഒരു രഹസ്യദൗത്യമേൽപ്പിച്ച് സിറിയയിലേക്കു വിട്ടു. "സിറിയയിലെ അലെപ്പോ പട്ടണത്തിൽ

പുതിയൊരു കോൺസലേറ്റ് സ്ഥാപിക്കാൻ അംബാസഡറെ സഹായിക്കുക, ഡമാസ്കസ്സിലെ എംബസിയുടെ ഭരണസംവിധാനത്തിൽ എംബസി ഉദ്യോഗസ്ഥന്മാരെ സഹായിക്കുക'' - ഇതായിരുന്നു ഔദ്യോഗികമായി അയാളെ ഏൽപ്പിച്ച ജോലി. ഉയർന്ന സിറിയൻ ഉദ്യോഗസ്ഥന്മാരുമായി ബന്ധം വയ്ക്കുകയും എത്ര വേണമെങ്കിലും കോഴ കൊടുത്ത് (അതിനുവേണ്ടി സി.ഐ.ഏ. വലിയൊരു തുക നീക്കിവച്ചിരുന്നു) ഉയർന്ന സൈനികോദ്യോഗസ്ഥന്മാരുടെ പങ്കാളിത്തത്തോടെ ഒരു അധികാര അട്ടിമറി സംഘടിപ്പിക്കുകയും ചെയ്യുകയെന്നതായിരുന്നു അയാളുടെ അനൗദ്യോഗികകടമ.

യു.എസ്സ്. സ്റ്റേറ്റ് ഡിപ്പാർട്ടുമെന്റിന്റെ കീഴിലുള്ള മദ്ധ്യപൗരസ്ത്യനയാസൂത്രണഗ്രൂപ്പ് റെയ്മണ്ട് ഹെയറിന്റെ നേതൃത്വത്തിൽ ഒമേഗ എന്ന കോഡ് നാമത്തോടുകൂടിയ ഒരു പ്രത്യേകഗ്രൂപ്പുണ്ടാക്കി. മുമ്പ് സൗദി അറേബ്യയിലേയും ലെബനോണിലേയും യു.എസ്സ്. അംബാസഡറായിരുന്ന റെയ്മണ്ട് ഹെയർ പരിചയസമ്പന്നനായ ഒരു നയതന്ത്രജ്ഞനായിരുന്നു. സി.ഐ.ഏ.യുടെ ഇറാനിയൻ നടപടികളിൽ ഒരു പ്രധാനപങ്കു വഹിച്ച കിം റൂസ്‌വെൽട്ടും ആർച്ചിബാൾഡ് റൂസ്‌വെൽട്ടും തുടക്കംതൊട്ടേ ഒമേഗ ഗ്രൂപ്പിന്റെ ഒരു ഭാഗമായിരുന്നു.

ഈവ്‌ലാൻഡ് എഴുതി: "പെന്റഗന്റെ ദൃഷ്ടിയിൽ സുസ്ഥിരമായ സിറിയ എന്നുവച്ചാൽ എണ്ണപ്പാടങ്ങളിലേക്കും റഷ്യയുടെ അതിർത്തികളിലേക്കും ഭദ്രമായ ഗതാഗതമാർഗ്ഗങ്ങൾ എന്നായിരുന്നു അർത്ഥം. ആ മാർഗ്ഗങ്ങൾ നമുക്കു നഷ്ടപ്പെടുന്നതുവരെ സൈനികമേധാവികൾക്കു കയ്യും കെട്ടിയിരിക്കാനുള്ള സാധ്യത കുറവായിരുന്നു.''[1]

അങ്ങിനെ, സിറിയയിലെ നിയമാനുസൃതഗവൺമെന്റിനെ തകിടംമറിക്കണമെന്ന ആശയം (നഗ്നമായ സാർവ്വദേശീയ ഭീകരപ്രവർത്തനമല്ലാതെ മറ്റൊന്നുമായിരുന്നില്ല അത്), അമേരിക്കൻ പ്രചാരവേലക്കാർ പിന്നീട് ആവർത്തിച്ച് ചിത്രീകരിക്കാൻ ശ്രമിച്ചതുപോലെ, സി.ഐ.ഏ .യിലെ തീവ്രവാദികളുടെ ഒരു ഭ്രതോദയമായിരുന്നില്ല, പിന്നെയോ, യു.എസ്സ്. ഗവൺമെന്റിന്റെ സാരാംശത്തിൽ സാമ്രാജ്യത്വപരമായ ചിന്താഗതിയുടെ യുക്തിയുക്തമായ പരിണതഫലമായിരുന്നു. അതിന് സ്റ്റേറ്റ്ഡിപ്പാർട്ടുമെന്റിന്റേയും പെന്റഗന്റേയും പൂർണ്ണമായ പിൻബലമുണ്ടായിരുന്നു. മറിച്ച് എന്തൊക്കെപ്പറഞ്ഞാലും സി.ഐ.ഏ. ഒരുകാലത്തും "രാഷ്ട്രത്തിനകത്തെ ഒരു രാഷ്ട്ര''മായിരുന്നിട്ടില്ല. അനിവാര്യമായും യു.എസ്സ്. ഭരണാധികാരികളുടെ ഹിതം നിറവേറ്റിവരുന്ന അത് എക്കാലത്തും അവരുടെ ആക്രമണോന്മുഖമായ വിപുലീകരണവാഞ്ഛകൾ

1 വിൽബർ ക്രെയിൻ ഈവ്‌ലാൻഡ്, മുമ്പുദ്ധരിച്ച പുസ്തകം. പേജ് 123.

സാക്ഷാൽക്കരിക്കാനുള്ള ഒരു രഹസ്യായുധമായിരുന്നു, ഇന്നുമാണ്.

1950-കളിൽ മദ്ധ്യപൗരസ്ത്യദേശത്ത് സി.ഐ.ഏ. നടത്തിവന്ന പ്രവർത്തനങ്ങളെപ്പറ്റി പറയുമ്പോൾ, അത് ബ്രിട്ടീഷ് ഇന്റലിജൻസ് വകുപ്പുമായി കൈകോർത്തുപിടിച്ചാണു പ്രവർത്തിച്ചിരുന്നതെന്ന കാര്യം ഓർക്കണം. ഇറാക്കിൽ തുടങ്ങിയ ഈ പാരമ്പര്യം ഇറാനിൽ മൊസദെക്കിന്റെ നിഷ്ക്കാസനത്തിനുവേണ്ടിയുള്ള സന്നാഹങ്ങൾക്കിടയിൽ കൂടുതൽ ശക്തിപ്പെട്ടു. അന്ന് ബ്രിട്ടീഷ് ഇന്റലിജൻസ് വകുപ്പിന്റെ തലവൻ ജോൺ സിൻക്ലെയറായിരുന്നു. ചാരന്മാരുടെ ഇമ്പാച്ചി പൊക്കിപ്പിടിക്കുന്നതിൽ കുപ്രസിദ്ധി ആർജ്ജിക്കുകയും സാക്ഷാൽ എഡ്വാർഡ് ഹീത്തിന്റെ യാഥാസ്ഥിതിക മന്ത്രിസഭയിൽപോലും കെ.ജി. ബി. ഏജന്റുമാർ നുഴഞ്ഞുകയറിയിട്ടുണ്ടെന്ന് 1976-ൽ പരസ്യമായി പ്രഖ്യാപിക്കുകയും ചെയ്ത ജോർജ്ജ് കെന്നെഡി യങ്ങ് ആയിരുന്നു അസിസ്റ്റന്റ്.

1956 വസന്തത്തിൽ ഡള്ളസ്സ്, ഈവ്‌ലാൻഡിനേയും സി.ഐ.ഏ. യുടെ കെയിറോ നിലയത്തിലെ ജെയിംസ് ഐക്കൽബർഗറേയും ലണ്ടനിലേക്കയച്ചു. അവിടെ അവർ യങ്ങുമായി രഹസ്യസംഭാഷണങ്ങൾ നടത്തി. അപസ്മാരബാധിതനെപ്പോലെ വിറളിപിടിച്ച സ്വരത്തിൽ യങ്ങ് അവരോടു പറഞ്ഞു, ഈജിപ്തും സിറിയയും സൗദി അറേബ്യയും ബ്രിട്ടന്റെ സജീവതാൽപര്യങ്ങൾക്ക് ഗുരുതരമായൊരു ഭീഷണിയാണെന്നും അവിടങ്ങളിലെ ഗവൺമെന്റുകളെ എന്തു വില കൊടുത്തും തകിടംമറിക്കണമെന്നും. സിറിയയിൽ ഇരുമ്പുമുഷ്ടി ഉപയോഗിച്ച് "ക്രമം" പാലിക്കുക, സൗദിരാജാവിനെ അധികാരഭ്രഷ്ടനാക്കുക, നാസ്സറെ വധിക്കുക - ഇതാണ് സി.ഐ.ഏ.യുമായി സഹകരിക്കുകയെന്നതുകൊണ്ട് യങ്ങ് ഉദ്ദേശിച്ചത്.

ഒരു ഭ്രാന്താലയത്തിൽ കയറിച്ചെന്നതുപോലുള്ള പ്രതീതിയാണ് തനിക്കുണ്ടായതെന്ന് ഈവ്‌ലാൻഡ് പിന്നീടു അനുസ്മരിച്ചു. പക്ഷേ ആ പറച്ചിലിൽ കാര്യമില്ല. സിറിയൻ ഗവൺമെന്റിനെ മറിച്ചിടുകയെന്നത് നേരത്തേതൊട്ടുതന്നെ സി.ഐ.ഏ.യുടെ കാര്യപരിപാടിയിലെ ഒരിനമായിരുന്നു. അത്യുന്നതതലങ്ങളിൽനിന്നുള്ള അനുമതി ലഭിച്ച നാസ്സർവധപദ്ധതിയെക്കുറിച്ചും ഈവ്‌ലാൻഡിന് അറിയാമായിരുന്നുവെന്നു തീർച്ചയാണ്.

1956 ജൂൺ മദ്ധ്യത്തിൽ സിറിയയിൽ ഒരു ദേശീയ ഐക്യഗവൺമെന്റ് രൂപീകൃതമായി. ബാത്ത് പാർട്ടിയടക്കമുള്ള പുരോഗമന-ഇടതുപക്ഷപ്പാർട്ടികളുടേയും ഗ്രൂപ്പുകളുടേയും പ്രതിനിധികളാണ് അതിലുണ്ടായിരുന്നത്. ഉടൻ തന്നെ സി.ഐ.ഏ.യുടെ പ്രതികരണമുണ്ടായി. ജൂലൈ

1-ന് റൂസ് വെൽട്ട് സഹോദരന്മാർ ഡമാസ്ക്കസ്സിലെത്തി. ഒമേഗാഗ്രൂപ്പ് സമ്മേളിക്കുന്നതിനുമുമ്പായി സ്ഥിതിഗതികൾ നേരിട്ട് പരിശോധിക്കാനും വിലയിരുത്താനുമാണ് അവർ വന്നത്.

ആസന്നനടപടിയുടെ ഉന്നമെന്താണെന്ന് ഒരു രഹസ്യരേഖയിൽ പറഞ്ഞിരുന്നത് ഇപ്രകാരമാണ്:

"പാശ്ചാത്യകോയ്മയുടെ ചട്ടുകമാണെന്ന ആരോപണത്തിന് ഇടനൽകാത്തതും എന്നാൽ മിതമായ തോതിൽ പാശ്ചാത്യാനുകൂലവും കമ്മ്യൂണിസ്റ്റ് വിരുദ്ധവുമായ ഒരു നയം അനുവർത്തിക്കാൻ തയ്യാറുള്ളതുമായ, ദേശീയവാദികളുടേതായ ഒരു ഗവൺമെന്റ് സിറിയയിൽ സ്ഥാപിക്കുക."[1]

സിറിയയിൽ പൊട്ടിക്കാനുള്ള മൈൻ തയ്യാറായിക്കഴിഞ്ഞു. ഇറാനിലെപ്പോലെ ഇവിടെയും സ്ഫോടനസാമഗ്രിയായി ഉപയോഗിക്കാൻ സി.ഐ.ഏ. നിശ്ചയിച്ചത് പണമാണ്. ഈവ്‌ലാൻഡ് ഡോളറിന്റെ കെട്ടുകൾ സിറിയയിലേക്ക് ഒളിച്ചുകടത്തുകയും അന്നാട്ടുകാരനായ തന്റെ ഒരു ഏജന്റിനെ ഏൽപ്പിക്കുകയും ചെയ്തു.

സി.ഐ.ഏ.യിൽനിന്നു പണം കിട്ടിയതോടെ ഉന്നതസൈനികോദ്യോഗസ്ഥന്മാർക്കിടയിൽനിന്നുള്ള ഗൂഢാലോചനക്കാരുടെ ഉത്സാഹം വർദ്ധിച്ചു. ഡമാസ്ക്കസ്സ്, അലെപ്പോ, ഹോംസ്, ഹമ എന്നീ പട്ടണങ്ങൾ പിടിച്ചെടുക്കാനുള്ള വിശദമായ പദ്ധതി അവർ തയ്യാറാക്കി. എല്ലാ അതിർത്തിച്ചൗക്കകളും പ്രതിബന്ധിക്കുക, റേഡിയോനിലയം കൈവശപ്പെടുത്തുക, കേണൽ കബ്ബാനിയുടെ നേതൃത്വത്തിൽ പുതിയൊരു ഗവൺമെന്റ് അധികാരത്തിൽ വന്നതായി പ്രഖ്യാപിക്കുക - ഇതായിരുന്നു ഇവരുടെ ഉദ്ദേശം.

എന്നാൽ പിന്നീട് പ്ലാനിൽ ചില ഭേദഗതികൾ വരുത്തി. 1954 ഫെബ്രുവരിയിൽ ജനാധിപത്യചിന്താഗതിക്കാരായ സൈനികോദ്യോഗസ്ഥന്മാർ നിഷ്ക്കാസനം ചെയ്ത സിറിയയിലെ മുൻസർവ്വാധിപതി അദീബ് ഷിഷാക്ലിയായിരിക്കണം പുതിയ ഗവൺമെന്റിന്റെ തലവനെന്ന് വാഷിംഗ്ടൺ നിശ്ചയിച്ചു. ഒരു കള്ളപ്പാസ്പോർട്ടുപയോഗിച്ച് സി.ഐ.ഏ. ഏജന്റന്മാർ കേണൽ ഇബ്രാഹിം ഹുസ്സെയിനിയെ ബെയ്റൂട്ടിലെത്തിച്ചു. ഷിഷാക്ലിയുടെ കീഴിൽ രാഷ്ട്രഭദ്രതാവകുപ്പിന്റെ മേധാവിയായിരുന്ന അയാൾ ഈ സമയത്ത് റോമിലുള്ള സിറിയൻ എംബസിയിലെ മിലിട്ടറി അറ്റാഷെ ആയിരുന്നു. തന്റെ കാറിന്റെ ബൂട്ടിൽ ഒളിച്ചിരുത്തിക്കൊണ്ട് ഹുസ്സെയിനിയെ അതിർത്തി കടത്തി സിറിയയിൽ കൊണ്ടുവരാനായിരുന്നു ആർതർ ക്ലോസിന്റെ പ്ലാൻ.

1 വിൽബർ ക്രെയിൻ ഈവ്‌ലാൻഡ്, മുമ്പുദ്ധരിച്ച പുസ്തകം. പേജ് 193.

മുമ്പ് കൗണ്ടർ ഇന്റലിജൻസ് ഉദ്യോഗസ്ഥനായിരുന്ന അയാൾക്ക് അവിടത്തെ ഏജന്റുമാരെ നേരിട്ടു കണ്ട് ഷിഷാക്ലിയെ വീണ്ടും അധികാരത്തിലേറ്റാനുള്ള പദ്ധതി അവരുമായി ചർച്ചചെയ്യാൻ കഴിയുമല്ലോ.

എന്നാൽ വീണ്ടും പ്രധാനമന്ത്രിയാവാമെന്ന പ്രതീക്ഷ ആ സർവ്വാധിപതിക്ക് ഉപേക്ഷിക്കേണ്ടിവന്നു. ദേശാഭിമാനികളായ സിറിയൻ സൈനികോദ്യോഗസ്ഥന്മാരുടെ ജാഗ്രതമൂലം വലിയൊരു ദുരന്തം ഒഴിവായി. പിന്തിരിപ്പന്മാരായ പെറ്റിബൂർഷ്വാകളും ബാത്ത് പാർട്ടിയുടെ വലതുപക്ഷവും ചേർന്ന് ഗവൺമെന്റിനെതിരായി നടത്തിയ ഗൂഢാലോചനയെ 1956 നവംബർ 6-ന് സിറിയൻ രാഷ്ട്രഭദ്രതാവകുപ്പുകാർ തുറന്നുകാട്ടി. ഗൂഢാലോചനക്കാരിൽ പ്രധാനികൾ അറസ്റ്റുചെയ്യപ്പെട്ടു. മറ്റുള്ളവരെ അവരുടെ സ്ഥാനങ്ങളിൽനിന്നു നീക്കം ചെയ്തു. സിറിയയിൽ പുതിയൊരു ഗവൺമെന്റ് രൂപീകൃതമായി. ഗൂഢാലോചനയുമായി എന്തെങ്കിലും ബന്ധമുള്ള ഒരൊറ്റയാളെപ്പോലും അതിലെടുത്തില്ല.

സിറിയയ്ക്കെതിരായ സി.ഐ.ഏ. യുടെ പദ്ധതികൾ അമ്പേ പരാജയപ്പെട്ടു. പക്ഷേ അമേരിക്കൻ ഭരണാധികാരികൾ മദ്ധ്യപൗരസ്ത്യദേശത്തെ ജനതകൾക്കെതിരായ രഹസ്യയുദ്ധം നിർത്തിവച്ചില്ല.

"...രക്തസാക്ഷിചത്വരത്തിലെ പനകളുടെ മണ്ടകൾ മോർട്ടാർ ഷെല്ലുകളിൽനിന്നുള്ള ചീളുകൾ വന്നുകൊണ്ട് തെറിച്ചുപോയിരുന്നു. പീരങ്കിവെടിയാൽ വികൃതമാക്കപ്പെട്ട, ആ ചത്വരത്തിനു ചുറ്റുമുള്ള വീടുകൾ വിജനമായിരുന്നു. കരിയും ചളിയും പിടിച്ചിരുന്ന ആ കെട്ടിടങ്ങൾ എല്ലാം തന്നെ വിരസമാംവണ്ണം ഏകപ്രകാരമായിരുന്നു. പൊട്ടിപ്പൊളിഞ്ഞ ചുമരുകളുടെ ഇടയിൽനിന്ന് ഇരുമ്പുചട്ടങ്ങളുടെ അറ്റങ്ങൾ മരവിച്ച വിരലുകൾപോലെ തള്ളിനിന്നു. തുറന്നുകിടന്നിരുന്ന കോണിപ്പടികളുടെ സിമന്റുപൊടി കാറ്റത്തു പറന്നു...."

1975 വസന്തത്തിൽ ലെബനോന്റെ തലസ്ഥാനനഗരിയിൽ വിൽബർ ഈവ്ലാൻഡ് കണ്ട കാഴ്ചയാണിത്. രക്തരൂഷിതമായ ഒരു ആഭ്യന്തരയുദ്ധം ആ രാജ്യത്ത് ആരംഭിച്ചുകഴിഞ്ഞിരുന്നു. താൻ "രഹസ്യ നയതന്ത്ര"ത്തിൽ പിച്ചവച്ച ആ നഗരത്തിന്റെ ദുരവസ്ഥ കണ്ടപ്പോൾ മനസ്സാക്ഷിക്കുത്തുപോലെ എന്തോ ഒന്ന് ഈവ്ലാൻഡിന് അനുഭവപ്പെട്ടു.

"താഴെ എന്റെ കൺമുമ്പിൽ കത്തിക്കൊണ്ടിരുന്ന തുറമുഖം, ഇരുപത്തഞ്ചു വർഷം മുമ്പ് ഞാൻ ആദ്യമായി അവിടെ വന്നപ്പോൾ പ്രശാന്തമായ ഒരു സങ്കേതമായിരുന്നു," ഈവ്ലാൻഡ് അനുസ്മരിച്ചു. "ലെബനോന്റെ ആഭ്യന്തരകാര്യങ്ങളിലുള്ള അമേരിക്കയുടെ രഹസ്യ

ഇടപെടലിൽ പണ്ട് ഞാൻ ഭാഗഭാക്കായിരുന്നു. അനിവാര്യമാണെന്ന് ഇപ്പോൾ തോന്നിയ ലെബനോന്റെ തകർച്ച ഭാഗികമായിട്ടെങ്കിലും നമ്മുടെ തലയിടൽകൊണ്ടുണ്ടായിട്ടുള്ളതാണ്.''[1]

"ലെബനീസ് റിപ്പബ്ലിക്കിലെ പാർലമെന്റ് വ്യവസ്ഥയുടേയും അതിന്റെ ഐക്യത്തിന്റേയും ശിഥിലീകരണത്തിന്റെ വിത്തു വിതച്ചത് സി.ഐ.ഏ. ആണ്,'' "8 ഡേയ്സ്''[2] എന്ന ആനുകാലികം തെളിച്ചു പറഞ്ഞു.

ലെബനോണിനെതിരായ സി.ഐ.ഏ.യുടെ ഗൂഢാലോചനയ്ക്ക് 1957 മാർച്ചിൽ യു.എസ്സ്. കോൺഗ്രസ്സ് അംഗീകരിച്ച "ഐസൻഹോവർസിദ്ധാന്ത''വുമായി അഭേദ്യബന്ധമുണ്ട്. മദ്ധ്യപൗരസ്ത്യദേശത്തെ "കമ്മ്യൂണിസ്റ്റ് ആക്രമണ''ത്തിൽനിന്ന് രക്ഷിക്കാൻ പട്ടാളത്തെ ഉപയോഗിക്കാനുള്ള സന്നദ്ധത യു.എസ്സ്. ഏ. ആദ്യമായി പ്രഖ്യാപിച്ചതും "യു.എസ്സ്.ഏ.യുടെ സജീവതാൽപര്യങ്ങൾ" എന്ന പ്രയോഗത്തിന് പ്രചാരം നൽകിയതും അപ്പോഴാണ്. യു.എസ്സ്.ഏ. യ്ക്ക് ആ മേഖലയിൽ പട്ടാളത്തെ ഉപയോഗിക്കാനുള്ള കഴിവുണ്ടായിരിക്കണമെന്ന് മദ്ധ്യപൗരസ്ത്യദേശത്തെ അമേരിക്കൻ നയത്തെക്കുറിച്ചുള്ള ഒരു പ്രത്യേകസന്ദേശത്തിൽ പ്രസിഡന്റ് ഐസൻഹോവർ ഊന്നിപ്പറഞ്ഞു. സൈനികസഹായവും സഹകരണവുമെന്നു പറയപ്പെടുന്ന പരിപാടിക്കുവേണ്ടി 20 കോടി ഡോളർ അനുവദിക്കണമെന്ന് അദ്ദേഹം കോൺഗ്രസ്സിനോട് ആവശ്യപ്പെട്ടു.

തങ്ങൾ ഐസൻഹോവർസിദ്ധാന്തത്തെ പൂർണ്ണമായി പിന്താങ്ങുന്നുവെന്ന് ലെബനോന്റെ പാശ്ചാത്യപക്ഷപാതികളായ നേതാക്കൾ - പ്രസിഡന്റ് കാമിൽ ഷമൂനും വിദേശകാര്യമന്ത്രി ചാറൽസ് മാലിക്കും - ഉടനെ പ്രഖ്യാപിച്ചു. മദ്ധ്യപൗരസ്ത്യദേശത്തെ യു.എസ്സ്. തന്ത്രത്തിനു വഴങ്ങാൻ ഷമൂൻ സന്നദ്ധനായിരുന്നതിനാൽ അദ്ദേഹത്തിന് അമേരിക്കൻ പിന്തുണ ഉറപ്പായി. 1957 ജൂണിൽ നടക്കാനിരുന്ന പാർലമെണ്ടു തിരഞ്ഞെടുപ്പിനു തൊട്ടുമുമ്പ് ലഭിച്ച ഈ പിന്തുണയ്ക്ക് ഷമൂൻ വമ്പിച്ച പ്രാധാന്യം കൽപ്പിച്ചു.

"ഷമൂൻ അധികാരത്തിൽ തുടരണമെന്ന് ഡള്ളസ് ആഗ്രഹിച്ചു. യു.എസ്സ്.ഏ.യുടെ അതിമോഹങ്ങൾക്ക് ഇത്ര ഉത്സാഹത്തോടെ വഴങ്ങിയ മറ്റൊരു നേതാവ് അറബിലോകത്തിൽ ഇല്ലായിരുന്നു,''[3] അമേരിക്കൻ ഗവേഷകരായ യൂജിൻ എം.ഫിഷറും എം. ഷെറിഫ് ബസ്യൂനിയും എഴുതി.

പക്ഷേ ആഗ്രഹിച്ചാൽ മാത്രം പോരല്ലൊ. അങ്ങിനെയാണ് 1957 തൊട്ട് ബെയ്റൂട്ട് മദ്ധ്യപൗരസ്ത്യദേശമൊട്ടുക്കുള്ള സി.ഐ.ഏ.യുടെ വിധ്വംസകപ്രവർത്തനത്തിന്റെ കേന്ദ്രമായത്. ലെബനോണിലെ

1. വിൽബർ ക്രെയിൻ ഈവ്ലാൻഡ്, മുമ്പുദ്ധരിച്ച പുസ്തകം. പേജ് 15.

2. "8Days" Vol.3 no. 25, 1981. p. 10.

3. Eugene M. Fisher, M. Cherif Bassiouni, "Storm over the Arab World", Follett Publishing Co., Chicago, 1972, p. 132.

യു.എസ്സ്. മിലിട്ടറി ഇന്റലിജൻസിന്റെ ഏജന്റമാർ ബെയ്റൂട്ടിലെ സി.ഐ.ഏ. നിലയത്തിന്റെ മേധാവിയായ ഗുസൻ സോഗ്ബിയുടെ കീഴിലാക്കപ്പെട്ടു. തിരഞ്ഞെടുപ്പിൽ ഷമൂനേയും മാലിക്കിനേയും എന്തു മാർഗ്ഗം ഉപയോഗിച്ചും വിജയിപ്പിക്കാനുള്ള പ്രവർത്തനത്തിന്റെ ചുമതല അല്ലൻ ഡള്ളസ്സ് ഏൽപ്പിച്ചത് കിം റൂസ്വെൽട്ടിനെയാണ്. കൈക്കൂലിയും പ്രതിപക്ഷത്തിനെതിരായ അപവാദപ്രചരണവും ഭീഷണിയുമാണ് മുഖ്യമായും പ്രയോഗിച്ച മാർഗ്ഗങ്ങൾ. ധാരാളം പണച്ചെലവുള്ള പരിപാടിയായതുകൊണ്ട് സി.ഐ.ഏ. അതിന്റെ ശിങ്കിടികളുടെ തിരഞ്ഞെടുപ്പുഫണ്ടിലേക്ക് ഉദാരമായി സംഭാവന ചെയ്തു.

ഈവ്ലാൻഡ് എഴുതുന്നു: "തിരഞ്ഞെടുപ്പിന്റെ ദിവസങ്ങളിൽ ലെബനീസ് പൗണ്ട് നിറച്ച ബാഗുമായി പ്രസിഡന്റിന്റെ കൊട്ടാരത്തിൽ പോവുകയും ഹാർവി ആർമാഡയുടെ സി.ഐ.ഏ. ഫൈനാൻസ് ഓഫീസുകാർക്കു പിന്നീടു നിറയ്ക്കാൻവേണ്ടി പാതിരാസമയത്ത് ഒഴിഞ്ഞ ബാഗുമായി എംബസിയിലേക്കു മടങ്ങുകയുമെന്നത് എന്റെ പതിവായിരുന്നു. താമസിയാതെ, മുകളിൽ തൂവെള്ളച്ചായമടിച്ച എന്റെ സ്വർണ്ണനിറത്തിലുള്ള ഡിസോട്ടോ കാർ കൊട്ടാരത്തിന്റെ മുമ്പിലുള്ള ഒരു സാധാരണകാഴ്ചയായിത്തീർന്നു."[1]

സി.ഐ.ഏ. വാരിയെറിഞ്ഞ പണംകൊണ്ട് ഫലമുണ്ടായി. അമേരിക്കൻ ശിങ്കിടികൾ നിർലോഭം നൽകിയ കൈമടക്കുകൾ വോട്ടുകളുടെ ഗണ്യമായൊരു ഭൂരിപക്ഷം പിടിച്ചെടുത്തു. ലെബനോന്റെ പാർലമെണ്ടറി സമ്പ്രദായത്തിൽ ആഴമേറിയ ഒരു വിടവുണ്ടായി. താമസിയാതെ അസ്വാസ്ഥ്യങ്ങളുടെ ഒരു വേലിയേറ്റം രാജ്യത്തൊട്ടാകെ ഇരമ്പിയടിച്ചു. 1958 വസന്തത്തിൽ ട്രിപ്പോളിനഗരത്തിൽ ഷമൂൻ ഭരണത്തിനെതിരായി ഒരു സായുധകലാപം പൊട്ടിപ്പുറപ്പെടുകയും അത് ഒരു ആഭ്യന്തരയുദ്ധമായി വളരുകയും ചെയ്തു.

"പതിനേഴു വർഷത്തിനു ശേഷം നടന്ന അതിലുമെത്രയോ കൂടുതൽ നീണ്ടതും രക്തരൂഷിതവുമായ ആഭ്യന്തരയുദ്ധത്തിന്റെ മുന്നോടിയായിരുന്നു അതെന്നു പിന്നീടു തെളിഞ്ഞു," [2]

"8 ഡെയ്സ്" എന്ന ആനുകാലികം എഴുതി.

ലെബനോന്റെ ചരിത്രത്തിലെ ഈ രണ്ടു ദുരന്തസംഭവങ്ങളും തമ്മിലുള്ള ബന്ധം വ്യക്തമാണ്. 1975-76-ൽ ലെബനോണിൽ രണ്ടാമത്തെ ആഭ്യന്തരയുദ്ധം കുത്തിപ്പൊക്കാൻ സി.ഐ.ഏ. രഹസ്യമായി ഉത്സാഹിച്ച കാര്യവുംഅത്രതന്നെ വ്യക്തമാണ്.

"ലെബനോൺ രക്തരൂഷിതമായ ഒരു ആഭ്യന്തരയുദ്ധത്തിലേക്കു

1. വിൽബർ ക്രെയിൻ ഈവ്ലാൻഡ്, മുമ്പുദ്ധരിച്ച പുസ്തകം. പേജ് 252.
2. "8Days" Vol.3 NO. 25, 1981. p. 11.

ക്കുപ്പ കുത്തിയപ്പോൾ, യുദ്ധനടിപികളെ സി.ഐ.ഏ.. രഹസ്യമായി സഹായിക്കുന്നുണ്ടെന്ന് ചില ഉദ്യോഗസ്ഥന്മാർ കുറ്റപ്പെടുത്തി," [1]

നാഷനൽ സെക്യൂരിട്ടി കൗൺസിലിൽ കിസിഞ്ചറുടെ മുൻസഹായി റോജർ മോറിസ് എഴുതി.

ഈ ആരോപണങ്ങൾക്ക് അടിസ്ഥാനമുണ്ടായിരുന്നു. ലെബനോണിലെ കുഴപ്പം മൂർഛിപ്പിക്കാനുള്ള നടപടികളിൽ ഇസ്രായേലിലെ ഒരു പ്രത്യേക സി.ഐ.ഏ. ശാഖ സജീവമായി പങ്കെടുത്തിരുന്നതായി ഇപ്പോൾ വെളിവായിട്ടുണ്ട്. ഏതൻസിൽ പ്രവർത്തിച്ചിരുന്ന മറ്റൊരു ശാഖ വലതുപക്ഷ ക്രിസ്ത്യൻഗ്രൂപ്പുകൾക്ക് ധനസഹായവും പരിശീലനവും നൽകി.

ആഭ്യന്തരയുദ്ധത്തിനു ശേഷം, കാർട്ടർഗവൺമെന്റിന്റെ കീഴിലും സി.ഐ.ഏ. ലെബനോണിലെ ഫലാൻജിസ്റ്റ് നേതാക്കളുമായുള്ള ഉറ്റ ബന്ധങ്ങൾ തുടർന്നു. 1981-ൽ റീഗൻ പ്രസിഡന്റായതിനെത്തുടർന്ന് പ്രസ്തുതബന്ധങ്ങൾ കൂടുതൽ വിപുലപ്പെട്ടു.

"പി.എൽ.ഓ.യെ ഒരു 'ഭീകരസംഘടന'യായി ആവർത്തിച്ച മുദ്രയടിച്ചിട്ടുള്ള റൊനാൾഡ് റീഗനെ പ്രസിഡന്റായി തിരഞ്ഞെടുക്കാൻ 1980 നവംബറിൽ അമേരിക്കൻ വോട്ടർമാർ തീരുമാനിച്ചതിനെത്തുടർന്ന് സിറിയൻ സമാധാനപാലനസൈന്യത്തിൽനിന്നും (ലെബനോണിൽ സമാധാനപരിപാലനത്തിനുവേണ്ടി നിർത്തിയിട്ടുള്ള അന്തർ-അറബി സേനകളുടെ ഒരു ഭാഗമാണത് - എഡി.)പലസ്തീനിയൻ പോരാളികളിൽനിന്നും ലെബനോണെ 'മോചിപ്പിക്കാ''നുള്ള ഒരുപദ്ധതി ഫലാഞ്ചിസ്റ്റുകളോട് സി.ഐ.ഏ. നിർദ്ദേശിച്ചു. ഇസ്രായേലുമായി ചേർന്ന് അതു നടപ്പാക്കാനായിരുന്നു ഉദ്ദേശം." [2]

പലസ്തീൻകാരെ പശ്ചിമബെയ്റൂട്ടിൽനിന്ന് പുറത്താക്കാൻവേണ്ടി ആഭ്യന്തരയുദ്ധം പുനരാരംഭിക്കുക, അതേ സമയം വിഭജനവാദികളുടെ സായുധദളങ്ങളുമൊന്നിച്ച് ഇസ്രായേൽ ബെക്കാ താഴ്വരയിലെ സിറിയൻ പട്ടാളത്തിനെതിരായി ആഞ്ഞടിക്കുക - ഇതായിരുന്നു സി.ഐ.ഏ. ആവിഷ്ക്കരിച്ച രഹസ്യപദ്ധതി.

ലെബനോണിലെ സി.ഐ.ഏ.യുടെ രഹസ്യപ്രവർത്തനങ്ങളെ തുറന്നുകാട്ടിക്കൊണ്ടുള്ള ഒരു ലേഖനം 1981 ഫെബ്രുവരിയിൽ "മിഡിൽ ഈസ്റ്റ്'' എന്ന ആനുകാലികം പ്രസിദ്ധീകരിച്ചു. "ഓപ്പറേഷൻ സാൻഡ്വിച്ചി'' ന്റെ വിശദവിവരങ്ങൾ അതു വെളിപ്പെടുത്തി. ഇസ്രായേൽ തെക്കൻ ലെബനോണിലുള്ള സിറിയൻ പട്ടാളവുമായി ഏറ്റുമുട്ടുകയും പിന്നീട് വടക്കോട്ടു മുന്നേറിക്കൊണ്ട് ബെയ്റൂട്ടിനു ചുറ്റുമുള്ള പലസ്തീനിയൻ

1. Ibid., p. 10.

2. Ibid., p. 11.

അഭയാർത്ഥി ക്യാമ്പുകളെ തകർക്കാൻവേണ്ടിയുള്ള വലതുപക്ഷ ക്രിസ്ത്യൻ ആക്രമണങ്ങൾക്കു പിന്തുണ നൽകുകയും ചെയ്യണമെന്നാണ് അതിൽ വിഭാവനം ചെയ്തിരുന്നത്. അതുവഴി ലെബനോൺ പൂർണ്ണമായും വലതുപക്ഷത്തിന്റെ പിടിയിലാവുമെന്നും പി.ൽ.ഓ.യെ തകർത്തുകൊണ്ടു പലസ്തീൻ പ്രശ്നത്തിനു "പരിഹാരം" കാണാൻ കഴിയുമെന്നും സി.ഐ.ഏ. കരുതി. അപ്പോൾ ക്യാമ്പ്ഡേവിഡ് കരാറിൽ ഭാഗഭാക്കാകാനും പലസ്തീനിലെ അറബിജനത ഖണ്ഡിതമായിതള്ളിക്കളഞ്ഞ "പലസ്തീൻ സ്വയംഭരണ"മെന്നു പറയപ്പെടുന്നതിനെക്കുറിച്ചുള്ള സംഭാഷണങ്ങളിൽ പങ്കെടുക്കാനും ജോർഡാൻ നിർബ്ബന്ധിതമാകും. ഇതായിരുന്നു സി.ഐ.ഏ. യുടെ കണക്കുകൂട്ടൽ.[1]

1982 ഗ്രീഷ്മത്തിൽ മദ്ധ്യപൗരസ്ത്യദേശത്തെ സ്ഥിതി വീണ്ടും അപകടകരമായ മാനങ്ങൾ ആർജ്ജിച്ചു. വൈറ്റ് ഹൗസിന്റെ പരിപൂർണ്ണമായ ഒത്താശയോടെ ഇസ്രായേലിലെ സൈനികമേധാവികൾ ലെബനോണിനെതിരായി വൻതോതിലുള്ള പുതിയൊരു ആക്രമണം നടത്തുകയും അതിന്റെ വലിയൊരു ഭാഗം കൈവശപ്പെടുത്തുകയും ചെയ്തു. പലസ്തീൻകാർക്കും ലെബനോൺകാർക്കുമെതിരായി ഫലത്തിൽ ഒരു വംശഹത്യാനയം ചിട്ടയായി നടപ്പാക്കുകയായിരുന്നു അവർ. "ക്ലസ്റ്റർ" ബോംബുകൾ, "പെല്ലെറ്റ്" ബോംബുകൾ, "ഫോസ്ഫറസ്" ബോംബുകൾ, നേപ്പാം, എന്നിങ്ങനെയുള്ള ഏറ്റവും കിരാതമായ ആയുധങ്ങളാണ് ഇസ്രായേലി പട്ടാളം ഉപയോഗിച്ചത്. ഒരു കാലത്ത് സമ്പൽസമൃദ്ധങ്ങളായിരുന്ന സൈദ, നബാത്തിയ, ടയർ എന്നീ ലെബനീസ് നഗരങ്ങൾ നാമാവശേഷമായി. ലെബനോണിലുണ്ടായിരുന്ന പലസ്തീൻ അഭയാർത്ഥിക്യാമ്പുകൾ ചുട്ടു ചാമ്പലാക്കപ്പെട്ടു. ലെബനോണിലെ ദേശാഭിമാനശക്തികളുടേയും പലസ്തീൻ ചെറുത്തുനിൽപ്പുപ്രസ്ഥാനത്തിന്റേയും അവസാനത്തെ ശക്തിദുർഗ്ഗമായിരുന്ന പശ്ചിമബെയ്റൂട്ട് ആക്രണകാരിയുടെ ഉപരോധത്തിനു വിധേയമാവുകയും നഷ്ടാവശിഷ്ടങ്ങളുടെ ഒരു കുമ്പാരമാക്കി മാറ്റപ്പെടുകയും ചെയ്തു.

പലസ്തീൻപ്രശ്നം "പരിഹരിക്കാൻ" സിയോണിസ്റ്റുകൾ കൈക്കൊള്ളുന്ന മാർഗ്ഗത്തെ, അതിന്റെ ബീഭത്സത വച്ചുനോക്കിയാൽ, രണ്ടാം ലോകമഹായുദ്ധകാലത്ത് "ജൂതപ്രശ്ന"ത്തിന് നാസികൾ സ്വീകരിച്ച "പരിഹാരമാർഗ്ഗ'വുമായി മാത്രമേ താരതമ്യപ്പെടുത്താൻ കഴിയൂ എന്ന് ലോകപത്രങ്ങൾ ചൂണ്ടിക്കാട്ടിയിട്ടുള്ളത് എത്രയും ന്യായമാണ്.

ഇത്തരം ഞെട്ടിപ്പിക്കുന്ന സാദൃശ്യങ്ങൾ ആക്രമണകാരിയുടെ

1 "The Middle East", 1981 ഫെബ്രുവരി ലക്കത്തിലെ പേജ് 10-14, 47 നോക്കുക.

അമേരിക്കൻ രക്ഷാധികാരികളെ തെല്ലും അലോസരപ്പെടുത്തുന്നില്ല. ലക്ഷ്യം നേടാൻ എന്തു മാർഗ്ഗം സ്വീകരിച്ചാലും തെറ്റില്ലെന്നാണ് അവരുടെ അഭിപ്രായമെന്നു തോന്നുന്നു.

1982 ഗ്രീഷ്മത്തിൽ ലെബനോണിനുനേരെ ഇസ്രായേൽ നടത്തിയ ആക്രമണം ഫലത്തിൽ ആ മെഡിറ്ററേനിയൻ രാജ്യത്തിലേക്കുള്ള അമേരിക്കൻ സൈനിക നുഴഞ്ഞുകയറ്റത്തിന് വാതിൽ തുറന്നുകൊടുക്കുകയാണു ചെയ്തത്. കഴിഞ്ഞ മുപ്പതു വർഷത്തിനിടയിൽ രണ്ടാമത്തെ തവണ അമേരിക്കൻ നാവികഭടന്മാർ ലെബനോണിലെത്തി. രാജ്യത്തെ സ്ഥിതിഗതികൾ സാധാരണനിലയിലാക്കാനുതകുന്ന ഒരു “സമാധാനസ്ഥാപന'' സേനയുടെ കപടാവരണം നൽകാൻ യു.എസ്സ്. ഗവൺമെന്റ് ശ്രമിച്ചെങ്കിലും അതു കൂടുതലും അനുസ്മരിപ്പിച്ചത് ഒരു അധിനിവേശസേനയെയാണ്. ഫലത്തിൽ ലെബനോണിനെ അമേരിക്കയുടേയും ഇസ്രായേലിന്റേയും വരുതിയിലാക്കുന്ന ഒരു സമാധാന ഉടമ്പടിയിൽ ലെബനോണും ഇസ്രായേലും ഒപ്പുവച്ചശേഷം ഇക്കാര്യം വിശേഷിച്ചും തെളിഞ്ഞു കണ്ടു.

ലെബനോണിൽ ഒരു ദേശീയാനുരഞ്ജനമുണ്ടാവുന്നതിനെ സർവ്വവിധേന തടസ്സപ്പെടുത്തുകയും ഇസ്രായേലിനേയും ലെബനോണിലെ പിന്തിരിപ്പൻശക്തികളേയും പുതിയ അതിക്രമങ്ങൾ കാട്ടാൻ പ്രേരിപ്പിക്കുകയും ചെയ്ത റീഗൻ ഗവൺമെന്റിന് അവിടെ ഒരു സൈനികസമരമുഖം സ്ഥാപിക്കാനും ലെബനോണിനെ അറബിജനതയുടെ ദേശീയ വിമോചനപ്രസ്ഥാനത്തിനും ആ മേഖലയിലെ സ്വതന്ത്രരാഷ്ട്രങ്ങൾക്കും സർവ്വോപരി സിറിയയ്ക്കുമെതിരായ സമരത്തിനുള്ള ഒരു താവളമാക്കി മാറ്റാനും ഉദ്ദേശമുണ്ടെന്ന് 1983 ഗ്രീഷ്മാവസാനത്തോടെ വ്യക്തമായി.

“ബഹുരാഷ്ട്രസേന'' യുടെ ഭാഗമായി അമേരിക്കൻ നാവികഭടന്മാർ ആഗസ്റ്റ് ഒടുവിൽ ലെബനോണിലെ സൈനികനടപടികളിൽ നേരിട്ടു പങ്കെടുക്കാനും ദേശാഭിമാനശക്തികളെ അടിച്ചമർത്താൻവേണ്ടി വലതുപക്ഷക്രിസ്ത്യൻ വിഭാഗങ്ങൾക്കു പിന്തുണ നൽകാനും തുടങ്ങിയതോടെ സംഭവഗതികളിൽ അപകടകരമായ പുതിയൊരു വഴിത്തിരിവുണ്ടായി.

1983 സെപ്തംബർ 20-ന് ലെബനോണിലെ ആഭ്യന്തരയുദ്ധത്തിലുള്ള അമേരിക്കയുടെ പങ്കാളിത്തം അതിന്റെ മൂർദ്ധന്യത്തിലെത്തി. ആ ദിവസം അമേരിക്കൻ യുദ്ധക്കപ്പലുകൾ ബെയ്റൂട്ടിനു സമീപമുള്ള മലമ്പ്രദേശങ്ങളുടെനേരെ അവിരാമമായി പീരങ്കിപ്രയോഗം നടത്തി. ലെബനീസ് പട്ടാളത്തിനു പിന്തുണ നൽകാൻവേണ്ടിയാണ് അങ്ങിനെയൊരു കൽപ്പന നൽകപ്പെട്ടത്. വിയറ്റ്നാംയുദ്ധത്തിനുശേഷം

ഇത്ര വലിയൊരു സൈനികനടപടി അമേരിക്കൻ നാവികസേന കൈക്കൊണ്ടിട്ടില്ല. ലെബനോണിന്റെ തീരത്തിനടുത്തു കിടന്നിരുന്ന രണ്ട് അമേരിക്കൻ പടക്കപ്പലുകൾ മുസൽമാന്മാരുടെ സ്ഥാനങ്ങളുടെ നേരെ നൂറുകണക്കിനു പീരങ്കിയുണ്ടകളയച്ചു. ബെയ്റൂട്ടിനു ചുറ്റിനുമുള്ള തന്ത്രപ്രധാനമായ കുന്നുകളിലെ ഏറ്റവും കാതലായ സ്ഥാനങ്ങൾ ലെബനീസ് പട്ടാളത്തിന്റെ പിടിയിൽ തുടർന്നുനിൽക്കാൻവേണ്ടിയാണ് യു.എസ്സ്.ഏ. ഇങ്ങനെ പ്രവർത്തിച്ചത്. അമേരിക്കൻ പടക്കപ്പലുകൾ മുന്നൂറിലധികം തവണ വെടിവച്ചെന്ന് പെന്റഗൺ വക്താക്കൾ അറിയിച്ചു.

ലെബനോണിലെ സംഘട്ടനത്തിൽ അമേരിക്ക നേരിട്ട് സൈനിക ഇടപെടൽ നടത്തിയത്, ആ കൊച്ചുരാജ്യത്തെ വരുതിയിലാക്കാൻവേണ്ടി വാഷിംഗ്ടൺ കൈക്കൊണ്ട നഗ്നമായ ഒരു സാർവ്വദേശീയഭീകരനടപടിയാണെന്ന കാര്യത്തിൽ അറബിരാജ്യങ്ങളിലെ എല്ലാ പുരോഗമനചിന്താഗതിക്കാരും ഏകാഭിപ്രായക്കാരാണ്.

സമീപകാലത്ത് അഫ്ഗാനിസ്ഥാൻ ജനാധിപത്യറിപ്പബ്ലിക്ക് ഏഷ്യയിൽ സി.ഐ.ഏ.യുടെ കുതന്ത്രങ്ങളുടെ ഒരു പ്രധാനലക്ഷ്യമായിത്തീർന്നിട്ടുണ്ട്. ലോകത്തിലെ ഏറ്റവും പിന്നോക്കരാജ്യങ്ങളിലൊന്നായ അഫ്ഗാനിസ്ഥാൻ 1978 വസന്തത്തിൽ മദ്ധ്യയുഗത്തിൽനിന്ന് ഇരുപതാം നൂറ്റാണ്ടിലേക്ക് ഒരു കുതിച്ചുചാട്ടം നടത്തി. ഏപ്രിൽ വിപ്ലവം ഫ്യൂഡൽ മർദ്ദനത്തിൽനിന്നും സാമ്രാജ്യത്വാശ്രിതത്വത്തിൽനിന്നുമുള്ള മോചനത്തിന്റേയും ജനാധിപത്യവികാസത്തിന്റേയും പുരോഗതിയുടേയും വിശാലചക്രവാളം തുറന്നു. നൂറ്റാണ്ടുകളുടെ പഴക്കമുള്ള പിന്നാക്കാവസ്ഥയും ഫ്യൂഡൽ മുൻവിധികളും തരണം ചെയ്യാൻ വളരെക്കാലം എടുക്കുമെങ്കിലും ജനകീയഗവൺമെന്റിന്റെ ആദ്യത്തെ ശാസനങ്ങൾതന്നെ ദൂരവ്യാപകങ്ങളായ സാമൂഹ്യ-സാമ്പത്തികപരിവർത്തനങ്ങൾക്ക് അടിത്തറയിട്ടു.

ജന്മിമാർക്കും കൊള്ളപ്പലിശക്കാർക്കുമുള്ള കടങ്ങൾ റദ്ദാക്കിയത്, സ്ത്രീകളുടെ മോചനം, പുതിയ വിവാഹനിയമം. ഭൂപരിഷ്ക്കരണത്തെക്കുറിച്ചുള്ള സുപ്രസിദ്ധമായ 8-ാം നമ്പർ ഡിക്രി - മുമ്പ് സ്വപ്നത്തിൽപോലും അചിന്ത്യമായിരുന്ന ഈ നടപടികൾ നടപ്പിൽ വന്നതോടെ മർദ്ദിതലക്ഷങ്ങൾ ബോധപൂർവ്വമായ പ്രവർത്തനത്തിലേക്കു തട്ടിയുണർത്തപ്പെട്ടു.

വിപ്ലവത്തിന്റെ ആദ്യനാളുകളിൽത്തന്നെ അഫ്ഗാനിസ്ഥാന്റെ മുൻഭരണാധികാരികൾ കിഴക്കോട്ട്, ഡുറാൻ രേഖയ്ക്ക് അപ്പുറത്തുള്ള പാക്കിസ്ഥാനിലേക്ക്, പലായനം ചെയ്തു. കഴിഞ്ഞ നൂറ്റാണ്ടിൽ ബ്രിട്ടീഷുകാർ

തങ്ങളുടെ മാതൃഭൂമിയിൽനിന്നു മുറിച്ചുമാറ്റപ്പെട്ട പട്ടാണിഗോത്രക്കാർ താമസിക്കുന്നത് ആ ഭാഗത്താണ്. ഇസ്ലാമിനെ രക്ഷിക്കാനുള്ള വിശുദ്ധയുദ്ധം നടത്തുകയാണെന്ന വ്യാജേന പ്രതിവിപ്ലവകാരികൾ ചെറുചെറുസംഘങ്ങളെ അഫ്ഗാനിസ്ഥാനിലേക്കയച്ചു. അവർ ഒറ്റപ്പെട്ട ഗ്രാമങ്ങളെ ആക്രമിച്ചു. പീപ്പിൾസ് ഡെമോക്രാറ്റിക്ക് പാർട്ടി പ്രവർത്തകരേയും ഗ്രാമാദ്ധ്യാപകരേയും സഹകരണപ്രസ്ഥാനത്തിലുള്ളവരേയും, എന്നുവേണ്ട, പുതിയ ഗവൺമെന്റിനെ പിന്താങ്ങുന്ന സകലരേയും, അവർ മൃഗീയമായി കൊലപ്പെടുത്തി.

അട്ടിമറികളും ഭീകരനടപടികളും രാജ്യത്തിന്റെ ആഭ്യന്തരസ്ഥിതി അസ്ഥിരീകരിക്കാൻ ഉതകിയെങ്കിലും, സുസജ്ജങ്ങളായ താവളങ്ങളും പാളയങ്ങളും ഇല്ലെങ്കിൽ, വിദേശത്തുനിന്ന് ധനസഹായവും ആയുധസഹായവും ലഭിച്ചില്ലെങ്കിൽ, പരിശീലകരെ കിട്ടിയില്ലെങ്കിൽ, തങ്ങളുടെ എല്ലാ ശ്രമങ്ങളും വ്യർത്ഥമാവുമെന്ന് അക്രമിസംഘങ്ങൾക്കു മനസ്സിലായി.

സാമ്രാജ്യവാദികൾക്കും അക്കാര്യം ബോദ്ധ്യമായി. അതുകൊണ്ടാണ് വിപ്ലവം കഴിഞ്ഞയുടനെ അവർ പുതിയ ഭരണത്തിനെതിരായി ഒരു അപ്രഖ്യാപിതയുദ്ധം ആരംഭിച്ചത്. നാട്ടുകാരായ പിന്തിരിപ്പന്മാരായിരുന്നു അവരുടെ മുഖ്യ ആയുധം. 1978 ഏപ്രിലിൽത്തന്നെ പാശ്ചാത്യ രാജ്യങ്ങളിലെ പ്രചരണകേന്ദ്രങ്ങൾ വിവിധ ഫ്യൂഡൽ കുടുംബങ്ങളാൽ തട്ടിക്കൂട്ടപ്പെട്ട സായുധസംഘങ്ങളെ "രാഷ്ട്രീയസംഘടന"കളായി പ്രഖ്യാപിച്ചു.

1980 ജനുവരിയിൽ പാക്കിസ്ഥാനിൽ കൂടിയ ഇസ്ലാമിക്ക് സമ്മേളനത്തിൽ അഫ്ഗാൻ പിന്തിരിപ്പന്മാരെ പ്രതിനിധീകരിച്ചത് പാക്കിസ്ഥാൻ കേന്ദ്രമാക്കി പ്രവർത്തിക്കുന്ന ആറു പാർട്ടികളുടേയും ഗ്രൂപ്പുകളുടേയും ഒരു കൂട്ടുകെട്ടാണ്. അവയെല്ലാംതന്നെ തീവ്രവലതുപക്ഷ ദേശീയവാദി സംഘടനകളായിരുന്നു. ഇസ്ലാമിനുവേണ്ടി യുദ്ധംചെയ്യുക എന്ന അവയുടെ മുദ്രാവാക്യം പഴയ വ്യവസ്ഥ പുനഃസ്ഥാപിക്കാനും പൊയ്പ്പോയ സ്വാധീനം വീണ്ടെടുക്കാനുമുള്ള വൻകിട അഫ്ഗാൻ ബൂർഷ്വാസിയുടേയും ഫ്യൂഡൽ ഭൂവുടമകളുടേയും ശ്രമങ്ങൾക്കുള്ള ഒരു മറ മാത്രമായിരുന്നു. അഫ്ഗാൻ പ്രതിവിപ്ലവസംഘടനകളിൽവച്ച് ഏറ്റവും വലുതും സുസജ്ജവുമായ ഹെസ്ബെ - ഇസ്ലാമി (ഇസ്ലാമിക്ക് പാർട്ടി ഓഫ് അഫ്ഗാനിസ്ഥാൻ) എന്ന കക്ഷിയുടെ നേതാവ് ഗുൽബുദ്ദീൻ ഹിക്മത്യാർ വിപ്ലവത്തിനുമുമ്പ് കുണ്ടുസ് പ്രവിശ്യയിലെ വലിയൊരു എസ്റ്റേറ്റുടമയായിരുന്നു. അഫ്ഗാനിസ്ഥാനിലെ ജനാധിപത്യപുരോഗമനഭരണത്തെ

അട്ടിമറിക്കുകയെന്നതാണ് ആ പാർട്ടിയുടെ രാഷ്ട്രീയ പരിപാടി. അതു മൂടിവയ്ക്കാൻവേണ്ടി പാരമ്പര്യങ്ങളെ മുറുകെപ്പിടിക്കുന്ന പല ആവശ്യങ്ങളും അത് മുന്നോട്ടുവയ്ക്കുന്നു. പർദ്ദയിടൽ നിർബ്ബന്ധമാക്കുക, ആൺകുട്ടികളേയും പെൺകുട്ടികളേയും വെവ്വേറെ ഇരുത്തി പഠിപ്പിക്കുക, സർക്കാർ ജോലിക്കാർക്ക് പാശ്ചാത്യവേഷത്തിനുപകരം ഒരു "ദേശീയയൂണിഫോറം'' ഏർപ്പെടുത്തുക, മദ്യപാനവും ചൂതുകളിയും നിരോധിക്കുക എന്നീ ആവശ്യങ്ങൾ അവയിൽ ചിലതാണ്. എന്നാൽ "പാശ്ചാത്യസമ്പ്രദായത്തിനെതിരായ സമരം'' ഹിക്മത്യാറിന് സി.ഐ .ഏ.യും ഇസ്രായേലിന്റെ മൊസ്സാദുമായി അടുത്തു സഹകരിക്കുന്നതിന് ഒരുവിധത്തിലും ഒരു തടസ്സമല്ല.

"നാഷനൽ ഇസ്ലാമിക്ക് ഫ്രണ്ട് ഫോർ അഫ്ഗാനിസ്ഥാൻ" എന്ന സംഘടനയുടെ നേതാവായ സയ്യിദ് ഗില്യാനിയും മറ്റൊരു പ്രതിവിപ്ലവ "മുന്നണി'' യുടെ നേതാവായ മോജദ്ദിദി സിബ്ഹത്തുള്ളയും പരമ്പരാഗതമായി "പീർ" (മുസ്ലീം സന്യാസി) എന്ന സ്ഥാനമുള്ളയാളുകളാണ്. ഹിക്മത്യാറിനെപ്പോളെ അവരും തങ്ങളുടെ പ്രതിവിപ്ലവപരിപാടി മൂടിവയ്ക്കാൻ മതത്തിന്റെ ഭാഷ ഉപയോഗിക്കുന്നു. അഫ്ഗാനിസ്ഥാന്റെ വ്യത്യസ്തമേഖലകളിൽ വമ്പിച്ച ഭൂസ്വത്തുക്കളുണ്ടായിരുന്ന അഭിജാത ഫ്യൂഡൽ കുടുംബങ്ങളിൽപ്പെട്ടവരാണ് രണ്ടു പേരും. "ഇസ്ലാമിക്ക് സൊസൈറ്റി ഓഫ് അഫ്ഗാനിസ്ഥാൻ" എന്ന സംഘടനയുടെ നേതാവായ ബുർഹാനുദ്ദിൻ റബ്ബാനിക്കും ഒരു ഫ്യൂഡൽ പശ്ചാത്തലമാണുള്ളത്. വിപ്ലവത്തിനു മുമ്പ് അയാൾക്ക് കാബൂളിലും ബദക്ഷാനിലും എസ്റ്റേറ്റുകളുണ്ടായിരുന്നു. കൂടാതെ ബ്രിട്ടനിലേക്കും യു.എസ്സ്.ഏ.യിലേക്കും രോമചർമ്മം കയറ്റിയയക്കുന്ന മൊത്തക്കച്ചവടവുമുണ്ടായിരുന്നു. ഹിക്മത്യാറിനെപ്പോലെ റബ്ബാനിക്കും സി.ഐ.ഏ.യുമായി ഉറ്റ ബന്ധമുണ്ട്. അതിൽനിന്ന് അയാൾക്ക് പണവും നിർദ്ദേശങ്ങളും ലഭിക്കുന്നു.

ഏപ്രിൽ വിപ്ലവം കഴിഞ്ഞയുടനെ അഫ്ഗാനിസ്ഥാന്റെ കാര്യത്തിൽ ഒരു വിദഗ്ധനായ ലൂയി ദുപ്രെ എന്ന സി.ഐ.ഏ. ഏജന്റ് അവിടെയെത്തി. അഫ്ഗാൻ പ്രതിവിപ്ലവകാരികളുമായി ബന്ധപ്പെടുകയെന്നതായിരുന്നു അയാളുടെ ദൗത്യം. അതു നടന്നില്ല. 1978 നവംബറിൽ അയാളെ രാജ്യത്തുനിന്നു ബഹിഷ്ക്കരിച്ചു. അയാൾ പാക്കിസ്ഥാനിലേക്കു താമസം മാറ്റുകയും സി.ഐ.ഏ. ഏജന്റന്മാരുടെ ഒരു ഗ്രൂപ്പിന്റെ മേൽനോട്ടം വഹിക്കുകയും ചെയ്തു. ആ ഗ്രൂപ്പ് പ്രതിവിപ്ലവസായുധസംഘങ്ങളുടെ ഏകോപനകേന്ദ്രമായി വർത്തിച്ചു. "ഡ്രഗ് എൻഫോഴ്സ്മെന്റ് അഡ്മിനിസ്ട്രേഷ''ന്റേയും "ഏഷ്യാ ഫൗണ്ടേഷ''ന്റേയും മറവിൽ അഫ്ഗാൻ -പാക്ക് അതിർത്തിയിൽ യു.എസ്സ്. ഇന്റലിജൻസ് വകുപ്പിന്റെ വേറെ

ഏജന്റന്മാരും ഇതേപോലുള്ള ചുമതലകൾ നിറവേറ്റുന്നുണ്ടെന്നു കരുതേണ്ടിയിരിക്കുന്നു.

1977-ൽ ഇസ്ലാമബാദിലെ സി.ഐ.ഏ. നിലയത്തിന്റെ മേധാവി ജോൺ റീഗനായിരുന്നു. അസിസ്റ്റന്റായി പ്രവർത്തിച്ചത് 1974-ൽത്തന്നെ അഫ്ഗാനിസ്ഥാനിൽ അനഭിമതവ്യക്തിയായി പ്രഖ്യാപിക്കപ്പെട്ട യു.എസ്സ്. നയതന്ത്രജ്ഞനായ റോബർട്ട് ലെസ്സാർഡായിരുന്നു. ഏപ്രിൽ വിപ്ലവത്തിനുശേഷം സി.ഐ.ഏ. പ്രവർത്തകരായ ലീ റോബിൻസൺ, റോജേഴ്സ് ബ്രോക്ക്, വാൻ ഡേവിഡ് എന്നിവരെ സഹായികളായി കിട്ടി. സൗദി അറേബ്യയിൽനിന്നു വന്ന ആ മൂന്നു പേരും അധികാരക്കയ്യേറ്റങ്ങളും അട്ടിമറികളും നടത്തുന്ന കാര്യത്തിൽ വിദഗ്ധരായിരുന്നു. ഈ "ശാന്തരായ അമേരിക്കക്കാർ" പാക്കിസ്ഥാൻ പ്രസിഡന്റിന്റെ വിദേശകാര്യോപദേഷ്ടാവ് ആഗ ഷാഹിയുമായും പാക്കിസ്ഥാൻ വിദേശമന്ത്രികാര്യാലയത്തിലെ സെക്രട്ടറി നവാസ് ഷാഹിയുമായും സഹകരിച്ചു പ്രവർത്തിച്ചു. തന്റെ സഹോദരനും യു.എസ്സ്.ഏ. യിലെ പാക്ക് സ്ഥാനപതിയുമായ ആഗ ഹലീലി മുഖാന്തിരം സി.ഐ.ഏ.യുമായി വളരെക്കാലമായി ബന്ധമുണ്ടായിരുന്ന ഒരാളായിരുന്നു ആഗ ഷാഹി. നവാസ് ഷാഹിയ്ക്കാകട്ടെ, അഫ്ഗാനിസ്ഥാനിലെ മുൻരാജകുടുംബവുമായി രക്തബന്ധമുണ്ടായിരുന്നു.

അഫ്ഗാൻ പ്രതിവിപ്ലവകാരികൾക്ക് പണവും ആയുധവും നൽകുന്നതിനേയും പരിശീലകരെ അയച്ചുകൊടുക്കുന്നതിനേയും ന്യായീകരിക്കാൻ കഴിയണമെങ്കിൽ അഫ്ഗാനിസ്ഥാനിലെ വിപ്ലവനേതാക്കൾ യു.എസ്സ്. വിരുദ്ധപ്രവർത്തനം നടത്തുന്നുവെന്ന ആരോപണമുന്നയിക്കാൻ എന്തെങ്കിലുമൊരു പഴുതു വേണം. ആ പഴുതു കിട്ടുകയും ചെയ്തു. കാബൂളിലെ യു.എസ്സ്. സ്ഥാനപതി അഡോൾഫ് ഡബ്സ് 1979 ഫെബ്രുവരി 4-ാംനു വധിക്കപ്പെട്ടു. വാസ്തവത്തിൽ ഡബ്സ്, വാഷിംഗ്ടണും കാബൂളും തമ്മിലുള്ള ബന്ധം പൂർണ്ണമായും വിച്ഛേദിക്കണമെന്ന സി.ഐ.ഏ. യുടെ പിടിവാശിയുടെ ഒരു ബലിയാടായിത്തീരുകയാണുണ്ടായത്.

നൂർ മുഹമ്മദ് തറക്കിയുടെ വധത്തിനും ഹഫിസുള്ള അമീന്റെ അധികാരഗ്രഹണത്തിനും തൊട്ടുമുമ്പ് സി.ഐ.ഏ. അഫ്ഗാനിസ്ഥാനെതിരായ അതിന്റെ ഗൂഢപ്പണിക്കു മൂർച്ച കൂട്ടി. 1979 ആഗസ്റ്റിൽ ജോൺ റീഗൻ പാക്ക് ഇന്റലിജൻസ് ബ്യൂറോ മേധാവികളായ റധോറിനേയും അലമിനേയും കാണുകയും അഫ്ഗാനിസ്ഥാനിൽ അടുത്തു തന്നെയുണ്ടാകാൻ പോകുന്ന മാറ്റങ്ങളോടനുബന്ധിച്ച് പരസ്പരം സഹകരിച്ചു

പ്രവർത്തിക്കുന്നതിനെപ്പറ്റി അവരുമായി ധാരണയിലെത്തുകയും ചെയ്തു. ആ മാറ്റങ്ങളെക്കുറിച്ച് അയാൾക്ക് മുന്നറിവുണ്ടായിരുന്നതുപോലെ തോന്നി. അഫ്ഗാനിസ്താനെതിരായി സി.ഐ.ഏ. യുടേയും പാക്കിസ്താൻ ഇന്റലിജൻസ് വകുപ്പിന്റേയും സംയുക്തനടപടികൾക്കുള്ള ഒരു പരിപാടി അവിടെവച്ച് ആവിഷ്ക്കരിക്കപ്പെട്ടു.

പരിപാടിക്ക് സി.ഐ.ഏ. മേധാവികളുടെ അംഗീകാരം ലഭിച്ചശേഷം ജോൺ റീഗൻ പാക്കിസ്ഥാൻ സൈന്യത്തിലെ ചില ജനറൽമാരെ കണ്ടു. താമസിയാതെ അവർ അഫ്ഗാനിസ്താനെ തൊട്ടു കിടക്കുന്ന മേഖലകളിലെ കമാണ്ടർമ്മാരായി നിയമിക്കപ്പെട്ടുകയും ചെയ്തു. റീഗനും ലെസ്സാർഡും പാക്ക് വാർത്താവിതരണവകുപ്പുമന്ത്രി ഹഷീദ് ഹമീദിനേയും കാണുകയുണ്ടായി. അഫ്ഗാൻവിരുദ്ധ പ്രചരണക്യാമ്പെയിന്റെ വിശദാംശങ്ങൾ അവർ ചർച്ച ചെയ്തു.

പിന്നീട് പാക്ക്സൈന്യത്തിലെ ഉന്നതോദ്യോഗസ്ഥന്മാരുടെ സഹകരണത്തോടെ ലെസ്സാർഡ്, ബുർഹാനുദീൻ റബ്ബാനിയുടെ നേതൃത്വത്തിൽ ഒരു "അഫ്ഗാൻ വിമോചന ഇസ്ലാമിക്ക് സഖ്യം'' രൂപീകരിക്കാനുള്ള നടപടികളെടുത്തു.

ഇതൊക്കെയാണ് വസ്തുതകൾ. പക്ഷേ അവയെ അവഗണിക്കാനാണ് വൈറ്റ്ഹൗസ് ഇഷ്ടപ്പെടുന്നത്. സി.ഐ.ഏ. കൂലിക്കെടുത്തിട്ടുള്ള തെമ്മാടിപ്പരിഷകളെ "സ്വാതന്ത്ര്യസേനാനികളായി'' ചിത്രീകരിക്കാൻ അമേരിക്കൻ പ്രചരണകേന്ദ്രങ്ങൾ പഠിച്ച പണി പതിനെട്ടും നോക്കുന്നുണ്ട്.

ഇറാനിലെ രാജാധിപത്യവാദികളായ പ്രവാസിഗ്രൂപ്പുകളുടെ ഗവൺമെന്റ് വിരുദ്ധ വിധ്വംസകപ്രവർത്തനങ്ങളും "സ്വാതന്ത്ര്യസമര''ത്തിന്റെ ഭാഗമായിട്ടാണ് യു.എസ്സ്. ഭരണവൃത്തങ്ങൾ കാണുന്നതെന്നു തോന്നുന്നു. ഇറാനിൽ ഒരു സൈനിക അധികാരക്കയ്യേറ്റം നടത്താൻ സി.ഐ.ഏ. യുടെ പങ്കാളിത്തത്തോടെ വമ്പിച്ച സജ്ജീകരണങ്ങൾ നടക്കുന്നുണ്ടെന്ന നിരവധി പത്രറിപ്പോർട്ടുകൾ തെളിയിക്കുന്നത് അതാണ്.

1981 ഗ്രീഷ്മത്തിൽ വാഷിംഗ്ടണിൽ നടത്തിയ ഒരു പത്രസമ്മേളനത്തിൽ അമേരിക്കൻ പത്രലേഖകനായ ക്ലാർക്ക് കിസിഞ്ചർ ഇറാനിയൻ പ്രവാസികളുടെ ചില രഹസ്യരേഖകൾ ഉദ്ധരിക്കുകയുണ്ടായി. ഇറാനിലെ സൈനിക അധികാരക്കയ്യേറ്റത്തിനുവേണ്ടി യു.എസ്സ്. ഏ. യുടെ മേൽനോട്ടത്തിൽ പടിഞ്ഞാറൻ രാജ്യങ്ങളിൽ സജ്ജീകരണങ്ങൾ നടത്തിവരുന്നുണ്ടെന്നു തെളിയിക്കുന്ന രേഖകളായിരുന്നു അവ.

ഷായുടെ കാവൽസേനയുടേയും രഹസ്യപോലീസിന്റേയും മുൻതല വന്മാരും രാജവാഴ്ചയുടെ മറ്റ് അനുകൂലികളും ചേർന്നാണ് ഗൂഢാലോചന നടത്തുന്നതെന്ന് ആ രേഖകൾ വെളിപ്പെടുത്തി. ഇറാനിയൻ ഗവൺമെന്റിനെ തകിടംമറിച്ച് തൽസ്ഥാനത്ത് അമേരിക്കയോട് ആനുകൂല്യമുള്ള ഒരു ഭരണത്തെ അവരോധിക്കാനായിരുന്നു അവരുടെ ഉന്നം. വാഷിംഗ്ടണിൽ വൈറ്റ്ഹൗസിനടുത്തുള്ള ഒരു കെട്ടിടമായിരുന്നു അവരുടെ ആസ്ഥാനം. ലൂയിസ് ക്രാംപ്റ്റൺ അസോഷിയേറ്റ്സ് എന്ന ഒരു സ്വകാര്യ കമ്പനിയുടെ മറ പിടിച്ചുകൊണ്ടാണ് അവർ പ്രവർത്തിച്ചത്. ഗൂഢാലോചനയിലെ പ്രമുഖർ ഷാഗവൺമെന്റിന്റെ വാഷിംഗ്ടൺ എംബസിയിലെ മുൻ കൗൺസലർ ആസാദ് സൊമയൂനും വെസ്റ്റ്പോയിന്റ് സൈനിക അക്കാഡമിയിൽനിന്നു പാസ്സായ ജോൺ മാംഫോർഡുമായിരുന്നു.

പാരീസിൽ താമസമുള്ള ജനറൽ ബഹ്രാം അരിയാനയെയാണ് അമേരിക്കൻപക്ഷപാത ഇറാനിയൻഗവൺമെന്റിന്റെ പ്രധാനമന്ത്രിയായി നിശ്ചയിച്ചതെന്ന വിവരവും പത്രസമ്മേളനത്തിൽവച്ച് വെളിപ്പെടുകയുണ്ടായി.

ഗൂഢാലോചനക്കാർക്ക് പണത്തിന് ഒരു മുട്ടുമുണ്ടായിരുന്നില്ല. പാശ്ചാത്യരാജ്യങ്ങളിലെ പൊതുജനാഭിപ്രായത്തെ മെരുക്കിയെടുക്കുന്നതിനു മാത്രം പ്രതിമാസം അഞ്ചുലക്ഷത്തോളം ഡോളർ ചെലവിടണമെന്നതായിരുന്നു ഒരു നിർദ്ദേശം.

അയത്തൊള്ള ഹൊമെയ്നിയെ കൊലപ്പെടുത്താനുള്ള ഒരു ഗൂഢാലോചന കണ്ടുപിടിക്കപ്പെട്ടതായി 1982 വസന്തത്തിൽ ടെഹറാനിൽ അറിയിപ്പുണ്ടായി. ഇറാനിലെ മുൻവിദേശകാര്യമന്ത്രി സാദെഗ് ഗൊത്തബ്സദേ ആയിരുന്നു അതിന്റെ സൂത്രധാരൻ. അതിന്റെ പല വിശദാംശങ്ങളും ഇനിയും പരസ്യപ്പെടുത്തിയിട്ടില്ലെങ്കിലും ആ ഗൂഢാലോചനയിൽ സി.ഐ.ഏ. ക്കു കയ്യുണ്ടായിരുന്നുവെന്നു ചില നിരീക്ഷകർ കരുതുന്നു.

സ്വതന്ത്രരാജ്യങ്ങൾക്കെതിരായ സി.ഐ.ഏ. യുടെ വിധ്വംസകപ്രവർത്തനത്തിന്റെ പുതിയ പുതിയ വിവരങ്ങളുമായാണ് ഓരോ ദിവസവും പിറക്കുന്നത്. യമൻ ജനകീയജനാധിപത്യറിപ്പബ്ലിക്കിൽനിന്നു കിട്ടിയ വാർത്തകൾ അക്കൂട്ടത്തിൽ പെടുന്നു. 1982 മാർച്ചിൽ രാഷ്ട്രഭദ്രതാവകുപ്പ് സി.ഐ.ഏ. യിൽനിന്നു പരിശീലനം സിദ്ധിച്ച ഒരു ഭീകരസംഘത്തെ കണ്ടുപിടിച്ചു. വൻതോതിലുള്ള അട്ടിമറികളും രാഷ്ട്രീയകൊലപാതകങ്ങളും നടത്താൻവേണ്ടി ആ രാജ്യത്തിനകത്ത് നുഴഞ്ഞുകയറിയ

ഒരു സംഘമായിരുന്നു അത്. അമേരിക്കൻ-ബ്രിട്ടീഷ് പരിശീലകന്മാർ ദക്ഷിണയമൻ പ്രവാസികൾക്കിടയിൽനിന്ന് ആളെടുത്ത് പരിശീലനം നൽകുകയാണുണ്ടായതെന്ന് ഏഡനിൽ നടന്ന പരസ്യവിചാരണയുടെ സമയത്ത് വെളിപ്പെട്ടു. ഗൂഢാലോചനയെ രണ്ടു ഘട്ടങ്ങളായി തിരിച്ചിരുന്നു: ആദ്യം എണ്ണ സംഭരണികളും വൈദ്യുതനിലയങ്ങളും മറ്റു വ്യവസായസ്ഥാപനങ്ങളും സ്ഫോടനവസ്തുക്കളുപയോഗിച്ച് തകർക്കുക. അത് രാജ്യത്താകെ സംഭ്രാന്തിയുളവാക്കും. തുടർന്ന്, ഭരണനേതാക്കളേയും യെമെനി സോഷ്യലിസ്റ്റ് പാർട്ടി അംഗങ്ങളേയും തുരുതുരാ വധിക്കുക....

സി.ഐ.ഏ. യുടെ മറ്റു പല പ്ലാനുകളേയും പോലെ ഈ ഗൂഢാലോചനയും പൊളിഞ്ഞു. എന്നാൽ, നിർഭാഗ്യവശാൽ സാർവ്വദേശീയഭീകരപ്രവർത്തനത്തിന്റെ ആ രക്താഭിഷിക്ത ആയുധത്തിന് പലപ്പോഴും ഉന്നം പിഴയ്ക്കാറില്ല. ഫലത്തിൽ ലോകത്തെ മുഴുവനുംതന്നെ സ്വന്തം "സജീവതാൽപര്യങ്ങളുടെ'' മണ്ഡലമായി വാഷിംഗ്ടൺ പ്രഖ്യാപിച്ചിരിക്കുന്ന ഇക്കാലത്താവട്ടെ, വിശേഷിച്ചും സ്ഫോടനാത്മകമായി ഗണിക്കപ്പെട്ടുവരുന്ന മേഖലകളിലെ സ്ഥിതി അങ്ങേയറ്റം ഗുരുതരമായിരിക്കുകയാണ്. മദ്ധ്യപൗരസ്ത്യദേശത്തേയും ദക്ഷിണ ഏഷ്യയിലേയും സ്ഥിതി വിശേഷിച്ചും അങ്ങിനെയാണ്. ആ മേഖലയെ ഭീമമായൊരു വെടിമരുന്നുകുനയോട് ഉപമിക്കാം. വാഷിംഗ്ടണാവട്ടെ, സാർവ്വദേശീയഭീകരനടപടികളായ പാതകങ്ങളെ പരസ്യമായി പ്രോത്സാഹിപ്പിക്കുന്നതിലൂടെ അതിന് തിരി കൊളുത്താനാണു ശ്രമിക്കുന്നത്.

ആഫ്രിക്ക: രഹസ്യം പരസ്യമാകുന്നു

ബൊറീസ് അസോയാൻ

“നിന്നെ സ്നേഹിക്കുന്നുണ്ടെന്ന് അയാൾ പറയും. പക്ഷേ, അയാൾ നിനക്കുവേണ്ടി എന്തു ചെയ്യുന്നുവെന്ന് കാത്തിരുന്നു കാണുക” - യു.എസ്സ്.ഏ. മർദ്ദിതജനതകളുടെ ന്യായമായ സമരത്തെ പിന്താങ്ങുമെന്നും ജനാധിപത്യത്തെ ശക്തിപ്പെടുത്താൻ ശ്രമിക്കുമെന്നും വംശീയവാദത്തിനും അപ്പാർത്തീഡിനും വിവേചനത്തിനുമെതിരായി സമരംചെയ്യുമെന്നും ഓരോ പുതിയ അമേരിക്കൻ പ്രസിഡന്റും അധികാരമേറ്റെടുക്കുന്ന സമയത്ത് വാഗ്ദാനം ചെയ്യുമ്പോൾ ഓർമ്മയിൽ വരുന്നത് സെനെഗാളുകാരുടെ ഈ പഴമൊഴിയാണ്.

1981-ൽ പ്രസിഡന്റുപദവിയിലേക്കുയർന്ന റൊനാൾഡ് റീഗൻ ഈ പതിവു തെറ്റിച്ചു. ആഫ്രിക്കയിൽ “കർശനമായ” ഒരു നയം സ്വീകരിക്കുമെന്നും, ദക്ഷിണആഫ്രിക്കയുടെ നേർക്കും സാമ്രാജ്യത്വകൽപ്പനകളെ ധിക്കരിച്ചുകൊണ്ട് പുരോഗമനപരമായ സാമൂഹ്യ-സാമ്പത്തികപരിവർത്തനങ്ങൾ നടപ്പാക്കിത്തുടങ്ങിയ രാജ്യങ്ങളുടെ നേർക്കുമുള്ള അമേരിക്കൻ നയം തിരുത്തിയെഴുതുമെന്നും തിരഞ്ഞെടുപ്പുപ്രചരണത്തിനിടയിൽത്തന്നെ അദ്ദേഹം പ്രതിജ്ഞ ചെയ്തിരുന്നു. വാഷിംഗ്ടന്റെ രാഷ്ട്രീയനിഘണ്ടുവിൽ റീഗൻ പുതിയൊരു പദപ്രയോഗം കൂട്ടിച്ചേർത്തു. വംശീയമേധാവിത്വത്തിനും അപ്പർത്തീഡിനുമെതിരായി പൊരുതുന്ന സ്വാപ്പോയും ആഫ്രിക്കൻ നാഷനൽ കോൺഗ്രസ്സുമടക്കമുള്ള ആഫ്രിക്കൻ വിമോചനപ്രസ്ഥാനങ്ങൾ വൈറ്റ്ഹൗസിന്റെ ദൃഷ്ടിയിൽ “സാർവ്വദേശീയഭീകരപ്രവർത്തന”ത്തിന്റെ പര്യായങ്ങൾ മാത്രമാണ്. അതിനാൽ ദക്ഷിണാഫ്രിക്കൻ റിപ്പബ്ലിക്ക് യു.എസ്സ്.ഏ.യുടെ “സഖ്യരാജ്യ”മാണെന്ന പ്രസിഡന്റ് റീഗന്റെ ഔദ്യോഗികപ്രഖ്യാപനം ആരേയും അത്ഭുതപ്പെടുത്തിയില്ല.

അമേരിക്കൻ പ്രസിഡന്റ്, ഉള്ള കാര്യം തുറന്നുപറഞ്ഞത് ആഫ്രിക്കയിൽ യു.എസ്സ്. നയത്തിന്റെ യഥാർത്ഥലക്ഷ്യങ്ങൾ എന്താണെന്ന് ഒരിക്കൽകൂടി വ്യക്തമാക്കിയിരിക്കുന്നു. ദേശീയവിമോചനപ്രസ്ഥാനങ്ങളെ തുരങ്കം വയ്ക്കുക, പുരോഗമനരാജ്യങ്ങളെ അസ്ഥിരീകരിക്കുക, പിന്തിരിപ്പനും ഭീകരഭരണം നടത്തുന്നവയുമായ ഗവൺമെന്റുകളെ സർവ്വവിധേന സഹായിക്കുക, ആഫ്രിക്കയിലെ തന്ത്രപ്രധാനങ്ങളായ മേഖലകളിൽ യു.എസ്സ്.ഏ.യുടെ സൈനിക-രാഷ്ട്രീയസാന്നിദ്ധ്യം ശക്തിപ്പെടുത്തുക - ഇത്രയുമാണ് ആ ലക്ഷ്യങ്ങൾ.

ആഫ്രിക്കയിൽ യു.എസ്.എ. അനുവർത്തിച്ചുവരുന്ന വിപുലീകരണ നയത്തിൽ സി.ഐ.എ. യ്ക്ക് ഒരു പ്രത്യേക പങ്ക് നീക്കിവച്ചിട്ടുണ്ട്. ആഫ്രിക്കയിലെ സി.ഐ.എ. യുടെ രഹസ്യപ്രവർത്തനങ്ങൾക്കുവേണ്ടി പണം മുടക്കേണ്ട അടിയന്തിരാവശ്യമുണ്ടെന്ന് 1981 ആഗസ്റ്റിൽ കൂടിയ അമേരിക്കൻ കോൺഗ്രസ്സിന്റെ പ്രതിനിധിസഭയുടെ സ്പെഷ്യൽ കമ്മിറ്റി തീരുമാനിച്ചു. റീഗൻഗവൺമെന്റ് സി.ഐ.എ. യ്ക്ക് ആഫ്രിക്കയിൽ എന്തും ചെയ്യാനുള്ള അനുമതി നൽകിയിട്ടുണ്ടെന്നും അതിന്റെ സകല അഴുക്കു വേലകളും പരമരഹസ്യമായി വയ്ക്കാമെന്ന് ഏറ്റിട്ടുണ്ടെന്നുമാണ് പത്രറിപ്പോർട്ട്. സി.ഐ.എ. യുടെ പ്രവർത്തനങ്ങൾക്കു മുഖ്യമായും ശരവ്യമായിട്ടുള്ളത് എത്യോപിയ, അംഗോള, മൊസാംബിക്ക്, സിംബാബ്‌വെ, ടൻസാനിയ, സാംബിയ, കോങ്കോ ജനകീയറിപ്പബ്ലിക്ക്, ബെനിൻ, ലിബിയ, മൗറീഷ്യസ്, മഡഗാസ്ക്കർ, ഗിനി-ബിസ്സാവു, ഗിനി, സയിർ, കെനിയ എന്നീ രാജ്യങ്ങളാണ്. ഓരോ രാജ്യത്തും യു.എസ്സ്.എ.യ്ക്ക് വ്യത്യസ്തലക്ഷ്യങ്ങളാണുള്ളതെന്നു പറയേണ്ടതില്ലല്ലോ. പുത്തൻ കൊളോണിയലിസ്റ്റുകളുമായി സഹകരിക്കാൻ തയ്യാറുള്ളവയും അമേരിക്കൻ കുത്തകകളുടെ താൽപര്യങ്ങൾക്കു ദോഷം ചെയ്യുന്ന സമൂല സാമൂഹ്യ - സാമ്പത്തികപരിവർത്തനങ്ങൾ നടപ്പാക്കാത്തവയുമായ ഭരണങ്ങളെ നിലനിർത്താൻ ഊർജ്ജിതനടപടികൾ കൈക്കൊള്ളുകയെന്നത് സി.ഐ.എ. യുടെ ചുമതലയാണ്. അതേസമയംതന്നെ, ആഫ്രിക്കയെ അമേരിക്കയുടെ "സജീവതാൽപര്യങ്ങളുടെ" മണ്ഡലമായി പ്രഖ്യാപിച്ചിട്ടുള്ളതിനാൽ വാഷിംഗ്ടന്റെ നയത്തിനു വിലങ്ങുതടിയായി നിൽക്കാൻ ധൈര്യപ്പെടുന്ന രാജ്യങ്ങൾക്കെതിരായി എന്തു നടപടികൾ കൈക്കൊള്ളാനുമുള്ള അനുവാദം സി.ഐ.എ. യ്ക്കു ലഭിച്ചിട്ടുണ്ട്.

ആഫ്രിക്കയിലെ സി.ഐ.എ. യുടെ പ്രവർത്തനത്തിന്റെ ചരിത്രമെന്നുവച്ചാൽ സ്വാതന്ത്ര്യത്തിനുവേണ്ടി പൊരുതുന്ന ആഫ്രിക്കൻ ജനതകൾക്കെതിരായ മൃഗീയപാതകങ്ങളുടെ നീണ്ടൊരു പരമ്പരയെന്നാണർത്ഥം.

സി.ഐ.എ. യുടെ വിധ്വംസനശൃംഖലയിൽ ആഫ്രിക്കയിലെ ഏതാണ്ടെല്ലാ രാജ്യങ്ങളും ഉൾപ്പെട്ടിട്ടുണ്ടെന്നാണ് "ഇൻ സെർച്ച് ഓഫ് എനിമീസ്'' (ശത്രുക്കളെ തേടി) എന്ന പുസ്തകത്തിൽ മുൻ സി.ഐ.എ. .ഏജന്റ് ജോൺ സ്റ്റോക്ക്‌വെൽ എഴുതിയിരിക്കുന്നത്, പാട്രിസ് ലുമുംബയുടെ കൊലപാതകം, ക്വാമെ എൻക്രുമയുടെ നിഷ്ക്കാസനം, അംഗോളയിൽ സവിംബിയുടെ അക്രമിസംഘങ്ങൾക്കു നൽകുന്ന സഹായം, ബെനിനിൽ അധികാര അട്ടിമറി നടത്താനുണ്ടായ ഉദ്യമം, എന്നിവ സി.ഐ.എ. യുടെ കൂടുതൽ സുവിദിതങ്ങളായ ചെയ്തികളിൽ

പെടുന്നു.

ആഫ്രിക്കയിൽ സി.ഐ.ഏ. യ്ക്കിഷ്ടപ്പെട്ട ഒരു രീതിയാണ് രാഷ്ട്രീയകൊലപാതകം. ദേശീയവിമോചനപ്രസ്ഥാനത്തെ ദുർബ്ബലപ്പെടുത്താനും സോഷ്യലിസ്റ്റ് അഭിവിന്യസ്തരാജ്യങ്ങളെ ഭീഷണിപ്പെടുത്താനുംവേണ്ടി ലാങ്ക്ലേയിൽനിന്നുള്ള "വിദഗ്ദ്ധന്മാർ" ജനസമ്മതരായ ആഫ്രിക്കൻ നേതാക്കളെ "നീക്കംചെയ്യുകയും'' വാഷിംഗ്ടണ് വഴങ്ങാൻ കൂട്ടാക്കാത്ത നിയമാനുസൃതഗവൺമെന്റുകളെ തകിടംമറിയ്ക്കുകയും ചെയ്യുന്നു. കഴിഞ്ഞ രണ്ടു ദശാബ്ദങ്ങൾക്കിടയിൽ ആഫ്രിക്കയിൽ നടന്നിട്ടുള്ള നാൽപ്പതിൽപരം അധികാരക്കയ്യേറ്റങ്ങളിൽ പലതും ആസൂത്രണം ചെയ്തതും നടപ്പാക്കിയതും സി.ഐ.ഏ. ആയിരുന്നുവെന്നു പറഞ്ഞാൽ മതിയല്ലോ.

ആഫ്രിക്കൻ കാര്യങ്ങൾക്കുള്ള യു.എസ്സ്. അസിസ്റ്റന്റ് സെക്രട്ടറി ചെസ്റ്റർ എ. ക്രോക്കർ 1981 ജൂണിൽ പറഞ്ഞു: "സയിർ തൊട്ട് കേപ്പൗൺവരെയുള്ള ദക്ഷിണാഫ്രിക്കയിൽ നമുക്കുള്ള അതീവതാൽപര്യത്തിനു നിദാനം യു.എസ്സ്.ഏ.യേയും പാശ്ചാത്യലോകത്തേയും സംബന്ധിച്ചിടത്തോളം ആ മേഖലയ്ക്കുള്ള തന്ത്രപരവും രാഷ്ട്രീയവും സാമ്പത്തികവുമായ പ്രാധാന്യമാണ്.... ലാഭനഷ്ടസാദ്ധ്യതകൾ വളരെ കൂടുതലും നമ്മുടെ പരസ്പരതാൽപര്യങ്ങളുടെ നേർക്കുള്ള ഭീഷണികൾ വളരെ വലുതും... ആയതിനാൽ ആ മേഖലയിലെ വെല്ലുവിളികളിൽനിന്നു പിന്തിരിയാൻ നമുക്കു നിവൃത്തിയില്ല.''[1] ശരിയാണ്, ദക്ഷിണാഫ്രിക്കയിലെ "വെല്ലുവിളികളെ'' നേരിടാൻവേണ്ടി യു.എസ്സ്.ഏ. കൈക്കൊണ്ടിട്ടുള്ള നടപടികൾ സമീപകാലത്ത് വിശേഷിച്ചും പ്രകടമായിട്ടുണ്ട്. "മുൻനിര'' രാജ്യങ്ങൾക്കും ദക്ഷിണാഫ്രിക്കൻ റിപ്പബ്ലിക്കിലെ വംശീയവാദികൾക്കെതിരായി പൊരുതുന്ന ആഫ്രിക്കൻ വിമോചനപ്പാർട്ടികൾക്കും അവ പൂർണ്ണമായും അനുഭവവേദ്യവുമാണ്.

ആഫ്രിക്കൻ രാജ്യങ്ങളിലെ പുരോഗമനപരമായ പ്രവണതകളെ അസ്തശക്തമാക്കാനും വംശീയവാദികളേയും പിന്തിരിപ്പൻ ശക്തികളേയും താങ്ങിനിർത്താനുംവേണ്ടി സി.ഐ.ഏ. കൈക്കൊണ്ടിട്ടുള്ള നടപടികൾ നിരവധിയാണ്. അവയിൽ പലതും തുറന്നുകാട്ടപ്പെട്ടിട്ടുണ്ട്.

1975-ൽ യു.എസ്സ്.ഏ. അംഗോളയിൽ ഇടപെടാൻ തുടങ്ങി. വിയറ്റ്നാമിനെതിരായ ആക്രമണം കഴിഞ്ഞാൽ പിന്നെ, യുദ്ധാനന്തരകാലത്ത് അതു നടത്തിയ ഏറ്റവും വലിയ വിധ്വംസകനടപടിയായിരുന്നു അത്.

"അംഗോളയുടെ വിമോചനത്തിനുവേണ്ടിയുള്ള ജനകീയപ്രസ്ഥാന''ത്തിന്റെ (എം.പി.എൽ.ഏ.) നേതൃത്വത്തിൽ

1 "Africa Report", september-October, Vol. 26, No.5 1981. p. 7.

അനേകവർഷക്കാലം നടത്തിയ വാശിയേറിയ സമരത്തിന്റെ ഫലമായി അംഗോളൻ ജനത സ്വാതന്ത്ര്യം നേടി. 1975 നവംബർ 11-ാംന്ന അംഗോള ജനകീയറിപ്പബ്ലിക്ക് സ്ഥാപിതമായി. മിക്ക രാജ്യങ്ങളും അതിന് അംഗീകാരം നൽകി. എന്നാൽ കൊളോണിയലിസത്തിന്റെ അവശിഷ്ടങ്ങൾക്കും ദക്ഷിണാഫ്രിക്കൻ വംശീയവാദത്തിനും സാമ്രാജ്യത്വത്തിന്റെ കത്തിത്തിരിപ്പുകൾക്കുമെതിരായി സമരം ചെയ്യാനുറച്ച പുരോഗമനശക്തികളുടെ വിജയം പ്രെട്ടോറിയയ്ക്കും വിശേഷിച്ചും വാഷിംഗ്ടണും തീരെ ഇഷ്ടപ്പെട്ടില്ല.

യു.എസ്സ്. ഭരണാധികാരികൾ തൽക്ഷണം ജനകീയ ഗവൺമെന്റിന്റെ നേരെ പരസ്യമായിത്തന്നെ ശത്രുതാപരമായ ഒരു നിലപാടെടുക്കുകയും ദക്ഷിണാഫ്രിക്കൻ റിപ്പബ്ലിക്കുമായി ഒത്തുചേർന്ന് അതിനെ തകിടംമറിക്കാൻ ശ്രമിക്കുകയും ചെയ്തു. സി.ഐ.ഏ. യുടെ ശിങ്കിടികളായ ജോനാസ് സവിംബിയുടേയും ഹോൾഡൻ റോബർട്ടോയുടേയും നേതൃത്വത്തിലുള്ള “യുണിറ്റ”, “എഫ്.എൻ.എൽ.ഏ.” എന്നീ പ്രതിവിപ്ലവഗ്രൂപ്പുകളെ സഹായിക്കാൻ വേണ്ടി സി.ഐ.ഏ.യ്ക്ക് പത്തു കോടി ഡോളറോളം ലഭിച്ചു. സയിറിലുള്ള അവയുടെ താവളങ്ങളിലേക്ക് അമേരിക്കൻ വ്യോമസേനയുടെ വിമാനങ്ങൾ ആയുധങ്ങളും വെടിക്കോപ്പുകളും എത്തിച്ചുകൊടുത്തു. അമേരിക്കൻ ഉപദേഷ്ടാക്കളും പരിശീലകരും പ്രതിവിപ്ലവദളങ്ങളിൽ പ്രത്യക്ഷപ്പെട്ടു. അമേരിക്കൻ കൂലിപ്പട്ടാളക്കാർ അംഗോളൻ ജനതയ്ക്കെതിരായ സൈനികനടപടികളിൽ പങ്കെടുത്തു.

സൗത്ത് ആഫ്രിക്കൻ സ്റ്റേറ്റ് സെക്യൂരിട്ടി ബ്യൂറോയുടെ (ബോസ്സ്) ഏജന്റായി മുമ്പു പ്രവർത്തിച്ചിട്ടുള്ള ഗോർഡൻ വിന്റർ 1981-ൽ പ്രസിദ്ധീകരിച്ച പുസ്തകത്തിൽ സി.ഐ.ഏ.യും ബോസ്സും അംഗോളയിൽ പരസ്പരം സഹകരിച്ചു പ്രവർത്തിച്ചതിന്റെ വിശദമായൊരു വിവരണം നൽകിയിട്ടുണ്ട്. എം.പി.എൽ.ഏ. ഗവൺമെന്റിനെ മറിച്ചിടാൻവേണ്ടി അവ കൈക്കൊണ്ട എല്ലാ നടപടികളും പൂർണ്ണമായും പരസ്പരബദ്ധമായിരുന്നുവെന്ന് ലേഖകൻ എടുത്തുപറയുകയുണ്ടായി. അംഗോളയ്ക്കെതിരായ യു.എസ്സ്.ഏ. യുടേയും ദക്ഷിണാഫ്രിക്കയുടേയും ഇടപെടലിന്റെ സമയത്ത് അവയുടെ പ്രതിനിധികൾ സയിറിൽ മുറയ്ക്ക് കണ്ടുമുട്ടാറുണ്ടായിരുന്നു. സി.ഐ.ഏ.യുടെ ഉയർന്ന ഉദ്യോഗസ്ഥന്മാരുമായി കൂടിയാലോചിക്കുന്നതിന് ബോസ്സിന്റെ ഡയറക്ടർ രണ്ടു തവണ വാഷിംഗ്ടൺ സന്ദർശിച്ചു.

സവിംബിയുടേയും റോബർട്ടോയുടേയും എല്ലാ ചെലവുകളും

വഹിച്ചത് സി.ഐ.ഏ. ആണ്. റോബർട്ടോയ്ക്ക് അമേരിക്കൻ യജമാനന്മാരിൽനിന്ന് പ്രതിവർഷം പതിനായിരം ഡോളർ ലഭിക്കാറുണ്ടായിരുന്നുവെന്നു വെളിപ്പെട്ടു.

എന്നാൽ യു.എസ്സ്.ഏ.യുടെ പിന്തുണയുണ്ടായിട്ടും യുണിറ്റയുടേയും എഫ്.എൻ.എൽ.ഏ.യുടേയും സ്ഥിതി പ്രതിദിനം കൂടുതൽക്കൂടുതൽ വഷളായിക്കൊണ്ടിരുന്നു. അപ്പോഴാണ് ദക്ഷിണാഫ്രിക്കൻ റിപ്പബ്ലിക്കിന്റെ പട്ടാളം യുദ്ധരംഗത്തിറങ്ങിയത്.

നവജാതറിപ്പബ്ലിക്കിന് സ്വന്തമായിട്ടൊരു പട്ടാളമുണ്ടായിരുന്നില്ല. ദക്ഷിണാഫ്രിക്കയുടെ ആക്രമണത്തേയും രാജ്യത്തിനകത്തെ പ്രതിവിപ്ലവകാരികളുടെ അട്ടിമറിയേയും ചെറുത്തുതോൽപ്പിക്കാനുള്ള ശക്തി അതിനില്ലായിരുന്നു. അതുകൊണ്ട് അത് സോഷ്യലിസറ്റ് രാജ്യങ്ങളോട് സഹായാഭ്യർത്ഥന നടത്തി. തങ്ങളുടെ സാർവ്വദേശീയത്വകടമ നിറവേറ്റിക്കൊണ്ട് ആ രാജ്യങ്ങൾ അംഗോളയിലേക്ക് ആയുധങ്ങളും വെടിക്കോപ്പുകളും ഔഷധങ്ങളും ഭക്ഷ്യസാമഗ്രികളും അയച്ചുകൊടുത്തു. ക്യൂബൻ പട്ടാളം അവിടെ എത്തി. അങ്ങിനെ ജനകീയഗവൺമെന്റിന്റെ നേർക്കുള്ള ഭീഷണി തരണം ചെയ്യാനും സമാധാനപരമായ ജീവിതം കെട്ടിപ്പടുക്കുന്നതിന് ഒരു തുടക്കമിടാനും അംഗോളയ്ക്കു കഴിഞ്ഞു. എങ്കിലും ദക്ഷിണാഫ്രിക്കൻ ആക്രമണഭീഷണിയുള്ള കാലത്തോളം ക്യൂബൻ പട്ടാളം അവിടെ തുടരണമെന്ന് അംഗോളൻ ഗവൺമെന്റ് അഭ്യർത്ഥിച്ചു. തികച്ചും ന്യായമായ ഒരു അഭ്യർത്ഥനയായിരുന്നു അത്. ഒരു പരമാധികാരരാഷ്ട്രത്തിന് ഏതു രാജ്യത്തിന്റേയും സഹായം ചോദിക്കാൻ അവകാശമുണ്ടെന്ന് ഐക്യരാഷ്ട്രചാർട്ടറിൽ പറഞ്ഞിട്ടുണ്ട്.

“രാജ്യത്തിനെതിരെ വിശേഷിച്ചും ദക്ഷിണാഫ്രിക്കൻ വംശീയവാദികളുടെ പട്ടാളത്തിന്റെ ഇടപെടൽ ഉണ്ടായപ്പോഴാണ് അംഗോളൻ ഗവൺമെന്റിന്റെ അഭ്യർത്ഥനപ്രകാരം ക്യൂബൻ പട്ടാളം അംഗോളയിൽ വന്നത്,'' എം. പി.എൽ.ഏ. തൊഴിലാളിപ്പാർട്ടിയുടെ പോളിറ്റ്ബ്യൂറോ അംഗവും കേന്ദ്രക്കമ്മിറ്റി സെക്രട്ടറിയുമായ ലൂസിയോ ലാറ 1982 ജനുവരിയിൽ പറഞ്ഞു.''ഐക്യരാഷ്ട്രചാർട്ടറിൽ പറഞ്ഞിട്ടുള്ള നിയമാനുസൃതമായ രാജ്യരക്ഷാവകാശത്തിൽ അധിഷ്ഠിതമായിരുന്നു ആ അഭ്യർത്ഥന.''

അംഗോളയിലെ സി.ഐ.ഏ. നടപടികൾ ലോകവ്യാപകമായ പ്രതിഷേധം ഉളവാക്കി. വിയറ്റ്നാം സാഹസത്തെക്കുറിച്ചുള്ള ഓർമ്മകൾ അമേരിക്കക്കാരുടെ മനസ്സിൽനിന്നു മാഞ്ഞിരുന്നില്ല. ആഫ്രിക്കയിൽ വാഷിംഗ്ടൺ നടത്തുന്ന രഹസ്യയുദ്ധം അവസാനിപ്പിക്കണമെന്ന്

അവർ ആവശ്യപ്പെട്ടു. 1976-ൽ പൊതുജനസമ്മർദ്ദംമൂലം അമേരിക്കൻ കോൺഗ്രസ്സിന് യുണിറ്റയ്ക്കും എഫ്.എൻ.എൽ.ഏ. യ്ക്കും രഹസ്യമോ പരസ്യമോ ആയ സഹായം നൽകുന്നതു നിരോധിച്ചുകൊണ്ടുള്ള ഒരു നിയമം അംഗീകരിക്കേണ്ടിവന്നു. അത് അവതരിപ്പിച്ച സെനറ്ററുടെ പേരിനെ ആസ്പദമാക്കി അത് "ക്ലാർക്കിന്റെ ഭേദഗതി'' എന്ന പേരിലാണ് അറിയപ്പെടുന്നത്.

എന്നാൽ അംഗോളയിലെ അമേരിക്കൻ സാമ്രാജ്യത്വത്തിന്റെ കുത്തിത്തിരിപ്പുകൾ അതുകൊണ്ടൊന്നും അവസാനിച്ചില്ല. പ്രതിവിപ്ലവകാരികളുമായുള്ള സമ്പർക്കങ്ങൾ തുടർന്നു. ദക്ഷിണാഫ്രിക്കൻ വംശീയവാദികളുടെ സഹായത്തോടെ അംഗോളയിലെ സ്ഥിതി അസ്ഥിരീകരിക്കാനുള്ള ശ്രമവും വൈറ്റ്ഹൗസ് ഉപേക്ഷിച്ചില്ല.

1979-ൽ സി.ഐ.ഏ. രഹസ്യമായി യുണിറ്റാ നേതാവായ ജൊനാസ് സവിംബിയെ വാഷിംഗ്ടണിൽ കൊണ്ടുവന്നു. മുമ്പ് പ്രസിഡന്റിന്റെ നാഷനൽ സെക്യൂരിറ്റി അസിസ്റ്റന്റായിരുന്ന ഹെൻറി കിസ്സിഞ്ചറുൾപ്പെടെയുള്ള ഉയർന്ന അമേരിക്കൻ ഉദ്യോഗസ്ഥന്മാരിൽ പലരേയും അയാൾ കണ്ടു.

റൊനാൾഡ് റീഗനാണെങ്കിൽ, തിരഞ്ഞെടുപ്പുപ്രചരണസമയത്തു തന്നെ യുണിറ്റയ്ക്കുള്ള പിന്തുണ പരസ്യമായി പ്രഖ്യാപിച്ചയാളാണ്. "അംഗോളയുടെ പകുതിയിലധികം ഭാഗം സവിംബിയുടെ നിയന്ത്രണത്തിലാണ്... നമ്മൾ അവരെ ആയുധങ്ങൾ നൽകി സഹായിക്കാതിരിക്കാൻ ഞാൻ കാരണമൊന്നും കാണുന്നില്ല,''[1] എന്നാണ് അദ്ദേഹം പറഞ്ഞത്.

റൊനാൾഡ് റീഗന്റെ സ്ഥാനാരോഹണത്തിനു തൊട്ടുമുമ്പ് സി.ഐ.ഏ.യുടെ ഭാവിഡയറക്ടർ വില്യം കേസിയും പ്രസിഡന്റിന്റെ നാഷനൽ സെക്യൂരിറ്റി അസിസ്റ്റന്റായി പിന്നീടു നിയമിക്കപ്പെട്ട റിച്ചാർഡ് അല്ലനും യുണിറ്റയുടെ പ്രതിനിധികളെ കണ്ട് അമേരിക്കൻ പിന്തുണ വാഗ്ദാനം ചെയ്യുകയുണ്ടായി. പ്രസിഡന്റ്സ്ഥാനം ഏറ്റെടുത്തശേഷം റൊനാൾഡ് റീഗൻ കോൺഗ്രസ്സിനോട് "ക്ലാർക്കിന്റെ ഭേദഗതി'' എടുത്തുകളയാൻ നിർബ്ബന്ധമായി ആവശ്യപ്പെട്ടു.

1981 മാർച്ചിൽ സവിംബി വാഷിംഗ്ടണിലേക്ക് ഔദ്യോഗികമായി തന്നെ ക്ഷണിക്കപ്പെട്ടു. യുണിറ്റ ഗ്രൂപ്പിന് സഹായം നൽകുന്നതിനെക്കുറിച്ച് അതേ മാസം അമേരിക്കൻ സ്റ്റേറ്റ് സെക്രട്ടറി അലക്സാണ്ടർ ഹെയ്ഗ് ലണ്ടനിലെ അതിന്റെ പ്രതിനിധികളുമായി ചർച്ചചെയ്തു. 1981

1 "Africa Report", July-August 1980 Vol. 25, No.4. p. 6.

ഡിസംബറിൽ സവിംബി സ്റ്റേറ്റ് ഡിപ്പാർട്ടുമെന്റിൽ സ്വീകരിക്കപ്പെട്ടു. ഒരു ദേശീയവിമോചനനേതാവായിട്ടാണ് അമേരിക്കൻ ഉദ്യോഗസ്ഥന്മാർ അയാളെ വിശേഷിപ്പിച്ചത്.

സവിംബിയുടെ അമേരിക്കൻ സന്ദർശനത്തിന്റെ സമയത്ത് ലുവാണ്ടയിലുള്ള അംഗോളയിലെ ഏറ്റവും വലിയ എണ്ണശുദ്ധീകരണശാലയിൽ ഭയങ്കരമായ ഒരു സ്ഫോടനമുണ്ടായത് കേവലം യാദൃച്ഛികമായിരുന്നില്ല. യു.എസ്സ്.ഏ.യും ദക്ഷിണാഫ്രിക്കൻ റിപ്പബ്ലിക്കും മുൻകൂട്ടി ആസൂത്രണം ചെയ്യുകയും യുണിറ്റയിൽപ്പെട്ട അക്രമികൾ നടപ്പാക്കിയതുമായ ഒരു അട്ടിമറിയായിരുന്നു അതെന്ന് അന്വേഷണത്തിൽ തെളിഞ്ഞു.

അംഗോളയുടെ നേർക്കുള്ള ഭീഷണി വർദ്ധിച്ചുവരികയാണെന്ന് "ബ്ലെറ്റെർ ഫ്യർ ഡൊയ്ച്ച ഉൻഡ് ഇന്റർനാത്സ്യൊനാലെ പൊളിറ്റിക്ക്'' എന്ന പശ്ചിമജർമ്മൻ ആനുകാലികപത്രം 1981 നവംബറിൽ മുന്നറിയിപ്പ നൽകി. ഈ മുന്നറിയിപ്പ ശരിയായിരുന്നുവെന്നു താമസിയാതെ തെളിയുകയും ചെയ്തു. 1981-ലും 1982 ആരംഭത്തിലും ദക്ഷിണാഫ്രിക്കൻ റിപ്പബ്ലിക്ക് അംഗോളയുടെ നേരെ വൻതോതിലുള്ള ആക്രമണങ്ങൾ നടത്തുകയും കുനേനെ നദിയുടെ തെക്കുഭാഗത്തുള്ള അമ്പതിനായിരത്തോളം ചതുരശ്രകിലോമീറ്റർ വിസ്തീർണ്ണം വരുന്ന ഒരു ഭൂഭാഗം പിടിച്ചെടുക്കുകയും ചെയ്തു. ദക്ഷിണാഫ്രിക്കയുടെ ആക്രമണഫലമായി അംഗോളയ്ക്കുണ്ടായ നാശനഷ്ടങ്ങൾ എഴുന്നൂറു കോടി ഡോളർ വരും.

പരദശം ഗ്രാമങ്ങളുടെ നാശത്തിനും നൂറുകണക്കിനു നിരപരാധികളുടെ മരണത്തിനും ഇടവരുത്തിയ ഈ ആക്രമണങ്ങളിൽ തങ്ങൾക്കുള്ള സംതൃപ്തി അമേരിക്കൻ ഭരണാധികാരികൾ മറച്ചുവച്ചില്ല. ദക്ഷിണാഫ്രിക്കൻ റിപ്പബ്ലിക്കിനെ അപലപിക്കുകയും ഉടനടി അംഗോളയിൽനിന്നു പട്ടാളത്തെ പിൻവലിക്കണമെന്ന് അതിനോട് ആവശ്യപ്പെടുകയും ചെയ്യുന്ന ഒരു കരടുപ്രമേയം 1981 സെപ്റ്റംബറിൽ ഐക്യരാഷ്ട്ര രക്ഷാസമിതിയിൽ അവതരിപ്പിച്ചപ്പോൾ യു.എസ്സ്.ഏ. അതിനെ വീറ്റോ ചെയ്തു.

അംഗോളയ്ക്കെതിരായ ദക്ഷിണാഫ്രിക്കൻ റിപ്പബ്ലിക്കിന്റെ ആക്രമണഫലമായി ആഫ്രിക്കയുടെ തെക്കുഭാഗത്ത് സംജാതമായിട്ടുള്ള സ്ഫോടാനാത്മകസ്ഥിതി അമേരിക്കൻ ഗവൺമെന്റിന്റെ " പുതിയ'' ആഫ്രിക്കൻ നയത്തിന്റെ പ്രത്യക്ഷമായ അനന്തരഫലമാണെന്ന കാര്യത്തിൽ ഇന്ന് ആർക്കും സംശയമില്ല.

അംഗോള നമീബിയൻ ദേശാഭിമാനികളെ സഹായിക്കുന്നുവെന്ന കാരണം പറഞ്ഞാണ് ദക്ഷിണാഫ്രിക്കൻ ഗവൺമെന്റ് അതിന്റെ പാതകങ്ങളെ ന്യായീകരിക്കാൻ ശ്രമിക്കുന്നത്. വാഷിംഗ്ടന്റേയും

പ്രെട്ടോറിയയുടേയും ദൃഷ്ടിയിൽ ആ ദേശാഭിമാനികൾ ഭീകരപ്രവർത്തകരാണ്. നമീബിയൻ അഭയാർത്ഥികൾക്കുവേണ്ടിയുള്ള സെറ്റിൽമെന്റുകളും ആശുപത്രികളും സ്കൂളുകളും അംഗോളൻ ഗവൺമെന്റ് സ്ഥാപിച്ചിട്ടുണ്ടെന്നതു ശരിയാണ്. ആ അഭയാർത്ഥികളുടെ എണ്ണം ദിവസേന പെരുകിവരുന്നുമുണ്ട്. സ്വാപ്പോയെ നമീബിയൻ ജനതയുടെ ഒരേയൊരു നിയമാനുസൃതപ്രതിനിധിയായി അംഗീകരിച്ചുകൊണ്ടുള്ള യു.എൻ. തീരുമാനങ്ങളുടേയും അവരുടെ ന്യായമായ സമരത്തിനു പിന്തുണ പ്രഖ്യാപിച്ചുകൊണ്ടുള്ള ആഫ്രിക്കൻ ഐക്യസംഘടനയുടെ (ഓ.എൻ.യു.) പ്രമേയങ്ങളുടേയും അടിസ്ഥാനത്തിൽ അംഗോള സ്വാപ്പോയ്ക്ക് സർവ്വതോമുഖമായ സഹായം നൽകുന്നുണ്ട്. നമീബിയയുടെ മേലുള്ള വംശീയവാദികളുടെ അധീശത്വത്തിനെതിരായ സ്വാപ്പോയുടെ സമരത്തെ ആഫ്രിക്കയിൽനിന്ന് കൊളോണിയലിസത്തിന്റേയും വംശീയവാദത്തിന്റേയും അവശിഷ്ടങ്ങൾ തുടച്ചുനീക്കാൻവേണ്ടിയുള്ള സ്വന്തം സമരത്തിന്റെ ഒരു അഭേദ്യഭാഗമായി കാണുന്നതുകൊണ്ടുകൂടിയാണ് അംഗോള ഈ സഹായം നൽകുന്നത്.

പാശ്ചാത്യരാജ്യങ്ങളിൽ നമീബിയൻ പ്രശ്നത്തെക്കുറിച്ചു ചർച്ചചെയ്യുമ്പോൾ അഞ്ചു രാജ്യങ്ങളുടെ സമ്പർക്കഗ്രൂപ്പിനെപ്പറ്റി സാധാരണ പരാമർശിക്കാറുണ്ട്. യു.എസ്സ്.ഏ., ബ്രിട്ടൻ, ഫ്രാൻസ്, കാനഡ, പശ്ചിമജർമ്മനി എന്നീ അഞ്ചു രാജ്യങ്ങളാണ് അതിലുള്ളത്. 1978-ൽ ഈ ഗ്രൂപ്പ് നമീബിയയുടെ സ്വാതന്ത്ര്യത്തെ സംബന്ധിച്ച ഒരു പദ്ധതി മുന്നോട്ടുവയ്ക്കുകയും അതിന്റെ അടിസ്ഥാനത്തിൽ ഐക്യരാഷ്ട്ര രക്ഷാസമിതിയുടെ 435-ാം പ്രമേയം അംഗീകരിക്കപ്പെടുകയും ചെയ്തു. പ്രസ്തുതപദ്ധതി ദക്ഷിണാഫ്രിക്കൻ റിപ്പബ്ലിക്കിനെക്കൊണ്ട് അംഗീകരിപ്പിക്കാൻ തങ്ങൾ യത്നിക്കുന്നതാണെന്ന് ആ ഗ്രൂപ്പ് പ്രഖ്യാപിച്ചു. എന്നാൽ നമീബിയക്കാരുടെ കണ്ണു വെട്ടിച്ചുകൊണ്ട് പാശ്ചാത്യകോയ്മകളുടെ സാമ്പത്തികവും തന്ത്രപരവുമായ സ്ഥാനങ്ങൾ നമീബിയയിൽ നിലനിർത്താനുള്ള പദ്ധതികൾ ദക്ഷിണാഫ്രിക്കൻ വംശീയവാദികളുമൊന്നിച്ച് ആവിഷ്ക്കരിക്കുന്നതിലാണ് സമ്പർക്കഗ്രൂപ്പ് വാസ്തവത്തിൽ വ്യാപൃതമായിരിക്കുന്നത്.

ഐക്യരാഷ്ട്രസംഘടനയുടെ നിരവധി പ്രമേയങ്ങളെ ലംഘിച്ചുകൊണ്ട് ആ ഗ്രൂപ്പിലെ ഓരോ അംഗവും നമീബിയയുടെ ദേശീയവിഭവങ്ങളെ പരസ്യമായി കൊള്ളയടിക്കുകയാണ്. അവിടെ പ്രവർത്തിക്കുന്ന 88 ദേശാതീത കോർപ്പറേഷനുകളിൽ 25 എണ്ണം ബ്രിട്ടനേയും, 15 - യുഎസ്സ്.ഏ. യേയും., 8 - എഫ്. ആർ.ജി.യേയും, 3 - ഫ്രാൻസിനേയും, 2 - കാനഡയേയും ആസ്ഥാനമാക്കിയാണു പ്രവർത്തിക്കുന്നത്.

പ്രെട്ടോറിയയുടെ നയം നമീബിയയുടെ കൊള്ളയടി സുഗമമാക്കുന്നു. അത് അവിടത്തെ ധാതുസമ്പത്തിനെ അനിയന്ത്രിതമായി ചൂഷണംചെയ്യാൻ വിദേശകമ്പനികളെ അനുവദിക്കുകയും ദക്ഷിണാഫ്രിക്കൻ റിപ്പബ്ലിക്കിലുള്ളതിലും കുറഞ്ഞ നികുതി ചുമത്തുകയും ചെയ്യുന്നു. അയിരുകൾ കുഴിച്ചെടുക്കുന്ന ഇടത്തുതന്നെ സംസ്ക്കരിക്കണമെന്നോ ഖനനകമ്പനികൾ അവയുടെ ലാഭത്തിന്റെ ഒരംശം സമ്പദ് വ്യവസ്ഥയുടെ മറ്റു മേഖലകളിൽ മുടക്കണമെന്നോ അത് നിർബ്ബന്ധം പിടിക്കുന്നില്ല. ഈ ഉപകാരത്തിനു പ്രത്യുപകാരമെന്ന നിലയ്ക്കാണ് പാശ്ചാത്യരാജ്യങ്ങൾ പ്രെട്ടോറിയ നമീബിയയെ നിയമവിരുദ്ധമായി കയ്യടക്കിവച്ചിരിക്കുന്നതിനെ പിന്താങ്ങുന്നത്.

നമീബിയയിലേക്ക് പടിഞ്ഞാറൻ കമ്പനികൾ വിശേഷിച്ചും ആകർഷിക്കപ്പെട്ടത് അവിടെ യുറേനിയത്തിന്റെ വമ്പിച്ച നിക്ഷേപങ്ങൾ കണ്ടെത്തിയതോടെയാണ്. ഈ നൂറ്റാണ്ടിന്റെ അവസാനമാകുമ്പോഴേക്ക് തന്ത്രപ്രധാനമായ ആ അസംസ്കൃതപദാർത്ഥത്തിന്റെ 15,000 മെട്രിക്ക് ടൺ പ്രതിവർഷം കുഴിച്ചെടുക്കാൻ കഴിയുമെന്നാണു കണക്കാക്കിയിരിക്കുന്നത്. അപ്പോൾ പാശ്ചാത്യലോകത്ത് ആസ്ത്രേലിയയും യു.എസ്സ്.എ. യും കാനഡയും കഴിഞ്ഞാൽ യുറേനിയത്തിന്റെ ഏറ്റവും വലിയ ഉറവിടം നമീബിയയാകും. നമീബിയയുടെ നിയമവിരുദ്ധമായ അധിനിവേശത്തിലൂടെ ദക്ഷിണാഫ്രിക്കൻ വംശീയവാദികൾക്കും അവരുടെ പാശ്ചാത്യരക്ഷാധികാരികൾക്കും ലോകത്തിലെ യുറേനിയം നിക്ഷേപത്തിന്റെ വലിയൊരു ഭാഗം കൈവശംവയ്ക്കാനും അതിന്റെ വിപണനത്തിന്റെ അളവും സമയവും നിശ്ചയിക്കാനും വില നിയന്ത്രിക്കാനും അതുവഴി വമ്പിച്ച ലാഭമടിക്കാനും കഴിയുന്നു.

നമീബിയയിലെ പാശ്ചാത്യതാൽപര്യങ്ങളുടെ സുരക്ഷിതത്വം അപ്പാർത്തീഡ് നയത്തോടുള്ള സർവ്വവിധ എതിർപ്പിനേയും അടിച്ചമർത്താനുള്ള പ്രെട്ടോറിയയുടെ കഴിവിനെ നേരിട്ട് ആശ്രയിച്ചാണിരിക്കുന്നത്. സ്വാപ്പോയുടെ സായുധസമരത്തെ ദക്ഷിണാഫ്രിക്കയിൽ സാമ്രാജ്യത്വത്തിന്റെ സാമ്പത്തികസ്ഥാനങ്ങൾക്കുള്ള മുഖ്യഭീഷണിയായി വാഷിംഗ്ടൺ കരുതാൻ ഇതാണ് കാരണം. ആ ഭീഷണി ഒഴിവാക്കാൻ യു.എസ്സ്.ഏ.യും സമ്പർക്കഗ്രൂപ്പിലെ മറ്റംഗങ്ങളും പരമാവധി ശ്രമിക്കുന്നു. പ്രെട്ടോറിയയ്ക്കുള്ള ആയുധവിൽപ്പന വിലക്കിക്കൊണ്ട് രക്ഷാസമിതി 1977 നവംബർ 4-ന് അംഗീകരിച്ച 418-ാം നമ്പർ പ്രമേയത്തെ കഴിഞ്ഞ എത്രയോ വർഷമായി അവ നിരന്തരം ലംഘിച്ചുവരികയാണ്.

നിരോധനലംഘകരിൽ അഗ്രഗാമി യു.എസ്സ്.ഏ. യാണ്. "സ്പേസ്

റിസർച്ച് കോർപ്പറേഷൻ" എന്ന കമ്പനി 155 മി.മീ. വ്യാസമുള്ള പരിഷ്ക്കരിച്ച പീരങ്കിഷെല്ലുകൾ വിറ്റതായിരുന്നു ഏറ്റവും നഗ്നമായ ലംഘനം. അതിന്റെ ഫലമായി 2-3 കിലോടൺ ന്യൂക്ലിയർ ആയുധങ്ങൾ തൊടുത്തുവിടാൻ കഴിയുന്ന സ്വന്തം പീരങ്കികളുണ്ടാക്കാൻ പ്രെട്ടോറിയയ്ക്കു സാദ്ധ്യതയുളവായി.

ആയുധങ്ങൾക്കു പുറമെ യു.എസ്സ്.ഏ. യും മറ്റു പാശ്ചാത്യരാജ്യങ്ങളും ദക്ഷിണാഫ്രിക്കൻ റിപ്പബ്ലിക്കിന് സൈനികോദ്ദേശങ്ങൾക്ക് ഉപയോഗിക്കാവുന്ന "സിവിലിയൻ" സാമഗ്രികളും നിർലോഭം നൽകുന്നുണ്ട്. ലഘുവാണിജ്യ-ഗതാഗത വിമാനങ്ങൾ, ഇലക്ട്രോണിക്ക് ഉപകരണങ്ങൾ, എഞ്ചിനുകൾ തുടങ്ങിയവ അക്കൂട്ടത്തിൽപെടുന്നു.

ആഫ്രിക്കയിലെ വിമോചനപ്രസ്ഥാനത്തിനും പുരോഗമനഭരണങ്ങൾക്കും എതിരായാണ് വംശീയവാദികൾക്കുള്ള ഈ സൈനികസഹായം സർവ്വോപരി ലാക്കാക്കിയിട്ടുള്ളതെന്ന് തീർച്ചയായും ഒരൊറ്റ പാശ്ചാത്യരാഷ്ട്രീയ നേതാവും പരസ്യമായി സമ്മതിക്കുകയില്ല. എങ്കിലും പടിഞ്ഞാറൻ രാജ്യങ്ങളിൽ നിർമ്മിക്കപ്പെട്ടവയും അവയുടെ ഗവൺമെന്റുകളുടെ സമ്മതത്തോടെ ദക്ഷിണാഫ്രിക്കയിലേക്ക് അയച്ചുകൊടുത്തിട്ടുള്ളവയുമായ ആയുധങ്ങളാൽ നമീബിയയിലേയും ദക്ഷിണാഫ്രിക്കയിലേയും മൊസാംബിക്കിലേയും അംഗോളയിലേയും മറ്റും നിരപരാധികളായ ജനങ്ങൾ കൊല്ലപ്പെട്ടുന്നുണ്ടെന്നത് ഒരു സത്യമാണ്.

തങ്ങൾ പ്രെട്ടോറിയയുടെ ഭീകരനടപടികളെ അനുകൂലിക്കുന്നുണ്ടെന്ന കാര്യം വാഷിംഗ്ടൺ ഇപ്പോൾ മറച്ചുവയ്ക്കുന്നില്ല. യു.എസ്സ്.ഏ.യുടേയും ദക്ഷിണാഫ്രിക്കയുടേയും പ്രതിനിധികൾതമ്മിൽ നടന്ന സംഭാഷണങ്ങളെക്കുറിച്ചുള്ള സ്റ്റേറ്റ്ഡിപ്പാർട്ടുമെന്റിന്റെ രഹസ്യരേഖകൾ വാഷിംഗ്ടൺ പോസ്റ്റും ന്യൂയോർക്ക് ടൈംസും ഉൾപ്പെടെയുള്ള പല അമേരിക്കൻ പത്രങ്ങളും 1981 മേയ് - ജൂൺ മാസങ്ങളിൽ പ്രസിദ്ധീകരിക്കുകയുണ്ടായി. അസിസ്റ്റന്റ് സ്റ്റേറ്റ് സെക്രട്ടറി ചെസ്റ്റർ ക്രോക്കർ ദക്ഷിണാഫ്രിക്കയുടെ വിദേശകാര്യമന്ത്രി ബോഥയും പ്രതിരോധവകുപ്പമന്ത്രി മാഗ്നസ് മലാനുമായി നടത്തിയ സംഭാഷണങ്ങളുടെ റിപ്പോർട്ട് ഒരു ബോംബ്ഷെല്ലിന്റെ ഫലമാണുളവാക്കിയത്. സ്റ്റേറ്റ് ഡിപ്പാർട്ടുമെന്റിന്റെ യഥാർത്ഥവീക്ഷണങ്ങൾ മനുഷ്യാവകാശങ്ങളെ അനുകൂലിച്ചുകൊണ്ടും സാർവ്വദേശീയഭീകരപ്രവർത്തനത്തേയും വംശീയവാദത്തേയും അപ്പാർത്തീഡിനേയും എതിർത്തുകൊണ്ടുമുള്ള അതിന്റെ ഔദ്യോഗിക പ്രഖ്യാപനങ്ങൾക്കു നേർവിപരീതമാണെന്നു തെളിഞ്ഞതുകൊണ്ട്

പാശ്ചാത്യരാജ്യങ്ങളിലെ വലതുപക്ഷപ്പത്രങ്ങൾ പോലും യു.എസ്സ്. ഗവൺമെന്റ് കാണിക്കുന്ന കാപട്യത്തെ കുറ്റപ്പെടുത്തി.

ആഫ്രിക്കയുടെ തെക്കുഭാഗത്തെ രാഷ്ട്രീയസ്ഥിതിയെക്കുറിച്ചുള്ള വിലയിരുത്തലിലും ദേശീയവിമോചനപ്രസ്ഥാനത്തെ സംബന്ധിച്ച ലക്ഷ്യങ്ങളിലും ഇരുഭാഗക്കാരും അസൂയാർഹമായ അഭിപ്രായൈക്യമാണു പ്രകടിപ്പിച്ചതെന്ന് സംഭാഷണങ്ങളുടെ റിപ്പോർട്ട് വെളിപ്പെടുത്തി.

സംഭാഷണങ്ങൾക്കു ശ്രുതിയിട്ടത് ദക്ഷിണാഫ്രിക്കയുടെ പ്രതിരോധവകുപ്പമന്ത്രിയാണ്. മാഗനസ് മലാൻ സ്വാപ്പോയുമായി രഞ്ജിപ്പിനു യാതൊരു സാദ്ധ്യതയുമില്ലെന്നു തീർത്തു പറയുകയും അംഗോളയിലെ നിയമാനുസൃതഗവൺമെന്റിനെതിരായി പൊരുതുന്ന യുണിറ്റയെ യു.എസ്സ്. ഏ. സഹായിക്കണമെന്ന് അഭിപ്രായപ്പെടുകയും ചെയ്തു.

“നമീബിയയിലെ സ്ഥിതി നിയന്ത്രണാധീനമാക്കാൻ കഴിയുന്നത്ര ശക്തി അവ ആർജ്ജിക്കുന്നതുവരെ ഞങ്ങൾ പോകരുതെന്നാണ് ആഭ്യന്തരപാർട്ടികളുടെ (അതായത്, പ്രെട്ടോറിയയുടെ ശിങ്കിടികളുടെ) ആഗ്രഹം,'' ബോഥ പറഞ്ഞു. “കറുത്തവരുടെ ഒരു സോവിയറ്റ് വിരുദ്ധഗവൺമെന്റാണ് ഞങ്ങൾക്കവിടെ വേണ്ടത്.'' എന്നുവച്ചാൽ, പ്രെട്ടോറിയയുടേയും വാഷിംഗ്ടന്റേയും താളത്തിനൊത്തു തുള്ളുന്നതും ആഫ്രിക്കൻ ദേശീയവിമോചനപ്രസ്ഥാനത്തോടു ശത്രുതയുള്ളതുമായ ഒരു ഭരണമെന്നർത്ഥം.

യു.എൻ. രക്ഷാസമിതിയുടെ 435-ാം പ്രമേയത്തെ കുഴിച്ചുമൂടുക വളരെ ബുദ്ധിമുട്ടുള്ള കാര്യമാണെന്ന് ചെസ്റ്റർ ക്രോക്കർ ചൂണ്ടിക്കാട്ടി. എങ്കിലും അതിൽ ചില കാര്യങ്ങൾ കൂട്ടിചേർക്കാൻ ശ്രമിക്കുന്നതാണെന്ന് അദ്ദേഹം ഉറപ്പു നൽകി.

ഈ സംഭാഷണങ്ങൾ നടന്ന് ഏതാനും മാസങ്ങൾ കഴിഞ്ഞപ്പോൾ യു.എസ്സ്.ഏ. ദക്ഷിണ അറ്റ്ലാന്റിക് സമുദ്രത്തിൽ നാവികാഭ്യാസങ്ങൾ നടത്തി. മൂന്നാഴ്ച കഴിഞ്ഞ് ദക്ഷിണാഫ്രിക്കൻ റിപ്പബ്ലിക്കിന്റെ പതിനായിരക്കണക്കിനു വരുന്ന പട്ടാളം അംഗോള ആക്രമിച്ചു. അംഗോളയിൽ ഭീകരപ്രവർത്തനങ്ങൾ നടത്താൻവേണ്ടി യു.എസ്സ്.ഏ.യുടേയും ദക്ഷിണാഫ്രിക്കയുടേയും ഇന്റലിജൻസ് വകുപ്പുകൾ സജ്ജീകരിച്ച 32-ാം ബഫലോ ബറ്റാലിയൻ, കുവെറ്റ് സ്പെഷ്യൽയൂണിറ്റ് എന്നീ കൂലിപ്പട്ടാളയൂണിറ്റുകളും അതിന്റെ ഭാഗമായിരുന്നു.

സ്വാപ്പോയെ പിന്താങ്ങുന്ന ആഫ്രിക്കൻ രാജ്യങ്ങളുടെ - സർവ്വോപരി അംഗോളയുടെ - മേൽ സമ്മർദ്ദം ചെലുത്താനുള്ള ഒരു പരിപാടി 1976 - ൽത്തന്നെ ദക്ഷിണാഫ്രിക്കയുടേയും യു.എസ്സ്.ഏ.യുടേയും ഇന്റലിജൻസ്

വകുപ്പുകൾ ആവിഷ്ക്കരിക്കുകയുണ്ടായെന്നാണ് ലണ്ടനിൽ നിന്നിറങ്ങുന്ന "ആഫ്രിക്ക കോൺഫിഡെൻഷ്യൽ" മാസിക പറയുന്നത്. സ്വാപ്പോയെ ഭിന്നിപ്പിക്കുക, അതിന്റെ പ്രധാനനേതാക്കൾക്ക് ചീത്തപ്പേരുണ്ടാക്കുക, നമീബിയയിൽ ഒരു പാശ്ചാത്യപക്ഷപാതഭരണം സ്ഥാപിക്കാൻ ശ്രമിക്കുക - ഇതായിരുന്നു സി.ഐ.ഏ. യെ ഏൽപ്പിച്ച ദൗത്യം. അംഗോളയിലെ ആഭ്യന്തരരാഷ്ട്രീയസ്ഥിതി കൂടുതൽ അസ്ഥിരീകരിക്കുകയെന്നതായിരുന്നു മറ്റൊരു ലക്ഷ്യം. "നമീബിയയ്ക്കെതിരായ പ്രത്യക്ഷ വിധ്വംസകപ്രവർത്തനം" എന്ന ശീർഷകത്തിൽ ഒരു ലേഖനം 1976-ൽ "കൗണ്ടർസ്പൈ" പ്രസിദ്ധീകരിക്കുകയുണ്ടായി. "സ്വാപ്പോയെ അവഗണിച്ചുകൊണ്ട് സ്വന്തം ചൊൽപ്പടിയിലുള്ളവരെ അധികാരത്തിലേറ്റാൻ" വേണ്ടി വാഷിംഗ്ടണും പ്രെട്ടോറിയയുംകൂടി രഹസ്യമായി തയ്യാറാക്കിയ ഒരു പദ്ധതിയിൽനിന്നും ചില ഭാഗങ്ങൾ അതിൽ ഉദ്ധരിക്കുന്നുണ്ട്. പാവഗവൺമെന്റിനു ധനസഹായം നൽകാനും അതിന് "സാർവ്വദേശീയാംഗീകാരം" നേടിക്കൊടുക്കാനുമുള്ള ഒരു പരിപാടിപോലും ആ പദ്ധതിയിൽ അടങ്ങിയിരുന്നു. എങ്കിലും സ്വാപ്പോയുടേയും അംഗോളയുടേയും മേൽ സൈനികസമ്മർദ്ദം ചെലുത്തുക, അതുവഴി നമീബിയൻ ഒളിപ്പോരാളികളെ കഴിയുന്നത്ര ദുർബ്ബലപ്പെടുത്തുകയും പ്രെട്ടോറിയയ്ക്കും വാഷിംഗ്ടണും സ്വീകാര്യമായ ഒരു ഒത്തുതീർപ്പുതീരുമാനം അവരെക്കൊണ്ട് അംഗീകരിപ്പിക്കുകയും ചെയ്യുക, അതു സാധിച്ചില്ലെങ്കിൽ അവരെ നിശ്ശേഷം ഒഴിച്ചുനിർത്തിക്കൊണ്ട് ഒരു പരിഹാരമുണ്ടാക്കുക എന്നതായിരുന്നു മുഖ്യലക്ഷ്യം.

റീഗൻഗവൺമെന്റിന്റെ നയത്തെ പരാമർശിച്ചുകൊണ്ട് സ്വാപ്പോ പ്രസിഡന്റ് സാം നൂജോമ പറഞ്ഞത് ഇങ്ങനെയാണ്: "ദക്ഷിണാഫ്രിക്കയോടുള്ള മി. റീഗന്റെ നയം ഞങ്ങളെ അത്ഭുതപ്പെടുത്തുന്നില്ല. വിമോചനപ്രസ്ഥാനത്തിനെതിരായി പൊരുതാൻ വംശീയവാദികളുടേയും പിന്തിരിപ്പന്മാരുടേയും ഭരണങ്ങളെ സഹായിക്കുകയെന്നതായിരിക്കും ആഫ്രിക്കയിലെ തന്റെ നയമെന്ന് പ്രസിഡന്റായി തിരഞ്ഞെടുക്കപ്പെടുന്നതിനു മുമ്പുതന്നെ റീഗൻ അർത്ഥശങ്കയ്ക്കിടനൽകാത്ത വിധത്തിൽ വ്യക്തമാക്കിയിരുന്നു. പ്രസിഡന്റായതിനുശേഷം അദ്ദേഹം ആ നയം നടപ്പാക്കാൻ തുടങ്ങി. ദക്ഷിണാഫ്രിക്കയെ യു.എസ്സ്.ഏ.യുടെ ബന്ധുവായിട്ടാണ് താൻ കരുതുന്നതെന്ന് തിരഞ്ഞെടുപ്പിനുമുമ്പ് മി. റീഗൻ പറഞ്ഞിരുന്നു. ഇപ്പോൾ പ്രെട്ടോറിയയുമായുള്ള ബന്ധങ്ങൾ ശക്തിപ്പെടുത്താൻ അദ്ദേഹം ആവതെല്ലാം ചെയ്യുകയാണ്. സവിംബിയുടെ യൂണിറ്റ് യു.എസ്സ്. ഏ. യ്ക്ക് നമ്പാവുന്ന ഒരു ശക്തിയായതുകൊണ്ട് അയാളെ സഹായിക്കേണ്ടതാണെന്നു തിരഞ്ഞെടുപ്പിനുമുമ്പ് അദ്ദേഹം

പറഞ്ഞിരുന്നു. ഇപ്പോൾ യു.എസ്സ് പ്രസിഡന്റ് പ്രതിവിപ്ലവകാരിയായ സവിംബിയെ വാഷിംഗ്ടണിലേക്കു ക്ഷണിച്ചുവരുത്തുന്നു, അംഗോളയിലെ ജനങ്ങളെ കൊല്ലാനും കൊള്ളയടിക്കാനും അവിടെ നിരന്തരമായ സംഘർഷാവസ്ഥ ഉളവാക്കാനുംവേണ്ടി അയാൾക്ക് പണവും ആയുധവും നൽകുന്നു.

"പക്ഷേ സാമ്രാജ്യത്വത്തിന്റെ ഈദൃശപ്രവൃത്തികൾ ഞങ്ങൾക്കു പുത്തരിയല്ല. ഞങ്ങളുടെ ശത്രുവാരാണെന്നു ഞങ്ങൾക്കറിയാം. സാമ്രാജ്യത്വശക്തികൾക്കെതിരായ സമരം ഞങ്ങൾ നിർത്തിവയ്ക്കുകയില്ല. വേണ്ടിവന്നാൽ നമീബിയൻ ജനത സായുധസമരത്തിന്റെ ശക്തി കൂട്ടുന്നതാണ്. കാരണം സ്വാതന്ത്ര്യം അവരെ സംബന്ധിച്ചിടത്തോളം ഒരു ജീവന്മരണപ്രശ്നമാണ്. സാമ്രാജ്യവാദികൾക്കും വംശീയവാദികൾക്കും വേറേ ഭാഷ മനസ്സിലാവില്ലെന്ന് പണ്ടുതന്നെ ഞങ്ങൾക്കു ബോദ്ധ്യമായിട്ടുണ്ട്...നമീബിയയുടെ ശത്രുക്കൾക്ക് ശിക്ഷാഭയം കൂടാതെ അവരുടെ പാതകങ്ങൾ പ്രവർത്തിക്കാവുന്ന കാലം കഴിഞ്ഞു. കാലം വാഷിംഗ്ടണ് എതിരായിട്ടാണു പ്രവർത്തിക്കുന്നത്."

സ്വാപ്പോയെ ഭിന്നിപ്പിക്കാനും നമീബിയയിൽ ഒരു പാവഗവൺമെന്റ് സ്ഥാപിക്കാനുമുള്ള സി.ഐ.ഏ. യുടെ ശ്രമങ്ങളെപ്പറ്റി പറയുമ്പോൾ, സിംബാബ്വേയിലെ ആഫ്രിക്കൻ ജനതയുടെ സ്വാതന്ത്ര്യയുദ്ധത്തിന്റെ സമയത്ത് യു.എസ്സ്.ഏ. വഹിച്ച നികൃഷ്ടമായ പങ്ക് നാം ഓർത്തുപോകുന്നു.

വംശീയവാദികളുടെ ഭരണത്തിൻകീഴിലുള്ള റൊഡേഷ്യയുടെ നേരെ അസാമാന്യമാംവണ്ണം സൗമ്യമായ ഒരു നയമാണ് വാഷിംഗ്ടൺ അനുവർത്തിച്ചുപോന്നത്. നിയമവിരുദ്ധഭരണത്തിനെതിരായ ഐക്യരാഷ്ട്രസംഘടനയുടെ വിലക്കുകൾ ലംഘിച്ചുകൊണ്ട് അമേരിക്കൻ കമ്പനികൾ തന്ത്രപ്രധാനങ്ങളായ അസംസ്കൃതപദാർത്ഥങ്ങളാൽ സമ്പന്നമായ ആ രാജ്യവുമായി വ്യാപാരം നടത്തി. യു.എസ്സ്. ഏ. യും മറ്റു പാശ്ചാത്യരാജ്യങ്ങളും സ്മിത്തിന്റെ ഗവൺമെന്റിന് എണ്ണയും ആധുനിക ആയുധങ്ങളുമുൾപ്പെടെ വേണ്ടതെല്ലാം നൽകി. റൊഡേഷ്യയുടെ സെൻട്രൽ ഇന്റലിജൻസ് ഓർഗനൈസേഷനുമായി സി.ഐ.ഏ. സജീവമായി സഹകരിച്ചു. സാലിസ്ബറിയിലെ സഹപ്രവർത്തകരുമായി തന്റെ ഏജൻസിക്ക് ഉറ്റ ബന്ധമുണ്ടായിരുന്നുവെന്ന് മുൻ സി.ഐ.ഏ. ഡയറക്ടർ റിച്ചാർഡ് ഹെംസ് സമ്മതിക്കുകയുണ്ടായി. അമേരിക്കൻ കോൺസലേറ്റ് വഴിയാണ് ബന്ധംവച്ചത്. അതുകൊണ്ടാണ് അത് അടച്ചുപൂട്ടാനുള്ള തീരുമാനത്തെ തുരങ്കം വയ്ക്കാൻ

സി.ഐ.ഏ. കഠിനമായി യത്നിച്ചത്.

പക്ഷേ ലോകപൊതുജനാഭിപ്രായത്തിന്റെ സമ്മർദ്ദം മൂലം ആ ചാരപ്രവർത്തനകേന്ദ്രം അടച്ചുപൂട്ടാൻ യു.എസ്സ്.ഏ. നിർബ്ബന്ധിതമായി. എങ്കിലും ആഫ്രിക്കയിലെ സ്വാതന്ത്ര്യസമരസേനാനികൾക്കെതിരായ നടപടികൾക്ക് സി.ഐ.ഏ. മറ്റൊരു മാർഗ്ഗം കണ്ടെത്തി. കൂലിപ്പട്ടാളത്തെ ഉപയോഗിക്കുകയെന്നതായിരുന്നു ആ മാർഗ്ഗം.

യു.എസ്സ്.ഏ. ബ്രിട്ടൻ, ദക്ഷിണാഫ്രിക്ക, ആസ്ട്രേലിയ, ന്യൂസിലണ്ട്, ഫ്രാൻസ് എന്നീ രാജ്യങ്ങളിൽനിന്നുമായി ചുരുങ്ങിയത് രണ്ടായിരം കൂലിപ്പട്ടാളക്കാരെങ്കിലും റൊഡേഷ്യൻ സൈന്യത്തിലുണ്ടായിരുന്നു. സി.ഐ.ഏ. അഞ്ഞൂറ് അമേരിക്കക്കാരെ അതിലേക്ക് റിക്രൂട്ട് ചെയ്തു. റൊഡേഷ്യയിലെ സ്ഥിതിഗതികളെക്കുറിച്ചുള്ള വിവരങ്ങൾ ശേഖരിക്കുകയും വിമോചനസംഘടനകളിൽപ്പെട്ട ആഫ്രിക്കക്കാരെ കോഴകൊടുത്ത് വശത്താക്കുകയും പുരോഗമനനേതാക്കളുടെ കൊലപാതകങ്ങൾ സംഘടിപ്പിക്കുകയും ചെയ്ത സി.ഐ.ഏ. ഏജന്റുമാരും അക്കൂട്ടത്തിലുണ്ടായിരുന്നു. സിംബാബ്വെക്കാർക്കും അയൽരാജ്യങ്ങളായ മൊസാംബിക്ക്, സാംബിയ, ബൊട്സ്വാന എന്നിവിടങ്ങളിലെ ജനങ്ങൾക്കുമെതിരായ റൊഡേഷ്യൻ പട്ടാളത്തിന്റെ മൃഗീയ മർദ്ദനനടപടികളിൽ അമേരിക്കൻ കൂലിപ്പട്ടാളക്കാരും പങ്കെടുത്തു. മൊസാംബിക്കിലുള്ള സിംബാബ്വെയൻ അഭയാർത്ഥികളുടെ മേൽ ബോംബുകൾ വർഷിച്ച റൊഡേഷ്യൻ വിമാനങ്ങളോടിച്ചത് അവരിൽ ചിലരാണ്.

റൊഡേഷ്യയ്ക്ക് ആധുനികങ്ങളായ ആയുധങ്ങൾ നൽകുകയെന്നത് സി.ഐ.ഏ.യുടെ സഹായത്തിന്റെ ഒരു ഭാഗമായിരുന്നുവെന്നും സാംബിയയുടേയും മൊസാംബിക്കിന്റേയും നേർക്കുള്ള ബോംബാക്രമണങ്ങൾക്ക് ഉപയോഗിച്ച വിമാനങ്ങളും ഹെലിക്കോപ്റ്ററുകളും അക്കൂട്ടത്തിൽ പെടുന്നുവെന്നും "ന്യൂ ആഫ്രിക്കൻ" മാസിക വെളിപ്പെടുത്തുകയുണ്ടായി.

റൊഡേഷ്യയിലെ വംശീയവാദികൾ ആഫ്രിക്കക്കാരായ ഭൂരിപക്ഷത്തിന് അധികാരം വിട്ടുകൊടുക്കാൻ നിർബ്ബന്ധിതരാവുമെന്ന് പാശ്ചാത്യകോയ്മകൾക്കു ബോദ്ധ്യമായപ്പോൾ സി.ഐ.ഏ.യ്ക്ക് പുതിയൊരു ദൗത്യം ലഭിച്ചു. സിംബാബ്വെ ദേശാഭിമാനമുന്നണിയുടെ നേതൃത്വത്തിലുള്ള പുരോഗമനശക്തികൾ അധികാരത്തിൽ വരുന്നതു തടയുക എന്നതായിരുന്നു അത്. സാർവ്വത്രികവോട്ടവകാശത്തിന്റെ അടിസ്ഥാനത്തിൽ സിംബാബ്വെയിൽ നടക്കുന്ന ആദ്യത്തെ തിരഞ്ഞെടുപ്പിൽ തങ്ങളുടെ ശിങ്കിടി ബിഷപ്പ് മുസൊറെവയ്ക്ക് ഭൂരിപക്ഷം ലഭിക്കുമെന്നും അയാൾ പ്രധാനമന്ത്രിയാവുമെന്നും വാഷിംഗ്ടണും

ലണ്ടനും പ്രതീക്ഷിച്ചു. മുസൊറെവയുടെ തിരഞ്ഞെടുപ്പുപ്രചരണത്തിനു വേണ്ടി അയാളുടെ രക്ഷാധികാരികൾ ദശലക്ഷക്കണക്കിനു ഡോളർ ചെലവുചെയ്തു. പാശ്ചാത്യരാജ്യങ്ങളിലെ, സർവ്വോപരി യു.എസ്സ്.ഏ. യിലെ, പത്രങ്ങൾ ദേശാഭിമാനമുന്നണിയുടെ സ്ഥാനാർത്ഥികൾക്കെതിരായി ദുഷ്പ്രചരണം അഴിച്ചുവിട്ടു. മുന്നണി നേതാക്കളേയും അവരുടെ അനുകൂലികളേയും വധിക്കാനുള്ള ശ്രമങ്ങൾ നടന്നു. തങ്ങളുടെ ആൾ ജയിക്കുമെന്ന് വാഷിംഗ്ടണും ലണ്ടനും തീർച്ചയായിരുന്നതിനാൽ സ്വതന്ത്ര സിംബാബ്വെയ്ക്ക് വൻതോതിലുള്ള സാമ്പത്തികസഹായം നൽകാമെന്ന് അവർ തിടുക്കത്തിൽ വാഗ്ദാനം നൽകുകപോലും ചെയ്തു. "കെനിയയുടെ മാതൃകയെ പിന്തുടർന്ന് 'മിതമായ' ഒരു മാർഗ്ഗത്തിലൂടെ സ്വതന്ത്ര സിംബാബ്വെയെ നയിച്ചുകൊണ്ടു പോകുവാൻവേണ്ടി"[1] 1977-ൽയു.എസ്സ്. സ്റ്റേറ്റ്ഡിപ്പാർട്ടുമെന്റും സി.ഐ.ഏ.യും പെന്റഗണും ഒരു "സിംബാബ് വെ ഫണ്ട്" ഉണ്ടാക്കാൻ നിശ്ചയിച്ചിരുന്നുവെന്ന് "സിംബാബ് വെയ്ക്കുവേണ്ടിയുള്ള സമരം" എന്ന പുസ്തകത്തിൽ പത്രപ്രവർത്തകരായ ഡേവിഡ് മാർട്ടിനും (ബ്രിട്ടൻ) ഫിലിസ് ജോൺസണും (കാനഡ) ചൂണ്ടിക്കാട്ടുകയുണ്ടായി.

പക്ഷേ സാമ്രാജ്യത്വപദ്ധതികൾ നടന്നില്ല. ബഹുഭൂരിപക്ഷം ആഫ്രിക്കക്കാരും വോട്ടു ചെയ്തത് സിംബാബ്വെയിലെ ദേശാഭിമാന ശക്തികൾക്കുവേണ്ടിയാണ്. മുസൊറെവയ്ക്ക് മൂന്നു സീറ്റാണ് ആകെ കിട്ടിയത്; അയാളുടെ കൈവശമുണ്ടായിരുന്ന ഹെലിക്കോപ്റ്ററുകളുടെ അത്രപോലുമില്ല.

പാശ്ചാത്യരാജ്യങ്ങൾക്ക് പെട്ടെന്ന് അടവു മാറ്റേണ്ടി വന്നു. ദേശാഭിമാനമുന്നണിയുടെ നേതാക്കളുടെ നേർക്കുള്ള ഔദ്ധത്യപൂർണ്ണമായ അധിക്ഷേപവർഷം മുഖസ്തുതിക്കു വഴിമാറിക്കൊടുത്തു. ഈ മാറ്റത്തിൽ അത്ഭുതപ്പെടാനൊന്നുമില്ല. സ്ഥിതി തങ്ങൾക്കു പ്രതികൂലമാവാതിരിക്കാനും, സാലിസ്ബറിയിലെ ഒരു പാശ്ചാത്യനയതന്ത്രജ്ഞന്റെ വാക്കുകളിൽ പറഞ്ഞാൽ, സിംബാബ്വെ മറ്റൊരു അംഗോളയോ എത്യോപ്പിയയോ ആയി മാറാതിരിക്കാനുംവേണ്ടി റൊഡേഷ്യൻ വംശീയവാദികളുടെ മുൻകൂട്ടാളികൾ അവരാലാവുന്നതൊക്കെ ചെയ്തു.

പോരെങ്കിൽ പണംകൊടുക്കാമെന്നു തങ്ങൾ വാഗ്ദാനം ചെയ്തിട്ടുമുണ്ടല്ലോ. പക്ഷേ അതു നിറവേറ്റാൻ പാശ്ചാത്യരാജ്യങ്ങൾ തിടുക്കം കൂട്ടിയില്ല. 1981 മാർച്ചിൽ മാത്രമാണ് സിംബാബ്വെയ്ക്ക് വികാസത്തിനുള്ള ധനസഹായം ലഭിച്ചത്. അതോടൊപ്പം ആഭ്യന്തരനയത്തിലും വിശേഷിച്ച് വിദേശനയത്തിലും സിംബാബ്വെയുടെ നേതാക്കൾ

1 David Martin and Phullis Johnson, "The Struggle for Zimbawe" Faber, London-Boston, 1981, p.255

"പ്രായോഗികബുദ്ധി" പ്രകടിപ്പിക്കുമെന്നു തങ്ങൾ പ്രതീക്ഷിക്കുന്നുവെന്നൊരു മുന്നറിയിപ്പുമുണ്ടായിരുന്നു.

എന്നാൽ സിംബാബ്‌വെക്കാർ എല്ലാ രാഷ്ട്രീയനിബന്ധനകളേയും ശക്തിയുക്തം നിരാകരിച്ചു. അവ രാഷ്ട്രീയമായും സാമ്പത്തികമായും രാഷ്ട്രത്തിന്റെ കൈകൾ വരിഞ്ഞുകെട്ടുമെന്നും അതിന്റെ സ്വാതന്ത്ര്യത്തെ നിഹനിക്കുമെന്നും പ്രധാനമന്ത്രി റോബർട്ട് മുഗാബെ പറഞ്ഞു.

ആ ഭയം ഒട്ടും അസ്ഥാനത്തല്ല. കാരണം, അമേരിക്കൻ സാമ്രാജ്യത്വത്തിന്റെ ഉന്നവും അതാണല്ലൊ. ആഫ്രിക്കയിലെ പുരോഗമനഗവൺമെന്റുകൾ നിലംപതിച്ചു കാണാനാണ് അത് ആഗ്രഹിക്കുന്നത്.

ദക്ഷിണാഫ്രിക്കയിലെ അപ്പാർത്തീഡ്‌വ്യവസ്ഥയെ എതിർക്കേണ്ടതിന്റെ ആവശ്യകതയെപ്പറ്റി വാഷിംഗ്ടൺ നാവുകൊണ്ട് എത്രയൊക്കെ പറഞ്ഞാലും വംശീയവാദികളായ ആ കുറ്റവാളികളുടെ ഭരണവുമായുള്ള അതിന്റെ സഹകരണം വർഷം ചെല്ലുന്തോറും കൂടിക്കൂടിവരികയാണ്. അറുനൂറിൽപരം അമേരിക്കൻകമ്പനികൾ അവിടത്തെ ജനങ്ങളെ ഇപ്പോഴും ചൂഷണംചെയ്യുന്നുണ്ട്. 1980-ൽ ദക്ഷിണാഫ്രിക്കയിലെ തന്ത്രപ്രധാന വ്യവസായശാഖകളിലുള്ള അമേരിക്കൻ മുതൽമുടക്ക് 200 കോടി ഡോളറായിരുന്നു. വ്യാപാരം തലേ വർഷത്തെക്കാൾ 24 ശതമാനം വർദ്ധിക്കുകയും 420 കോടി ഡോളറിലെത്തുകയും ചെയ്തു. ഐക്യരാഷ്ട്രസംഘടനയുടെ മാത്രമല്ല യു.എസ്സ്. ഗവൺമെന്റിന്റെ തന്നെ തീരുമാനങ്ങളെ അവഗണിച്ചുകൊണ്ട് അമേരിക്കൻ കമ്പനികൾ വംശീയവാദികൾക്ക് സൈനികസാമഗ്രികളും എണ്ണയും എത്തിച്ചുകൊടുക്കുകയും അണ്വായുധനിർമ്മാണത്തിൽ അവരെ സഹായിക്കുകയും ചെയ്യുന്നു.

മൗലികമനുഷ്യാവകാശങ്ങളേയും സാർവ്വദേശീയനിയമത്തേയും നിരന്തരം ലംഘിക്കുകയും അയൽരാജ്യങ്ങളോട് പരസ്യമായ ഭീകരപ്രവർത്തനത്തിന്റെ നയം അനുവർത്തിക്കുകയും ചെയ്യുന്ന ദക്ഷിണാഫ്രിക്കൻ റിപ്പബ്ലിക്കിനെ സാമ്പത്തികരംഗത്തും വ്യാപാരരംഗത്തും ബഹിഷ്ക്കരിക്കണമെന്ന പ്രശ്നം ഐക്യരാഷ്ട്രസംഘടനയിൽ പല തവണ ഉന്നയിച്ചിട്ടുള്ളതാണ്. പക്ഷേ ഓരോ തവണയും അത്തരം നിർദ്ദേശങ്ങൾ അംഗീകരിക്കപ്പെടാതിരിക്കാൻവേണ്ടി യു.എസ്സ്. ഏ.യും അതിന്റെ നാറ്റോ സഖ്യരാജ്യങ്ങളും വാശിയോടെ ശ്രമിക്കുന്നു.

ദക്ഷിണാഫ്രിക്കയുടെ ആഭ്യന്തരകാര്യങ്ങളിൽ ഇടപടാനുള്ള ധാർമ്മികാവകാശമില്ലെന്ന ന്യായം പറഞ്ഞാണ് വാഷിംഗ്ടൺ വംശീയവാദികൾക്കെതിരെ നടപടികൾ കൈക്കൊള്ളാനുള്ള

വൈമനസ്യത്തെ സാധൂകരിക്കാൻ ശ്രമിക്കുന്നത്. പക്ഷേ അംഗോള യ്ക്കോ മൊസാംബിക്കിനോ സാംബിയയ്ക്കോ മറ്റേതെങ്കിലും ആഫ്രിക്കൻ രാജ്യത്തിനോ എതിരായ രഹസ്യപ്രവർത്തനങ്ങളുടെ പ്രശ്നം വരുമ്പോൾ ഈ "ധാർമ്മികാവകാശം'' ഉയർത്തിപ്പിടിക്കുകയായി.

അതുകൊണ്ട് യു.എസ്സ്.ഏ.യുടേയും ദക്ഷിണാഫ്രിക്കയുടേയും രഹസ്യവകുപ്പുകൾ തമ്മിലുള്ള ഗാഢമായ സഹകരണത്തിൽ അത്ഭുതപ്പെടാനില്ല. യു.എസ്സ്.ഏ.യിലെ എല്ലാ ഗവൺമെന്റുകളുടേയും കീഴിൽ ഈ സഹകരണം നിലനിന്നുപോന്നിട്ടുണ്ടെന്നാണ് "ആഫ്രിക്ക റിപ്പോർട്ട്'' എന്ന അമേരിക്കൻ ആനുകാലികം പറയുന്നത്. ദക്ഷിണാഫ്രിക്കൻ ഇന്റലിജൻസ് വകുപ്പായ "ബോസ്സ്'' (പിന്നീട് അതിന്റെ പേർ നാഷനൽ ഇന്റലിജൻസ് സർവീസ് അഥവാ എൻ.ഐ.എസ്സ്. എന്നാക്കി മാറ്റി) തുടക്കംതൊട്ടുതന്നെ സി.ഐ.ഏ.യുമായി നിരന്തരം വിവരങ്ങൾ കൈമാറിവന്നിരുന്നു. ആഫ്രിക്കൻ ദേശീയസംഘടനകളിൽ നുഴഞ്ഞുകയറുകയും, കറുത്തവർക്കു ഭൂരിപക്ഷമുള്ള ഒരു ഗവൺമെന്റ് ദക്ഷിണാഫ്രിക്കൻ റിപ്പബ്ലിക്കിൽ വരികയാണെങ്കിൽ വാഷിംഗ്ടനെ അനുസരിക്കാൻ തയ്യാറുള്ള ഏജന്റുമാരെ കരുതിവയ്ക്കുകയും ചെയ്യുകയെന്നതായിരുന്നു ആ രാജ്യത്ത് സി.ഐ.ഏ.യ്ക്കുണ്ടായിരുന്ന ഒരു ലക്ഷ്യം. 1959-ൽ ആഫ്രിക്കൻ നാഷനൽ കോൺഗ്രസ്സിൽ പിളർപ്പുണ്ടാവുകയും പാനാഫ്രിക്കനിസ്റ്റ് കോൺഗ്രസ്സ് (പി.ഏ.സി) എന്നൊരു സംഘടന ജന്മമെടുക്കുകയും ചെയ്തതിൽ സി.ഐ.ഏ.യ്ക്കു കൈയുണ്ടായിരുന്നുവെന്നാണ് മുമ്പ് "ബോസ്സി''ന്റെ ഒരു ഏജന്റായിരുന്ന ഗോർഡൻ വിന്റർ പറയുന്നത്. സി.ഐ.ഏ. ഏജന്റുമാരും ഏ.എൻ.സി.യിൽനിന്നു തെറ്റിപ്പിരിഞ്ഞ മൂന്നംഗങ്ങളും തമ്മിൽ നടന്ന ഒരു കൂടികാഴ്ചയിൽവച്ചാണ് പി.ഏ.സി. രൂപീകരിക്കണമെന്ന ആശയമുദിച്ചതെന്നു തെളിയിക്കുന്ന രഹസ്യടേപ്പുകൾ ദക്ഷിണാഫ്രിക്കൻ രഹസ്യവകുപ്പിന്റെ പക്കലുണ്ടെന്ന് തന്റെ മേധാവിയായിരുന്ന ജനറൽ എച്ച്.ജെ. വാൻ ഡെൻ ബെർഗ് പറഞ്ഞതായി ലേഖകൻ അനുസ്മരിക്കുന്നു. ജോഹനാസ്ബർഗിലുള്ള യു.എസ്സ്.ഐ.എസ്സ്. ഓഫീസിൽ പണിയെടുത്തിരുന്ന പൊത്‌ലാക്കൊ ലേബല്ലോ ആയിരുന്നു ആ ഏജന്റുമാരിലൊരാൾ.

എല്ലാ വിഭാഗങ്ങൾക്കുമിടയിൽ യഥാർത്ഥത്തിൽ ജനസമ്മതിയുള്ള ഏ.എൻ.സി.യുടെ സ്വാധീനം കുറയ്ക്കാൻവേണ്ടി സി.ഐ.ഏ. ദക്ഷിണാഫ്രിക്കൻ റിപ്പബ്ലിക്കിലെ പല ആഫ്രിക്കൻ സംഘടനകളേയും പണം കൊടുത്തു സഹായിക്കുന്നുണ്ടെന്ന് ഗോർഡൻ വിന്റർ പറയുന്നു. യു.എസ്സ്.ഏ. യിലെ ചില സംഘടനകൾ വഴിയാണ് സി.ഐ.ഏ. ദക്ഷിണാഫ്രിക്കയിൽ പണമെത്തിക്കുന്നത്. അതിലൊന്നാണ്

"പൗരാവകാശസംരക്ഷത്തിനുള്ള അമേരിക്കൻ അഭിഭാഷകസമിതി". 1977-ൽ അതുവഴി പത്തുലക്ഷത്തോളം ഡോളർ ദക്ഷിണാഫ്രിക്കയിൽ എത്തിക്കുകയുണ്ടായി. സി.ഐ.ഏ. പുതിയ ഏജന്റുമാരെ ഊർജ്ജിതമായി അന്വേഷിക്കുകയാണെന്നു ജനറൽ വാൻ ഡെൻ ബെർഗ് വിന്ററോടു പറഞ്ഞു. പന്തയത്തിൽ ഏതു കുതി ജയിച്ചാലും അമേരിക്കയ്ക്കു സമ്മാനത്തുകയുടെ ഒരോഹരി കിട്ടത്തക്കവണ്ണം എല്ലാ "കറുത്ത കുതിരകളേ"യും സി.ഐ.ഏ. പിന്താങ്ങുന്നുണ്ടെന്ന് ജനറൽ പറഞ്ഞു. "നമ്മുടെ തന്ത്രപ്രധാനമായ ധാതുസമ്പത്തും ഏതാണ്ടത്രതന്നെ പ്രാധാന്യമുള്ള തുച്ഛവിലയ്ക്കു കിട്ടുന്ന കറുത്തവരുടെ വമ്പിച്ച അദ്ധ്വാനശക്തിയുമാണ് ആ സമ്മാനത്തുക."

പ്രസിഡന്റ് റീഗന്റെ ഭരണത്തിൻകീഴിൽ സി.ഐ.ഏ.യും ദക്ഷിണാഫ്രിക്കൻ രഹസ്യവകുപ്പും തമ്മിലുള്ള സഹകരണം മുമ്പെന്നത്തെക്കാളും വൻതോതിൽ വികസിച്ചു. യു.എസ്സ്.ഏ. യ്ക്കകത്തും പുറത്തുമുള്ള പ്രതിഷേധങ്ങൾ വകവയ്ക്കാതെ 1981 മാർച്ചിൽ പ്രെട്ടോറിയയുടെ മിലിട്ടറി ഇന്റലിജൻസ് വകുപ്പിലെ അഞ്ച് ഉയർന്ന ഉദ്യോഗസ്ഥന്മാർ വാഷിംഗ്ടണിൽ വരവേൽക്കപ്പെട്ടു. അവർ നാഷനൽ സെക്യൂരിട്ടി കൗൺസിലുമായും യു.എസ്സ്. മിലിട്ടറി ഇന്റലിജൻസുമായും കൂടിയാലോചനകൾ നടത്തി. യു.എസ്സ്.ഏ.യുടെ ഐക്യരാഷ്ട്രപ്രതിനിധി ജീൻ കിർക്ക് പാട്രിക്ക് ന്യൂയോർക്കിൽവച്ച് ദക്ഷിണാഫ്രിക്കൻ മിലിട്ടറി ഇന്റലിജൻസ് വകുപ്പിന്റെ തലവനായ ജനറൽ വാൻഡെർ വെസ്റ്റെർഹയ്സെനെ കണ്ടു സംസാരിച്ചു. ദക്ഷിണാഫ്രിക്കൻ സന്ദർശകർ ഇന്റലിജൻസ് വകുപ്പുകാരായിരുന്നുവെന്നു തങ്ങൾക്ക്"അറിഞ്ഞുകൂടായിരുന്നു" വെന്ന് വൈറ്റ്ഹൗസ് കപടമായി പ്രഖ്യാപിച്ചു. അത് അവരെ യു.എസ്സ്.ഏ.യിൽനിന്ന് "ബഹിഷ്ക്കരിക്കുക" പോലും ചെയ്തു - അവരുമായുള്ള സംഭാഷണങ്ങൾക്കു ശേഷമായിരുന്നുവെന്നു മാത്രം.

മൊസാംബിക്കിൽ പ്രതിവിപ്ലവ ഒളിപ്രവർത്തനം സംഘടിപ്പിക്കുന്നതിൽ പ്രെട്ടോറിയയ്ക്കുള്ള പങ്ക് ഏവർക്കുമറിയാം. ഇവിടെയും സി.ഐ.ഏ .യും എൻ.ഐ.എസ്സും ഗാഢമായി സഹകരിച്ചാണു പ്രവർത്തിക്കുന്നത്.

മൊസാംബിക്ക് സ്വാതന്ത്ര്യം നേടുന്നതിനു വളരെ മുമ്പുതന്നെ സി.ഐ.ഏ. അതിന്റെ ചാരന്മാരെ അങ്ങോട്ട് അയച്ചുതുടങ്ങി. ബിസിനസ്സുകാരും പത്രപ്രവർത്തകരും നയതന്ത്രജ്ഞരുമൊക്കെയാണെന്നു പറഞ്ഞു വന്ന അമേരിക്കൻ ഏജന്റുമാർ, പോർത്തുഗലിന്റെ കൊളോണിയൽ സാമ്രാജ്യം തകരുന്നപക്ഷം പ്രയോജനപ്രദമാവാനിടയുള്ള സകലവിവരങ്ങളും ശേഖരിച്ചുപോന്നു.

ഫ്രെലിമോയുടെ വിജയത്തിനും സ്വാതന്ത്ര്യപ്രഖ്യാപനത്തിനും ശേഷം മൊസാംബിക്കിലെ പുരോഗമനഭരണത്തെ അട്ടിമറിക്കാനും റൊഡേഷ്യയിലേയും ദക്ഷിണാഫ്രിക്കയിലേയും വിമോചനപ്രസ്ഥാനത്തെ തുരങ്കംവയ്ക്കാനും വേണ്ടി സി.ഐ.ഏ. പ്രെട്ടോറിയയുടേയും സാലിസ്ബറിയുടെയും ഇന്റലിജൻസ് വകുപ്പുകളുമായുള്ള സഹകരണം ദൃഢപ്പെടുത്തി. ഉദാഹരണത്തിന് സി.ഐ.ഏ. ഏജന്റുമാർ മൊസാംബിക്കിലെ സിംബാബ്‌വേ അഭയാർത്ഥിക്യാമ്പുകൾ എവിടെയെല്ലാമാണെന്നുള്ള വിവരം ഇയാൻ സ്മിത്തിന്റെ ഇന്റലിജൻസ് വകുപ്പിനെ അറിയിക്കുകയും ആ അറിവിന്റെ അടിസ്ഥാനത്തിൽ റൊഡേഷ്യൻ പട്ടാളം മൊസാംബിക്കിലുള്ള ഗ്രാമങ്ങളെ അപ്പാടെ നശിപ്പിക്കുകയും നിരപാധികളെ കൊല്ലുകയും ചെയ്തു.

ദക്ഷിണാഫ്രിക്കയിലെ വിമോചനപ്രസ്ഥാനങ്ങളെ "ഭീകരപ്രസ്ഥാന''മെന്നു പറഞ്ഞ് വാഷിംഗ്ടൺ അപലപിച്ചതോടെ ദക്ഷിണാഫ്രിക്കൻ വംശീയവാദികളുടെ മുഷ്ക്കു കൂടി. അവർ പൂർവ്വാധികം ഔദ്ധത്യത്തോടെ സ്വതന്ത്ര ആഫ്രിക്കൻ രാജ്യങ്ങളുടെ നേരെ ആക്രമണങ്ങൾ നടത്തി. 1981 ജനുവരി 30-ന് പ്രെട്ടോറിയയുടെ പാരട്രൂപ്പുകാർ മൊസാംബിക്കിന്റെ തലസ്ഥാനമായ മപ്പുട്ടോയ്ക്കു സമീപം വന്നിറങ്ങി. ഏ.എൻ.സി.യുടെ ക്യാമ്പ് നശിപ്പിക്കാനെന്ന വ്യാജേനയാണു വന്നതെങ്കിലും ഒരു ശിക്ഷാനടപടിയെന്ന നിലയ്ക്ക് സ്ത്രീകളും കുഞ്ഞുങ്ങളും പ്രായം ചെന്നവരുമടക്കമുള്ള ദക്ഷിണാഫ്രിക്കൻ അഭയാർത്ഥികളെ വേട്ടയാടുകയാണ് അവർ വാസ്തവത്തിൽ ചെയ്തത്.

സി.ഐ.ഏ.യുമായി യോജിച്ചു നടത്തിയ ഒരു നടപടിയായിരുന്നു അതെന്ന് പിന്നീടു തെളിഞ്ഞു. മപ്പുട്ടോയിലുള്ള സി.ഐ.ഏ. നിലയം ആവശ്യമായ എല്ലാ വിവരങ്ങളും പ്രെട്ടോറിയയ്ക്കു നൽകിയിരുന്നു. ഈ ആക്രമണം നടന്ന് രണ്ടു മാസം കഴിഞ്ഞപ്പോൾ, മൊസാംബിക്കിലെ സൈന്യത്തിലും ഭരണയന്ത്രത്തിലും പ്രവർത്തിക്കുന്ന അമേരിക്കൻ ചാരന്മാരുടെ വിപുലമായൊരു ശൃംഖല കണ്ടുപിടിക്കപ്പെട്ടതായി അവിടത്തെ ഗവൺമെന്റ് പ്രഖ്യാപിച്ചു. നയതന്ത്രപ്രതിനിധികളുടെ വേഷത്തിൽ മൊസാംബിക്കിൽ പ്രവർത്തിക്കുന്ന അമേരിക്കൻ രഹസ്യവകുപ്പുകാരുടെ പേരുകൾ പത്രങ്ങളിൽ വന്നു. പ്രസിഡന്റ് സമോറ മഷേലിന്റെ വധമുൾപ്പെടെ മൊസാംബിക്കിനും മറ്റു മുൻനിരരാജ്യങ്ങൾക്കുമെതിരെ നിരവധി വിധ്വംസകനടപടികൾക്ക് സി.ഐ.ഏ.യും ദക്ഷിണാഫ്രിക്കൻ റിപ്പബ്ലിക്കിന്റെ ഇന്റലിജൻസ് വകുപ്പും വട്ടംകൂട്ടുകയാണെന്നു കുറ്റപ്പെടുത്തിക്കൊണ്ട് ഗവൺമെന്റ് ഒരു ഔദ്യോഗികപ്രസ്താവന ഇറക്കി.

സി.ഐ.ഏ.യുടെ തുരപ്പൻപണികളെ തുറന്നുകാട്ടിക്കൊണ്ടുള്ള പല രേഖകളും മൊസാംബിക്കിലെ പത്രങ്ങൾ പ്രസിദ്ധപ്പെടുത്തി. രാജ്യത്തിന്റെ ഗതാഗതത്തിലും സർവ്വോപരി വ്യോമയാനത്തിലും സി.ഐ.ഏ. വിശേഷിച്ചും താൽപര്യമെടുത്തിരുന്നുവെന്ന് "നോട്ടീസിയാസ്" എന്ന പത്രം പറഞ്ഞു. വിമാനത്താവളങ്ങളിലെ രക്ഷാവ്യവസ്ഥയെക്കുറിച്ചും പ്രസിഡന്റ് മഷേലിന്റെ വിമാനമോടിക്കുന്ന പൈലറ്റുകളെക്കുറിച്ചുമുള്ള വിവരങ്ങളറിയാൻ അമേരിക്കൻ ചാരന്മാർ കഠിനമായി യത്നിച്ചെന്ന് അതു ചൂണ്ടിക്കാട്ടി.

മൊസാംബിക്കിലുള്ള ഏ.എൻ.സി. ഓഫീസിൽ നുഴഞ്ഞുകയറാൻ ചാരന്മാർ ശ്രമിച്ചു. ദക്ഷിണാഫ്രിക്കൻ ദേശാഭിമാനികളുടെ പ്രവർത്തനങ്ങളെക്കുറിച്ച് സി.ഐ.ഏ. പ്രെട്ടോറിയയുടെ ഇന്റലിജൻസ് വകുപ്പിന് വിവരങ്ങൾ നൽകി. ഏ.എൻ.സി. യ്ക്കെതിരായ പ്രകോപനനടപടികൾ ആസൂത്രണംചെയ്യുമ്പോൾ പ്രെട്ടോറിയ അവയെ ഉപയോഗപ്പെടുത്തുകയും ചെയ്തു.

ഒരു പത്രസമ്മേളനത്തിൽവച്ച് പത്രലേഖകർക്ക് അമേരിക്കൻ ചാരന്മാരെ മുഖത്തോടു മുഖം കാണാൻ കഴിഞ്ഞു. മൊസാംബിക്കിന്റെ വിദേശമന്ത്രികാര്യാലയത്തിലെ ഒരു ഡിപ്പാർട്ടുമെന്റിന്റെ തലവനായിരുന്ന ഷൊസേ മസ്സിൻഗ ആയിരുന്നു സി.ഐ.ഏ. ഏജന്റുമാരിലൊരാൾ. 1966-ൽ അയാൾ യു.എസ്സ്.ഏ.യിൽ പഠിച്ചുകൊണ്ടിരുന്ന കാലത്താണ് "വില്ലി" എന്നു സ്വയം പരിചയപ്പെടുത്തിയ ഒരു സി.ഐ.ഏ. ഏജന്റ് ആദ്യമായി അയാളുമായി ബന്ധപ്പെട്ടത്. ഒമ്പതു വർഷം കഴിഞ്ഞ് ഐക്യരാഷ്ട്രസഭയിലേക്കുള്ള മൊസാംബിക്കിന്റെ പ്രതിനിധിസംഘത്തിലെ ഒരംഗമെന്ന നിലയ്ക്ക് മസ്സിൻഗ ന്യൂയോർക്കിൽ വന്നപ്പോൾ വില്ലി അയാളെ വീണ്ടും കണ്ടു, പണം വച്ചുനീട്ടി. താമസിയാതെ സി.ഐ.ഏ.യുമായി സഹകരിക്കാമെന്ന് മസ്സിൻഗ ഏറ്റു. മപ്പൂട്ടോയിലുള്ള സി.ഐ.ഏ. ഏജന്റുമാർക്ക് 3 രഹസ്യവിവരങ്ങൾ താൻ മുറയ്ക്കു നൽകാറുണ്ടായിരുന്നുവെന്ന് അയാൾ തുറന്നു സമ്മതിച്ചു.

മറ്റൊരു സി.ഐ.ഏ. ഏജന്റായിരുന്ന അൽസിഡ ചിവിറ്റെ മൊസാംബിക്ക് സൈന്യത്തിന്റെ ജനറൽസ്റ്റാഫിൽ മിലിട്ടറിസപ്ലൈസ് ഡിപ്പാർട്ടുമെന്റിന്റെ തലവനായിരുന്നു. 1978-ലാണ് അയാൾ സി.ഐ.ഏ.യുടെ ഏജന്റായത്. മൊസാംബിക്ക് സൈന്യത്തിലുപയോഗിക്കുന്ന ആയുധങ്ങളുടെ പട്ടികകൾ തയ്യാറാക്കണമെന്നും, സൈനികയൂണിറ്റുകളുടെ വലിപ്പം, പരിശീലനം, വിന്യാസം, എന്നിവയെക്കുറിച്ചും മൊസാംബിക്കിനെ കേന്ദ്രമാക്കി പ്രവർത്തിക്കുന്ന സിംബാബ്‌വേയിലേയും

ദക്ഷിണാഫ്രിക്കയിലേയും വിമോചനസേനാദളങ്ങളുടെ നടപടികളെക്കുറിച്ചുമുള്ള വിവരങ്ങൾ ശേഖരിക്കണമെന്നുമുള്ളതായിരുന്നു അയാളുടെ ചുമതല.

അമേരിക്കൻ എംബസിയിലെ രണ്ടാം സെക്രട്ടറി എഫ്. ലുൻഡാൽ, രണ്ടാം സെക്രട്ടറി എൽ. ഒലിവർ, എംബസി ഉദ്യോഗസ്ഥന്മാരായ എ. റസ്സൽ, പി. റസ്സൽ. എന്നിവരായിരുന്നു നയതന്ത്രമറവിൽ പ്രവർത്തിച്ച യു.എസ്സ്. ഇന്റലിജൻസ് വകുപ്പുകാർ.

1981 മാർച്ച് 16-ലെ പത്രസമ്മേളനത്തിൽ മൊസാംബിക്കിന്റെ വാർത്താവിനിമയവകുപ്പുമന്ത്രി ഷൊസേ ലൂയിസ് കബാസു, ക്യാപ്റ്റൻ ഷൊവാവൊ കർനെയ്റു ഗൊൻസാൽവിഷ് എന്നൊരാളെ പത്രക്കാർക്കു പരിചയപ്പെടുത്തി. മൊസാംബിക്കിലെ രാഷ്ട്രഭദ്രതാവകുപ്പിന്റെ നിർദ്ദേശപ്രകാരം മൂന്നു വർഷമായി മപ്പുട്ടോയിലെ യു.എസ്സ്.എംബസിയിലുള്ള സി.ഐ.ഏ. ഏജന്റുമാരുമായി സഹകരിച്ചുപ്രവർത്തിക്കുകയായിരുന്നു അയാൾ. പ്രെട്ടോറിയയുടെ സഹായത്തോടെ സി.ഐ.ഏ.യ്ക്ക് മൊസാംബിക്കിൽ അധികാര അട്ടിമറി നടത്താൻ കഴിയുമെന്ന് അവരിലൊരാൾ പറഞ്ഞതായി ഗൊൻസാൽവിഷ് അറിയിച്ചു.

യു.എസ്സ്.ഏ.യുടേയും ദക്ഷിണാഫ്രിക്കൻ റിപ്പബ്ലിക്കിന്റേയും ഇന്റലിജൻസ്‌വകുപ്പുകൾ "മൊസാംബിക്ക് നാഷനൽ റെസിസ്റ്റൻസി''നെ (എം.എൻ.ആർ.) സഹായിക്കുന്നുണ്ട്. ഒളിവിൽ പ്രവർത്തിക്കുന്ന ഒരു പ്രതിവിപ്ലവസംഘമാണ് അത്. അതിന് പ്രെട്ടോറിയയുമായും സി.ഐ.ഏ.യുമായും ബന്ധമുണ്ടെന്നതിന് അസന്ദിഗ്ദ്ധമായ തെളിവു ലഭിച്ചിട്ടുണ്ടെന്ന് പ്രസിഡന്റ് സമോറ മഷേൽ പറയുകയുണ്ടായി. രാജ്യദ്രോഹികളും ചോറ്റുപട്ടാളക്കാരായ വിദേശികളുമടങ്ങുന്ന എം.എൻ.ആർ. ഫലത്തിൽ പ്രെട്ടോറിയയുടെ ഇന്റലിജൻസ് വകുപ്പിന്റെ ഒരു ശാഖയാണെന്ന് മൊസാംബിക്കിലെ വാർത്താവിനിമയ വകുപ്പുമന്ത്രി ചൂണ്ടിക്കാട്ടി.

മൊസാംബിക്കിലെ ജനകീയഗവൺമെന്റിനെ എതിർക്കുന്ന ആക്രമിസംഘങ്ങൾ മുമ്പ് റൊഡേഷ്യയിൽ താവളമടിച്ചു പ്രവർത്തിക്കുകയായിരുന്നു. എന്നാൽ ദേശാഭിമാനശക്തികളുടെ വിജയത്തെത്തുടർന്ന് അവർക്ക് സിംബാബ്‌വേയിൽനിന്നു കെട്ടുകെട്ടേണ്ടിവന്നു. ലണ്ടനിൽനിന്നിറങ്ങുന്ന "ന്യൂ ആഫ്രിക്കനി''ൽ വന്ന റിപ്പോർട്ടനുസരിച്ച് ദക്ഷിണാഫ്രിക്കൻ റിപ്പബ്ലിക്കിലുള്ള കിഴക്കൻ ട്രാൻസ്‌വാളിൽ അവർക്ക് അഭയം ലഭിച്ചു. ദക്ഷിണാഫ്രിക്കൻ പട്ടാളത്തിലേയും മുൻ റൊഡേഷ്യൻ പട്ടാളത്തിലേയും ശിക്ഷകർ പ്രത്യേകക്യാമ്പുകളിൽവച്ച് ഭീകരപ്രവർത്തകർക്കു പരിശീലനം നൽകുന്നു.

സി.ഐ.ഏ.യുടെ പദ്ധതികളിൽ എം.എൻ.ആർ. ഒരു പ്രധാനപങ്കു വഹിക്കുന്നുണ്ട്. കാരണം, മൊസാംബിക്കിനെതിരായ യു.എസ്സ്.ഏ.യുടെ വിധ്വംസകപ്രവർത്തനങ്ങളെ അത് സുഗമമാക്കുന്നു. കൂടാതെ ഒളിവിൽ പ്രവർത്തിക്കുന്ന പ്രതിവിപ്ലവകാരികളെ മൊസാംബിക്കിൽ പഴയ വ്യവസ്ഥിതി പുനഃസ്ഥാപിച്ചുകാണാൻ ആഗ്രഹിക്കുന്ന പോർത്തുഗീസ് പിന്തിരിപ്പന്മാരുമായി ബന്ധപ്പെടുത്തുന്നത് സി.ഐ.ഏ. ആണ്. മുമ്പ് മൊസാംബിക്കിൽ പോർത്തുഗീസ് ആക്രമണസേനാവിഭാഗത്തിന്റെ കമാണ്ടറായിരുന്ന, സി.ഐ.ഏ.യുമായി ബന്ധമുള്ളയാളെന്നെന്ന് പരക്കെ അറിയപ്പെടുന്ന, ജനറൽ ഡി അറ്യാഗ 1980-ൽ പ്രതിവിപ്ലവ കാരികളെ കാണാൻവേണ്ടി ദക്ഷിണാഫ്രിക്ക സന്ദർശിക്കുകയുണ്ടായി. അതിനുശേഷം മൊസാംബിക്ക് ഗവൺമെന്റിനെതിരായ എം.എൻ. ആറിന്റെ പ്രകോപനനടപടികൾ ഗണ്യമായി വർദ്ധിച്ചുവെന്നത് അർത്ഥഗർഭമാണ്.

സ്വതന്ത്ര ആഫ്രിക്കൻ രാജ്യങ്ങളിൽ അസ്ഥിരതയുളവാക്കാനുള്ള പ്രതിവിപ്ലവകാരികളുടെ താവളമായിട്ടാണ് സി.ഐ.ഏ ദക്ഷിണാഫ്രിക്കൻ റിപ്പബ്ലിക്കിനെ ഉപയോഗിക്കുന്നത്. എന്നുവച്ചാൽ, ആ രാജ്യം തെക്കൻ ആഫ്രിക്കയിൽ സാമ്രാജ്യത്വത്തിന്റെ വിധ്വംസനതന്ത്രം നടപ്പാക്കാനുള്ള അതിന്റെ മുഖ്യ ഉപകരണമായിത്തീർന്നിരിക്കുന്നുവെന്നർത്ഥം.

മൊസാംബിക്കിലെ സി.ഐ.ഏ.യുടെ ചാരപ്രവർത്തനശൃംഖല തുറന്നുകാട്ടപ്പെട്ടത് വാഷിംഗ്ടണ് ഇഷ്ടപ്പെട്ടില്ല. യു.എസ്സ്. ഗവൺമെന്റ് തിടുക്കത്തിൽ എല്ലാ ആരോപണങ്ങളും നിഷേധിക്കുകയും ഭക്ഷ്യസഹായമുൾപ്പെടെ നേരത്തേ വാഗ്ദാനം ചെയ്തിരുന്ന എല്ലാ സഹായവും ഒരു "ശിക്ഷാനടപടി"യെന്ന നിലയ്ക്ക് "തൽക്കാലത്തേക്ക്" നിർത്തിവയ്ക്കുകയും ചെയ്തു.

യു.എസ്സ്. ഏ.യുടെ ഈ തീരുമാനം സ്വതന്ത്ര ആഫ്രിക്കയ്ക്കെതിരായ അതിന്റെ സാമ്പത്തികയുദ്ധത്തിന്റെ ഒരു അഭേദ്യഭാഗമാണെന്ന് മൊസാംബിക്കിന്റെ വിദേശകാര്യമന്ത്രി ചിസ്സാനൊ പ്രഖ്യാപിച്ചു. സി.ഐ.ഏ യുടെനേരെ "കയ്യോങ്ങാൻ" ധൈര്യപ്പെട്ട മൊസാംബിക്കിനെതിരായി ഈ ലജ്ജാവഹമായ നടപടികൾ കൈക്കൊള്ളാൻ റീഗൻഗവൺമെന്റിന് ഏതാനും ദിവസങ്ങളേ വേണ്ടിവന്നുള്ളൂ. അതേസമയംതന്നെ ദക്ഷിണാഫ്രിക്കൻ വംശീയവാദികൾക്കെതിരായ സാമ്പത്തികവിലക്കുകൾ നടപ്പാക്കാതിരിക്കാൻ അത് ആവതെല്ലാം ചെയ്യുന്നുണ്ട്.

മൊസാംബിക്കിൽ സി.ഐ.ഏ. തുറന്നുകാട്ടപ്പെട്ട് ഏതാനും

മാസങ്ങൾ കഴിഞ്ഞപ്പോൾ അപകീർത്തികരമായ പുതിയൊരു സംഭവമുണ്ടായി. 1981 ജൂണിൽ സാംബിയ ഗവൺമെന്റ് രണ്ട് യു.എസ്സ്. നയതന്ത്രപ്രതിനിധികളെ ചാരപ്പണി നടത്തുന്നുവെന്ന കുറ്റം ചുമത്തി രാജ്യത്തിനു പുറത്താക്കുകയും വേറെ നാല് അമേരിക്കക്കാരെ അനഭിമതവ്യക്തികളായി പ്രഖ്യാപിക്കുകയും ചെയ്തു.

കെന്നത്ത് കൗണ്ടയുടെ ഗവൺമെന്റിനെ തകിടം മറിക്കാനുള്ള ഒരു ഗൂഢാലോചന സാംബിയൻ രാഷ്ട്രഭദ്രതാവകുപ്പ് കണ്ടുപിടിച്ചതായി സാംബിയൻ പത്രങ്ങൾ റിപ്പോർട്ടു ചെയ്തു. സി.ഐ.ഏ.യും ദക്ഷിണാഫ്രിക്കൻ രഹസ്യവകുപ്പും ചേർന്ന് ആസൂത്രണം ചെയ്ത ആ ഗൂഢാലോചന പ്രാവർത്തികമാക്കേണ്ടിയിരുന്നത് ദക്ഷിണാഫ്രിക്കൻ റിപ്പബ്ലിക്കിൽ റിക്രൂട്ടു ചെയ്യപ്പെട്ട കൂലിപ്പട്ടാളക്കാരായിരുന്നു. അവർ പ്രസിഡന്റ് കൗണ്ടയേയും മറ്റു രാഷ്ട്രനേതാക്കളേയും വധിക്കണമെന്നാണ് പദ്ധതിയിട്ടിരുന്നത്. അതു പറ്റിയില്ലെങ്കിൽ, 28-ാം ഓ.ഏ.യു. അസംബ്ലിയിൽ സംബന്ധിക്കാൻവേണ്ടി കെന്നത്ത് കൗണ്ട നൈറോബിയിലേക്കു പോകുന്ന സമയത്ത് അധികാര അട്ടിമറി നടത്തണമെന്നും നിശ്ചയിച്ചിരുന്നു. പട്ടാളത്തിലും ഭരണയന്ത്രത്തിലുമുള്ള സി.ഐ.ഏ. ഏജന്റുമാരടങ്ങിയ ഒരു പാവഗവൺമെന്റിനെ അധികാരം ഏൽപ്പിക്കണമെന്നതായിരുന്നു സി.ഐ.ഏ. യുടെ ഉന്നം.

മൊറീഷ്യൻ മിലിട്ടന്റ് മൂവ്മെന്റിന്റെ സെക്രട്ടറി ജനറൽ പോൾ ബേറഞ്ചെയെ വധിക്കാനുള്ള ഒരു പദ്ധതി സി.ഐ.ഏ ആസൂത്രണം ചെയ്തിട്ടുണ്ടെന്ന് 1981 ആഗസ്റ്റിൽ "വാൾസ്ട്രീറ്റ് ജേർണൽ" എഴുതി. അതിനുള്ള കാരണം "ആഫ്രിക്ക്-ആസി'' എന്ന മാസിക വെളിപ്പെടുത്തി. മൊറീഷ്യസ് സോഷ്യലിസ്റ്റ് പാത സ്വീകരിക്കുകയും ചേരിചേരാനയം അനുവർത്തിക്കുകയും ചെയ്യുന്നത് വാഷിംഗ്ടനും പ്രെട്ടോറിയയ്ക്കും സഹിക്കാൻ കഴിഞ്ഞില്ല. ഇന്ത്യാസമുദ്രത്തിൽ യു.എസ്സ്. സൈനികത്താവളം സ്ഥിതിചെയ്യുന്ന ദിയഗോ ഗാർസിയ ദ്വീപ് മൊറീഷ്യസ്സിന്റെ വകയാണെന്നതാണ് കാര്യം. അമേരിക്കൻ പട്ടാളം ആ ദ്വീപിന്റെ നിയമവിരുദ്ധമായ അധിനിവേശം അവസാനിപ്പിക്കണമെന്ന് മൊറീശ്യസ്സിലെ പുരോഗമനശക്തികൾ ആവശ്യപ്പെടുന്നു.

പെന്റഗൺ ദിയഗോ ഗാർസിയയ്ക്ക് എത്ര വമ്പിച്ച പ്രാധാന്യമാണു കൽപ്പിക്കുന്നതെന്ന് താഴെപ്പറയുന്ന വസ്തുതകൾ വ്യക്തമാക്കും. 1975-ൽ ബ്രിട്ടൻ യു.എസ്സ്.ഏ.യ്ക്ക് ആ ദ്വീപ് "പട്ടാളത്തിനു'' കൊടുത്തപ്പോൾ, അവിടെ ഒരു സൈനികത്താവളം നിർമ്മിക്കുന്നതിന് വാഷിംഗ്ടൺ 32 ദശലക്ഷം ഡോളർ മുടക്കി. അതിനെ "ആധുനികവൽക്കരിക്കാൻ"

158.9 ദശലക്ഷം ഡോളർ അനുവദിക്കണമെന്ന് 1981 ആരംഭത്തിൽ പെന്റഗൺ കോൺഗ്രസ്സിനോട് അഭ്യർത്ഥിച്ചു. ശാന്തസമുദ്രത്തിന്റെ പടിഞ്ഞാറുഭാഗം, ദക്ഷിണ ഏഷ്യ, പേർഷ്യൻ ഉൾക്കടൽ, കിഴക്കേ ആഫ്രിക്ക തൊട്ട് ദക്ഷിണ അറ്റ്ലാന്റിക്ക് വരെ നീണ്ടു കിടക്കുന്ന വിശാലമേഖല എന്നിത്രയുമിടങ്ങളിൽ നടക്കുന്ന "ദ്രുതവിന്യാസസേനകളു''ടെ എല്ലാ നടപടികളും കൂട്ടിയിണക്കാനുള്ള മർമ്മപ്രധാനമായ നാവികത്താവളമാണ് ഡിയഗോ ഗാർസിയ.5 ന്യൂക്ലിയർ മിസൈലുകൾ വഹിക്കുന്ന ഏറ്റവും ആധുനികമായവയുൾപ്പെടെയുള്ള ആണവ മുങ്ങിക്കപ്പലുകൾക്കുള്ള താവളമായി അതിനെ ഉപയോഗിക്കാൻ കഴിയും.

അതുകൊണ്ടാണ് ദിയഗോ ഗാർസിയ തിരിച്ചുകിട്ടണമെന്ന മൊറീഷ്യൻ ജനതയുടെ ആവശ്യത്തെ "യു.എസ്സ്.ഏ.യുടെ ദേശീയസുരക്ഷിതത്വ'' ത്തെത്തന്നെ ഭീഷണിപ്പെടുത്തുന്നതിനു തുല്യമായ എന്തോ ഒന്നായി പെന്റഗൺ കരുതുന്നത്. അതുകൊണ്ടാണ് പോൾ ബേറഞ്ചെ സി.ഐ.ഏ.യുടെ രഹസ്യഫയലുകളിൽ മുഖ്യശത്രുവായി സ്ഥലം പിടിച്ചിരിക്കുന്നത്.

മൊറീഷ്യസ്സിലെ സി.ഐ.ഏ. കുതന്ത്രങ്ങൾ തുറന്നുകാട്ടപ്പെട്ടതിനോടനുബന്ധിച്ചുണ്ടായ ജനരോഷത്തിന്റെ വേലിയേറ്റം മുഴുവൻ കെട്ടടങ്ങുന്നതിനു മുമ്പുതന്നെ അതിന്റെ പുതിയൊരു ഗൂഢാലോചന അനാവരണം ചെയ്യപ്പെട്ടു. ലിബിയൻ നേതാവ് കേണൽ ഗദ്ദാഫിയെ കൊലപ്പെടുത്താനുള്ള പദ്ധതിയാണ് ഇത്തവണ പുറത്തായത്.

പോൾ ബേറഞ്ചെയെപ്പോലെതന്നെ ഗദ്ദാഫിയും വാഷിംഗ്ടന്റെ മുഖ്യശത്രുക്കളിലൊരാളായിട്ടാണു ഗണിക്കപ്പെടുന്നത്. കാരണം മറ്റൊന്നുമല്ല. ആഫ്രിക്കയിലേയും മദ്ധ്യപൗരസ്ത്യദേശത്തേയും സാമ്രാജ്യത്വ ഇടപെടലിനെ നീക്കുപോക്കില്ലാതെ എതിർക്കുകയും അമേരിക്കൻ അട്ടിമറിയെ ചെറുക്കുകയും ചെയ്യുന്ന ദേശീയവിമോചനശക്തികൾക്കും സ്വതന്ത്രരാജ്യങ്ങൾക്കും ലിബിയ സഹായമരുളുന്നു. അതുകൊണ്ടാണ് ഗദ്ദാഫിയെ അധികാരത്തിൽനിന്ന് "അന്തിമമായി'' നീക്കംചെയ്യാൻ സി.ഐ.ഏ. പദ്ധതി ആസൂത്രണംചെയ്തതെന്ന് അമേരിക്കൻ വാരികയായ "ന്യൂസ്‌വീക്ക്'' (1981 ആഗസ്റ്റ് 3-ലെ ലക്കം) എഴുതി.

ഒരു മുൻ സി.ഐ.ഏ ഏജന്റായ എഡ്വിൻ വിൽസണെയാണ് ലിബിയൻ നേതാവിന്റെ ഘാതകനായി തിരഞ്ഞെടുത്തത്. അതേ തരത്തിലുള്ള മറ്റു പദ്ധതികളോടു കിടപിടക്കുന്നതായിരുന്നു ഇതും. ലിബിയയിൽ ധാരാളമുള്ള കറുത്ത ഈച്ചയാണെന്നു തോന്നിക്കുന്ന ചെറിയൊരു സൂചിയിലൂടെ കേണൽ ഗദ്ദാഫിയുടെ ദേഹത്ത് മാരകമായ വിഷം കുത്തിവയ്ക്കാനായിരുന്നു പ്ലാൻ എന്ന് "വാഷിംഗ്ടൺ പോസ്റ്റ്''

എഴുതി.

ഈ വിവരങ്ങൾ പത്രങ്ങളിൽ വന്നതുകൊണ്ട് സി.ഐ.ഏ.യുടെ ഉദ്ദേശം നടന്നില്ല. എങ്കിലും അതുകൊണ്ടൊന്നും ലിബിയയ്ക്കെതിരായി പുതിയ ഭീകരനടപടികൾക്കു വട്ടംകൂട്ടുന്നതിൽനിന്ന് വാഷിംഗ്ടൺ പിന്തിരിഞ്ഞില്ല. ആഫ്രിക്കയിലെ യു.എസ്സ്. സ്വാധീനം വിപുലപ്പെടുത്താനും ശക്തിപ്പെടുത്താനുംവേണ്ടി “ലിബിയയോടുള്ള എതിർപ്പ്'' തീവ്രതരമാക്കുന്നതു സംബന്ധിച്ച് അമേരിക്കൻ കോൺഗ്രസ്സിന്റെ ഗവേഷണവകുപ്പ തയ്യാറാക്കിയ ഒരു റിപ്പോർട്ട് 1981 മേയ് 15-ന് പ്രസിദ്ധീകരിക്കപ്പെട്ടു. ഉത്തര ആഫ്രിക്കയിൽ വാഷിംഗ്ടന്റെ യഥാർത്ഥ ലക്ഷ്യങ്ങൾ എന്തൊക്കെയാണെന്ന് ആ റിപ്പോർട്ടിൽ വെളിപ്പെടുത്തിയിട്ടുണ്ട്:

- ഒരു ലിബിയൻവിരുദ്ധ ഐക്യമുന്നണിയുണ്ടാക്കാൻ ഓ.ഏ.യു.വിനെ ഉപയോഗിക്കുന്നതിന് യു.എസ്സ്.ഏ. യുടേതിനോടു സദൃശമായ താൽപ്പര്യങ്ങളുള്ള ആ മേഖലയിലെ രാജ്യങ്ങളെ പ്രോത്സാഹിപ്പിക്കുക;

- ആ മേഖലയിലെ രാജ്യങ്ങൾക്കുള്ള സൈനികസഹായം വർദ്ധിപ്പിക്കുക;

- ഗദ്ദാഫിയ്ക്കൊരു താക്കീതെന്ന നിലയ്ക്ക് ആ മേഖലയിൽ ഫലപ്രദമായി അമേരിക്കൻ സൈനികസാന്നിദ്ധ്യം ഉളവാക്കുക.

ഗദ്ദാഫിയുടെ വധം ഈ പദ്ധതിയുടെ ഒരു ഭാഗമായി നടത്താനാണ് ഉദ്ദേശിച്ചിരുന്നതെന്നു തോന്നുന്നു. അതുകൊണ്ട് ലിബിയയ്ക്കെതിരായി യു.എസ്സ്. ഗവൺമെന്റിന്റെ ഭാഗത്തുനിന്നു പുതിയ നടപടികളുണ്ടാവാനിടയുണ്ടായിരുന്നു.

അവയ്ക്കുവേണ്ടി അധികം കാത്തുനിൽക്കേണ്ടിവന്നില്ല. “വിധ്വംസനവും ഭീകരപ്രവർത്തനവുമെന്ന ലിബിയയുടെ നയ'' ത്തെ എതിർക്കുന്ന ഏതൊരു ആഫ്രിക്കൻ രാജ്യത്തിനും കൂടുതൽ സഹായം നൽകാൻ യു.എസ്സ്.ഏ. സന്നദ്ധമാണെന്ന് ആഫ്രിക്കൻ കാര്യങ്ങൾക്കായുള്ള യു.എസ്സ്.അസിസ്റ്റന്റ് സ്റ്റേറ്റ് സെക്രട്ടറി ചെസ്റ്റർ ക്രോക്കർ 1981 ജൂലൈയിൽ സെനറ്റിന്റെ വിദേശകാര്യകമ്മിറ്റിയിൽ പറഞ്ഞു. അതെത്തുടർന്ന് ടുണീഷ്യയ്ക്കുള്ള അമേരിക്കൻ സൈനികസഹായം 50-ൽനിന്ന് 95 ദശലക്ഷം ഡോളറായും സുഡാനുള്ളത് 30-ൽനിന്ന് 100 ദശലക്ഷം ഡോളറായും കുതിച്ചുയർന്നു. ആഗസ്റ്റ് 19-ാംനു സിദ്ര്രാ ഉൾക്കടലിന്റെ മീതേക്കൂടി പതിവുപോലെ പരിശോധനാർത്ഥ പറക്കൽ നടത്തിക്കൊണ്ടിരുന്ന രണ്ടു ലിബിയൻ വിമാനങ്ങളെ 6-ാം നാവികപ്പടയിൽപ്പെട്ട ഒരു വിമാനവാഹിനിക്കപ്പലിൽനിന്നുള്ള അമേരിക്കൻ വിമാനങ്ങൾ

വെടിവച്ചുവീഴ്ത്തി. യാതൊരു പ്രകോപനവുമില്ലാതെ നടന്ന ഈ ആക്രമണത്തിൽ അറബിലോകത്തു മാത്രമല്ല പടിഞ്ഞാറൻ യൂറോപ്പിൽപോലും പ്രതിഷേധമുയർന്നു. ലിബിയയ്ക്കെതിരായ വാഷിംഗ്ടന്റെ ആക്രമണോദ്ദേശങ്ങളുടെ തെളിവാണ് കടൽക്കൊള്ളക്കാരുടേതുപോലുള്ള ഈ നടപടിയെന്ന് പുരോഗമനപത്രങ്ങൾ ചൂണ്ടിക്കാട്ടി. എന്നാൽ വാഷിംഗ്ടൺ എല്ലാ കുറ്റവും അവജ്ഞയോടെ നിഷേധിക്കുകയും മേലിലും ലിബിയയ്ക്കെതിരായി ഇത്തരം നടപടികളുണ്ടാവുമെന്നു താക്കീതു നൽകുകയും ചെയ്തു.

ലിബിയയുടെ നേർക്കുള്ള അസ്ഥിരീകരണപദ്ധതിയുടെ ഭാഗമായി ചാദിലെ സംഭവവികാസങ്ങളോടനുബന്ധിച്ച് വിപുലമായൊരു ലിബിയൻ വിരുദ്ധക്യാമ്പെയിൻ അഴിച്ചുവിടപ്പെട്ടു. ചാദിലെ നിയമാനുസൃതഗവൺമെന്റിന്റെ അപേക്ഷപ്രകാരം 1980 ഡിസംബറിലാണ് ലിബിയൻ പട്ടാളം ആ രാജ്യത്തു പ്രവേശിച്ചത്. ഈജിപ്തിന്റേയും യു.എസ്സ്.ഏ.യുടേയും പ്രത്യക്ഷപിന്തുണയോടെ സുഡാൻ കേന്ദ്രമാക്കി പ്രവർത്തിച്ച പ്രതിവിപ്ലവകാരികളുടെ കയ്യേറ്റത്തെ ചെറുക്കാൻവേണ്ടിയാണ് ഗുക്കുനി വെഡ്ഡെയ് ലിബിയയുടെ സഹായം അഭ്യർത്ഥിച്ചത്. ലിബിയൻ പട്ടാളത്തിന്റെ സാന്നിദ്ധ്യം നിയമാനുസൃതവും ഐക്യരാഷ്ട്രചാർട്ടറിന് തികച്ചും അനുരോധവുമാണെന്നും ചാദിലെ ഗവൺമെന്റിന് ആവശ്യമെന്നു തോന്നുന്ന മാത്രയിൽ അതു പിൻവലിക്കപ്പെടുന്നതാണെന്നും അദ്ദേഹം പറഞ്ഞു.

എന്നാൽ സാമാന്യബുദ്ധിയെ വെല്ലുവിളിച്ചുകൊണ്ട് വാഷിംഗ്ടൺ ആവർത്തിച്ചുകൊണ്ടിരുന്നു, ലിബിയ ചാദിനെ നിയമവിരുദ്ധമായി ആക്രമിക്കുകയാണുണ്ടായതെന്ന്. ചാദിനെ കൂട്ടിച്ചേർത്ത് ഉത്തര ആഫ്രിക്കയിൽ ഒരു സാമ്രാജ്യം സ്ഥാപിക്കുകയെന്നതാണ് ലിബിയയുടെ ഉന്നമെന്ന് അതു പറഞ്ഞുപരത്തി. അമേരിക്ക ഓ.ഏ.യു.വിൽ വമ്പിച്ച പ്രചരണം നടത്തുകയും അതിന്റെ ഭൂരിപക്ഷം അംഗങ്ങളേയും ലിബിയയ്ക്കെതിരായി തിരിച്ചുവിടാൻ ശ്രമിക്കുകയും ചെയ്തു. 1983-ൽ ലിബിയൻ തലസ്ഥാനമായ ട്രിപ്പോളിയിൽ കൂടാൻ നിശ്ചയിച്ചിരുന്ന ഓ.ഏ.യു. അസംബ്ലി പൊളിക്കുന്നതിന് ചാദിലെ സംഘട്ടനത്തെ ഉപയോഗപ്പെടുത്താൻ കഴിയുമെന്നായിരുന്നു അതിന്റെ കണക്കുകൂട്ടൽ. ചാദിൽ ലിബിയൻ പട്ടാളത്തിനു പകരം ഒരു അന്തർ-ആഫ്രിക്കൻ സമാധാന പാലനസൈന്യത്തെ അയയ്ക്കണമെന്ന് ഓ.ഏ.യു. നിർദ്ദേശിച്ചപ്പോൾ ചാദ് വിട്ടുപോകാൻ ലിബിയ ഒരിക്കലും സമ്മതിക്കില്ലെന്ന് യു.എസ്സ്.ഏ. തീർത്തു പറഞ്ഞു.

ലിബിയൻ ഗവൺമെന്റ് ഓ.എ.യു.വിന്റെ നിർദ്ദേശം അക്ഷരംപ്രതി അംഗീകരിക്കുകയും ഒരാഴ്ചയ്ക്കുള്ളിൽ അതിന്റെ പട്ടാളത്തെ ചാദിൽനിന്നു പിൻവലിക്കുകയും ചെയ്തത് വാഷിംഗ്ടണ് വലിയൊരു അടിയായിപ്പോയി. ആ നടപടിയുടെ പിന്നിൽ ലിബിയയ്ക്ക് എന്തോ "ദുരുദ്ദേശ''മുണ്ടായിരുന്നുവെന്ന് പറഞ്ഞ് അത് തലയൂരാൻ ശ്രമിച്ചുവെന്നത് മറ്റൊരു കാര്യം.

1981 ഡിസംബറിൽ സി.ഐ.ഏ. മറ്റൊരു ലിബിയൻവിരുദ്ധപ്രഹസനം കാഴ്ചവച്ചു. പ്രസിഡന്റ് റീഗനെ വധിക്കാനുള്ള ഒരു ലിബിയൻ ഗൂഢാലോചനയെ സംബന്ധിച്ച "പരമരഹസ്യമായ വിവരം'' അത് പത്രങ്ങൾക്ക് "ചോർത്തി''ക്കൊടുത്തു. പ്രസിഡന്റിനേയും സഹപ്രവർത്തകരേയും വകവരുത്താൻവേണ്ടി "വാടകഘാതകരുടെ'' രണ്ടു ഗ്രൂപ്പുകളെ യു.എസ്സ്.ഏ.യിലേയ്ക്ക് അയച്ചിട്ടുണ്ടെന്ന അസംബന്ധമായ കിംവദന്തികൾ പ്രചരിച്ചു. സി.ഐ.ഏ. പടച്ചുവിട്ട ഈ "ഗൂഢാലോചന''യെക്കുറിച്ചുള്ള സംഭ്രമജനകങ്ങളായ പുതിയപുതിയ വിവരങ്ങൾ പത്രങ്ങളിൽ ദിവസേന വന്നുകൊണ്ടിരുന്നു.''നാടകീയമായ എന്തോ നടപടിക്കുവേണ്ടി - ലിബിയയ്ക്കെതിരായ ഒരു സൈനികപ്രഹരത്തിനുപോലും - രാജ്യം തയ്യാറെടുക്കുകയാണെന്ന പ്രതീതിയാണു ലഭിച്ചത്.'' "ഒബ്സർവർ" എന്ന ബ്രിട്ടീഷ് പത്രം എഴുതി, "ഈയാണ്ടിൽ ലിബിയയ്ക്കെതിരായി കേൾക്കുന്ന ആക്രോശങ്ങൾ, കെന്നെഡി ബേ ഓഫ് പിഗ്സ് നടപടി ആസൂത്രണം ചെയ്തപ്പോൾ ഫിഡൽ കാസ്ട്രോയ്ക്കെതിരായി തൊടുത്തുവിടപ്പെട്ട അധിക്ഷേപവർഷത്തെ അനുസ്മരിപ്പിക്കുന്നു.''

എ.ബി.സി. എന്ന അമേരിക്കൻ ടെലിവിഷൻ കമ്പനിയുടെ പ്രതിനിധി 1981 ഡിസംബറിൽ കേണൽ ഗദ്ദാഫിയുമായി ഒരു അഭിമുഖം നടത്തുകയുണ്ടായി.

ചോദ്യം: പ്രസിഡന്റ് റീഗനേയും ഉന്നതരായ മറ്റ് അമേരിക്കൻ ഭരണനേതാക്കളേയും വധിക്കാൻവേണ്ടി താങ്കൾ ഘാതകരുടെ ഗ്രൂപ്പുകളെ അയച്ചിട്ടുള്ളതായി തെളിവു കിട്ടിയിട്ടുണ്ടെന്നാണ് യു.എസ്സ്. ഗവൺമെന്റ് പറയുന്നത്. താങ്കൾ എന്തു പറയുന്നു?

ഉത്തരം: ഇതു കേട്ട് കേട്ട് ഞങ്ങളുടെ ക്ഷമയറ്റു... ആരേയും കൊല്ലാൻ ഞങ്ങൾ തയ്യാറല്ല...ആളെ കൊല്ലുന്നത് ഞങ്ങളുടെ സ്വഭാവമല്ല, ഞങ്ങളുടെ പതിവല്ല.

ചോദ്യം: പ്രസിഡന്റിനെതിരായ ലിബിയൻ ഗൂഢാലോചനയെക്കുറിച്ചുള്ള റിപ്പോർട്ടുകൾ സത്യമല്ലെങ്കിൽ, യു.എസ്സ്.ഏ. താങ്കൾക്കെതിരായി

ഈ ആരോപണമുന്നയിക്കാനുള്ള കാരണം എന്താണെന്നു തോന്നുന്നു?

ഉത്തരം: അമേരിക്കയുടെ മുമ്പിൽ തലകുനിക്കാൻ ഞങ്ങൾ തയ്യാറല്ല എന്നതുതന്നെ. അമേരിക്കയുടെ ചവിട്ടടിയിലാവാൻ, അമേരിക്കയുടെ അടിമകളാവാൻ, ഞങ്ങൾക്കു മനസ്സില്ല എന്നതുതന്നെ, സ്വതന്ത്രമായി നിൽക്കാൻ ആഗ്രഹിക്കുന്ന ചെറിയൊരു രാജ്യമാണു ഞങ്ങളുടേത്... ലോകം മുഴുവനും സ്വന്തം ആധിപത്യത്തിലാക്കാനാണ്, ഒന്നുകിൽ അമേരിക്കയുടെ ശത്രുക്കൾ, അല്ലെങ്കിൽ അതിന്റെ അടിമകൾ എന്നിങ്ങനെ ലോകത്തെ വിഭജിക്കാനാണ്, അമേരിക്ക ആഗ്രഹിക്കുന്നത്. അടിമകളാവാൻ ഞങ്ങൾക്കു മനസ്സില്ല.

ചോദ്യം: താങ്കളുടെ രാജ്യവും യു.എസ്സ്.ഏ.യും തമ്മിലുള്ള ശത്രുത ബലപ്രയോഗത്തിൽ കലാശിച്ചല്ലോ. അമേരിക്കൻ 6-ാം നാവികപ്പടയുടെ വിമാനങ്ങൾ നിങ്ങളുടെ രണ്ടു വിമാനങ്ങളെ വെടിവച്ചുവീഴ്ത്തി..., പ്രതികാരനടപടിയെന്ന നിലയ്ക്ക് യു.എസ്സ്.ഏ.യ്ക്കെതിരായി എന്തെങ്കിലും ചെയ്യാൻ ഉദ്ദേശമുണ്ടോ?

ഉത്തരം: ഇത് പ്രതികാരത്തിന്റെ പ്രശ്നമല്ല, ഞങ്ങളുടെ രാജ്യരക്ഷയുടേയും അന്തസ്സിന്റേയും പ്രശ്നമാണ്.

സി.ഐ.ഏ.യുടെ തട്ടിപ്പ് പൊളിഞ്ഞു. എങ്കിലും ലിബിയയ്ക്കെതിരായി ദുഷ്പ്രചരണം യു.എസ്സ്.ഏ. നിർത്തിവച്ചില്ല. അതിനെതിരായി സാമ്പത്തികവിലക്കുകളുണ്ടാവുമെന്ന് വാഷിംഗ്ടൺ പ്രഖ്യാപിച്ചു. ലിബിയയിൽ പ്രവർത്തിക്കുന്ന അമേരിക്കക്കാരുടെ "ജീവൻ അപകടത്തിലായതിനാൽ" അവർ സ്വരാജ്യത്തേക്കു മടങ്ങുന്നതാണു നല്ലതെന്ന ഉപദേശം ഔദ്യോഗികമായി നൽകപ്പെട്ടു. ലിബിയൻ എണ്ണ വാങ്ങുന്നതിന് ഉപരോധമേർപ്പെടുത്താൻ ഉദ്ദേശിക്കുന്നുണ്ടെന്ന് പ്രസിഡന്റ് റീഗൻ ഔദ്യോഗികമായി പ്രഖ്യാപിച്ചു. 1982 ആരംഭത്തിൽ ഈ ഭീഷണി ഒരു യാഥാർത്ഥ്യമായി. യു.എസ്സ്.ഏ. ലിബിയയ്ക്കെതിരായി സാമ്പത്തികവിലക്കുകൾ ഏർപ്പെടുത്തി.

ലിബിയയ്ക്കെതിരായി മാത്രമല്ല. സാമ്രാജ്യവിരുദ്ധനയം അനുവർത്തിക്കുന്ന മറ്റ് ആഫ്രിക്കൻ രാജ്യങ്ങൾക്കെതിരായും വാഷിംഗ്ടൺ ഒരു അപ്രഖ്യാപിതയുദ്ധം നടത്തുകയാണെന്നതിന് വേണ്ടുവോളം തെളിവുണ്ട്. ലിബിയൻ വിരുദ്ധപ്രചരണം അതിന്റെ പാരമ്യത്തിലെത്തിയ സമയത്താണ് സി.ഐ.ഏ. യും ദക്ഷിണാഫ്രിക്കൻ റിപ്പബ്ലിക്കിന്റെ ഇന്റലിജൻസ് വകുപ്പും ചേർന്ന് സെയ്ഷെൽസിലെ പുരോഗമനഭരണത്തെ അട്ടിമറിക്കാൻ ഒരു ശ്രമം നടത്തിയത്. ഇന്ത്യാസമുദ്രത്തിലെ അമേരിക്കൻ സൈനിക സാന്നിദ്ധ്യം അവസാനിപ്പിക്കണമെന്നും

ദിയഗോ ഗാർസിയയിലെ അമേരിക്കൻ നാവികത്താവളം പൊളിച്ചു മാറ്റണമെന്നും ആവശ്യപ്പെട്ടുവെന്നതായിരുന്നു അതു ചെയ്ത അപരാധം.

1981 നവംബർ 25-ന് രാവിലെ സ്വാസിലണ്ടിന്റെ തലസ്ഥാനനഗരിക്കടുത്തുള്ള മൻസിനി വിമാനത്താവളത്തിൽ നാൽപ്പതോളം പേർ ഒരു ബസ്സിൽ വന്നിറങ്ങി. അവർ റഗ്ബികളിക്കാരുടെ ഒരു ടീമാണെന്ന് വിമാനത്താവളത്തിലുണ്ടായിരുന്ന ഏതോ ഉദ്യോഗസ്ഥൻ തീരുമാനിച്ചു. കസ്റ്റംസും സെക്യൂരിട്ടി പരിശോധനയുമെല്ലാം കഴിഞ്ഞ് അവർ റോയൽ സ്വാസി നാഷനൽ എയർവേസിന്റെ ഒരു വിമാനത്തിൽ കയറി.

ഏതാനും മണിക്കൂറുകൾ കഴിഞ്ഞ് വിമാനം സെയ്ഷെൽസിലെ പോയിന്റ് ലറ്യൂ വിമാനത്താവളത്തിലിറങ്ങി. “റഗ്ബി കളിക്കാർ” ബസ്സിൽ കയറി ഹോട്ടലിലേക്കു പുറപ്പെടാൻ ഭാവിക്കുകയായിരുന്നു. അപ്പോഴാണ് ഒരു സൂട്ട്കേസിൽനിന്ന് ഒരു യന്ത്രത്തോക്കിന്റെ അറ്റം തള്ളിനിൽക്കുന്നത് കസ്റ്റംസ് ഉദ്യോഗസ്ഥന്മാരുടെ ശ്രദ്ധയിൽ പെട്ടത്. അത് ഇരട്ടച്ചുവടുള്ള ഒരു പെട്ടിയായിരുന്നു. മറ്റു പെട്ടികളിലും ആയുധങ്ങൾ ഉണ്ടായിരുന്നു. കളിപ്പാട്ടങ്ങളുടേയും മിട്ടായിപ്പൊതികളുടേയും അടിയിലാണ് അവ ഒളിച്ചുവച്ചിരുന്നത്. മെയ്സ്വാധീനമില്ലാത്ത കുട്ടികൾക്കു കൊടുക്കാനായി അവിടത്തെ ആശുപത്രിയെ ഏൽപ്പിക്കാനുള്ള സമ്മാനങ്ങൾ എന്നാണ് കസ്റ്റംസ് ഡിക്ലറേഷനിൽ എഴുതിവച്ചിരുന്നത്. കള്ളി പുറത്തായി എന്നു മനസ്സിലായപ്പോൾ “റഗ്ബി കളിക്കാർ” തോക്കെടുത്തു. തുടർന്നു നടന്ന സംഘട്ടനത്തിൽ സെയ്ഷെൽസിലെ രാജ്യരക്ഷാഭടന്മാർ കുറെപ്പേരെ കൊല്ലുകയും ഏഴു പേരെ തടവിൽ പിടിക്കുകയും ചെയ്തു. ബാക്കിയുള്ളവർ വിമാനത്താവളത്തിലുണ്ടായിരുന്ന ഒരു എയർഇന്ത്യാവിമാനം ബലാൽക്കാരമായി പിടിച്ചെടുത്ത് ദക്ഷിണാഫ്രിക്കയിലേക്കു പറന്നു.

സെയ്ഷെൽസ് ഗവൺമെന്റിനെ മറിച്ചിടാൻവേണ്ടി ദക്ഷിണാഫ്രിക്കയുടേയും യു.എസ്സ്.ഏ.യുടേയും ഇന്റലിജൻസ് വകുപ്പുകൾ റിക്രൂട്ടുചെയ്ത കൂലിപ്പട്ടാളക്കാരായിരുന്നു അവരെന്നു തെളിഞ്ഞു. കോങ്കോയിലെ “വീരപരാക്രമങ്ങളുടെ” പേരിൽ കുപ്രസിദ്ധിയാർജ്ജിച്ച കേണൽ മൈക്കൽ ഹോറായിരുന്നു അവരുടേ നേതാവ്. കൊലചെയ്യാനുള്ള വ്യഗ്രത ഒരു മാറാവ്യാധിപോലെ പിടിപെട്ടിരുന്ന അയാൾ “ഭ്രാന്തൻ മൈക്ക്” എന്ന പേരിലാണ് അറിയപ്പെട്ടിരുന്നത്. ഭ്രാന്തൻ മൈക്കിന്റെ സംഘത്തിൽ അമേരിക്കക്കാരും ബ്രിട്ടീഷുകാരും ഫ്രഞ്ചുകാരും ന്യൂസിലണ്ടുകാരുമുണ്ടായിരുന്നു. എങ്കിലും മുമ്പ് റൊഡേഷ്യൻ രഹസ്യപ്പോലീസിലുണ്ടായിരുന്നവരും സിംബാബ്വെയിൽ ദേശാഭിമാനശക്തികൾക്കുണ്ടായ

വിജയത്തെത്തുടർന്ന് ദക്ഷിണാഫ്രിക്കയിലേക്ക് ഓടിപ്പോയവരുടെ കൂലിപ്പട്ടാളക്കാരായിരുന്ന ഭൂരിപക്ഷവും.

അവർക്ക് ആളൊന്നുക്ക് ആയിരം ഡോളർ കിട്ടി. കാര്യം സാധിച്ചാൽ ഓരോരുത്തർക്കും പതിനായിരം ഡോളർ കൂടി വാഗ്ദാനം ചെയ്തിരുന്നു.

ഒരു അധികാര അട്ടിമറി നടത്താനാണു തങ്ങൾ വന്നതെന്ന് തടവിൽ പിടിക്കപ്പെട്ട റോജർ ഇംഗ്ലണ്ടും ഓബ്രി ബ്രൂക്ക്സും തുറന്നു പറഞ്ഞു. അധികാരം പിടിച്ചെടുത്ത് അത് തദ്ദേശീയഗവൺമെന്റിനെ ഏൽപ്പിച്ചശേഷം അവർ രംഗത്തുനിന്നും നിഷ്ക്രമിക്കണമെന്നതായി രുന്നു അവർക്കു കിട്ടിയ കൽപ്പന.

തങ്ങൾ കൊണ്ടുവന്ന രണ്ടു ടേപ്പുകൾ സെയ്ഷെൽസ് റേഡിയോവഴി പ്രക്ഷേപണം ചെയ്യാൻ തന്നെ ചുമതലപ്പെടുത്തിയിരുന്നുവെന്ന് ഓബ്രി ബ്രൂക്ക്സ് പറഞ്ഞു. അധികാരക്കയ്യേറ്റത്തിനുശേഷം നാട്ടുകാർ എങ്ങിനെ പെരുമാറണമെന്ന നിർദ്ദേശങ്ങളാണ് ആദ്യത്തേതിലു ണ്ടായിരുന്നത്. മുൻപ്രസിഡന്റ് വീണ്ടും അധികാരമേറ്റെടുത്തിരിക്കുന്ന വിവരം അറിയിച്ചുകൊണ്ടുള്ളതായിരുന്നു രണ്ടാമത്തേത്.

ഗൂഢാലോചന അതീവശ്രദ്ധയോടെയാണ് ആസൂത്രണം ചെയ്തി രുന്നതെന്നും അതു നടപ്പാക്കാൻ "പറ്റിയ'' വിദഗ്ധന്മാരെയാണു തിരഞ്ഞെടുത്തിരുന്നതെന്നും അന്വേഷണത്തിൽ തെളിഞ്ഞു. 1977-ൽ നിഷ്ക്കാസിതനായ ജെയിംസ് മഞ്ചമിനെ പ്രസിഡന്റാക്കാനായിരുന്നു പ്ലാൻ.

പുതിയ ഗവൺമെന്റിന്റെ "പരിപാടി " പോലും തയ്യാറാക്കിയിരുന്നു. പാശ്ചാത്യരാജ്യങ്ങളോട് പക്ഷപാതിത്വമുള്ള വിദേശനയം ആഫ്രിക്ക യിലെ അമേരിക്കൻ സാഹസങ്ങൾക്ക് പരിപൂർണപിന്തുണ,ദക്ഷി ണാഫ്രിക്കൻ വംശീയവാദികളുമായി സൗഹൃദബന്ധം - ഇതായിരുന്നു പരിപാടി.

ഗൂഢാലോചനയിൽ തനിക്കെന്തെങ്കിലും പങ്കുള്ള കാര്യം ജെയിംസ് മഞ്ചം പാടേ നിഷേധിച്ചു. അധികാര അട്ടിമറിക്കുള്ള ശ്രമത്തെപ്പറ്റി തങ്ങൾ "യാതൊന്നും അറിഞ്ഞിട്ടില്ല'' എന്ന് ദക്ഷിണാഫ്രിക്കൻ ഗവൺമെന്റ് തിടുക്കത്തിൽ പ്രഖ്യാപിച്ചു. ബലപ്രയോഗനടപടികൾക്ക് തങ്ങൾ തത്വത്തിൽത്തന്നെ എതിരാണെന്നു പറഞ്ഞ് യു.എസ്സ്. സ്റ്റേ റ്റ്ഡിപ്പാർട്ടുമെന്റും കൈ കഴുകി. ചുരുക്കത്തിൽ സെയ്ഷെൽസിലെ ഭരണവ്യവസ്ഥ മാറ്റുന്നതിൽ വിശേഷിച്ചും താൽപര്യമുണ്ടായിരുന്നവർ ആരെല്ലാമായിരുന്നോ അവർ ആ സംഭവവുമായി യാതൊരു ബന്ധവു മില്ലെന്നു പറഞ്ഞ് ഒഴിഞ്ഞുമാറി.

എന്നാൽ ഇത്തവണയും ഗൂഢാലോചനയുടെ പിന്നിലുണ്ടായിരുന്നവർക്കു തങ്ങളുടെ കാൽപ്പാടുകൾ പൂർണ്ണമായും മായ്ച്ചുകളയാൻ കഴിഞ്ഞില്ല. "പാശ്ചാത്യ ഇന്റലിജൻസ് വകുപ്പുകൾക്കും സർവ്വോപരി സി.ഐ.ഏ.യ്ക്കും മുൻകൂട്ടി അറിവുണ്ടായിരുന്നുവെന്നും അവ രഹസ്യമായ പിന്തുണ നൽകിയിരിക്കാനിടയുണ്ടെന്നുമാണ് ആ സംഭവത്തെക്കുറിച്ചുള്ള അന്വേഷണങ്ങളിൽനിന്നു തെളിയുന്നത്," 1982 ജനുവരി 7-ാംനു ബ്രിട്ടീഷ് പത്രമായ "ഡെയിലി ടെലഗ്രാഫ്" എഴുതി. സെയ്ഷെൽസിന്റെനേർക്കുള്ള ആക്രമണത്തിന്റെ സൂത്രധാരന്മാർ ദക്ഷിണാഫ്രിക്കൻ ഇന്റലിജൻസ് വകുപ്പും സി.ഐ.ഏ. യുമായിരുന്നുവെന്നു കരുതാൻ എല്ലാ ന്യായവുമുണ്ട്. ഇന്ത്യാസമുദ്രത്തെ കൂടുതൽ സൈനികവൽക്കരിക്കാനുള്ള അമേരിക്കൻ പദ്ധതികളെ എതിർത്ത സെയ്ഷെൽസ് പ്രസിഡന്റ് എഫ്.ഏ.റെനേയുടെ സ്വതന്ത്രനയത്തിൽ വാഷിംഗ്ടണ് കടുത്ത അസംതൃപ്തി തോന്നിയിരുന്നുവെന്നത് സുവിദിതമാണ്.

ഇന്ത്യാസമുദ്രത്തെ സ്വന്തം നിയന്ത്രണത്തിലാക്കാനുള്ള അമേരിക്കൻ തന്ത്രത്തിന്റെ ഒരു ഭാഗമായിരുന്നു ആ അധികാരക്കയ്യേറ്റശ്രമമെന്ന് സെയ്ഷെൽസിന്റെ വിദേശകാര്യ ഉപമന്ത്രി ജെറെമി ബൊന്നെലെയിം പറഞ്ഞു. ആ ഗൂഢാലോചന നേരിട്ടു സംഘടിപ്പിച്ചവർ ദക്ഷിണാഫ്രിക്കൻ വംശീയവാദികളും സി.ഐ.ഏ.യുമാണെന്ന കാര്യം അദ്ദേഹം സ്ഥിരീകരിച്ചു.

1981 അവസാനത്തിൽ അധികാരമേറ്റെടുത്തയുടനെ അടിയുറച്ച ഒരു സാമ്രാജ്യവിരുദ്ധനയം പ്രഖ്യാപിച്ച ഘാനയിലെ ജെറി റൗളിംഗ്സിന്റെ ഗവൺമെന്റിനെ തകിടംമറിക്കാൻ സി.ഐ.ഏ. പദ്ധതിയിട്ടിട്ടുണ്ടെന്ന് 1982 മാർച്ച് 27-നു "പീപ്പിൾസ് വേൾഡ്" എന്ന അമേരിക്കൻ പത്രം റിപ്പോർട്ടു ചെയ്തു. സെയ്ഷെൽസ് ഗവൺമെന്റിനെതിരായി തയ്യാറാക്കിയ ഗൂഢാലോചനയുടെ തനിപ്പകർപ്പാണതെന്ന് ആ പത്രം പറഞ്ഞു.

സി.ഐ.ഏ. ആ നടപടിക്കുവേണ്ടി വലിയൊരു തുക നീക്കിവയ്ക്കുകയും ബ്രിട്ടനിലും മറ്റു രാജ്യങ്ങളിലും കൂലിപ്പട്ടാളക്കാരെ ചേർത്തുതുടങ്ങുകയും ചെയ്തു. അവരിലൊരാൾ, ബ്രിട്ടീഷ് സൈന്യത്തിലെ മുൻ ഓഫീസർ നിക്ക്ഹാൾ, നടപടിയുടെ ചില വിവരങ്ങൾ പത്രക്കാരെ അറിയിച്ചപ്പോഴാണ് ഗൂഢാലോചന പുറത്തായത്. സജ്ജീകരണങ്ങൾ മിക്കവാറും പൂർത്തിയായിക്കഴിഞ്ഞെന്നും, തനിക്കു ബന്ധമുള്ള ഘാനക്കാരൻ ക്വെസി ഒഫോറി സി.ഐ.ഏ. യിൽനിന്നു കിട്ടിയ പണവുമായി (കൂടുതൽ കൂലിപ്പട്ടാളക്കാരെ എടുക്കാൻ 180, 000 ഡോളറും നടപടി പ്രാവർത്തികമാക്കാൻ വേറൊരു 90, 000 ഡോളറും) വാഷിംഗ്ടണിൽനിന്നു ലണ്ടനിൽ എത്തിയിട്ടുണ്ടെന്നും ഹാൾ പറഞ്ഞു. ദക്ഷിണാഫ്രിക്കൻ

റിപ്പബ്ലിക്കിൽനിന്ന് ആയുധങ്ങൾ വാങ്ങുക, ഘാനയിലെ ഏതാനും പട്ടണങ്ങളുടെനേരെ ഒരേ സമയത്ത് കയറിയടിക്കുക, ഗവൺമെന്റി നെതിരായി രാജ്യത്ത് കുഴപ്പമുണ്ടാക്കുക - ഇതായിരുന്നു പദ്ധതി.

ഇതുപോലുള്ള വേറെ എന്തെല്ലാം ഭീകരനടപടികളാണ് ആഫ്രിക്കയിൽ നടത്താൻവേണ്ടി സി.ഐ.ഏ. ആസൂത്രണം ചെയ്തുകൊണ്ടിരിക്കുന്നതെന്ന് ആർക്കും അറിഞ്ഞുകൂടാ. പല രൂപത്തിലും രീതിയിലും വാഷിംഗ്ടൺ ആഫ്രിക്കയിൽ അനുവർത്തിച്ചുവരുന്ന സാർവ്വദേശീയഭീകരപ്രവർത്തനനയം പലപ്പോഴും പുറമേയ്ക്ക് അതിന്റെ ദംഷ്ട്രകൾ കാട്ടാറില്ല. എങ്കിലും എപ്പോഴെങ്കിലും രഹസ്യം പരസ്യമാവുകതന്നെ ചെയ്യുന്നു. സാമ്രാജ്യത്വത്തിന്റെ കുത്സിതോപായങ്ങൾ കണ്ട് ലോകം ഞെട്ടുന്നു.

മാറിമാറി ധരിക്കുന്ന പൊയ്മുഖങ്ങൾക്കു പിന്നിൽ വാഷിംഗ്ടന്റെ വിദേശനയത്തിന്റെ യഥാർത്ഥമുഖം എങ്ങിനെയാണിരിക്കുന്നതെന്ന് ഇന്ന് ആഫ്രിക്കൻ ജനത കണ്ടിട്ടുണ്ട്. അതിന്റെ താൽപ്പര്യങ്ങൾ അപകടത്തിലാണെന്നു കണ്ടാൽ യു.എസ്സ്.ഏ. എന്തു ഭീകരനടപടികൾ വേണമെങ്കിലും കൈക്കൊള്ളുമെന്ന് "ആഫ്രിക്ക-ആസി" എന്ന മാസിക പറയുന്നു. ഏതെങ്കിലും രാജ്യം പുത്തൻകൊളോണിയലിസത്തിൽനിന്നു മോചനം നേടാൻ ശ്രമിച്ചാൽ അത് യു.എസ്സ്.ഏ.യുടെ "സജീവതാൽപര്യങ്ങളുടെ" നേർക്കുള്ള ഒരു ഭീഷണിയായിട്ടാണ് വാഷിംഗ്ടൺ കരുതുന്നത്. ഗവൺമെന്റുതന്നെ നടത്തുന്ന ഇത്തരം ഭീകരപ്രവർത്തനത്തെക്കാൾ വഷളായ ഒരു ഭീകരപ്രവർത്തനം ചിന്തനീയമാണോ? "ആഫ്രിക്ക -ആസി" ചോദിക്കുന്നു.

യു.എസ്സ്. ഗവൺമെന്റും സി.ഐ.ഏ.യുടെ നേതൃത്വവും ഇങ്ങനെയൊരു ചോദ്യം സ്വയം ചോദിക്കുമോ എന്നു സംശയമാണ്. കാരണം, ലോകമേധാവിത്വത്തിനുവേണ്ടിയുള്ള സമരത്തിൽ ഭീകരപ്രവർത്തനം എക്കാലത്തും അവരുടെ മുഖ്യായുധമായിരുന്നു.

സഖ്യരാജ്യങ്ങൾക്കെതിരായ യുദ്ധം

ലോല്ലി സമോയ്സ്കി.

സാർവ്വദേശീയഭീകരപ്രവർത്തനത്തിന്റെ സിരാകേന്ദ്രങ്ങളു ടെനേരെ ആഞ്ഞടിക്കാൻ തനിക്കുദ്ദേശമുണ്ടെന്ന് 1981 ജനുവരിയിൽ "ഇൽ സെറ്റിമനാലെ'' എന്ന ഇറ്റാലിയൻ ആനുകാലിക വുമായുള്ള ഒരു അഭിമുഖസംഭാഷണത്തിൽ റൊനാൾഡ് റീഗൻ പറയുക യുണ്ടായി. പ്രസിഡന്റ് സ്ഥാനം ഏറ്റെടുക്കുന്നതിനു മുമ്പുതന്നെ അദ്ദേഹം ആ ക്യാമ്പെയിൻ തുടങ്ങിക്കഴിഞ്ഞെന്നർത്ഥം. മുൻ സ്റ്റേറ്റ് സെക്രട്ടറി അലക്സാണ്ടർ ഹെയ്ഗിന്റെ വാക്കുകളിൽ പറഞ്ഞാൽ, കാർട്ടറുടെ ഭരണകാലത്ത് "മനുഷ്യാവകാശസംരക്ഷണ''ത്തെച്ചൊല്ലിയുള്ള ക്യാമ്പെയിൻ വഹിച്ചിരുന്ന അതേ പങ്കാണ് അമേരിക്കൻ നയത്തെ സംബന്ധിച്ചിടത്തോളം ഇതും വഹിക്കേണ്ടിയിരുന്നത്. സോവിയറ്റുയൂ ണിയൻ ഭീകരപ്രവർത്തകരെ "പരിശീലിപ്പിക്കുകയും പണം കൊടുത്തു സഹായിക്കുകയും സജ്ജീകരിക്കുകയും'' ചെയ്യുന്നുവെന്ന ആരോപണം പുതിയ ഭരണത്തിന്റെ ആദ്യദിവസങ്ങളിൽത്തന്നെ ഹെയ്ഗ് ഉന്നയി ക്കുകയുണ്ടായി.[1]

ഈ സോവിയറ്റ്‌വിരുദ്ധ അപവാദപ്രചരണത്തിന്റെ സിംഹഭാഗവും ലാക്കാക്കിയിരുന്നത് ഭീകരപ്രവർത്തനങ്ങളുടെ കെടുതികൾ അനുഭ വിച്ചുകൊണ്ടിരുന്ന പശ്ചിമയൂറോപ്പിനെയാണ്. നാറ്റോരാജ്യങ്ങളിലെ ഗവൺമെന്റുകളെ ദുർബ്ബലപ്പെടുത്താനും അസ്ഥിരീകരിക്കാനും വേണ്ടി സോവിയറ്റുയൂണിയനാണ് ഭീകരപ്രവർത്തനങ്ങളിൽ ഏർപ്പെടുന്നതെ ന്ന് സഖ്യരാജ്യങ്ങളെ ബോദ്ധ്യപ്പെടുത്താനുള്ള ശ്രമമായിരുന്നു അത്. വ്യാജവാർത്തകൾ കെട്ടിച്ചമയ്ക്കുന്നതിൽ വിരുതനായ റോബർട്ട് മോസ്സ് എന്ന ബ്രിട്ടീഷ് പത്രലേഖകൻ ഈ അപവാദപ്രചാരകരിൽ ഒരു പ്രമുഖ നായിരുന്നു. ചിലിയിലെ അല്യെൻഡെ ഗവൺമെന്റിനെ അട്ടിമറിക്കാ ൻവേണ്ടി സി.ഐ.ഏ. സ്ഥാപിച്ച "മസ്തിഷ്ക്കഭണ്ഡാഗാര''ത്തിൽപ്പെട്ട ഒരാളായിരുന്നു അയാളെന്നു പറഞ്ഞാൽ അയാൾ എത്തരക്കാരനാ ണെന്ന് ഊഹിക്കാമല്ലോ. റോം കേന്ദ്രമാക്കി പ്രവർത്തിച്ച ക്ലെയർ സ്റ്റെ ർലിംഗ് എന്ന അമേരിക്കൻ പത്രപ്രവർത്തകയായിരുന്നു മറ്റൊരാൾ. അവർ ധൃതിയിൽ എഴുതിയുണ്ടാക്കിയ "ഭീകരപ്രവർത്തനത്തിന്റെ ശൃംഖല'' എന്ന പുസ്തകം പൊക്കിപ്പിടിച്ചുകൊണ്ട് ഹെയ്ഗ് ഉൽഘോ ഷിച്ചു: "എല്ലാം ഇതിലുണ്ട്!'' പക്ഷേ മോസ്സിന്റെ ലേഖനങ്ങളിലും സ്റ്റെർലിംഗിന്റെ പുസ്തകത്തിലും പറഞ്ഞിട്ടുള്ള കാര്യങ്ങൾ എത്രമാത്രം

1 "The New York Times", May 3, 1981, p.1

അടിസ്ഥാനരഹിതവും പക്ഷപാതപരവുമാണെന്നതാണ് പത്രക്കാരെ വിസ്മയാധീനരാക്കിയത്. അമേരിക്കൻ താൽപര്യങ്ങൾക്കു ജീവൽപ്രധാനമെന്നു വിശേഷിപ്പിച്ചുകൊണ്ടു നടത്തപ്പെട്ട ക്യാമ്പെയിന്റെ അടിത്തറയാകെത്തന്നെ അത്ഭുതകരമാംവണ്ണം ദുർബ്ബലമായിരുന്നു.

നുണപറയൽ തൊഴിലായെടുത്ത മോസ്സിന്റെ കെട്ടുകഥകളെക്കാളും സ്റ്റെർലിംഗിന്റെ ഭാവനാവിലാസങ്ങളെക്കാളും കുറെക്കൂടി കഴമ്പുള്ള എന്തെങ്കിലുമൊന്നു കണ്ടെത്തിയേ തീരൂ എന്നായി. വ്യാജവാർത്തകളുടെ മുഖ്യഉറവിടമായ സി.ഐ.ഏ. എന്തെങ്കിലും പറയുമെന്നു പൊതുജനം പ്രതീക്ഷിച്ചു. പക്ഷേ, വിചിത്രമെന്നു പറയട്ടെ, സി.ഐ.ഏ. എന്തെങ്കിലും പറയാൻ വിസമ്മതിച്ചു. സോവിയറ്റ് വിരുദ്ധക്യാമ്പെയിൻ നടത്താൻവേണ്ടി തക്കതായ തെളിവു ഹാജരാക്കണമെന്ന് വൈറ്റ്ഹൗസ് ആവശ്യപ്പെട്ടത് "ഗവൺമെന്റിന്റെ ഇന്റലിജൻസ് വകുപ്പുകൾക്ക് ഓർക്കാപ്പുറത്തുള്ള ഒരടിയായിരുന്നു"വെന്ന് ന്യൂയോർക്ക് ടൈംസ് എഴുതി. ഭീകരപ്രവർത്തനത്തിൽ സോവിയറ്റുയൂണിയനു കയ്യുണ്ടെന്നതിന് തങ്ങളുടെ പക്കൽ തെളിവൊന്നുമില്ലെന്ന് സി.ഐ.ഏ. യ്ക്കും എഫ്.ബി.ഐ.യ്ക്കും യു.എസ്സ്. മിലിട്ടറി ഇന്റലിജൻസിനും സമ്മതിക്കേണ്ടിവന്നു. വൈറ്റ്ഹൗസ് നിർബ്ബന്ധിച്ചപ്പോൾ സി.ഐ.ഏ. മൂന്നു റിപ്പോർട്ടുകൾ സമർപ്പിച്ചു. പക്ഷേ ഫലം ഒന്നുതന്നെ - "തെളിവില്ല."

മാത്രമല്ല, മേലിൽ സാർവ്വദേശീയഭീകരപ്രവർത്തനത്തെക്കുറിച്ച് സി.ഐ.ഏ. എന്തെങ്കിലും പ്രസിദ്ധീകരിക്കുകയോ ഗവേഷണം നടത്തുകയോ ചെയ്യുകയില്ലെന്ന് അതിന്റെ ഒരു വക്താവു പറഞ്ഞതായി 1981 അവസാനത്തിൽ അസോഷിയേറ്റഡ് പ്രസ്സ് റിപ്പോർട്ടു ചെയ്തു. അങ്ങിനെ ചെയ്താൽ അത് അനാവശ്യമായ വിവാദങ്ങൾക്കിടയാക്കുമെന്നും സി.ഐ.ഏ. അനാശാസ്യമാംവണ്ണം ശ്രദ്ധാകേന്ദ്രമായിത്തീരുമെന്നുമാണ് കാരണമായിപ്പറഞ്ഞത്.

അവർ, ഉള്ള കാര്യം തുറന്നു പറഞ്ഞല്ലൊ! സാർവ്വദേശീയഭീകരപ്രവർത്തനത്തിന്റെ "സിരാകേന്ദ്രം" അന്വേഷിച്ചുപോയാൽ ചെന്നെത്തുന്നത് ലാൻഗ്ലെയിലായിരിക്കുമെന്ന് അവർക്കു മനസ്സിലായി. കാരണം, അമേരിക്കൻ വിദേശനയത്തിൽ എപ്പോഴും ഉപയോഗിക്കുന്ന ആയുധങ്ങളിലൊന്നാണ് ഭീകരപ്രവർത്തനം. വളരെക്കാലമായി സ്വന്തം സഖ്യരാജ്യങ്ങൾക്കെതിരായി വാഷിംഗ്ടൺ നടത്തുന്ന രഹസ്യയുദ്ധവും ഇതിൽ പെടും. ആ യുദ്ധത്തിലെ ചില സംഭവങ്ങൾ പരിശോധിക്കാം.

സിനോറ ദൊന്നിനിയുടെ ഹാൻഡ്ബാഗ്

1981 ജൂലൈ 3-ന് നട്ടുച്ചയ്ക്കുശേഷം നിത്സേയിൽ നിന്നുള്ള ഒരു

വിമാനം റോമിലെ ഫ്യൂമിച്ചിനൊ എയർപോർട്ടിൽ വന്നിറങ്ങി. യാത്രക്കാർ കുറച്ചുപേരേ ഉണ്ടായിരുന്നുള്ളൂ. വെയിലിന്റെ ചൂടുകൊണ്ടു തളർന്നിരുന്ന കസ്റ്റംസ് ഉദ്യോഗസ്ഥന്മാർ പരിശോധനയിൽ അത്ര നിഷ്ക്കർഷ കാണിച്ചില്ല. അപ്പോഴാണ് സ്വർണ്ണമുടിക്കാരിയായ ഒരു സുന്ദരി ഒരു പാസ്പോർട്ടു നീട്ടിയത്. മരിയ ഗ്രാസിയ ദൊന്നിനി എന്ന പേരാണ് അതിലെഴുതിയിരുന്നത്. തൽക്ഷണം എയർപോർട്ട് ഉദ്യോഗസ്ഥന്മാരുടെ ക്ഷീണമെല്ലാം പമ്പ കടന്നു. അവർ ആഗതയുടെ പെട്ടികൾ സശ്രദ്ധം പരിശോധിച്ചു. ഹാൻഡ്ബാഗിന്റെ വക്കു പൊളിച്ചു നോക്കിയപ്പോൾ ലൈനിങ്ങിനടിയിൽനിന്നു ചില കടലാസുകൾ കിട്ടി. അവ കണ്ടുകെട്ടുകയും സിനോറയെ ജയിലിലാക്കുകയും ചെയ്തു.

കടലാസുകളുടെ കൂട്ടത്തിൽ ഇറ്റലിയുടെ "ഗ്വാർഡിയ ഡി ഫിനാൻസ്"യുടെ പരമരഹസ്യമായ ചില രേഖകളുണ്ടായിരുന്നു. നിയമവിരുദ്ധ പണമിടപാടുകളിൽ പങ്കുള്ള ചില പ്രമുഖരാഷ്ട്രീയനേതാക്കളുടെ പേരുകൾ അടങ്ങിയ രേഖകളായിരുന്നു അവ. " പ്രോപ്പഗാൻഡ-2" എന്ന പേരിലുള്ള ഇറ്റലിയിലെ മേസൺ ലോഡ്ജിലെ അംഗങ്ങൾക്കെഴുതിയ രണ്ടു കത്തുകൾ, ഒരു രഹസ്യ അമേരിക്കൻ രേഖയുടെ ഫോട്ടോകോപ്പി, എന്നിവയും അക്കൂട്ടത്തിലുണ്ടായിരുന്നു.

അങ്ങിനെയാണ് "പി-2" മേസൺ ലോഡ്ജിന്റെ "ഹോണററി മാസ്റ്ററും" കോടതിനടപടികളിൽനിന്നു രക്ഷപ്പെടാൻവേണ്ടി ലാറ്റിനമേരിക്കയിലേക്ക് ഓടിപ്പോയയാളുമായ ലിച്ചോ ജെല്ലിയുടെ മകൾ പോലീസിന്റെ പിടിയിലകപ്പെട്ടത്. ഇറ്റാലിയൻ അധികൃതരേയും വാഷിംഗ്ടണിലും നാറ്റോ ഹെഡ്ക്വാർട്ടേഴ്സിലുമുള്ള ചിലരേയും ഭീഷണിപ്പെടുത്തുന്നതിനുതകുന്ന ചില രേഖകൾ തന്റെ കൂട്ടാളികളെ ഏൽപ്പിക്കാൻവേണ്ടി അയാൾ മകളെ ഇറ്റലിയിലേക്കയച്ചതാണ്.

സി.ഐ.ഏ. യ്ക്കും നാറ്റോയ്ക്കുംവേണ്ടി വളരെക്കൊല്ലം പ്രവർത്തിച്ചിട്ടുള്ള ജെല്ലി ഇറ്റലിയിൽ അധികാരം പിടിച്ചെടുക്കണമെന്ന ലക്ഷ്യത്തോടെയാണ് അവിടത്തെ മേസൺ സംഘടനയിൽ "പി-2" എന്ന പേരിൽ അതിരഹസ്യമായ ഒരു ലോഡ്ജുണ്ടാക്കിയത്. യുദ്ധാനന്തരവർഷങ്ങളിൽ ഇറ്റലിയെ പിടിച്ചുകുലുക്കിയ ഗൂഢാലോചനകളുടെ കൂട്ടത്തിൽ വിജയത്തിന്റെ വക്കുവരെ എത്തിയ ഒന്നായിരുന്നു ഇത്. ഗൂഢാലോചനകളാണെങ്കിൽ പലതും നടന്നിട്ടുണ്ട്. വളരെക്കാലം ഇറ്റലിയുടെ കൗണ്ടർ ഇന്റലിജൻസ് വകുപ്പിന്റെ തലവനായിരുന്ന ജനറൽ ജാൻ അഡെലിയോ മലെറ്റി "എക്സ്പ്രെസ്സോ" എന്ന മാസികയുമായുള്ള അഭിമുഖസംഭാഷണത്തിൽ അക്കാര്യം സമ്മതിക്കുകയുണ്ടായി. 1981

മാർച്ച് 15-ൽ പ്രസിദ്ധീകരിച്ച ആ അഭിമുഖത്തിൽനിന്നും ചില ഭാഗങ്ങൾ താഴെ ചേർക്കുന്നു:

ചോദ്യം: താങ്കൾ എസ്സ്.ഐ.ഡി.[1] യിൽ വന്നതിനുശേഷം എത്ര അധികാര അട്ടിമറികൾ ആസൂത്രണം ചെയ്തതായി അറിവുണ്ട്?

ഉത്തരം: കുറഞ്ഞത് അഞ്ചെണ്ണം. പക്ഷേ എല്ലാം ഒരു പോലെ അപകടകരമായിരുന്നില്ല.

ചോദ്യം: 1970 ഡിസംബറിൽ ബോർഗെസെ പ്രഭു ആസൂത്രണം ചെയ്തതായിരുന്നു ആദ്യത്തേത്. തുറന്നു പറയൂ, അത് ഇറ്റലിയിലെ ജനാധിപത്യത്തിന് ഗുരുതരമായ ഒരു ഭീഷണിയായിരുന്നോ?

ഉത്തരം: ആയിരുന്നില്ല. റോം പിടിച്ചെടുക്കാൻപോലും ബോർഗെസെയ്ക്ക് കഴിയുമായിരുന്നോ എന്നു സംശയമാണ്. പക്ഷേ രക്തച്ചൊരിച്ചിലുണ്ടാവാനിടയുണ്ടായിരുന്നു.

ചോദ്യം: "റോസാ ഡെയ്‌വെന്റി'' ഗൂഢാലോചന കൂടുതൽ അപകടകരമായിരുന്നോ?

ഉത്തരം: ആ കലാപം നടന്നില്ല. പക്ഷേ ഗൂഢാലോചനക്കാർക്ക് വളരെ ഗൗരവമായ പ്രശ്നങ്ങൾ സൃഷ്ടിക്കാൻ കഴിയുമായിരുന്നു.

ചോദ്യം: എഡ്ഗാർഡൊ സോന്യൊയുടെ കലാപമായിരുന്നു മൂന്നാമത്തെ ഉദ്യമം. അതെക്കുറിച്ചുള്ള താങ്കളുടെ അഭിപ്രായമെന്താണ്?

ഉത്തരം: അതിനെ "വെളുത്ത കലാപം'' എന്നും വിളിച്ചിരുന്നു. കാരണം, അത് ശരിക്കുള്ള അധികാരക്കയ്യേറ്റമായി വളരണമെന്ന് ഉദ്ദേശിച്ചിരുന്നില്ല. ഭരണഘടന മാറ്റാനുള്ള തന്റെ പദ്ധതിക്കു പിന്തുണ നേടാൻ ശ്രമിക്കുകയായിരുന്നു സോന്യൊ. ബലം പ്രയോഗിക്കാൻ ഉദ്ദേശമുണ്ടായിരുന്നില്ല.

ചോദ്യം: മറ്റു രണ്ടെണ്ണങ്ങളുടെ കാര്യമോ?

ഉത്തരം: ഒരുപക്ഷേ അവയായിരുന്നു ഏറ്റവും അപകടകരം. അവയിലാദ്യത്തേത് 1974 ആഗസ്റ്റിൽ നടത്താനായിരുന്നു ഉദ്ദേശം. കീഴേക്കിടയിലുള്ള ഒരു സംഘം സൈനികോദ്യോഗസ്ഥന്മാർ മുകളിലുള്ള ചിലരുമൊത്ത് ഗൂഢാലോചന നടത്തുകയും റോം പിടിച്ചെടുക്കാൻ ഒരുക്കങ്ങൾകൂട്ടുകയും ചെയ്തു. പ്രസിഡന്റ് ലിയോനെയെ അറസ്റ്റു ചെയ്യുകയും കലാപത്തെ പിന്താങ്ങാൻ അദ്ദേഹത്തെ നിർബ്ബന്ധിതനാക്കുകയും ചെയ്യുക എന്നതായിരുന്നു പ്ലാൻ. അവസാന നിമിഷത്തിലാണ് ഗൂഢാലോചന ഒഴിവാക്കിയത്. മറ്റേത് ഒരു മാസം കഴിഞ്ഞു നടത്താൻ

1 എസ്സ്.ഐ.ഡി. (ആദ്യത്തെ പേർ എസ്സ്.ഐ.എഫ്.ഏ. ആർ.) - ഇറ്റലിയിലെ രഹസ്യപ്രവർത്തനവകുപ്പ്. ഇപ്പോൾ അത് പല വകുപ്പുകളായി തിരിച്ചിരിക്കുന്നു.

ഉദ്ദേശിച്ചിരുന്നു. അതിൽ ബോർഗെസെയുടെ അനുയായികൾക്കും കയ്യുണ്ടായിരുന്നു. അത് ഒഴിവാക്കാനും ഞങ്ങൾക്കു സാധിച്ചു.

അഞ്ചു വർഷത്തിൽ അഞ്ചു ഗൂഢാലോചനകൾ. വേറേയും നടന്നിട്ടുണ്ട്. ഉദാഹരണത്തിന് ആദ്യം സൈനിക ജൻഡാർമിന്റേയും (കറബിന്യേറി) പിന്നീട് എസ്സ്.ഐ.എഫ്. ഏ.ആറിന്റേയും തലവനായിരുന്ന ജനറൽ ഡി ലൊറെൻസൊ 1960-കളിൽ അധികാരം പിടിച്ചെടുക്കാൻ ഒരു ശ്രമം നടത്തി. ഇടതുപക്ഷപ്പാർട്ടികളേയും ട്രേഡ് യൂണിയനുകളേയും നിരോധിക്കണമെന്നും അവരുടെ നേതാക്കളെ അറസ്റ്റുചെയ്യണമെന്നും അയാളുടെ പദ്ധതിയിൽ ("സോളൊ'' എന്നായിരുന്നു അതിന്റെ കോഡുനാമം) വിഭാവനം ചെയ്തിരുന്നു. ഗൂഢാലോചന പുറത്തായപ്പോൾ എസ്സ്.ഐ.എഫ്.ഏ.ആറിനെ എസ്സ്.ഐ.ഡി. ആയി പുനസ്സംഘടിപ്പിച്ചു. പക്ഷേ പേരു മാറിയെന്നല്ലാതെ ആ സംഘടനയുടെ സ്വഭാവത്തിൽ മാറ്റമൊന്നുമുണ്ടായില്ല. അത് നാറ്റോ ഇന്റലിജൻസ് വകുപ്പിനെ "ഓപ്പറേഷൻ അറ്റ്ലാന്റിക്" തയ്യാറാക്കുന്നതിൽ സഹായിച്ചു. ഗ്രീസിനെ "കറുത്ത കേണലുകളുടെ'' കയ്യിലേൽപ്പിച്ച "ഓപ്പറേഷൻ പ്രൊമീതിയസ്സ്'' പോലുള്ള ഒന്നായിരുന്നു അത്. യുദ്ധാനന്തരവർഷങ്ങളിലൊട്ടാകെത്തന്നെ ഇറ്റലി രാജ്യവ്യാപകമായ ഗവൺമെന്റ് വിരുദ്ധഗൂഢാലോചനകളുടെ നിഴലിലാണു കഴിഞ്ഞിട്ടുള്ളത്. അവയിലെ പങ്കാളികളിലും അവയ്ക്കു മുൻകയ്യെടുക്കുന്ന ഗ്രൂപ്പുകളിലും വ്യത്യാസമുണ്ടെങ്കിലും അവയുടെ എല്ലാറ്റിന്റേയും ലക്ഷ്യം ഒന്നുതന്നെയായിരുന്നു. ജനാധിപത്യശക്തികളുടെ നേരെ ആഞ്ഞടിക്കുക, തൊഴിലാളിപ്രസ്ഥാനത്തെ ചോരയിൽ മുക്കിക്കൊല്ലുക, ഒരു പിന്തിരിപ്പൻ സർവ്വാധിപത്യം സ്ഥാപിക്കുക, എന്നതായിരുന്നു അത്.

ജനറൽ മലേറ്റി ഈ ഗൂഢാലോചനകളുടെ അപകടം മനപ്പൂർവ്വം കുറച്ചുകാണിക്കുകയായിരുന്നു. സിനോറ ദൊന്നിനിയുടെ ഹാൻഡ്ബാഗിലുണ്ടായിരുന്നതുപോലെ അദ്ദേഹത്തിന്റെ അഭിമുഖത്തിലും ഒരു രഹസ്യയറയുണ്ട്. ഫാസിസ്റ്റായ ബോർഗെസെപ്രഭു തന്റെ അക്രമിസംഘങ്ങളെ സജ്ജീകരിച്ചത് ആഭ്യന്തരമന്ത്രികാര്യാലയത്തിന്റെ വകഡിപ്പോകളിൽനിന്നുള്ള ആയുധങ്ങൾ കൊടുത്താണ്. പൊതുക്കെട്ടിടങ്ങളും ടെലിവിഷൻ സ്റ്റേഷനും പിടിച്ചടക്കാൻ അയാൾ തയ്യാറെടുത്തു കഴിഞ്ഞിരുന്നു.

ബോർഗെസെയെ ഒരു അഭിനവ മുസ്സോളിനിയായി വാഴിക്കാനും തങ്ങളോട് അനുഭാവമുള്ള ജനറൽ ഊഗൊറിച്ചിയുടെ കീഴിലുള്ള ടാങ്ക്കോറിനേയും അമേരിക്കൻ താവളങ്ങൾക്കു സമീപം

നിർത്തിയിരിക്കുന്ന മൂന്നാം ആർമി കോറിനേയും കലാപത്തിൽ പങ്കെടുപ്പിക്കാനുമായിരുന്നു ഗൂഢാലോചനക്കാരുടെ ഉദ്ദേശം. ഇന്റലിജൻസ് വകുപ്പിലെ കേണൽ ആമോസ് സ്പിയാറ്റ്സിയുടെ നേതൃത്വത്തിൽ കലാപദളങ്ങൾ റോമിനെ തൊഴിലാളിപ്രദേശമായ വടക്കൻ ഇറ്റലിയിൽനിന്നു വിച്ഛേദിക്കണമെന്നും പദ്ധതിയിട്ടിരുന്നു.

മുമ്പത്തെ ഒളിപ്പോരാളിയും (അയാൾ യു.എസ്സ്.ഇന്റലിജൻസ് വകുപ്പിന്റെ ഏജന്റായി ചെറുത്തുനിൽപ്പുപ്രസ്ഥാനത്തിൽ നുഴഞ്ഞുകയറിയിരുന്നു) പി-2 ലോഡ്ജിലെ അംഗവുമായ എഡ്ഗാർഡൊ സോന്യൊയുടെ "വെളുത്ത കലാപം,'' മലേറ്റി പറഞ്ഞതിനു വിപരീതമായി, അതിന്റെ സംഘാടകരുടെ വാക്കുകളിൽ പറഞ്ഞാൽ "ഉഗ്രവും ക്ഷിപ്രവും നിർദ്ദാക്ഷിണ്യവുമായിരിക്കണം,'' എന്നാണു നിശ്ചയിച്ചിരുന്നത്. മുൻ പ്രതിരോധവകുപ്പുമന്ത്രി റൻഡോൾഫൊ പച്ചാർഡിയുടെ സർവ്വാധിപത്യം സ്ഥാപിക്കുകയെന്നതായിരുന്നു അതിന്റെ ഉന്നം. "റോസ ഡെയ് വെന്റി'' ഗൂഢാലോചന ആസൂത്രണം ചെയ്തതും സ്പിയാറ്റ്സിയുമാണ്.

മലേറ്റി ഇക്കാര്യങ്ങളെപ്പറ്റി മൗനംദീക്ഷിച്ചുവെന്നത് അർത്ഥഗർഭമാണ്. ഈ ഗൂഢാലോചനകളിലെല്ലാംതന്നെ സർവ്വപ്രധാനമായ പങ്കു വഹിച്ചത് ഇറ്റലിയുടെ ഇന്റലിജൻസ് വകുപ്പായിരുന്നു. തുറന്നുകാട്ടപ്പെട്ട ഗൂഢാലോചനക്കാരെ രക്ഷപ്പെടുത്തുകയും അവരുടെ സ്ഥാനത്ത് പുതിയവരെ നിയമിക്കുകയും ചെയ്ത പി-2 ലോഡ്ജിലെ സജീവാംഗങ്ങളായിരുന്നു മലേറ്റിയും എസ്സ്.ഐ.ഡി. യുടെ തലവനായ ജനറൽ മിച്ചെലിയും. മേൽപ്പറഞ്ഞ അഭിമുഖം പ്രസിദ്ധീകരിച്ച് ഏതാനും ദിവസങ്ങൾ കഴിഞ്ഞപ്പോൾ അക്കാര്യം പരസ്യമാവുകയും ചെയ്തു. കോടതിനടപടികളിൽനിന്നു രക്ഷപ്പെടാൻവേണ്ടി മലേറ്റി ദക്ഷിണാഫ്രിക്കയിലേക്കു പലായനം ചെയ്തു.

ഈ ഗൂഢാലോചനകളുടെ പ്രധാനസൂത്രധാരനായ സി. ഐ.ഏ.യെപ്പറ്റി ജനറൽ മൗനം പൂണ്ടതിന്റെ കാരണവും വ്യക്തമാണ്. അമേരിക്കൻ സൈനിക-വ്യവസായ കോംപ്ലെക്സിന്റെ ചട്ടുകങ്ങളായ സി.ഐ.ഏ.യും നാറ്റോ ഇന്റലിജൻസ് വകുപ്പുമാണ് സഖ്യരാജ്യങ്ങൾക്കെതിരായ യു.എസ്സ്.ഏ.യുടെ വിധ്വംസകപ്രവർത്തനങ്ങളുടെ ബീജകേന്ദ്രമായി വർത്തിക്കുകയും ആ രഹസ്യയുദ്ധത്തിന്റെ തന്ത്രം ആവിഷ്ക്കരിക്കുകയും ചെയ്യുന്നത്.

ജനറൽ വെസ്റ്റ്മോർലാൻഡിന്റെ ''മാന്വൽ''

മരിയ ഗ്രാസിയ ദൊന്നിനിയുടെ കൈയിലുണ്ടായിരുന്ന രേഖകളിലൊരെണ്ണം ഒരു അമേരിക്കൻ രഹസ്യരേഖയായിരുന്നു. "ഇന്റലിജൻസ്

വകുപ്പിന്റെ സ്ഥിരീകരണ നടപടികൾ - പ്രത്യേകരംഗങ്ങൾ," എന്നായിരുന്നു അതിന്റെ ശീർഷകം. അമേരിക്കൻ ജോയിന്റ് ചീഫ്സ് ഓഫ് സ്റ്റാഫിന്റെ തലവനും മുമ്പ് വിയറ്റ്നാമിലെ യു.എസ്സ്. സൈന്യത്തിന്റെ കമാണ്ടറുമായിരുന്ന ജനറൽ വെസ്റ്റ്മോർലാൻഡിന്റെ മേൽനോട്ടത്തിൽ 1970-ലാണ് അതു തയ്യാറാക്കിയത്. യു.എസ്സ്.ഏ., ഫ്രാൻസ്, ഇറ്റലി, സ്പെയിൻ എന്നീ രാജ്യങ്ങളിലെ പത്രങ്ങൾ അതിൽനിന്നുള്ള ഭാഗങ്ങൾ പലതവണ പ്രസിദ്ധീകരിച്ചെങ്കിലും ആ രേഖയുടെ സാധുതയെ ഓരോ തവണയും വാഷിംഗ്ടൺ നിഷേധിച്ചു. ജെല്ലിക്ക് അതെപ്പറ്റി അറിവുണ്ടായിരുന്നു. അതായത് പ്രസിദ്ധീകരണത്തിനുവേണ്ടി "ബൊർഗൈസെ'' എന്ന ഫാസിസ്റ്റ് വാരികയ്ക്ക് അയച്ചു കൊടുത്തു. അയാളുടെ സ്നേഹിതനായ മരിയോ ടെഡെസ്കിയായിരുന്നു അതിന്റെ പത്രാധിപർ. അയാളങ്ങിനെ ചെയ്തതിന് വ്യക്തമായ ഒരു ലക്ഷ്യമുണ്ടായിരുന്നു. ആ രേഖയിൽ പറഞ്ഞിട്ടുള്ള കർമ്മപരിപാടി വാസ്തവമാണെന്നും അത് പി-2 ലോഡ്ജിന്റെ നയത്തിനനുരോധമാണെന്നും സി.ഐ.ഏ.യുടെ സ്വന്തക്കാരനായ ജെല്ലി സ്ഥിരീകരിക്കുകയായിരുന്നു.

യു.എസ്സ്. ഗവൺമെന്റിന്റെ രാഷ്ട്രീയവിശ്വാസപ്രമാണത്തെ പ്രതിഫലിപ്പിക്കുന്ന ആ "മാന്വലി''ൽ പറഞ്ഞിട്ടുള്ളതുപ്രകാരമാണെങ്കിൽ, അമേരിക്കയുടെ "പരിപൂർണ്ണ പിന്തുണ അർഹിക്കുന്ന ഒരു ഭരണം എത്തരത്തിലുള്ളതായിരിക്കണ''മെന്നു തീർപ്പു കൽപ്പിക്കുന്നത് യു.എസ്സ്.ഏ. മാത്രമാണ്. "അമേരിക്കൻ പിന്തുണയുള്ള ഒരു ഗവൺമെന്റ്, കമ്മ്യൂണിസ്റ്റുകാർ സ്വയം നടത്തുകയോ ഇളക്കിവിടുകയോ ചെയ്യുന്ന കലാപത്തിനെതിരായ യുദ്ധത്തിൽ വേണ്ടത്ര ഇച്ഛാശക്തിയോ കരുത്തോ പ്രകടിപ്പിക്കാത്തതിന്റെ ഫലമായി ദുർബ്ബലപ്പെട്ടാൽ," അഥവാ "അമേരിക്കൻ താൽപര്യങ്ങൾക്കിണങ്ങാത്തതോ എതിരായതോ ആയ അതിദേശീയവാദപരമായ നിലപാടുകളിലേക്കു തെന്നിമാറിയാൽ," പ്രസ്തുതപിന്തുണ പിൻവലിക്കുന്നതായിരിക്കും.

സഖ്യരാജ്യങ്ങൾ ഈ നിബന്ധനകൾ പാലിക്കുന്നില്ലെന്ന് യു.എസ്സ്.ഏ. നിശ്ചയിച്ചുവെന്നിരിക്കട്ടെ. അപ്പോൾ എന്തു സംഭവിക്കും? അപ്പോൾ "സഖ്യരാജ്യങ്ങളുടെ ഘടനയിൽ മാറ്റം വരുത്താൻ" യു.എസ്സ്.ഏ.യ്ക്ക് അധികാരമുണ്ടായിരിക്കും. "കലാപത്തിന്റെ അപകടത്തെക്കുറിച്ചും നിർണ്ണായക നടപടിയെടുക്കേണ്ടതിന്റെ ആവശ്യകതയെക്കുറിച്ചും ആതിഥേയരാജ്യത്തിലെ ഗവൺമെന്റിനേയും പൊതുജനാഭിപ്രായത്തേയും ബോദ്ധ്യപ്പെടുത്തുന്ന തരത്തിലുള്ള പ്രത്യേകനടപടികൾ കൈക്കൊള്ളാൻ" അമേരിക്കൻ ആർമി ഇന്റലിജൻസിനു കഴിയണമെന്ന്

മാന്വലിൽ പറയുന്നു. “അതിലേക്കായി യു.എസ്സ്. ആർമി ഇന്റലിജൻസ് വകുപ്പ് കലാപകാരികളുടെ ഇടയിൽ പ്രത്യേക ഏജന്റുമാരെ കടത്തി വിടണം. അവരിൽ കൂടുതൽ തീവ്രവാദികളായിട്ടുള്ളവരുടെ ഇടയിൽ സ്പെഷ്യൽ ആക്ഷൻ ഗ്രൂപ്പുകൾ രൂപീകരിക്കുകയെന്നതാണ് ആ ഏജന്റുമാരുടെ ചുമതല. മേൽവിവരിച്ച തരത്തിലുള്ള ചുറ്റുപാടുകളുണ്ടാവുമ്പോൾ യു.എസ്സ്.ആർമി ഇന്റലിജൻസ് വകുപ്പിന്റെ മേൽനോട്ടത്തിൽ ഈ ഗ്രൂപ്പുകളെ അക്രമപരമോ അക്രമരഹിതമോ ആയ നടപടികൾ നടത്താൻവേണ്ടി ഉപയോഗിക്കണം....തീവ്ര ഇടതുപക്ഷസംഘടനകളെ ഉപയോഗപ്പെടുത്തുന്നത് മേൽപ്പറഞ്ഞ ലക്ഷ്യങ്ങൾക്കു സഹായകരമായേക്കാം.”[1]

ഒരു സ്വേച്ഛാധിപത്യഭരണത്തിന് കളമൊരുക്കാൻവേണ്ടി അമേരിക്കൻ ഉപജാപകരും അവരുടെ ഇറ്റാലിയൻ കൂട്ടാളികളും പണ്ടുതൊട്ടേ കൈക്കൊണ്ടുവരുന്ന സംഘർഷതന്ത്രമെന്നു പറയുന്നതിന്റെ പ്രതിഫലനമാണ് കുഴപ്പമുണ്ടാക്കാനുള്ള ഈ ഔദ്ധത്യപൂർണ്ണമായ കൽപ്പനയിൽ കാണാവുന്നത്.

ഈ രീതിയിൽ യാതൊരു പുതുമയുമില്ല. “ചുവപ്പന്മാരെ” കുറ്റക്കാരാക്കാനും പ്രതിപക്ഷത്തെ വകവരുത്താനും വേണ്ടി ഹിറ്റ്ലറുടെ ആൾക്കാർ കെട്ടിച്ചമച്ച റൈഹ്സ്റ്റാഗ് കൊള്ളിവയ്പുകേസ് ഓർത്താൽമതി. പശ്ചിമയൂറോപ്പിൽ ഇടതുപക്ഷത്തിനെതിരായ സമരത്തിൽ നാറ്റോയുടെ തന്ത്രജ്ഞർ അനുവർത്തിച്ചത് നാസികൾ കൈക്കൊണ്ട അക്രമത്തിന്റേയും ഭീകരപ്രവർത്തനത്തിന്റേയും കൊലപാതകത്തിന്റേയും അതേ മാർഗ്ഗംതന്നെയാണ്.

1967 ഏപ്രിലിൽ ഫാസിസ്റ്റ് കേണൽമാർ ഗ്രീസിൽ അധികാര അട്ടിമറി നടത്തി. ആ നിമിഷംതൊട്ട് അമേരിക്കൻ ഇന്റലിജൻസ് വകുപ്പിന്റെ ശ്രദ്ധാകേന്ദ്രം ഇറ്റലിയായി. ഭീകരപ്രവർത്തനത്തിന്റെ “കറുപ്പും” “ചുവപ്പും” വകഭേദങ്ങൾ മാറിമാറി പ്രയോഗിക്കുകയെന്ന രീതി അതിന്റെ പാരമ്യത്തിലെത്തിയത് അവിടെയാണ്. അതിന് ഇറ്റലി തിരഞ്ഞെടുക്കാനുള്ള കാരണമെന്തായിരുന്നു?

1948 ഫെബ്രുവരി 10-ലേയും മാർച്ച് 8-ലേയും നാഷനൽ സെക്യൂരിട്ടി കൗൺസിൽ റിപ്പോർട്ടുകൾ ഈയിടെ യു.എസ്സ്.ഏ.യിൽ പരസ്യപ്പെടുത്തുകയുണ്ടായി. രക്തരൂഷിത “സംഘർഷതന്ത്ര” ത്തിനാധാരമായ പരിപാടിയാണ് സാരാംശത്തിൽ അവയിൽ അടങ്ങിയിരിക്കുന്നത്. അവയിലെ ചില ഭാഗങ്ങൾ ഉദ്ധരിക്കാം:

“ഇറ്റലിയെ സംബന്ധിച്ചിടത്തോളം യു.എസ്സ്.ഏ. യുടെ

മൗലികലക്ഷ്യം, മർമ്മപ്രധാനമായ ആ രാജ്യത്ത് നമ്മുടെ ദേശീയ സുരക്ഷിതത്വത്തിന് അനുകൂലമായ സാഹചര്യങ്ങൾ നിലനിർത്തുക യെന്നതാണ്....ഇറ്റലി, ഗ്രീസ്, ടർക്കി, ഇറാൻ എന്നീ രാജ്യങ്ങളിലേ തിനെയെങ്കിലും സ്വന്തം നിയന്ത്രണത്തിലാക്കാനുള്ള ശ്രമത്തിൽ സോവിയറ്റയൂണിയൻ വിജയിക്കുകയാണെങ്കിൽ കിഴക്കൻ മെഡിറ്റ റേനിയൻ മേഖലയുടേയും മദ്ധ്യപൗരസ്ത്യദേശത്തിന്റേയുമാകെത്തന്നെ സുരക്ഷിതത്വം അപകടത്തിലാവും.'' സാമ്രാജ്യവാദികളുടെ ഭാഷയിൽ "നിയന്ത്രണത്തിലാക്കുക''യെന്നു വച്ചാൽ നിയമാനുസൃതമായും പാർലമെണ്ടറിപാതയിലൂടെയും ഒരു ഇടതുപക്ഷഗവൺമെന്റ് അധി കാരത്തിൽ വരിക എന്നർത്ഥമെന്ന് ഓർക്കണം.

1947-ൽ യു.എസ്സ്.എ. യ്ക്ക് ഇറ്റലിയിലേയും ഫ്രാൻസിലേയും ഗവൺമെ ന്റുകളിൽനിന്നു കമ്മ്യൂണിസ്റ്റ് മന്ത്രിമാരെ പുറത്താക്കിക്കാൻ കഴിഞ്ഞു. പക്ഷേ 1948 ഏപ്രിലിൽ ഇറ്റലിയിൽ നടക്കാൻ പോകുന്ന ആദ്യത്തെ യുദ്ധാനന്തരതിരഞ്ഞെടുപ്പിൽ കമ്മ്യൂണിസ്റ്റുകാരും അവരുടെ ബന്ധുക്ക ളും ജയിച്ചേക്കാനിടയുണ്ടെന്നോർത്ത് വാഷിംഗ്ടൺ സംഭ്രാന്തി പൂണ്ടു. ഇറ്റലിയിലെ വോട്ടർമാരേയും രാഷ്ട്രീയനേതാക്കളേയും കോഴകൊടുത്ത് പാട്ടിലാക്കാൻവേണ്ടി യു.എസ്സ്.എ. ലക്ഷക്കണക്കിനു ഡോളർ മുടക്കി. അത് ഇത്ര ഉത്സാഹം കാണിച്ചതിന് രാഷ്ട്രീയവും സൈനിക-തന്ത്രപര വുമായ കാരണങ്ങളുണ്ടായിരുന്നു. മേൽപ്പറഞ്ഞ റിപ്പോർട്ടിൽ പറയുന്നു: "മെഡിറ്ററേനിയൻ കടലിൽ ഇറ്റലിയുടെ സ്ഥാനം സമീപപൗരസ്ത്യദേ ശവുമായുള്ള സമ്പർക്കമാർഗ്ഗങ്ങളെ സ്വന്തം അധീനതയിലാക്കാൻ കഴിയുന്ന തരത്തിലാണ്. കൂടാതെ അത് ബാൾക്കൻ രാജ്യങ്ങളോടു തൊട്ടുകിടക്കുന്നു. ഇറ്റലിയിൽ താവളങ്ങളുള്ള രാജ്യത്തിന് (അതായത് യു.എസ്സ്.എ.യ്ക്ക് - എൽ. ഇസഡ്.) അവയെ ഉപയോഗിച്ച് ജിബ്രാൾട്ടർ തൊട്ട്, സൂയസ്സ് വരെ മെഡിറ്ററേനിയനിലൂടെയുള്ള ഗതാഗതത്തെ നിയന്ത്രിക്കാനും ബാൾക്കൻ പ്രദേശത്തോ ചുറ്റുപാടോ ഉള്ള ഏതൊ രിടത്തിന്റേയും നേരെ ഗണ്യമായ വ്യോമശക്തി ചെലുത്താനും കഴിയും.''[1]

ലക്ഷ്യപ്രാപ്തിക്കുവേണ്ടി യു.എസ്സ്.എ. "അതിന്റെ രാഷ്ട്രീയവും സാമ്പത്തികവും വേണ്ടിവന്നാൽ സൈനികവുമായ ശക്തി പൂർണ്ണ മായും പ്രയോഗിക്കാൻ" തയ്യാറാണെന്ന് റിപ്പോർട്ടിൽ പറയുന്നു. "അമേരിക്കയുടെ ഭാഗത്തുനിന്നും ഫലപ്രദമായ സഹായമുണ്ടായാൽ, ഒരു ആഭ്യന്തരയുദ്ധത്തിന്റെ അപകടം വിളിച്ചുവരുത്തിക്കൊണ്ടു പോലും കമ്മ്യൂണിസ്റ്റ് നിയന്ത്രണത്തിന്റെ ദൃഢീകരണം തടയാൻ ഊർജ്ജിതമായ ഒരു അവസാനശ്രമം നടത്തുന്നതിന് ഇറ്റലിയിലെ

1 "Foreign Relations of the United States"' 1948, Vol. III Western Europe, US Government Printing Office, Washington, 1973, pp. 765-69.

കമ്മ്യൂണിസ്റ്റിതരവിഭാഗങ്ങൾക്കു പ്രോത്സാഹനം ലഭിക്കുന്നതാണ്.'' അങ്ങിനെ സംഭവിച്ചാൽ അമേരിക്കൻ സായുധസേനകളെ "പരിമിതമായ തോതിൽ സജ്ജീകരിച്ചു നിർത്താനും'' "ഇറ്റലിയിലെ കമ്മ്യൂണിസ്റ്റ് വിരുദ്ധ ഒളിപ്രവർത്തകർക്ക് ധനപരവും സൈനികവുമായ സഹായം നൽകാനും'' ഉദ്ദേശിച്ചിരുന്നു.[1] ഇങ്ങനെയൊക്കെ ചെയ്തിട്ടും ഇറ്റലിയിലെ നിയമാനുസൃത ഗവൺമെന്റിനെ തകിടംമറിക്കാൻ കഴിയാതെവന്നാൽ യു.എസ്സ്.ഏ. സിസിലിയും സർഡീനിയയും നേരിട്ട് ആക്രമിക്കാൻ നിശ്ചയിച്ചിരുന്നു. ഇറ്റലിയിൽനിന്നു വിട്ടുപോരികയാണെന്നും യു.എസ്സ്.ഏ.യോടു ചേരാനാഗ്രഹിക്കുന്നുവെന്നും പ്രഖ്യാപിക്കാൻ തയ്യാറുള്ള ക്വിസ്‌ലിങ്ങുകാരുടെ ഗ്രൂപ്പുകളെ രണ്ടു ദ്വീപുകളിലും ഒരുക്കിനിർത്തിയിരുന്നു. സിസിലിയിൽ വിഘടനപ്രസ്ഥാനത്തിനു നേതൃത്വം നൽകിയത് മാഫിയയാണ്. യു.എസ്സ്.ഏ.യോടു ചേർന്നാൽ മയക്കുമരുന്നുകളുടെ കള്ളക്കടത്തിനും മറ്റു നിയമവിരുദ്ധനടപടികൾക്കും ഗുണമുണ്ടാവുമെന്ന് അവർ കരുതി.

സി.ഐ.ഏ. ഇന്നും വിഘടനപ്രവണതകളെ പ്രോത്സാഹിപ്പിക്കുന്നുണ്ടെന്നു ചുരുക്കത്തിൽ പറയട്ടെ. പക്ഷേ നമുക്ക് യു.എസ്സ്. നാഷനൽ സെക്യൂരിറ്റി കൗൺസിലിന്റെ റിപ്പോർട്ടുകളിലേക്കു മടങ്ങാം. അവയെപ്പറ്റി ''എസ്പ്രെസ്സോ'' എന്ന ആനുകാലികം എഴുതിയത് ഇങ്ങനെയാണ്: ''മറ്റു വിധത്തിൽ പറഞ്ഞാൽ, ആഭ്യന്തരയുദ്ധം അഴിച്ചുവിടാനും ഒരു വലതുപക്ഷസർവ്വാധിപത്യം സ്ഥാപിക്കാനുമായിരുന്നു യു.എസ്സ്.ഏ.യുടെ ശ്രമം.''

മൂന്ന് ''എമ്മു''കൾ

''തോമസ് ജെഫേഴ്സന്റെ കൃത്രിമ മുടിയെടുത്ത് മുസ്സോളിനിയുടെ തലയിൽ വയ്ക്കണമെന്നാണോ?'' 1950-കളിൽ ഇറ്റലിയിലെ യു.എസ്സ്. അംബാസഡറായിരുന്ന മിസ്സിസ്സ് ക്ലെയർ ബൂത്ത് ല്യൂസ് ഒരിക്കൽ അമേരിക്കൻ പത്രലേഖകനായ സുൽസ്ബെർഗറോടു ചോദിച്ചു. "ടൈം" വാരികയുടെ ഉടമസ്ഥന്റെ ഭാര്യയായിരുന്നു അവർ.

''പ്രത്യക്ഷത്തിൽ എല്ലാവരുടേയും ബുദ്ധികൂർമ്മതയെപ്പറ്റി മിസ്സിസ്സ് ല്യൂസിന് അനിതരസാധാരണമായ അവജ്ഞയാണ്. അവരതു മറച്ചുവയ്ക്കാൻ മിനക്കെടാറുമില്ല,'' സുൽസ്ബെർഗർ ചൂണ്ടിക്കാട്ടി. "ഇറ്റലിക്കാർ ദുസ്സ്വഭാവികളായ ഭീരുക്കളും ജനാധിപത്യപരമായ രീതിയിൽ ഭരണം നടത്താൻ കഴിവില്ലാത്തവരുമാണെന്നാണ് അവരുടെ അഭിപ്രായം. ഫ്രാൻസിലെപ്പോലെ ഇവിടെയും വലതുപക്ഷം ഉൾപ്പെടാത്ത ഒരു ഗവൺമെന്റിന് അധികകാലം തുടരാനുള്ള സാദ്ധ്യതയില്ലെന്നും

1 അതേ പുസ്തകം, പേജ് 767, 777, 779.

ഉണ്ടെന്നു കരുതുന്നവർ ഇറ്റലിയെ മനസ്സിലാക്കാത്തവരാണെന്നുമാണ് അവർ പറയുന്നത്. വലതുപക്ഷം വരികയാണ് ഒരേയൊരു പോംവഴി.''

പുത്തൻഫാസിസ്റ്റുകളായ "മിസ്സിനി''യെ നമ്പുന്ന കാര്യമാണ് അവരുടെ മനസ്സിലുള്ളത്. എം.എസ്സ്.ഐ. (മൊവിമെന്റോ സോച്ചിയാലെ ഇറ്റാലിയാനൊ അഥവാ ഇറ്റാലിയൻ സോഷ്യൽ മൂവ്മെന്റ് എന്നതിന്റെ ചുരുക്കപ്പേർ) എന്ന വാക്കിൽനിന്നു വന്നതാണ് മിസ്സിനി. ഇറ്റലിയുടെ "സ്ഥിരീകരണം'' - ശരിക്കു പറഞ്ഞാൽ, അസ്ഥിരീകരണം - എന്ന അമേരിക്കൻ നയത്തിന് ആധാരമായിട്ടുള്ള മൂന്ന് "എമ്മു''കളിലൊന്നാണ് മിസ്സിനി. മാഫിയയും മേസൺകാരുമാണ് മറ്റു രണ്ട് "എമ്മു'' കൾ. ഫാസിസ്റ്റുകൾക്കൊപ്പം ഈ രണ്ടു സംഘടനകളും ഇറ്റലിയിൽ സി.ഐ.ഏ.യുടെ മുഖ്യസഹായികളാവാൻ എന്താണു കാരണം? മാഫിയയുടെ നിഗൂഢതയും മൃഗീയതയും മേസൺകാരുടെ വിപുലമായ ശൃംഖലയും രണ്ടു കൂട്ടർക്കും ഒരുപോലെയുള്ള കമ്മ്യൂണിസ്റ്റ് വിരോധവും അമേരിക്കക്കാർക്ക് വലിയൊരു അനുഗ്രഹമായി. ഔദ്യോഗിക ചാലുകളിലൂടെയല്ലാതെ - അതായത്, മറ്റുള്ളവരെക്കൊണ്ട് ചെയ്യിച്ച് - കാര്യം നേടാനുള്ള ഒരു അസുലഭാവസരമാണ് അവർക്കു കൈവന്നത്. അപകടം കുറവും ഫലസിദ്ധി കൂടുതലുമുള്ള ഒരു മാർഗ്ഗമായിരുന്നു ഇത്. മാഫിയയുടെ കാര്യശേഷി യു.എസ്സ്.ഏ.യിൽത്തന്നെ തെളിയിക്കപ്പെട്ടിട്ടുണ്ട്. ക്രിമിനൽ കുറ്റകൃത്യങ്ങളുടെ ഒരു അലംഘനീയസാമ്രാജ്യംതന്നെ അവർ സ്ഥാപിച്ചിരിക്കുന്നു. രണ്ടാം ലോകമഹായുദ്ധത്തിന്റെ സമയത്ത് അമേരിക്കൻ ഇന്റലിജൻസ് വകുപ്പിനും പട്ടാളത്തിനും അമേരിക്കൻ പൗരന്മാരായ ഇറ്റലിക്കാരുടെ സഹായം വേണ്ടിവന്നപ്പോൾ അവ തിരഞ്ഞെടുത്തത് "കോസ നോസ്ത്ര''യെയാണ്. "ലക്കിലുച്ചാനൊ'' എന്ന പേരിൽ അറിയപ്പെടുന്ന സൽവറ്റോർ ലൂക്കാനിയയെ ജയിലിൽനിന്ന് വലിയൊരു ഹോട്ടലിലേക്കു മാറ്റി. ലുച്ചാനൊയുടെ ബന്ധങ്ങളുപയോഗിച്ച് സിസിലിയിലെ മാഫിയക്കാരുമായി സമ്പർക്കപ്പെടാൻ കൂടുതലെളുപ്പമായിരിക്കുമെന്നു കരുതപ്പെട്ടു. അവിടെ ഇറങ്ങുന്നതിനു മുമ്പ് അമേരിക്കൻ പട്ടാളക്കാർക്ക് ഒരു നിർദ്ദേശം ലഭിച്ചു. "രഹസ്യതീവ്രവാദിഗ്രൂപ്പുകളുടെ, ഉദാഹരണത്തിന് മാഫിയയുടെ, നേതാക്കളുമായി സമ്പർക്കം'' സ്ഥാപിക്കണമെന്നും അവർക്ക് "സർവ്വവിധസഹായവും ചെയ്തുകൊടുക്കണ''[1] മെന്നുമായിരുന്നു ആ നിർദ്ദേശം.

മാഫിയയും അമേരിക്കൻ ഇന്റലിജൻസ് വകുപ്പും തമ്മിലുള്ള സഹകരണത്തിന് അടിത്തറ പാകിയത് ഇങ്ങനെയാണ്. നാളുകൾ ചെല്ലുന്തോറും

1 G. Servadio, " Mafoiso. A History of Mafia from its Origins to the Present Day". Secker and Warburg, London, 1976, p. 82.

അത് ദൃഢതരമായി. വിധ്വംസകപ്രവർത്തനങ്ങൾക്ക് - രാഷ്ട്രീയകൊലപാതകങ്ങൾക്കും പ്രകോപനനടപടികൾക്കും - അനുപേക്ഷണീയമായിരുന്നു ഈ സഹകരണം.

മേസൺകാരുടെ സംഘടന സി.ഐ.ഏ.യ്ക്ക് ഇഷ്ടപ്പെട്ടു. കാരണം, അതും മാഫിയയെപ്പോലെ ഒരു നിഗൂഢസംഘടനയായിരുന്നു. അതേസമയം, മാഫിയയുടെ ചീത്തപ്പേര് അതിനുണ്ടായിരുന്നില്ല. ഫ്രഞ്ച് വിപ്ലവത്തിന്റെ കാലത്ത് പ്രബോധനപ്രസ്ഥാനത്തിലെ പല സമുന്നതരും ഫ്രീമേസൺകാരായിരുന്നു. ഗരിബാൾഡിയും മദ്സീനിയും മേസൺകാരായിരുന്നു. പക്ഷേ അത് പഴയ കഥ. വിശേഷാധികാരങ്ങളോടുകൂടിയ "ലോഡ്ജുകളു"ടെ ഘടന വന്നതോടെ സംഗതിയാകെ മാറി. പുതിയ അംഗങ്ങൾ നിയമേന ലക്ഷപ്രഭുക്കളും പിന്തിരിപ്പൻ രാഷ്ട്രീയനേതാക്കളുമായിരുന്നു. മേസൺകാരുടെ കീർത്തിക്കു നിദാനമായ പണ്ടത്തെ വിപ്ലവമുദ്രാവാക്യങ്ങൾ ക്രമേണ സാമാന്യബുദ്ധിയോടുള്ള അവഹേളനമായി മാറി. പുതുതായി വിമോചിതമായ യൂറോപ്പിൽ തങ്ങളുടെ നിഗൂഢസ്വാധീനം വിപുലപ്പെടുത്താൻ സി.ഐ.ഏ.യും അതിന്റെ മുൻഗാമിയായിരുന്ന ഓ.എസ്സ്.എസ്സും (ഓഫീസ് ഓഫ് സ്ട്രാറ്റജിക് സർവീസസ്) തങ്ങൾക്ക് ഒരു സുവർണ്ണാവസരം തന്നിരിക്കുന്നുവെന്ന് മേസൺകാർക്കു മനസ്സിലായി.

ഒരു "ഇറ്റാലിയൻ ചാരപ്രവർത്തനപദ്ധതി'' തയ്യാറാക്കാൻവേണ്ടി 1942-ൽത്തന്നെ ഓ.എസ്സ്.എസ്സ്. മാക്സ് കോർവോ എന്നു പേരുള്ള ഇറ്റാലിയൻ വംശജനായ ഒരു അമേരിക്കകാരനെ ചുമതലപ്പെടുത്തുകയുണ്ടായി. മേസൺകാരായ ഇറ്റാലിയൻ കുടിപാർപ്പുകാരെ ഏജന്റുമാരായെടുക്കാൻ അതിൽ വ്യവസ്ഥചെയ്തിരുന്നു. കോർവോ ഏജന്റായിച്ചേർത്ത ഒരാൾ ജ്യൂസെപ്പെ ലുപ്പിസ് ആയിരുന്നു. പിൽക്കാലത്ത് അയാൾ ഇറ്റലിയിലെ ഒരു മന്ത്രിയായി. ന്യൂയോർക്കിലെ ഗരിബാൾഡി ലോഡ്ജിലെ ഒരു അംഗമായ റൻഡോൾഫോ പച്ചാർഡിയായിരുന്നു മറ്റൊരു ഏജന്റ്. സ്പെയിനിലെ ആഭ്യന്തരയുദ്ധത്തിന്റെ സമയത്ത് അയാൾ റിപ്പബ്ലിക്കൻ പക്ഷത്തുനിന്നു പൊരുതിയെന്നതു വാസ്തവമാണ്. അയാൾക്ക് ഇടതുപക്ഷച്ചായ്‌വുണ്ടോയെന്ന് ആദ്യമൊക്കെ ഓ.എസ്സ്.എസ്സിനും സി.ഐ.ഏ.യ്ക്കും സംശയമായിരുന്നു. "എന്തൊരു അബദ്ധം!'' കോർവോ തന്റെ അനുസ്മരണങ്ങളിൽ എഴുതി. "ശീതസമരത്തിന്റെ കാലത്ത് പച്ചാർഡി ഇറ്റലിയുടെ സായുധസേനകളെ പുനസ്സംഘടിപ്പിച്ചതെങ്ങിനെയാണെന്ന് ഓർത്താൽ മതിയല്ലൊ.'' ഇറ്റലിയുടെ പ്രതിരോധവകുപ്പുമന്ത്രിയെന്ന നിലയ്ക്ക് ആ വിശ്വസ്ത അമേരിക്കൻ ഏജന്റ് തന്റെ "യോഗ്യതകൾ" തെളിയിച്ചു. സൈന്യാധിപത്യമോഹിയായ ആ "ബഹുമാന്യ'' മന്ത്രിയെപ്പറ്റി "എക്രോസ് ദി റിവർ

ആൻഡ് ഇന്റു ദി ട്രീസ്'' എന്ന നോവലിൽ ഹെമിംഗ്‌വേ രൂക്ഷമായ പരിഹാസത്തോടെ പറയുന്നുണ്ട്. പിന്നീട് പച്ചാർഡി, ഇറ്റലിയിൽ തങ്ങളുടെ സർവ്വാധിപത്യം സ്ഥാപിക്കാനാഗ്രഹിച്ച ഫാസിസ്റ്റ്പക്ഷ പാതികളുടെ ആരാധ്യപുരുഷനായി. സിസിലിയിലെ അഭിഭാഷകനായ സിൻഡോനയേയും കോർവോ തന്റെ ശൃംഖലയിൽ ചേർത്തു. പിന്നീട് അയാൾ ഒരു ബാങ്കുടമായി. അയാൾ ഗൂഢാലോചനകൾ സംഘടിപ്പിക്കുന്നതിൽ സി.ഐ.ഏ.യുമായി സഹകരിക്കുകയും "പി-2'' ലോഡ്ജിനു ധനസഹായം നൽകുകയും ചെയ്തു.

അത്തരം ഏജന്റുമാരെ എങ്ങിനെ ഉപയോഗിക്കണമെന്ന് അമേരിക്കക്കാർക്ക് ഭംഗിയായി അറിയാമായിരുന്നു. ഓ.എസ്സ്.എസ്സിന്റെ നേതാക്കളുടെ അംഗീകാരം ലഭിച്ച തന്റെ പദ്ധതിയെപ്പറ്റി മാക്സ് കോർവോ പറയുന്നു: "ചാരപ്പണിക്കു പുറമെ മനശ്ശാസ്ത്രപരമായ യുദ്ധംകൂടി നടത്താനുള്ള ഒരു പദ്ധതിയായിരുന്നു അത്.''[1] എന്നുവച്ചാൽ പണിയാളരുടെ പാർട്ടികൾക്കും സംഘടനകൾക്കുമെതിരായ, ജനാധിപത്യത്തിന്റേയും സമാധാനത്തിന്റേയും ശക്തികൾക്കെതിരായ, യുദ്ധമെന്നർത്ഥം. അയാൾ തുടങ്ങിവച്ചത് തുടർന്നുകൊണ്ടുപോകാൻ വേറേ ആളുകളുണ്ടായിരുന്നു. "ചാരപ്പണിയുടെ കവി''യായ ജെയിംസ് ആങ്കിൾടൺ, കോർവോയുടെ ശൃംഖലയിൽ പുതിയ റിക്രൂട്ടുകളെ ചേർത്തു. ഫാസിസ്റ്റുകൾക്കെതിരായ ശുദ്ധികലശം നടന്നപ്പോൾ അതിൽനിന്ന് ആങ്കിൾടൺ രക്ഷപ്പെടുത്തിയ ഓഫീസർമാരായിരുന്നു അവർ. അറസ്റ്റുചെയ്യപ്പെട്ട മുസ്സോളിനിയെ സ്കൊർത്സേനി തട്ടിക്കൊണ്ടുപോവുകയും വിമാനത്തിൽ കയറ്റി ഇറ്റലിയുടെ വടക്കുഭാഗത്ത് ഗെസ്റ്റാപ്പോയുടെ നിയന്ത്രണത്തിലുള്ള "സാലോ റിപ്പബ്ലിക്കി''ൽ കൊണ്ടിറക്കുകയും ചെയ്തതിനുശേഷവും അയാളോടു കൂറു പുലർത്തിയവരായിരുന്നു അവർ. ഇറ്റാലിയൻ പോലീസിലും ഇന്റലിജൻസ് വകുപ്പിലും ചേർക്കാൻ ഇനിയും സമയമായിട്ടില്ലാത്തവരെ ആങ്കിൾടൺ ഫ്രാങ്കോയുടെ ചിറകിനടിയിൽ അഭയം തേടാൻവേണ്ടി സ്പെയിനിലേക്കയച്ചു. സി.ഐ.ഏ. യുടെ പ്രമാണിമാരിലൊരാളായ ജനറൽ വാൾട്ടേഴ്സ്[2], പിന്നീട് വിയറ്റ്നാം ജനതയുടെ ഘാതകനും സി.ഐ.ഏ. ഡയറക്ടറുമായിത്തീർന്ന വില്യം കോൾബി, രാഷ്ട്രീയകൊലപാതകങ്ങൾ നടത്താനുള്ള സി.ഐ.ഏ. യുടെ പ്രത്യേകവകുപ്പായ "മരണശേഷി''യുടെ സ്രഷ്ടാവായ വില്യം കിംഗ് ഹാർവി - ഒറ്റ വാക്കിൽ പറഞ്ഞാൽ, സി.ഐ.ഏ. യുടെ കാമ്പായിരുന്ന ഇവർക്കെല്ലാവർക്കുംതന്നെ ഇറ്റലി ഒരു പ്രായോഗിക കളരിയായിരുന്നു. ആ രാജ്യത്തെ ജനാധിപത്യസ്ഥാപനങ്ങളെ തുരങ്കംവയ്ക്കുന്ന

1 "L' Espresso"' 2. 12. 1980, pp. 41-49.

2. ഇപ്പോൾ പ്രസിഡന്റ് റീഗന്റെ സ്പെഷ്യൽ അസിസ്റ്റന്റ്.

പ്രവർത്തനത്തിൽ അവർ പങ്കെടുത്തു. അവർക്ക് അമേരിക്കൻ എംബസിയുമായി ഉറ്റ സഹകരണമുണ്ടായിരുന്നു. ഉദാഹരണത്തിന് ഇറ്റലിയിലെ അന്നത്തെ അമേരിക്കൻ അംബാസഡറായിരുന്ന ക്ലെയർ ബൂത്ത് ല്യൂസിനെക്കുറിച്ച് കോൾബി വലിയ മതിപ്പോടെയാണു സംസാരിച്ചത്: “എംബസിയിൽനിന്നു നടത്തിവന്ന സി.ഐ.ഏ. നടപടികളിൽ ക്ലെയർ ബൂത്ത് ല്യൂസ് സജീവതാൽപര്യമെടുത്തിരുന്നു.... അങ്ങേയറ്റത്തെ വശ്യതയും ബുദ്ധിശക്തിയും കാര്യവിവരവും ആത്മവിശ്വാസവുമുള്ള.... ഒരു സ്ത്രീയായിരുന്നു അവർ. സമർത്ഥരും കാര്യം സാധിക്കുന്നവരുമായ അംബാസഡർമാരുടെ കൂട്ടത്തിൽ ഞാൻ അവർക്ക് ഒരു ഉന്നതസ്ഥാനം നൽകുന്നുണ്ട്.” കൊള്ളാം! ജെഫേഴ്സന്റെ കൃത്രിമമുടി മുസ്സോളിനിയുടെ തലയിൽ അണിയിക്കാനാഗ്രഹിച്ച സ്ത്രീരത്നമായിരുന്നല്ലോ അവർ. ഒരു അംബാസഡറുടെ അധികാരപരിധികളെയെല്ലാം ലംഘിച്ചുകൊണ്ട് അവർ ഇറ്റലിയിലെ ഗവൺമെന്റിൽ ആരെല്ലാമുണ്ടായിരിക്കണമെന്നും ആരെല്ലാം പാടില്ലെന്നും കൽപ്പിച്ചരുളാനുള്ള ധിക്കാരംവരെ കാട്ടി. ഒരു ഇടതുപക്ഷ ക്രിസ്ത്യൻഡെമോക്രാറ്റായ ജി. ഗ്രോൻകി ഇറ്റലിയുടെ പ്രസിഡന്റാകുന്നതിനോടുള്ള തന്റെ എതിർപ്പ് അവർ പരസ്യമായി പ്രകടിപ്പിച്ചു.[1]

മത്തേയിയെ നീക്കംചെയ്തതിന്റെ കഥ

ജൊവാന്നി ഗ്രോൻകി സോവിയറ്റ്യൂണിയനുമായുള്ള രാഷ്ട്രീയ-സാമ്പത്തികബന്ധങ്ങൾ സാധാരണനിലയിലാക്കുന്നതിനെ അനുകൂലിച്ചു. സോവിയറ്റ്യൂണിയൻ സന്ദർശിച്ച ആദ്യത്തെ ഇറ്റാലിയൻ പ്രസിഡന്റായിരുന്നു അദ്ദേഹം. ഇരുരാജ്യങ്ങളും തമ്മിലുള്ള വ്യാപാരം ക്രമേണ പച്ചപിടിക്കാൻ തുടങ്ങി. വാണിജ്യപരവും മറ്റു രൂപത്തിലുള്ളതുമായ ഈ സഹകരണത്തിനു ഗണ്യമായി സംഭാവന നൽകിയ ഒരാളായിരുന്നു എൻരിക്കോ മത്തേയി. പ്രസിഡന്റിന്റെ സുഹൃത്തും മുമ്പ് ചെറുത്തുനിൽപ്പുപ്രസ്ഥാനത്തിലെ ഒരു ഒളിപ്പോരാളിയുമായിരുന്ന മത്തേയി “ദേശീയ ദ്രവ-ഇന്ധനസൊസൈറ്റി”യുടെ തലവനായിരുന്നു. സ്വതസ്സിദ്ധമായ പരിശ്രമശീലത്തോടും ഊർജ്ജസ്വലതയോടുംകൂടി അദ്ദേഹം ഇറ്റലിയുടെ സാമ്പത്തികവികാസത്തെ മന്ദീഭവിപ്പിച്ച, നാടിന്റെ നിത്യശാപമായ ഊർജ്ജക്ഷാമം പരിഹരിക്കാൻ തുനിഞ്ഞിറങ്ങി. ഉത്തര ഇറ്റലിയിൽ മെഥേന്റേയും സിസിലിയിൽ എണ്ണയുടേയും നിക്ഷേപങ്ങൾ കണ്ടെത്തിയത് മത്തേയിയുടെ ഉത്സാഹമൊന്നുകൊണ്ടാണ്. പിന്നീട് അദ്ദേഹം എണ്ണയുൽപ്പാദിപ്പിക്കുന്ന അറബിരാജ്യങ്ങളുമായി നേരിട്ടു

1 1982-ൽ പ്രസിഡന്റ് റീഗൻ ല്യൂസിനെ യു.എസ്സ്. ഇന്റലിജൻസ് നടപടികളുടെ മേൽനോട്ടം വഹിക്കാനുള്ള മൂന്നംഗസമിതിയിലെ ഒരംഗമാക്കി.

ബന്ധം വയ്ക്കുകയും അതുവഴി ഏഴു പട്ടുകുറ്റൻ എണ്ണക്കുത്തകകളുടെ താൽപര്യങ്ങൾക്ക് ഭീഷണിയുളവാക്കുകയും ചെയ്തു. കൂടാതെ അദ്ദേഹം സോവിയറ്റുയൂണിയനിൽനിന്ന് എണ്ണ വാങ്ങാനും പല ഇറ്റാലിയൻ വ്യവസായങ്ങൾക്കും സോവിയറ്റ് ഓർഡറുകൾ വാങ്ങാനും മുൻകയ്യെടുത്തു.

മത്തേയിയുടെ ഈ നിലപാട് അമേരിക്കക്കാരുടെ ആജ്ഞാധികാരവുമായി പൊരുത്തപ്പെട്ടില്ല. "അങ്ങേയറ്റത്തെ ദേശീയത"യായിട്ടാണ് വെസ്റ്റ്മോർലാൻഡിന്റെ മാമ്പലിൽ അതിനെ വിശേഷിപ്പിച്ചിട്ടുള്ളത്. അമേരിക്കൻ ബൂർഷ്വാസിയുടെ തലപ്പത്തുള്ളവരെ സംബന്ധിച്ചിടത്തോളം, അമേരിക്കയുടെ സഖ്യരാജ്യങ്ങളുടെ സാമ്പത്തികതാൽപര്യങ്ങൾക്ക് ആഘാതമേൽപ്പിക്കുകയും കുത്തക വിലയ്ക്കുള്ള എണ്ണയെ ആശ്രയിക്കാൻ അവയെ നിർബ്ബന്ധിതമാക്കുകയും ചെയ്യുകയെന്നത് സാർവ്വദേശീയസംഘർഷം വർദ്ധിപ്പിക്കുകയും ആയുധപ്പന്തയം മൂർഛിപ്പിക്കുകയും ചെയ്യുകയെന്നതിനോളംതന്നെ പ്രധാനമാണ്. യുദ്ധാനന്തരചരിത്രമാകെത്തന്നെ അതിനു സാക്ഷ്യം വഹിക്കുന്നു. എണ്ണക്കുത്തകകൾ തങ്ങളുടെ അമിതലാഭത്തെ ഇലക്ട്രോണിക്സും മിസൈൽനിർമ്മാണവുമുൾപ്പെടെയുള്ള യുദ്ധവ്യവസായത്തിൽ മുടക്കുന്നു. ഇതിനൊക്കെപ്പുറമെ സാർവ്വദേശീയരംഗത്തെ തങ്ങളുടെ നയപരിപാടികൾ അവ വൈറ്റ്ഹൗസിന്റെ മേൽ അടിച്ചേൽപ്പിക്കുകയും ചെയ്യുന്നു. അതുകൊണ്ട് കാർട്ടറും റീഗനും സോവിയറ്റുയൂണിയന്റെ നേരെ ഏർപ്പെടുത്തിയ ഉപരോധങ്ങളിലും വിലക്കുകളിലും എണ്ണ കുഴിച്ചെടുക്കാനുള്ള യന്ത്രങ്ങളും ഇലക്ട്രോണിക്ക് ഉപകരണങ്ങളും ഉൾപ്പെടുന്നുണ്ടെന്നതിൽ അത്ഭുതമില്ല. കൃത്രിമമായി ഊതിപ്പെരുപ്പിച്ച വിലയ്ക്ക് എണ്ണ വിറ്റു കിട്ടുന്ന അമിതലാഭത്തെ സൈനിക കോൺട്രാക്റ്റുകളിൽനിന്നു കിട്ടുന്ന ആദായത്തോളംതന്നെ പ്രധാനമായിട്ടാണ് എണ്ണക്കുത്തകകൾ കാണുന്നത്. അവയുടെ സോവിയറ്റ് വിരോധം പശ്ചിമയൂറോപ്യൻ ബൂർഷ്വാസിയുടെ കമ്മ്യൂണിസ്റ്റ് വിരുദ്ധവാസനകളെ മുതലെടുക്കാനും തങ്ങൾ വിൽക്കുന്ന ഇന്ധനത്തിനും സൈനികസാമഗ്രികൾക്കും അമിതമായ വില ഈടാക്കിക്കൊണ്ട് തങ്ങളുടെ പങ്കാളികളെ ഞെക്കിപ്പിഴിയാനും അവയ്ക്കു സാദ്ധ്യതയരുളുന്നു. സംഘർഷലഘൂകരണത്തെ എതിർക്കുമ്പോൾ അമേരിക്കൻ ധനാഢ്യന്മാർക്ക് രണ്ടു ലക്ഷ്യങ്ങളാണുള്ളത്. തങ്ങളുടെ ആശയപ്രതിയോഗികൾക്കെന്ന പോലെതന്നെ "മിത്രങ്ങൾക്കും" ചേതംവരുത്താൻ അവർ ഉത്സുകരാണ്. കാരണം, ആ "മിത്രങ്ങൾ" അതേ സമയം അവരുടെ "കിടമത്സരക്കാരു"മാണ്. കോടിക്കണക്കിനു ഡോളറിന്റെ പ്രശ്നം വരുമ്പോൾ ഏതു പാതകവും അനുവദനീയമാണ്.

1962 ഒക്ടോബർ 27-ന് എൻരിക്കോ മത്തേയിയുടെ സ്വകാര്യവിമാനത്തിന്റെ തകർച്ചയിൽ പര്യവസാനിച്ച വിധ്വംസകനടപടി വില്യം ഹാർവിയുടെ മേൽനോട്ടത്തിൽ വാഷിംഗ്ടണിൽ ആസൂത്രണം ചെയ്തതായിരുന്നു. അയാൾ അതിനുവേണ്ടി അമേരിക്കൻ മാഫിയാ തലവനായ റൊസെല്ലിയെ നിയോഗിച്ചു. സിനിമാവ്യവസായത്തിലും ചൂതുകളിസ്ഥലങ്ങളിലും മുതൽ മുടക്കിക്കൊണ്ട് പണക്കാരനായിത്തീർന്ന റൊസെല്ലി നേരത്തേ ഫിഡെൽ കാസ്ട്രോയ്ക്കെതിരായ സി.ഐ.ഏ. യുടെ ഗൂഢാലോചനകളിൽ പങ്കെടുത്തിട്ടുള്ളയാളാണ്. പ്രസിഡന്റ് കെന്നെഡിയുടെ വധത്തിലും അയാൾക്കു കയ്യുണ്ടായിരുന്നു (എണ്ണമുതലാളിമാർക്ക് അതിൽ വലിയൊരു പങ്കുണ്ടായിരുന്നു). അനാശാസ്യരായ മറ്റു പല സാക്ഷികൾക്കും സംഭവിച്ചത് അയാൾക്കും സംഭവിച്ചു. ഡല്ലാസിലെ ദുരന്തസംഭവത്തെത്തുടർന്ന് റൊസെല്ലിയെ കഴുത്തുഞെരിച്ചു കൊല്ലുകയും അയാളുടെ ജഡം വെട്ടിനുറുക്കി കടലിലെറിയുകയും ചെയ്തു. എന്തായാലും അയാളെ സംബന്ധിച്ചിടത്തോളം മത്തേയിയുടെ കൊലപാതകം ജോൺ കെന്നെഡിയുടെ വധത്തിനുള്ള ഒരു മുന്നോടിയായിരുന്നു.

വിമാനത്തിന്റെ തകർച്ച സംഘടിപ്പിക്കുകയെന്ന ജോലി റൊസെല്ലി ഏൽപ്പിച്ചത് തന്റെ വലംകൈയും ലൂസിയാനയിലെ മാഫിയാതലവനുമായ കാർലോസ് മാർചെല്ലോയെയാണ്. അതേ സമയം റോമിൽ സി.ഐ.ഏ. നിലയത്തിന്റെ പ്രധാനി തോമസ് കരമെസ്സിനെസ് ഇറ്റാലിയൻ രഹസ്യപ്പോലീസ് മേധാവിയായ ജനറൽ ഡിലോറെന്റ്സോയുമായി പദ്ധതിയുടെ വിശദാംശങ്ങളെപ്പറ്റി ധാരണയിലെത്തി. മത്തേയിയുടെ മരണത്തെത്തുടർന്ന് ഒട്ടും താമസിയാതെ കരമെസ്സിനെസ് സ്ഥലം വിട്ടു. പിന്നീട് ഇയാൾതന്നെയാണ് ചിലിയിൽ അല്യെൻഡെ ഗവൺമെന്റിന്റെ അട്ടിമറിക്ക് നേതൃത്വം നൽകിയത്.

മത്തേയിയുടെ കൊലപാതകംകൊണ്ട് ദീർഘകാല ഫലമുണ്ടായി. സി.ഐ.ഏ. യ്ക്കും അതിന്റെ ആൾക്കാർക്കും ദേശീയ ദ്രവ-ഇന്ധന സൊസൈറ്റിയിൽനിന്ന് "സ്വപ്നസഹോദരിമാർ" ക്കുവേണ്ടി പല വിട്ടുവീഴ്ചകളും പിടിച്ചു വാങ്ങാൻ കഴിഞ്ഞു.

വിമാനാപകടം നടന്ന് വളരെക്കാലത്തിനു ശേഷം പോലും മത്തേയിയുടെ മരണത്തിന്റെ ഉള്ളുകള്ളികൾ അനാവരണംചെയ്യാൻ ശ്രമിച്ച പലരും അപ്രത്യക്ഷരായിക്കൊണ്ടിരുന്നു: മിലാനിലേക്കുള്ള വിമാനയാത്രയ്ക്കു മുമ്പ് മത്തേയി സിസിലിയിൽ കഴിച്ചുകൂട്ടിയ അവസാനദിവസങ്ങളെക്കുറിച്ചുള്ള വിവരങ്ങൾ ശേഖരിച്ച മൗറോ ഡി മൗറോ

എന്ന സിസിലിയൻ പത്രലേഖകൻ കൊല്ലപ്പെട്ടു. മത്തേയിയുടെ കൊലപാതകത്തേയും ഡി മൗറോയുടെ "തിരോധാന''ത്തേയും കുറിച്ച് പലതും അറിയാനിടയുണ്ടായിരുന്ന സിസിലിയിലെ പ്രോസി ക്യൂട്ടർജനറൽ സ്കാലിയോനെ കൊല്ലപ്പെട്ടു. സ്കാലിയോനെയുടെ കൊലപാതകത്തെക്കുറിച്ച് അന്വേഷിക്കാൻ ജെനോവയിൽനിന്ന് സിസിലിയിലെത്തിയ ജഡ്ജി ഫ്രാൻസിസ്ക്കൊ കൊക്കോയ്ക്കും അതു തന്നെ സംഭവിച്ചു. ഈ പാതകങ്ങളെല്ലാംതന്നെ സി.ഐ.ഏ. യുടേയും "മൂന്ന് എമ്മുകളു''ടേയും ഇറ്റലിയിലെ ഇന്റലിജൻസ് വകുപ്പിന്റേയും ഒത്താശയോടെയാണു നടന്നത്.

പ്രകോപനങ്ങളുടെ സംവിധാനം

1969-ൽ ഇറ്റലിയുടേയും ഗ്രീസിന്റേയും രഹസ്യവകുപ്പുകാർ റോമിലും മിലാനിലും സംഘടിപ്പിച്ച സ്ഫോടനങ്ങളെസ്സംബന്ധിച്ച് 1979-ൽ ഇറ്റലിയുടെ തെക്കുഭാഗത്തുള്ള കറ്റൻസാറോ എന്ന പട്ടണത്തിൽ ഒരു വിചാരണ നടന്നു. അങ്ങേയറ്റം "കരുതലോടെ'' ചെയ്യേണ്ട കാര്യങ്ങ ൾക്കായി എസ്സ്.ഐ.ഡി.യിൽ അതിരഹസ്യമായ ഒരു വകുപ്പുണ്ടെന്ന് എസ്സ്.ഐ.ഡി.യുടെ മുൻതലവനും ഫാസിസ്റ്റുമായ വിറ്റോ മിച്ചേലിക്ക് വിചാരണവേളയിൽ സമ്മതിക്കേണ്ടിവന്നു. "സൂപ്പർ-എസ്സ്.ഐ.ഡി.'' എന്നാണ് അയാൾ അതിനെ വിളിച്ചത്.

"ഇറ്റലിയുടെ രഹസ്യവകുപ്പിനെ ഇതര നാറ്റോ രാജ്യങ്ങളിലേതുമായി കൂട്ടിയിണക്കുന്ന ഘടനയാണ് സൂപ്പർ-എസ്സ്.ഐ.ഡി,'' "പനോരമ'' എന്ന ഇറ്റാലിയൻ ആനുകാലികം ചൂണ്ടിക്കാട്ടി. തുടക്കംതൊട്ടുതന്നെ സി.ഐ.ഏ. ഇറ്റാലിയൻ റിപ്പബ്ലിക്കിൽ പ്രവർത്തിക്കുന്ന ഫലത്തിൽ നിയന്ത്രണാതീതമായ ഈ നാറ്റോ സ്ഥാപനത്തിന് "ഡിമാഗ്നിറ്റൈസ്'' പദ്ധതി നടപ്പാക്കുകയെന്ന ചുമതല നൽകി. "കമ്മ്യൂണിസ്റ്റുകാർക്കെതി രായി അനുസ്യൂതമായ കടന്നാക്രമണം നടത്തുക''യെന്നതായിരുന്നു ആ പദ്ധതിയെന്ന് 1976-ൽ മിലാനിൽനിന്നു പ്രസിദ്ധീകരിച്ച "ദുഷ്പ്രവൃ ത്തികൾ" എന്ന ഗ്രന്ഥത്തിൽ റോബെർട്ടോ ഫയേൻസ എഴുതുന്നു. സി.ഐ.ഏ.യും നാറ്റോയും കൂടി ഇറ്റലിക്കും ഫ്രാൻസിനുംവേണ്ടി തയ്യാ റാക്കിയ പദ്ധതിയായിരുന്നു അത്. അമേരിക്കയുടെ ഭാഗത്തുനിന്ന് അതിന്റെ നിർവ്വഹണത്തിന്റെ മേൽനോട്ടം വഹിച്ചത് ആദ്യം ജനറൽ വാൾട്ടേഴ്സും പിന്നീട് റോമിലെ സി.ഐ.ഏ. നിലയത്തിന്റെ തലവൻ കരമെസ്സിനെസ്സുമായിരുന്നു.

സൂപ്പർ-എസ്സ്.ഐ.ഡി.യുടെ ചെലവ് ഒട്ടുമുക്കാലും വഹിച്ചത് അമേ രിക്കക്കാരാണ്. "ഇറ്റലിയിൽ നടന്നിട്ടുള്ള എല്ലാ ഭീകരനടപടികളിലും

അതിനു കയ്യുണ്ടായിരുന്നുവെന്ന് ഇപ്പോൾ സംശയിക്കപ്പെടുന്നു,'' "പനോരമ'' എഴുതി. "എന്തായാലും, സി.ഐ.എ. യിൽനിന്ന് സൂപ്പർ- എസ്സ്.ഐ.ഡി.ക്കു ലഭിച്ച പണം വലതുപക്ഷത്തിനു ധനസഹായം നൽകാൻ മാത്രമാണോ ഉപയോഗിച്ചത്, അതോ 'സംഘർഷതന്ത്ര'ത്തിനുവേണ്ടി പ്രവർത്തിച്ചവർ അതു കീശയിലാക്കിയോ എന്ന ചോദ്യം അവശേഷിക്കുന്നു.''[1]

അതിന്റെ ഉത്തരം ചോദ്യത്തിൽത്തന്നെ അടങ്ങിയിട്ടുണ്ട്. ഇറ്റലിയെ പിടിച്ചുകുലുക്കിയ ഏതാണ്ടെല്ലാ കുറ്റകൃത്യങ്ങളിലും അപകീർത്തികരമായ സംഭവങ്ങളിലും സി.ഐ.എ. യ്ക്കു പങ്കുണ്ടായിരുന്നുവെന്ന് അവയിലൂടെ ഒന്നോടിച്ചുനോക്കിയാൽത്തന്നെ ബോദ്ധ്യമാകും.

1963 തൊട്ട് ഇറ്റാലിയൻ പട്ടാളത്തിലെ ഫാസിസ്റ്റ്പക്ഷപാതികൾ കുപ്രസിദ്ധമായ "കമ്മ്യൂണിസ്റ്റ് ഭീഷണി''യെ നേരിടാനുള്ള ഒരുക്കങ്ങൾ തുടങ്ങി. ചീഫ് ഓഫ് ജനറൽ സ്റ്റാഫായ ജനറൽ അലോയയായിരുന്നു അവരുടെ നേതാവ്. "മനശ്ശാസ്ത്രപരമായ യുദ്ധം'' നടത്താനുള്ള പുതിയ രീതികൾ ആവിഷ്ക്കരിക്കുന്നതിൽ അയാളെ സഹായിച്ചത് ഫാസിസ്റ്റ് പത്രലേഖകനായ ഗ്വിഡൊ ജനെറ്റിനിയാണ്. "ശത്രുവിന്റെ രാഷ്ട്രീയ അണികളിൽ നുഴഞ്ഞുകയറുക''യെന്ന അടവ് ജനെറ്റിനിയുടെ നിർദ്ദേശമായിരുന്നു. ഫാസിസ്റ്റുകളുടെ "ചുവപ്പ് ആൾമാറാട്ട''ത്തിന്റെ ഉപജ്ഞാതാക്കളിലൊരാളായിരുന്നു അയാൾ. അയാളുടെ ഉപദേശമനുസരിച്ച് ഓർഡിനെ ന്വോവോ എന്ന പുത്തൻഫാസിസ്റ്റ് സംഘടനയുടെ നേതാവ് ജ്യൂസെപ്പെ റൗട്ടി ഗ്രീസിലെ ഫാസിസ്റ്റുകളുടെ അനുഭവം കണ്ടുപഠിക്കാൻവേണ്ടി തന്റെ "പടയാളികളെ'' അങ്ങോട്ടയച്ചു. ഇടതുപക്ഷക്കാരെന്ന നാട്യത്തിൽ ഫാസിസ്റ്റുകൾ തീവ്രവാദികളുടെ സംഘടനകളിൽ നുഴഞ്ഞുകയറി. ഇടതുപക്ഷക്കാരെ ഇളക്കിവിട്ട് അതിക്രമങ്ങൾ നടത്തിക്കുകയും അതിന്റെ കുറ്റം "ചുവപ്പുകാരു''ടെ പിടലിയിൽ വയ്പിക്കുകയും ചെയ്യുകയെന്നതായിരുന്നു അവരുടെ ജോലി. റൗട്ടി തന്നെ ഗ്രീസ് സന്ദർശിച്ചു. അയാൾ ഫാസിസ്റ്റ് രഹസ്യദൂതനും "ആഗസ്റ്റ് 4 പ്രസ്ഥാന''ത്തിന്റെ നേതാവുമായ പ്ലെവ്റിസ്സുമായി ബന്ധം വച്ചു. (1936 ആഗസ്റ്റ് 4-ന് ഗ്രീസിലെ പാർലമെണ്ട് പിരിച്ചുവിടുകയും രാഷ്ട്രീയപ്പാർട്ടികളെ നിരോധിക്കുകയും ചെയ്ത മെറ്റാക്സാസ് എന്ന സർവ്വാധിപതിയുടെ ആശയങ്ങളിൽനിന്നു പ്രചോദനം കൊണ്ട ഒരു പ്രസ്ഥാനമായിരുന്നു അത്). 1969 ഏപ്രിലിൽ പാഡ്വ എന്ന ഇടത്തുവച്ചു കൂടിയ രഹസ്യസമ്മേളനത്തിൽ റൗട്ടി സംബന്ധിച്ചു. ഇറ്റലിയുടെ ഉത്തര-മദ്ധ്യഭാഗങ്ങളിലൊട്ടുക്ക് പ്രകോപനനടപടികൾ

1 "Panorama"' 12.12. 1978, 3.1.1980.

നടത്തണമെന്ന് അവിടെവച്ച തീരുമാനിക്കപ്പെട്ടു. രണ്ടു മുരത്ത ഫാസിസ്റ്റുകളായ ഫ്രാങ്കോ ഫ്രെഡയുടേയും ജൊവാന്നി വെന്ററയുടേയും നേതൃത്വത്തിൽ പാഡുവയിൽ പ്രവർത്തിച്ചിരുന്ന ഗ്രൂപ്പിനെയാണ് അതിനു ചുമതലപ്പെടുത്തിയത്. "ആര്യൻ" വീക്ഷണങ്ങൾ പ്രചരിപ്പിച്ച "ആർ പ്രസാധകശാല"യുടെ മേധാവിയായിരുന്നു ഫ്രെഡ.

പാഡുവസമ്മേളനത്തെത്തുടർന്ന് ഫ്രെഡയുടെ ഗ്രൂപ്പ് കാര്യനിർവ്വഹണത്തിലേക്കു കടന്നു. ഒമ്പതു മാസങ്ങൾക്കുള്ളിൽ അത് ഇരുപത്തിരണ്ടു കൊലപാതകങ്ങളും കൊള്ളിവയ്പുകളും നടത്തി. 1969 ഡിസംബർ 12-ാംനു മിലാനിലെ കാർഷികബാങ്കിൽ നടത്തിയ ശക്തമായ സ്ഫോടനം ഈ നടപടികളുടെ പാരമ്യത്തെ കുറിച്ചു. അതിൽ 16 പേർ കൊല്ലപ്പെടുകയും 80 പേർക്കു മുറിവേൽക്കുകയും ചെയ്തു. അതേ സമയം റോമിലും പൊട്ടിത്തെറികളുണ്ടായി.

ഈ പാതകങ്ങളെക്കുറിച്ച് എസ്സ്.ഐ.ഡി.ക്ക് (കൂടാതെ, സൂപ്പർ-എസ്സ്.ഐ.ഡി.ക്കും) അതിന്റെ ഏജന്റായ "ഇസഡ്" (ജനെറ്റിനി) മുഖേന നേരത്തേ അറിവുണ്ടായിരുന്നു. പക്ഷേ അവ തടയാൻ അതു യാതൊന്നും ചെയ്തില്ല. ആ ഭീകരനടപടികൾ സംഘടിപ്പിച്ച കടുത്ത ഫാസിസ്റ്റുകളായ പലരേയും നാടു വിടാൻ അതു സഹായിച്ചു. അവയുടെ കുറ്റം മുഴുവനും അരാജകവാദികളുടെ തലയിൽ കെട്ടിവച്ചു. അവരിലൊരാളായ വാൽപ്രെദ കുറ്റക്കാരനായി പ്രഖ്യാപിക്കപ്പെട്ടു. മറ്റൊരു അരാജകവാദിയായ പിനെല്ലി മിലാനിലെ പോലീസിന്റെ ചോദ്യം ചെയ്യലിനിടയിൽ മരിച്ചു. പിനെല്ലിയെ ചോദ്യംചെയ്ത പോലീസ് കമ്മീഷണർ കലബ്രെസിയെ ഭീകരവാദികൾ വെടിവെച്ചുകൊന്നു.

പ്രധാനപ്പെട്ട തെളിവുകൾ നശിപ്പിക്കപ്പെട്ടു. ഔദ്യോഗികവിശദീകരണത്തിനു നിൽക്കക്കള്ളിയില്ലെന്നു വന്നപ്പോൾ ഇന്റലിജൻസ് വകുപ്പുകൾ പുതിയൊരെണ്ണം കെട്ടിച്ചമച്ചു. ആ ബീഭത്സമായ പാതകം നടത്തിയ ഫ്രെഡയേയും വെന്ററയേയും പ്രതിക്കൂട്ടിൽ കയറ്റാൻ അനേകം വർഷങ്ങളെടുത്തു. കറ്റൻസാറോയിൽവച്ച് നടന്ന അവരുടെ വിചാരണയാകട്ടെ വെറുമൊരു പ്രഹസനമായി കലാശിക്കുകയാണുണ്ടായത്. അവരെ വെറുതെ വിട്ടു.

ഇറ്റലിയിലെ ഭീകരപ്രവർത്തനങ്ങളുടെയെല്ലാം പിന്നിലുള്ളത് ആഭ്യന്തര-സാർവ്വദേശീയ പിന്തിരിപ്പത്തത്തിന്റെ ഉന്നതന്മാരും സർവ്വോപരി "മനശ്ശാസ്ത്രപരമായ യുദ്ധം" നടത്താനുള്ള നാറ്റോ ഏജൻസികളുമാണ്. വിധ്വംസകശക്തികൾക്ക് ശിക്ഷാഭയംകൂടാതെ പ്രവർത്തിക്കാൻ കഴിയുമാറാക്കുക, അങ്ങിനെ "മൂന്ന് എമ്മുകളുടെ" സഹായത്തോടെ

ഗൂഢാലോചനകളും ഭീകരനടപടികളും തുടർന്നു നടത്തുക - ഇതാണ് അവരുടെ ലക്ഷ്യം.

"റോസ ഡെയി വെന്റി"

"ഫാസിസ്റ്റ് വെടിമരുന്നുതിരി - ഇടതുപക്ഷ മറ - വലതുപക്ഷ അധികാര അട്ടിമറി" എന്നീ മാതൃകയനുസരിച്ച് ആസൂത്രണം ചെയ്ത കലാപങ്ങളുടെ അനുസ്യൂതശൃംഖലയിൽ റോസ ഡെയി വെന്റി ഗൂഢാലോചന ഒരു പ്രമുഖസ്ഥാനം അലങ്കരിക്കുന്നു.

1973 വസന്തത്തിൽ പോലീസ് കമ്മീഷണർ കലബ്രേസിക്കുള്ള ഒരു സ്മാരകം മിലാനിൽ അനാച്ഛാദനം ചെയ്യപ്പെട്ടു. ഇറ്റാലിയൻ പ്രധാന മന്ത്രി മരിയാനൊ റുമറും തദവസരത്തിൽ സന്നിഹിതനായിരുന്നു. ആ ചടങ്ങു നടക്കുമ്പോൾ ആൾക്കൂട്ടത്തിനിടയിൽനിന്ന് ഒരു താടിക്കാരൻ "പിനെല്ലി നീണാൾ വാഴട്ടെ!" എന്നു വിളിച്ചുപറഞ്ഞുകൊണ്ട് ഒരു കൈബോംബ് എറിഞ്ഞു. നാലു പേർ കൊല്ലപ്പെട്ടു. അനേകം പേർക്കു പരുക്കേറ്റു. അവിടമാകെ സംഭ്രാന്തി പരന്നു. എന്നാൽ റുമർക്ക് അപകടമൊന്നും പറ്റിയില്ല. കുറ്റവാളിയുടെ പ്രതീക്ഷയ്ക്കു വിപരീതമായി അയാൾ പിടികൂടപ്പെട്ടു. പിനെല്ലിയുടെ മരണത്തിനു പക പോക്കാനാണു താനിങ്ങനെ ചെയ്തതെന്ന് ചോദ്യംചെയ്യലിനിടയിൽ അയാൾ ആവർത്തിച്ചുകൊണ്ടിരുന്നു. എന്നാൽ റുമറുടെ കൊലപാതകം റോസ ഡെയി വെന്റി ഗ്രൂപ്പ് കരുമൊരുക്കിയിരുന്ന അധികാര അട്ടിമറിയുടെ ആരംഭത്തിനുള്ള അടയാളക്കുറിയാവണമെന്നു നിശ്ചയിച്ചിരുന്നുവെന്നതായിരുന്നു വാസ്തവം.

ബെർട്ടോളി വെറുമൊരു കരുവായിരുന്നു. രാഷ്ട്രീയവുമായി യാതൊരു ബന്ധവുമില്ലാത്ത ഒരു സാധാരണ ക്രിമിനൽകുറ്റവാളിയായിരുന്നു അയാൾ. അയാളിങ്ങനെ പ്രവർത്തിക്കാനുള്ള കാരണത്തിന് കുറെക്കൂടി വിശ്വാസ്യത പകരാൻവേണ്ടി അയാളോട് "പരിശീലനാർത്ഥം" ഒരു അരാജകവാദിഗ്രൂപ്പിൽ ചേരാൻ പറഞ്ഞു. കോടതിനടപടികളിൽനിന്നു രക്ഷപ്പെടാൻ അയാളെ ഇസ്രായേലിലേക്ക് അയച്ചു. അവിടെ അയാൾ ഒരു വർഷത്തിലധികം കാലം ഒരു "കിബുത്സി"ൽ താമസിച്ചു. സമയം വന്നപ്പോൾ അയാളെ ഇറ്റലിയിലേക്കു തിരിച്ചുവിളിച്ചു. മിലാനിലേക്കു കൂട്ടിക്കൊണ്ടു പോയിട്ട് അയാളുടെ കയ്യിൽ ഒരു കൈബോംബു കൊടുത്തു. ഏൽപ്പിച്ച ജോലി അയാൾ ചെയ്തു. വലതുപക്ഷപ്പത്രങ്ങൾ "ചുവപ്പുകാർ"ക്കെതിരെ ഒച്ചപ്പാടുണ്ടാക്കി. പക്ഷേ വധോദ്യമം പരാജയപ്പെട്ടതുകൊണ്ട് റോസ ഡെയി വെന്റിക്ക് അധികാര അട്ടിമറി നടത്താൻ പറ്റിയില്ല.

റുമറുടെ മരണം "രാഷ്ട്രസ്ഥാപനങ്ങളുടെ സംരക്ഷാർത്ഥം നടപടിയെടുക്കാൻ സായുധസേനകളെ ബാദ്ധ്യസ്ഥരാക്കും," എന്നാണ് ഗൂഢാലോചനക്കാർ തയ്യാറാക്കിയ രേഖകളിൽ പറഞ്ഞിരിക്കുന്നത്. ജഡ്ജി തംബൂറിനോയുടെ അഭിപ്രായത്തിൽ റോസാഗ്രൂപ്പിന്റെ അട്ടിമറിശ്രമം വിജയിച്ചിരുന്നെങ്കിൽ "രാഷ്ട്രീയ-സൈനികനേതാക്കളായ രണ്ടായിരം പേരുടെ കഥ കഴിക്കപ്പെട്ടുമായിരുന്നു."

ഗൂഢാലോചനക്കാരുടെ പട്ടികയിൽ പല പ്രമുഖ സൈനികോദ്യോഗസ്ഥന്മാരുണ്ടായിരുന്നു. നാറ്റോയുടെ സെക്യൂരിറ്റി വകുപ്പുമേധാവി ജനറൽ ജോൺസണ് നേരിട്ട് ആ ഗൂഢാലോചനയിൽ കയ്യുണ്ടായിരുന്നുവെന്ന് ഇറ്റാലിയൻ പത്രങ്ങൾ റിപ്പോർട്ടു ചെയ്തു. ഒരു ബാങ്കുടമയും പി-2 ലോഡ്ജ് അംഗവുമായ സിൻഡോനയുടെ വീട്ടിൽവച്ചാണ് ഗൂഢാലോചനയുടെ വിശദാംശങ്ങൾ ചർച്ചചെയ്തത്. സിൻഡോന അമേരിക്കൻ ബാങ്കർമാരുടെ[1] ഒരു സ്നേഹിതനെന്നതിനു പുറമെ ഒരു സി.ഐ.ഏ. ഏജന്റുംകൂടിയായിരുന്നു. അയാൾതന്നെ പിൽക്കാലത്ത് അക്കാര്യം സമ്മതിക്കുകയുണ്ടായി.

ഡിഗോളിനെതിരെ

ഫ്രാൻസിനെ സംബന്ധിച്ച് യു.എസ്സ്.ഏ.യും നാറ്റോയും അനുവർത്തിച്ചുപോന്ന രഹസ്യനയത്തിന്റെ രേഖകൾ എന്നെങ്കിലുമൊരു കാലത്ത് പരസ്യപ്പെടുത്തുകയാണെങ്കിൽ, ജനറൽ ഡിഗോളിന്റെ നയത്തിനെതിരെ നടത്തപ്പെട്ട സംഘടിതാക്രമണത്തിന്റെ ഒരു പൂർണ്ണചിത്രം ലഭിക്കുന്നതാണ്. "മഹാഫ്രാൻസ്" എന്ന ആശയവും അമേരിക്കയുടെ പുറകേ പോകാനുള്ള ഫ്രഞ്ച് പ്രസിഡന്റിന്റെ വൈമുഖ്യവും പ്രത്യേകിച്ച് നാറ്റോയുടെ സൈനിക സംഘടനയിൽനിന്നുള്ള ഫ്രാൻസിന്റെ പിൻവാങ്ങലും വാഷിംഗ്ടൺ ശത്രുതയോടെയാണ് വീക്ഷിച്ചതെന്നത് സർവ്വവിദിതമാണ്.

സോവിയറ്റ്യൂണിയനെ "പുറകോട്ടു തള്ളുക"യും രണ്ടാം ലോകമഹായുദ്ധത്തിന്റെ ഫലങ്ങൾ അവഗണിക്കുകയും ചെയ്യുകയെന്ന ഡള്ളസ്സിന്റെ നയം പുതിയ സംഘട്ടനത്തിനു വഴിതെളിക്കാനിടയുണ്ടെന്ന് ഡിഗോളിന് അറിയാമായിരുന്നു. ശീതസമരംകൊണ്ട് സഖ്യരാജ്യങ്ങളുടെ ചെലവിൽ ഗുണമുണ്ടാവുന്നത് അമേരിക്കയ്ക്കാണെന്നും, പശ്ചിമയൂറോപ്പിന്റെ സമ്പദ്വ്യവസ്ഥയേയും ധനകാര്യവ്യവസ്ഥയേയും അടക്കിഭരിക്കാനും ആ ആശ്രിതത്വത്തിൽനിന്നു വമ്പിച്ച ലാഭമീടാക്കാനും അതിനു കഴിയുന്നുണ്ടെന്നും അദ്ദേഹം കണ്ടു. സോവിയറ്റ്യൂണിയനുമായുള്ള

1 മുമ്പ് യു.എസ്സ്. ട്രഷറി സെക്രട്ടറിമാരായിരുന്ന കോനല്ലിയേയും ഡേവിഡ് കെന്നെഡിയേയുമാണ് ഉദ്ദേശിക്കുന്നത്. കെന്നെഡിക്ക് റീഗന്റെ പാർശ്വവർത്തികളുമായി ബന്ധമുണ്ട്.

രാഷ്ട്രീയ-സാമ്പത്തിക-സാംസ്കാരികബന്ധങ്ങളും അഖിലയൂറോപ്യൻ സഹകരണത്തിന്റെ ആശയങ്ങളും അമേരിക്കൻ ആജ്ഞാപനത്തിനെതിരായ ഒരു ബദൽശക്തിയാണെന്ന് ഫ്രഞ്ച് പ്രസിഡന്റ് വിശ്വസിച്ചു.

ഡിഗോൾ അൾജീരിയയുമായുള്ള ബന്ധങ്ങൾ സാധാരണനിലയിലാക്കാൻ ശ്രമിച്ചതും വിയറ്റ്നാമിലെ അമേരിക്കൻ സാഹസത്തെ അപലപിച്ചതും തീവ്രവലതുപക്ഷത്തിന്റെ വെറുപ്പിനിടയാക്കി. ഡിഗോളിനെതിരെ നിരവധി ഗൂഢാലോചനകൾ നടത്തിയിട്ടുള്ള ഒരു തീവ്രവലതുപക്ഷസംഘടനയായ ഓ.ഏ്യ.എസ്സുമായി സി.ഐ.ഏ. യ്ക്കു ബന്ധമുണ്ടായിരുന്നുവെന്നത് ഒരു രഹസ്യമല്ല. ഡിഗോളിന്റെ നേരെ മുപ്പതോളം വധോദ്യമങ്ങൾ നടന്നു. അദ്ദേഹം പുനസ്സംഘടിപ്പിച്ച സെക്യൂരിറ്റിവകുപ്പിന്റെ സാമർത്ഥ്യംകൊണ്ടും കുറെ ആയുസ്സിന്റെ ബലംകൊണ്ടുമാണ് അദ്ദേഹം രക്ഷപ്പെട്ടത്.

“ലോകത്തിന്റെ യഥാർത്ഥയജമാനന്മാർ” എന്ന പുസ്തകത്തിൽ മുൻ സി.ഐ. ഏ. ഏജന്റ് ലൂയി ഗൊൻസാലെസ് മാറ്റ ഡിഗോളിനെതിരായ സി.ഐ.ഏ. യുടെ രഹസ്യപ്രവർത്തനങ്ങൾ വിവരിക്കുന്നുണ്ട്. 1968 മേയിൽ വിദ്യാർത്ഥികൾക്കിടയിൽ നടന്ന കോളിളക്കത്തെ ഡിഗോളിനെതിരായി സി.ഐ.ഏ. എങ്ങിനെ പ്രയോജനപ്പെടുത്തിയെന്നു പറയുന്ന ഭാഗം വിശേഷിച്ചും ശ്രദ്ധേയമാണ്. “അരയന്നം’’ എന്ന രഹസ്യപ്പേരോടുകൂടിയ ഏജന്റിന് (ഗൊൻസാലെസ് മാറ്റതന്നെയായിരുന്നു ആൾ) റാഡിക്കൽ ചിന്താഗതിക്കാരായ വിദ്യാർത്ഥി ഗ്രൂപ്പുകളിൽ നുഴഞ്ഞുകയറണമെന്ന ദൗത്യം നൽകപ്പെട്ടു. പാരീസിൽവച്ച് സാക്ഷാൽ ജനറൽ വാൾട്ടേഴ്സ് തന്നെ നേരിട്ട് അയാൾക്കു നിർദ്ദേശം നൽകുകയാണു ചെയ്തത്. ഏ. എഫ്.എൽ.-സി.ഐ.ഓ. യുടെ പ്രതിനിധിയായ ഏതോ ഒരു മൊലിസാനിയും തദവസരത്തിൽ സന്നിഹിതരായിരുന്നവരുടെ കൂട്ടത്തിൽ പെടുന്നു.

യൂറോപ്പിൽ വിധ്വംസകപ്രവർത്തനം നടത്തുന്ന കാര്യത്തിൽ അമേരിക്കൻ ട്രേഡ്‌യൂണിയൻ പ്രമാണിമാർ ഇത്ര ആവേശം പ്രകടിപ്പിക്കുന്നത് അത്ഭുതകരമായിരിക്കുന്നു. അവരുടെ പ്രതിനിധിയായ ഇർവിംഗ് ബ്രൗണിനെ പാരീസിൽ നിർത്തിയിരിക്കുന്നതുതന്നെ ട്രേഡ് യൂണിയനുകളെ ഭിന്നിപ്പിക്കാനും സോഷ്യലിസ്റ്റ് രാജ്യങ്ങളിൽ വിധ്വംസക ഗ്രൂപ്പുകളുണ്ടാക്കാനും വേണ്ടിയാണ്. പോളണ്ടിലെ സമീപകാലസംഭവങ്ങളിൽ ഏ.എഫ്.എൽ.-സി.ഐ.ഓ.യുടെ പങ്ക് ഓർത്താൽ മതി. 1982-ൽ പോളിഷ് പത്രമായ ട്രിബ്യൂണ ലുദുവിൽ ഒരു റിപ്പോർട്ടു വന്നു. അമേരിക്കൻ സഹായത്തോടെ സ്ഥാപിതമായ ഇറ്റാലിയൻ യൂണിയൻ

ഓഫ് ലേബർ (യു.ഐ.എൽ.) "സോളിഡാരിറ്റി'' യുടെ ഒരു കൺവൻഷ നിൽ സംബന്ധിക്കാൻ പോളണ്ടിലേക്കയച്ച പ്രതിനിധിസംഘത്തിൽ ല്വയിജി സ്ക്രിച്ചോലൊ എന്നും പാവോല സ്ക്രിച്ചോലൊ എന്നു രണ്ടു പേരുണ്ടായിരുന്നു. യു.ഐ.എല്ലിന്റെ സാർവ്വദേശീയഡിപ്പാർട്ടുമെന്റി ന്റെ പ്രതിനിധികളെന്ന നിലയ്ക്ക് അവർ പോളണ്ടിലെ അങ്ങേയറ്റത്തെ പ്രതിവിപ്ലവഗ്രൂപ്പുകളുടെ നേതാക്കളെ കാണുകയുണ്ടായി. കൂടാതെ അവർ "സോളിഡാരിറ്റിയുമായി ഐക്യദാർഢ്യം'' എന്ന മുദ്രാവാക്യ ത്തിൻകീഴിൽ ഇറ്റലിയിൽ പ്രകടനങ്ങൾ സംഘടിപ്പിക്കുകയും ചെയ്തു. 1982 ഫെബ്രുവരിയിൽ ഇറ്റാലിയൻ പോലീസ് അവരെ അറസ്റ്റു ചെയ്തു. അവർ റെഡ്ബ്രിഗേഡുകളിലെ അംഗങ്ങളാണെന്ന കുറ്റം ചുമത്തിയാണ് അവരെ പിടിച്ചത്. അതായത്, അമേരിക്കൻ പണംകൊണ്ടു സൃഷ്ടിക്ക പ്പെട്ട ഇറ്റലിയിലെ ഒരു അറുപിന്തിരിപ്പൻ ട്രേഡ് യൂണിയനിലും ഒരു തീവ്ര ഇടതുപക്ഷസംഘടനയിലും അവർ ഒരേ സമയത്ത് അംഗങ്ങളാ യിരുന്നുവെന്നർത്ഥം!

പക്ഷേ നമുക്ക് പാരീസ് സംഭവത്തിലേക്കു മടങ്ങാം. സ്വന്തം ദൂരവ്യാ പകലക്ഷ്യങ്ങൾ നേടാൻവേണ്ടി ഇടതുപക്ഷക്കാരെ പ്രയോജനപ്പെടു ത്തുകയെന്ന സി.ഐ.ഏ. യുടെ രീതി അതിൽനിന്നു വെളിപ്പെടുന്നുണ്ട്. പാരീസിൽ സി.ഐ.ഏ. യേയും മിലിട്ടറി ഇന്റലിജൻസ് വകുപ്പിനേയും കൂട്ടിയിണക്കിയ ഗ്രഹാം എന്ന ഉദ്യോഗസ്ഥൻ "അരയന്ന''ത്തോടു പറഞ്ഞു: "ഇടതുപക്ഷം അധികാരം പിടിച്ചെടുക്കുന്നതിനെ സുഗമമാ ക്കുകയെന്നതല്ല, പിന്നെയോ, കുഴപ്പങ്ങൾ കുത്തിപ്പൊക്കുകയും പ്രകട നക്കാരും ക്രമസമാധാനപാലകരും തമ്മിൽ ഏറ്റുമുട്ടലുകളുണ്ടാക്കുകയും ചെയ്യുന്നതുവഴി ഫ്രാൻസിലെ 'നിശ്ശബ്ദഭൂരിപക്ഷ'ത്തെ കർമ്മനിരതരാ ക്കുകയെന്നതാണ് ലക്ഷ്യം. അപ്പോൾ ഡിഗോളിനു നയം മാറ്റേണ്ടിവ രും; പൗരസ്ത്യരാജ്യങ്ങളിൽനിന്ന് അകന്നു മാറി യു.എസ്സ്.ഏ.യുമായി കൂട്ടുചേർന്ന യൂറോപ്പിന്റെ കുടുംബത്തിലേക്കു മടങ്ങിവരേണ്ടിവരും. വലതുപക്ഷസമ്മർദ്ദം ഉപയോഗിച്ച് ഡിഗോളിനെക്കൊണ്ടു രാജിവയ്പി ക്കുകയെന്നതും സാദ്ധ്യമാണ്. കൂടുതലെളുപ്പത്തിൽ പരസ്പരധാരണയി ലെത്താവുന്ന ഒരു ഗവൺമെന്റിന് വഴിമാറിക്കൊടുക്കാൻ അദ്ദേഹം നിർബ്ബന്ധിതനാകും.... നമ്മൾ കലാപകാരികളുടെ നേതാക്കന്മാരുടെ ഇടയിൽ നുഴഞ്ഞുകയറണം. എങ്കിലേ അവരുടെ പദ്ധതികളറിയാനും നമ്മുടെ താൽപര്യങ്ങൾക്കനുകൂലമായി അവരെ സ്വാധീനിക്കാനും കഴിയൂ.''

"പോരാളിഗ്രൂപ്പുകളിൽ ചേർന്നിട്ടുള്ള നമ്മുടെ സുഹൃത്തുക്കൾ പ്രാരംഭഘട്ടങ്ങളിൽ പ്രകടനക്കാരെ കഴിയുന്നത്ര കൂടുതൽ

ഏറ്റുമുട്ടലുകളുണ്ടാക്കാൻ പ്രോത്സാഹിപ്പിക്കണമെന്നതു പ്രധാനമാണ്.''

സൊർബോണിൽ നിയോഗിക്കപ്പെട്ട "അരയന്ന'' ത്തിന് "ഗോഷിസ്റ്റുകൾ" എന്ന പേരിലുള്ള ഒരു ഇടതുപക്ഷതീവ്രവാദിഗ്രൂപ്പിന്റെ ഓഡിയൻതീയേറ്ററിലുള്ള കേന്ദ്ര ഓഫീസിൽ നുഴഞ്ഞുകയറാൻ കഴിഞ്ഞു. "അരയന്നം'' തനിച്ചായിരുന്നില്ല. 1968 മേയിലെ പോരാളികളുടെ അണികളിൽ പല സി.ഐ.ഏ. ഏജന്റുമാരേയും അയാൾ തിരിച്ചറിഞ്ഞു.

രാജ്യത്തെ സ്ഥിതി കൂടുതൽകൂടുതൽ വഷളായിക്കൊണ്ടിരുന്നു. മെയ് അവസാനത്തിൽ പ്രസിഡന്റ് എലിസെയ് കൊട്ടാരം വിട്ടു. "സി.ഐ.ഏ. യിൽനിന്നുള്ള സുഹൃത്തുക്കളുടെ'' ഉപദേശപ്രകാരം കൂടുതൽ പട്ടാളക്കാരെ പാരീസിൽ കൊണ്ടുവന്നു. പിന്നീട് എന്തു സംഭവിച്ചുവെന്നത് സുവിദിതമാണ്. ഡിഗോൾ നാഷനൽ അസംബ്ലി പിരിച്ചുവിട്ടു. ആരെയാണോ "ഗോഷിസ്റ്റുകൾ"ക്കിടയിലെ പ്രകോപകരിലൂടെ ഇളക്കിവിടാൻ അമേരിക്കൻ രഹസ്യവകുപ്പുകാർ കൊണ്ടുപിടിച്ചു ശ്രമിച്ചത്, അതേ "നിശ്ശബ്ദഭൂരിപക്ഷം'' തെരുവിലിറങ്ങി.

ഫലമോ? ഡിഗോളിന്റെ സ്വാധീനം കുറഞ്ഞുവന്നു. താമസിയാതെ അദ്ദേഹം രാജിവച്ചു.

ബാസ്ക്കുകളോ "ശാന്തരായ അമേരിക്കക്കാരോ?''

വാഷിംഗ്ടൺ എത്രയൊക്കെ ശ്രമിച്ചിട്ടും ഫാസിസ്റ്റ് ഭരണക്രമങ്ങൾക്ക് അധികകാലം പിടിച്ചുനിൽക്കാൻ കഴിഞ്ഞില്ല. ഗ്രീസിലെ "കറുത്ത കേണൽമാരുടെ'' ഭരണത്തിനുവേണ്ടി ധാരാളം ഡോളർ മുടക്കിയെങ്കിലും അതിന്റെ നിലനിൽപ്പ് അപകടത്തിലായി. സ്പെയിനിൽ ഫ്രാങ്കോയുടെ വാഴ്ചയുടെ അനിവാര്യപതനം അടുത്തടുത്തുവന്നു. പോർത്തുഗലിൽ സലാസർഭരണം ഊർദ്ധ്വംവലിക്കാറായി.

സ്വാഭാവികമായും ഇതെല്ലാം വാഷിംഗ്ടണെ അസ്വസ്ഥമാക്കി. അതുകൊണ്ടാണ് ഫലാഞ്ചിസത്തെ പുനരുദ്ധരിക്കാൻവേണ്ടി സ്പെയിനിൽ വീണ്ടും പഴയ "സംഘർഷതന്ത്രം'' പ്രയോഗിച്ചത്. ഇറ്റലിയിലെപ്പോലെ അവിടെയും ഭീകരപ്രവർത്തനത്തിന്റെ പ്രശ്നം സൃഷ്ടിക്കുകയും "ചുവപ്പന്മാരുടെ "ഉമ്മാക്കി പൊക്കിപ്പിടിക്കുകയും ചെയ്യേണ്ടത് ആവശ്യമായിവന്നു. അതിലേക്ക് വിഘടനവാദികളെ ഉപയോഗപ്പെടുത്താൻ അമേരിക്കൻ ഇന്റലിജൻസ് വകുപ്പും സ്പെയിനിലെ രഹസ്യപ്പോലീസും തീരുമാനിച്ചു.

വിഘടനവാദത്തേയും യൂറോപ്പിലെ പല രാജ്യങ്ങളിലും അവരവരുടെ പ്രത്യേകതകൾ നിലനിർത്തിപ്പോരുന്ന ദേശീയജനവിഭാഗങ്ങളേയും

മുതലെടുക്കുകയെന്നത് "കറുപ്പും ചുവപ്പും" ഭീകരപ്രവർത്തനത്തിന്റെ കളിപോലെതന്നെ സി.ഐ.ഏ. യുടെ ഒരു സ്ഥിരം പതിവാണ്. "വിഘടനചീട്ട്'' സിസിലിയിലും സർഡീനിയയിലും പരീക്ഷിച്ചുനോക്കിയിട്ടുള്ളതാണ്. ഇടതുപക്ഷം ജയിച്ചാൽ ഫ്രാൻസിനെ അസ്ഥിരീകരിക്കാനുള്ള ഒരു പദ്ധതി സി.ഐ.ഏ. ആവിഷ്ക്കരിച്ചിരുന്നുവെന്ന് 1978-ലെ ഫ്രഞ്ച് പാർലമെണ്ടുതിരഞ്ഞെടുപ്പിനു തൊട്ടുമുമ്പ് സോഷ്യലിസ്റ്റ് നേതാവ് മിഷെൽ റൊക്കാർ പറഞ്ഞു. കോർസിക്കന്മാർ, ബ്രെട്ടൊന്മാർ, അൽസാസുകാർ, തുടങ്ങിയ ദേശീയജനവിഭാഗങ്ങളിൽപ്പെട്ട ഭീകരവാദിഗ്രൂപ്പുകളെ ഫ്രാൻസിലെ ഇടതുപക്ഷത്തിനെതിരെ പ്രയോഗിക്കാനായിരുന്നു ഉദ്ദേശം. തിരഞ്ഞെടുപ്പിനു തൊട്ടുമുമ്പ് അവർ പതിവിലേറെ സജീവമായി എന്നത് ഒരു സത്യമാണ്. 1978-ൽ യാഥാസ്ഥിതികകക്ഷികൾ ജയിച്ചെങ്കിലും 1981-ൽ ഫ്രാൻസ് ഒരു സോഷ്യലിസ്റ്റ് പ്രസിഡന്റിനെ തിരഞ്ഞെടുത്തു. നിർദ്ദിഷ്ടസമയത്തിനുമുമ്പു നടന്ന പാർലമെണ്ടുതിരഞ്ഞെടുപ്പ് ഇടതുപക്ഷത്തിനെ അധികാരത്തിലേറ്റി. ഉടൻതന്നെ കോർസിക്കയിലും പാരീസിലും മറ്റു പലയിടങ്ങളിലും വിസ്ഫോടനങ്ങളുടെ പുതിയൊരു അലയടിയുണ്ടായി. അവ ആ സമയത്തു നടക്കാനുള്ള കാരണം സ്വയംവിദിതമാണ്.

നമുക്കു സ്പെയിനിനിലേക്കു മടങ്ങാം. അവിടെ "ബാസ്ക്ക് ചീട്ട്'' പ്രയോഗിക്കാനാണ് പിന്തിരിപ്പന്മാർ നിശ്ചയിച്ചത്. 1972 ഡിസംബറിൽ സംശയം തോന്നിക്കുന്ന ഒരു കൂട്ടം ചെറുപ്പക്കാർ മാഡ്രിഡിന്റെ ജില്ലകളിലൊന്നിൽ പ്രത്യക്ഷപ്പെട്ടു. അവർ ഒരു നയതന്ത്രകാര്യാലയത്തിന്റെ എതിർവശത്തുള്ള ഒരു പള്ളിയെ ചുറ്റിപ്പറ്റി നിൽക്കുന്നതു കാണാമായിരുന്നു. സ്പെയിനിന്റെ പ്രധാനമന്ത്രി കറേറൊ ബ്ലാങ്കോ പതിവായി പോകാറുള്ള പള്ളിയായിരുന്നു അത്. മുൻപറഞ്ഞ ചെറുപ്പക്കാർ അടുത്തുള്ള ഒരു വീട് വാടകയ്ക്കെടുത്തു. നയതന്ത്രകാര്യാലയത്തിൽനിന്നു നോക്കിയാൽ അതു കാണാം. നയതന്ത്രകാര്യാലയത്തിലെ ഉദ്യോഗസ്ഥന്മാർ രഹസ്യമായി ആ ചെറുപ്പക്കാരുടെ ഫോട്ടോകളെടുത്ത് സ്പെയിനിലെ സെക്യൂരിട്ടി വകുപ്പുകാരെ ഏൽപ്പിച്ചു. ബാസ്ക്കുകാരുടെ ഒരു ഭീകരവാദിസംഘടനയായ "എറ്റ''യിലെ അംഗങ്ങളാണവരെന്നും അവരുടെ സന്നാഹങ്ങളെപ്പറ്റി തങ്ങൾക്കറിയാമെന്നും സെക്യൂരിട്ടി ഉദ്യോഗസ്ഥന്മാർ പറഞ്ഞു. തുടർന്ന് "നയതന്ത്രകാര്യാലയ'' ക്കാർ (അവരുടെ യഥാർത്ഥജോലിയെന്താണെന്ന് ഊഹിക്കാമല്ലോ) ഭീകരപ്രവർത്തകരുടെ വാടകവീട്ടിൽ രഹസ്യമായി മൈക്രോഫോണുകൾ വയ്ക്കുകയും അവരുടെ സംഭാഷണങ്ങൾ ചോർത്തിയെടുക്കുകയും ചെയ്തു. പ്രധാനമന്ത്രിയെ വധിക്കാനുള്ള ഗൂഢാലോചനയാണ്

അവിടെ നടക്കുന്നതെന്നു വ്യക്തമായിരുന്നു.'' നയതന്ത്രപ്രതിനിധി കളി''ലൊരാൾ ഈ വിവരം തന്റെ മേലധികാരികളെ അറിയിച്ചു. കുറേറൊ ബ്ലാങ്കോയുടെ വധം സ്പെയിനിലും പോർത്തുഗലിലും തങ്ങളുടെ തന്ത്രം നടപ്പാക്കുന്നതിനെ സുഗമമാക്കുമെന്നതിനാൽ ആ വധോദ്യമം വിജയിപ്പിക്കാൻ വേണ്ടതെല്ലാം ചെയ്യണമെന്ന നിർദ്ദേശ മാണ് ആ "നയതന്ത്രപ്രതിനിധി''ക്ക് ലഭിച്ചത് എന്ന് ഗൊൺസാലെസ് മാറ്റ എഴുതിയിരിക്കുന്നു. പക്ഷേ അത് "വിഘടനവാദികളുടെ ഒരു ഭീകരനടപടി'' യാണെന്ന പ്രതീതി ഉളവാക്കണം എന്നത് പ്രധാനമാ യിരുന്നു. കറേറൊ ബ്ലാൻകോ സാധാരണ പള്ളിയിൽ പോകാറുള്ള വഴിയുടെ അടിയിലൂടെ ഭീകരപ്രവർത്തകർ ഒരു തുരങ്കം വെട്ടി. 1973 ഡിസംബർ 19-ന് അവർ ആ തുരങ്കത്തിൽ സ്ഫോടകവസ്തുക്കൾ നിറച്ചു. "നയതന്ത്രപ്രതിനിധി"യുടെ ഏജന്റുമാർ തുരങ്കത്തിൽ ഒളിച്ചുകടക്കുകയും വിജയസാദ്ധ്യത ഉറപ്പിക്കാൻവേണ്ടി ഇലക്ട്രോണിക്ക് ഫ്യൂസോടുകൂടിയ രണ്ടു ടാങ്ക് നശീകരണ മൈനുകൾകൂടി അവിടെ വയ്ക്കുകയും ചെയ്തു. പിറ്റേന്നു രാവിലെ "ബാസ്ക്ക് ഭീകരപ്രവർത്തകരും'' സ്പെയിനിന്റെ ഒരു സുഹൃദ് രാജ്യത്തിൽനിന്നുള്ള "നയതന്ത്രപ്രതിനിധികളും'' കൂടി പ്രധാനമന്ത്രിയേയും കൂടെയുണ്ടായിരുന്ന രണ്ടു പോലീസുകാരേയും പരലോകത്തേക്കയച്ചു. ബ്ലാൻകോയുടെ വധത്തെപ്പറ്റി മുൻ സി.ഐ.ഏ. ഏജന്റ് ഗൊൺസാലെസ് മാറ്റ നൽകിയിട്ടുള്ള വിവരണമാണിത്. ആ "നയതന്ത്രപ്രതിനിധികൾ" ആരെല്ലാമായിരുന്നുവെന്ന് അയാൾ പേരെടുത്തു പറഞ്ഞിട്ടുണ്ട് - യു.എസ്സ്. എംബസിയിലെ സെക്യൂരിട്ടി ഓഫീസർ വെയിനും സ്പെയിനിലെ യു.എസ്സ്. ഇന്റലിജൻസ് വകുപ്പു മേധാവി റോബർട്ടും. വധം നടത്താൻ നിശ്ചയിച്ചിട്ടുള്ള തീയതി അന്ന് സ്റ്റേറ്റ് അണ്ടർസെക്രട്ടറിയായിരുന്ന അലക്സാണ്ടർ ഹെയ്ഗിനെ മുൻകൂട്ടി അറിയിച്ചിരുന്നുവെന്നതും പ്രസ്താവ്യമാണ്.

അതിനുശേഷം പ്രമുഖ സൈനികജഡ്ജിമാരേയും അഭിഭാഷക രേയും കൊലപ്പെടുത്തിയതിന്റേയും ഭരണകക്ഷികളിലെ സജീവപ്രവ ർത്തകരെ തട്ടിക്കൊണ്ടുപോയതിന്റേയും റിപ്പോർട്ടുകൾ സ്പെയിനി ൽനിന്നു തുടർച്ചയായി വന്നുകൊണ്ടിരുന്നു. 1981-ൽ സ്പെയിനിലെ ബൊർഗേസെ ആയ ആന്റോനിയോ ടെഹേറോ മൊലീനയും കൂട്ടാളികളും ചേർന്ന് സ്പാനിഷ് പാർലമെണ്ടുകെട്ടിടം കയ്യടക്കി. രാജ്യത്ത് അരക്ഷിതാവസ്ഥ നടമാടുന്നുവെന്നും ഭീകരപ്രവർത്തകരുടെ ഭീഷണിയെ നേരിടാൻ ഗവൺമെന്റിനു ചുണയില്ലെന്നുമാണ് അതിനു കാരണമായി പറഞ്ഞത്. ആ കലാപം അടിച്ചമർത്തപ്പെട്ടു. പക്ഷേ അതിന്റെ പേരിൽ സ്പാനിഷ് ഗവൺമെന്റിനെ അനുമോദിക്കാൻ

യു.എസ്സ്.ഏ. "മറന്നുപോയി". ഒരുപക്ഷേ "ശാന്തരായ അമേരിക്കക്കാർ"ക്ക് എത്രയും സഹജമായ ലജ്ജാശീലം കൊണ്ടാവാം.

"റെഡ്ബ്രിഗേഡുകളുടെ" കടംകഥ

റെഡ്ബ്രിഗേഡുകൾ എന്ന പേരിൽ അറിയപ്പെടുന്നവർ 1970-കളുടെ ആരംഭത്തിൽ ഇറ്റലിയിൽ അവരുടെ പ്രവർത്തനങ്ങൾ പ്രകടമായിത്തന്നെ സജീവമാക്കി. "അടി കൊടുത്തിട്ട് ഓടുക" എന്ന അവരുടെ അടവ് "അനിയതമായ ഭീകരപ്രവർത്തനം" എന്നൊരു സിദ്ധാന്തമായി പരിണമിച്ചു. നഗരായോധനത്തിനു പ്രചാരം സിദ്ധിച്ചു. ആയുധങ്ങൾ വിൽക്കുന്ന കടകളുടെനേർക്കുള്ള കയ്യേറ്റങ്ങളും മോചനദ്രവ്യത്തിനുവേണ്ടി തട്ടിക്കൊണ്ടുപോകലും മാറിമാറി നടന്നു. അങ്ങിനെ കിട്ടിയ പണംകൊണ്ട് ആയുധങ്ങൾ വാങ്ങുകയും റോമിലും ടൂറിനിലും വെനീസിലും നേപ്പിൾസിലും സായുധ "പംക്തികൾ" സ്ഥാപിക്കുകയും ചെയ്തു. നാളുകൾ ചെല്ലുന്തോറും റെഡ്ബ്രിഗേഡുകൾ കൂടുതൽ കൂടുതൽ കൂസലില്ലായ്മയോടെ പ്രവർത്തിച്ചു. ജയിലിൽ കിടക്കുമ്പോൾ അവയിലെ അംഗങ്ങൾ സാധാരണ ക്രിമിനൽ പുള്ളികളെ "രാഷ്ട്രീയവൽക്കരിക്കാൻ" ശ്രമിച്ചു. തട്ടിക്കൊണ്ടുപോകലിൽ പ്രാവീണ്യം നേടിയ കലാബ്രിയൻ മാഫിയ റെഡ് ബ്രിഗേഡുകളൊന്നിച്ചു പ്രവർത്തിച്ചു. അങ്ങിനെ ക്രിമിനൽ കുറ്റവാളികളുടേയും അതിവിപ്ലവകാരികളുടേയും താൽപര്യങ്ങൾ ഒന്നാണെന്നു വന്നു.

റെഡ്ബ്രിഗേഡുകളുടെ പ്രത്യയശാസ്ത്രജ്ഞനായ പ്രൊഫസർ അന്റോനിയോ നേഗ്രി എഴുതി: "കലാപനടപടികൾ പെരുകിപ്പെരുകി ഭരണകൂടത്തിന്റെ നശീകരണത്തിലേക്കു വഴിതെളിക്കണം." നേഗ്രിക്ക് യു.എസ്സ്.ഏ. യിലേക്കുള്ള പ്രവേശനാനുമതി നിഷ്പ്രയാസം ലഭിച്ചുവെന്നു ചൂണ്ടിക്കാണിച്ചുകൊള്ളട്ടെ. "പട്ടണകലാപങ്ങളുടെ" വക്താവായി അദ്ദേഹം പേരെടുത്തിട്ടുള്ള വസ്തുത അമേരിക്കൻ അധികൃതരെ അലോസരപ്പെടുത്തിയതായി തോന്നിയില്ല. റെഡ്ബ്രിഗേഡുകളുടെ കൂട്ടാളിയാണെന്ന സംശയം വച്ച് അറസ്റ്റുചെയ്യപ്പെടുന്നതിൽനിന്ന് നേഗ്രിയുടെ സുഹൃത്തായ ഫ്രാങ്കോ പിനേർനോയെ രക്ഷിച്ചതും ഒരു അമേരിക്കൻ വിസയാണ്.

തീവ്ര "ഇടതുപക്ഷ" ഗ്രൂപ്പുകളുടെ പ്രത്യയശാസ്ത്രജ്ഞരോടുള്ള അമേരിക്കക്കാരുടെ സഹിഷ്ണുത വിശദീകരിക്കാൻ വിഷമമില്ല. സി.ഐ.ഏ.യും നാറ്റോരാജ്യങ്ങളിലെ തദനുസൃതസ്ഥാപനങ്ങളുമൊന്നിച്ച് ആവിഷ്ക്കരിച്ച ഒരു അടവാണ് "അനിയതമായ (അന്ധമായ) ഭീകരപ്രവർത്തനം" എന്ന് സി.ഐ.ഏ. സ്പെഷ്യൽ ഓപ്പറേഷൻസ് വകുപ്പുമേധാവി ജനറൽ

വില്യം യാർബൊറോ ചൂണ്ടിക്കാട്ടിയിട്ടുണ്ട്. ഗവൺമെന്റുകളെ അസ്ഥിരീകരിക്കാനും അതാതു രാജ്യത്തെ ജനങ്ങളെക്കൊണ്ട് സുശക്തമായ ഒരു പോലീസ് സ്റ്റേറ്റിന്റെ ആവശ്യകത അംഗീകരിപ്പിക്കാനുമുദ്ദേശിച്ചുള്ള പരിപാടികളുടെ മർമ്മപ്രധാനമായ ഒരു അംശമെന്ന നിലയ്ക്കാണ് ഭൂരിപക്ഷം അവസരങ്ങളിലും ഈ അടവ് ഉപയോഗിക്കേണ്ടതെന്ന് അദ്ദേഹം വ്യക്തമാക്കി.

തീവ്ര "ഇടതുപക്ഷസംഘടനകളുടെ നേതാക്കൾ അമേരിക്കക്കാരും വലതുപക്ഷവുമായി സമ്പർക്കം പുലർത്തുന്നത് വിരളമല്ല. മുമ്പൊരു ഫാസിസ്റ്റായിരുന്ന റെനാറ്റോ കർച്ചോ പിന്നീട് റെഡ്ബ്രിഗേഡുകളുടെ ഒരു നേതാവായി. അയാൾ വളരെക്കാലം പാരീസിൽ നേഗ്രി ഒന്നിച്ചായിരുന്നു താമസം. പലതവണ അറസ്റ്റുചെയ്യപ്പെടുകയും അത്ഭുതാവഹമായ അനായാസതയോടെ ജയിലിൽനിന്നു രക്ഷപ്പെടുകയും ചെയ്തിട്ടുള്ള ഒരാളാണയാൾ. അയാളുടെ പല സ്നേഹിതരെ സംബന്ധിച്ചും വാസ്തവമാണിത്. അയാൾ പിസായിലെ ജയിലിൽ കിടക്കുമ്പോൾ - വിചിത്രമെന്നു പറയട്ടെ - റൊനാൾഡ് സ്റ്റാർക്ക് എന്നു പേരുള്ള ഒരു അമേരിക്കക്കാരനും അതേ തടവുമുറിയിലുണ്ടായിരുന്നു. മദ്ധ്യപൗരസ്ത്യദേശത്തുനിന്ന് ആയുധങ്ങൾ വാങ്ങാൻവേണ്ടി അവിടെയുള്ള തന്റെ സുഹൃത്തുക്കളുടെ മേൽവിലാസങ്ങൾ സ്റ്റാർക്ക് കർച്ചോയ്ക്കു നൽകി. കൂടാതെ സ്ഫോടകവസ്തുക്കൾ എങ്ങിനെ കൈകാര്യം ചെയ്യണമെന്നും അയാൾ പഠിപ്പിച്ചു.

സ്റ്റാർക്കിന്റെ പേരിൽ നിരവധി കുറ്റങ്ങൾ ചുമത്തിയിരുന്നെങ്കിലും അയാൾ താമസിയാതെ ജയിൽവിമുക്തനായി. യു.എസ്സ്.ഏ.യിലും പിന്നീട് ബൽജിയത്തിലും അയാൾ വീര്യമുള്ള മയക്കുമരുന്നുകളുടെ നിർമ്മാണത്തിൽ വ്യാപൃതനായിരുന്നുവെന്നത് ഒരു രഹസ്യമല്ല. മദ്ധ്യപൗരസ്ത്യദേശത്തെ ഏറ്റവും വലിയ ഹിറോയിൻ കള്ളക്കടത്തുകാരുമായി അയാൾക്കു ബന്ധമുണ്ടായിരുന്നു. കാലിഫോർണിയയിൽ അയാൾക്കു സ്വന്തമായിട്ടൊരു "റാഞ്ച്" (മേച്ചിൽസ്ഥലം) ഉണ്ടായിരുന്നു. അമേരിക്കക്കാരെ എൽ. എസ്.ഡി.യുടെ അപദാനങ്ങൾ പാടികേൾപ്പിച്ച "മയക്കുമരുന്നുകവി" ടിമോതി ലീറി അവിടെയായിരുന്നു താമസം. ലീറി ആ മയക്കുമരുന്ന് തന്റെ ചുറ്റിനുമുള്ള ഹിപ്പികളുടെമേൽ പരീക്ഷിച്ചുനോക്കി. മനുഷ്യന്റെ "പെരുമാറ്റമാകെ മാറ്റിയെടുക്കാനും" മനുഷ്യന്റെ മനസ്സിനെ വികലപ്പെടുത്തിക്കൊണ്ട് അവനെ വെറുമൊരു ചട്ടുകമാക്കാനും കഴിവുള്ള സാധനങ്ങൾ കണ്ടുപിടിക്കുകയെന്ന സി.ഐ.ഏ. പരിപാടിയുടെ ഒരു ഭാഗമായിരുന്നു ഈ പരീക്ഷണങ്ങളെന്നു പിന്നീടു തെളിഞ്ഞു.

1979 ഏപ്രിൽ 11-ന് (അതായത് അൽഡോമോറോയുടെ വധത്തിനുശേഷം) സ്റ്റാർക്കിനെ വീണ്ടും ജയിലിൽനിന്നു മോചിപ്പിച്ചപ്പോൾ (ഇത്തവണ ബൊലോന്യയിൽ), അയാളൊരു സി.ഐ.ഏ. ഏജന്റും ആ നിലയിൽ പ്രവർത്തിച്ചയാളു'' മായതുകൊണ്ട് അയാളെ വിചാരണചെയ്യാൻ നിവൃത്തിയില്ലെന്നു ജഡ്ജി പറഞ്ഞു.

അമേരിക്കൻ ഇന്റലിജൻസ് വകുപ്പ് "തീവ്ര ഇടതുപക്ഷ'' സംഘടനകളെ ഉപയോഗപ്പെടുത്തുന്നതിനെക്കുറിച്ച് ജനറൽ വെസ്റ്റ്മോർലാൻഡിന്റെ മാന്വലിൽ പറഞ്ഞ കാര്യങ്ങളെ സ്ഥിരീകരിക്കുന്ന വസ്തുതകളാണ് ഇവയെല്ലാം.

റെഡ്ബ്രിഗേഡുകളുടേയും മറ്റും പൊയ്മുഖമണിഞ്ഞ് രംഗത്തുവന്നിട്ടുള്ള മുതലാളിത്തവ്യവസ്ഥയുടെ "ഉച്ചാടകരെ'' പുരോഗതിയുടെ ബദ്ധവൈരികളായ ഫാസിസ്റ്റുകൾ രണ്ടു കയ്യും നീട്ടി സ്വാഗതംചെയ്യുന്നതിൽ അത്ഭുതമില്ല. സ്പെയിനിലെ ഫലാഞ്ചിസ്റ്റുകളുടെ നേതാവും നാറ്റോയുടെ രഹസ്യവകുപ്പിന്റെ സഹായത്തോടെ സ്ഥാപിക്കപ്പെട്ട "കറുത്ത ഇന്റർനാഷനൽ" എന്ന പുത്തൻഫാസിസ്റ്റ് സംഘടനയിലെ അംഗവുമായ തോലോ ബ്ലാസ്ക്കൊ "എവ്വറോപ്പിയേ'' എന്ന ഇറ്റാലിയൻ ആനുകാലികത്തിന്റെ ലേഖകനോടു പറഞ്ഞത് ഇതാണ്: "ആശ്ചര്യകരമായ ഒരു പ്രതിഭാസമാണു നമ്മൾ കാണുന്നത്. മാവോയുടെ ആശയങ്ങൾക്ക് ഹിറ്റ്ലറുടെ ചിന്താഗതികളോട് അടുപ്പമുണ്ടെന്നു ഞങ്ങൾ കണ്ടുപിടിച്ചു.'' "ചൈനീസ് പക്ഷപാതികളായ ധാരാളം റെഡ്ബ്രിഗേഡുകാർ സ്പെയിനിലുണ്ട്,'' അയാൾ തുടർന്നു. "ഞങ്ങൾ അവർക്ക് എല്ലാ ഭാവുകങ്ങളും നേരുന്നു.''[1]

ഇടതുപക്ഷക്കാരായി നടിക്കുന്നതിൽ വലതുപക്ഷക്കാർക്ക് യാതൊരു വിരോധവുമില്ല. അതുകൊണ്ടുള്ള ഗുണം സി.ഐ.ഏ. യുടെ സൈദ്ധാന്തികർ പണ്ടേ മനസ്സിലാക്കിക്കഴിഞ്ഞു. പ്രകോപനനടപടികൾക്കുള്ള ഒരു ഒന്നാന്തരം മറയാണ് ഇടതുപക്ഷ ഭീകരപ്രവർത്തകർ നൽകുന്നത്. അവർ ലക്ഷ്യത്തിലുള്ള വിശ്വാസംകൊണ്ടു പ്രവർത്തിക്കുന്നതാണോ അതോ പോലീസ് ചാരന്മാരാണോ എന്നതു പ്രശ്നമല്ല. ഏതൊരു രാഷ്ട്രീയപാതകത്തിനും അവരെ ഒരു മറയായി ഉപയോഗിക്കാം. ഇതിനുള്ള നല്ലൊരു ദൃഷ്ടാന്തമാണ് അൽഡോ മോറോയുടെ കൊലപാതകം.

1 "Eurpeo"' 18.1.1979, p. 17

"യു.എസ്സ്.ഏ. എന്നെ മനസ്സിലാക്കുന്നില്ല"

കെന്നെഡി സഹോദരന്മാരുടെ കൊലപാതകങ്ങൾ പോലെതന്നെ ഇറ്റലിയിലെ ക്രിസ്ത്യൻ ഡെമോക്രാറ്റിക്ക് പാർട്ടിയുടെ ചെയർമാൻ അൽഡോ മോറോയുടെ വധവും ഇരുപതാം നൂറ്റാണ്ടിന്റെ ഉത്തരാർദ്ധത്തിലെ ഏറ്റവും വലിയ രാഷ്ട്രീയപാതകങ്ങളുടെ കൂട്ടത്തിൽ പെടുന്നു. അതിലേക്കു നയിച്ച സംഭവപരമ്പര സുവിദിതമാണ്. 1978 മാർച്ച് മദ്ധ്യത്തിൽ റോമിലെ ഫാനി തെരുവിൽ വച്ച് റെഡ്ബ്രിഗേഡുകാർ മോറോയെ പതിയിരുന്ന് ആക്രമിക്കുകയും അദ്ദേഹത്തിന്റെ അംഗരക്ഷകരെ നിഷ്പ്രയാസം വകവരുത്തിയശേഷം മോറോയെ "ജനകീയ ജയിലി"ൽ അടയ്ക്കുകയും ചെയ്തു. മേയ് 9-ന്, റെഡ്ബ്രിഗേഡുകാരുടെ ഒരു ഫോൺവിളിയെത്തുടർന്ന് മോറോയുടെ മൃതദേഹം റോമിന്റെ മദ്ധ്യഭാഗത്ത്, ക്രിസ്ത്യൻ ഡെമോക്രാറ്റിക്ക് പാർട്ടിയുടേയും കമ്മ്യൂണിസ്റ്റ് പാർട്ടിയുടേയും കേന്ദ്ര ഓഫീസുകൾക്കിടയിലൊരിടത്തുനിന്ന് കണ്ടുകിട്ടി. അത് അർത്ഥഗർഭമായിരുന്നു. ഭരണകക്ഷിയായ ക്രിസ്ത്യൻ ഡെമോക്രാറ്റുകാരേയും കമ്മ്യൂണിസ്റ്റുകാരേയും രഞ്ജിപ്പിക്കാൻ മോറോ ഉത്സാഹിച്ചതിന് അദ്ദേഹത്തിനു കിട്ടിയ ശിക്ഷയായിരുന്നു അത്.

ആ ഭീകരനടപടിയിൽ പങ്കെടുത്ത 63 പേരിൽ 54 പേരെ അറസ്റ്റുചെയ്തു. റോമിനടുത്തുള്ള "ജനകീയജയിൽ" കണ്ടുപിടിക്കപ്പെട്ടതായി 1982 ഫെബ്രുവരിയിൽ ആഭ്യന്തരവകുപ്പമന്ത്രി അറിയിച്ചു. 1982 ഏപ്രിലിൽ ഭീകരപ്രവർത്തകരുടെ വിചാരണ ആരംഭിച്ചു. പക്ഷേ ഒരു ചോദ്യം അവശേഷിക്കുന്നു: ദീർഘദൃഷ്ടിയുള്ള ആ രാഷ്ട്രീയനേതാവിന്റെ കഥകഴിക്കുന്നതുകൊണ്ട് യഥാർത്ഥത്തിൽ ആർക്കായിരുന്നു ഗുണം?

റെഡ്ബ്രിഗേഡുകൾക്കാവാൻ വഴിയില്ല. മോറോയുടെ വധം അവരുടെ അണികളിൽ ഛിദ്രമുണ്ടാക്കി. "ജനകീയജയിലി"ൽ വച്ചു നടന്ന ചോദ്യംചെയ്യലിൽനിന്ന് കാര്യമായിട്ടൊന്നും ലഭിച്ചില്ല. അതുകൊണ്ടാണ് സംഭ്രമജനകങ്ങളായ പലതും പുറത്തുകൊണ്ടുവരുമെന്ന ഭീഷണി റെഡ്ബ്രിഗേഡുകാർക്കു നടപ്പാക്കാൻ കഴിയാതെപോയത്.

എങ്കിലും പല ചോദ്യങ്ങളും ഉദിക്കുന്നു: മോറോയെ തട്ടിക്കൊണ്ടുപോകണമെന്ന തീരുമാനം എങ്ങിനെയുണ്ടായി? ആരാണ് അതിനു പ്രേരണ നൽകിയത്? നിസ്സഹായനായ ഒരു തടവുകാരനായിക്കഴിയുന്ന അദ്ദേഹത്തെ വധിക്കുന്നതുകൊണ്ട് റെഡ്ബ്രിഗേഡുകാർക്ക് ഗുണത്തെക്കാളേറെ ദോഷമായിരിക്കും ഉണ്ടാവുകയെന്നു വ്യക്തമായിരുന്നിട്ടും അങ്ങിനെ ചെയ്യണമെന്നു നിർബ്ബന്ധിച്ചത് ആരാണ്?

പിരിമുറുക്കം അതിന്റെ മൂർദ്ധന്യത്തിലായിരുന്നപ്പോൾ - മോറോയുടെ

ജീവൻ രക്ഷിക്കാമെന്ന ആശ അപ്പോഴുമുണ്ടായിരുന്നു - റോമിലെ ഒരു വാർത്താ ഏജൻസി ഇങ്ങനെയൊരു റിപ്പോർട്ട് പ്രസിദ്ധപ്പെടുത്തി: "മോറോയെ തട്ടിക്കൊണ്ടുപോയതു സംഘടിപ്പിച്ച നേതൃകേന്ദ്രത്തിന് റെഡ്ബ്രിഗേഡുകളുമായി യാതൊരു ബന്ധവുമില്ല.'' അത് ഇത്രുകൂടി കൂട്ടിച്ചേർത്തു: "ക്രിസ്ത്യൻ ഡെമോക്രാറ്റുകാരേയും കമ്മ്യൂണിസ്റ്റുകാരേയും നിരന്തരം കൂടുതൽ കൂടുതൽ അടുപ്പിച്ചുകൊണ്ടുവരികയെന്ന ഇന്നത്തെ പ്രവണതയെ പുറകോട്ടു തിരിച്ചുവിടാൻ അദ്ദേഹത്തിന്റെ തട്ടിക്കൊണ്ടു പോകൽ സഹായകമാവുമെങ്കിൽ മാത്രമേ അതുകൊണ്ടു ഫലമുള്ളൂ.''[1]

ലിച്ചോ ജെല്ലിയുടെ മുൻസുഹൃത്തും അയാളുടെ പി-2 ലോഡ്ജിലെ അംഗവുമായ കാർമിനൊ പെക്കൊറെല്ലിയുടെ വകയായിരുന്നു ആ വാർത്താ ഏജൻസി. എന്നാൽ ഇറ്റലിയിലെ രാഷ്ട്രീയനേതാക്കളെക്കുറിച്ചുള്ളവയുൾപ്പെടെ രഹസ്യവകുപ്പിന്റെ രേഖകൾ ജെല്ലിയിൽനിന്നു ലഭിച്ചതോടെ പെക്കൊറെല്ലി തന്റെ കൂട്ടാളികളെ ഭീഷണിപ്പെടുത്താൻ തുടങ്ങി. തന്റെ കള്ളി പുറത്തായി ഏതാനും മാസം കഴിഞ്ഞപ്പോൾ പെക്കൊറെല്ലി കൊല്ലപ്പെട്ടു. ആരോ അയാളുടെ വായിലൂടെ വെടിവച്ചു. രഹസ്യം സൂക്ഷിക്കാൻ കഴിയാത്തവരെ മാഫിയ സാധാരണ കൊല്ലുന്ന രീതിയാണത്.

എന്തായാലും ഒന്നു തീർച്ചയാണ്. തട്ടിക്കൊണ്ടുപോയത് റെഡ്ബ്രിഗേഡുകാരല്ലെന്നും അതിന്റെ പിന്നിലുണ്ടായിരുന്നവരെ കണ്ടുപിടിക്കാൻ വേറേ ഇടത്താണു തിരയേണ്ടതെന്നും പെക്കൊറെല്ലിക്ക് അറിയാമായിരുന്നു. വേറെ എവിടെ എന്നതാണു ചോദ്യം.

ബന്ധനസ്ഥനായ മോറോയുടെ കത്തുകൾ നോക്കാം. ക്രിസ്ത്യൻ ഡെമോക്രാറ്റിക്ക് പാർട്ടിയുടെ മുകൾത്തട്ടിലുള്ളവർ തന്നെ രക്ഷിക്കാൻ വിമുഖത കാട്ടുന്നുവെന്നു മനസ്സിലായപ്പോൾ അദ്ദേഹം എഴുതി: "ഒരുപക്ഷേ എന്നോടുള്ള ഈ കർക്കശനിലപാടിന്റെ പിന്നിലുള്ളത് അമേരിക്കയുടെയോ പശ്ചിമജർമ്മനിയുടെയോ സ്വാധീനമായിരിക്കാം.'' തട്ടിക്കൊണ്ടുപോയതിന് ഏതാനും ആഴ്ചകൾക്കുമുമ്പ് മോറോ സെനറ്റർ ചെർവോനൊയോടു പറയുകയുണ്ടായി: " കണ്ടോളൂ, നമ്മുടെ നയത്തിന് നമുക്ക് വലിയൊരു വില കൊടുക്കേണ്ടിവരും.'' "ആർക്ക്?'' "രാജ്യത്തിനകത്തും പുറത്തുമുള്ള നമ്മുടെ ശത്രുക്കൾക്ക്. എന്റെ കാര്യം പറയുകയാണെങ്കിൽ, യു.എസ്സ്.ഏ.യും കുറെയൊക്കെ പശ്ചിമജർമ്മനിയും എന്നെ മനസ്സിലാക്കുന്നില്ല.''

1 "L'Unita", 8.12.1980

ദേശീയാനുരഞ്ജനമെന്ന തന്റെ നയത്തോട് യു.എസ്സ്.ഏ. പ്രകടിപ്പിച്ച വിദ്വേഷം മോറോയെ സംഭ്രമിപ്പിച്ചു. റോമിലെ അമേരിക്കൻ അംബാസഡർ റിച്ചാർഡ് ഗാർഡ്നർ തന്നെക്കുറിച്ച് അങ്ങേയറ്റം പ്രതികൂലമായ റിപ്പോർട്ടുകളാണ് വാഷിംഗ്ടണിലേക്ക് അയയ്ക്കുന്നതെന്ന് 1977 ഡിസംബറൊടുവിൽ അദ്ദേഹത്തിന് അറിവു കിട്ടി. താൻ വാഷിംഗ്ടൺ സന്ദർശിച്ചാൽ ഈ സംഘർഷത്തിനൊരു അയവു വരാനിടയുണ്ടെന്നു കരുതി അതിന്റെ സാദ്ധ്യതയാരായാൻ മോറോ തന്റെ പ്രതിനിധിയായ പിസാനുവിനെ യു.എസ്സ്.ഏ. യിലയച്ചു. പിസാനുവിന് അവിടെ തണുത്ത സ്വീകരണമാണു ലഭിച്ചത്. വാഷിംഗ്ടണിൽ "മോറോയെ കാണാൻ ആർക്കും താൽപര്യമില്ല" എന്ന് ബ്ഷെസിൻസ്കിയുടെ സഹായി അറിയിച്ചു.

മോറോയുടെ ഈ പോക്ക് യൂറോപ്പിലെ മൊത്തം സ്ഥിതിയെ സ്വാധീനിച്ചേക്കുമെന്നും, പ്രത്യേകിച്ച് ഇടതുപക്ഷത്തിന്റെ വിജയത്തിൽ കലാശിക്കാൻ എല്ലാ സാദ്ധ്യതയുമുള്ള ഫ്രാൻസിലെ തിരഞ്ഞെടുപ്പിൽ ആ സ്വാധീനം അനുഭവപ്പെട്ടുമെന്നും യു.എസ്സ്.ഏ. ഭയന്നു. തങ്ങളുടെ ഗവൺമെന്റുകളിൽ കമ്മ്യൂണിസ്റ്റുകാരുടെ പ്രവേശനം ഒരു രൂപത്തിലും അനുവദിക്കരുതെന്ന് ഇറ്റലിക്കാരേയും ഫ്രഞ്ചുകാരേയും അർത്ഥശങ്കയ്ക്കിടനൽകാത്തവണ്ണം ഉപദേശിച്ചുകൊണ്ടുള്ള നിശിതമായ ഒരു പ്രസ്താവന 1978 ജനുവരി 12-ന് യു.എസ്സ്. സ്റ്റേറ്റ്ഡിപ്പാർട്ടുമെന്റ് പുറപ്പെടുവിച്ചു.

ആ താക്കീതിന്റെ പൊരുളെന്താണെന്ന് മോറോയ്ക്കു മനസ്സിലായി. അദ്ദേഹം ചെർവോനെയോടു പറഞ്ഞു: "ഏറ്റവും പുളിയുള്ള കാലിഫോർണിയൻ ഓറഞ്ച് വിറ്റഴിക്കാൻവേണ്ടി ഇക്കൂട്ടർ എന്തും ചെയ്യുകളയും." ഓറഞ്ച് എന്നത് ഒരു പര്യായോക്തിയായിരുന്നു. യു.എസ്സ്.ഏ. യിലെ സൈനിക-വ്യാവസായിക കോംപ്ലെക്സിന്റെ സിരാകേന്ദ്രമായിരുന്നു കാലിഫോർണിയ. അടുത്ത അമേരിക്കൻ പ്രസിഡന്റിന്റെ രംഗപ്രവേശവും അവിടുന്നായിരുന്നു.

മോറോയ്ക്കെതിരായ ആക്രമണങ്ങൾ ഒന്നിനൊന്നു രൂക്ഷമായിവന്നു. മാർച്ച് 3-ാംനു കൊളംബിയാസർവ്വകലാശാലയിൽ പ്രസംഗിക്കാൻ അംബാസഡർ ഗാർഡ്നർ ഇങ്ങനെ പറഞ്ഞതായി "എവുറോപ്പിയോ" റിപ്പോർട്ടു ചെയ്തു: "ഇറ്റലിയിലെ രാഷ്ട്രീയരംഗത്തെ ഏറ്റവും അപകടകാരിയും സന്ദിഗ്ദ്ധമനസ്കനുമായ വ്യക്തിയാണ് അൽഡോ മോറോ." മാർച്ച് 16-ാംതീയതി ഫാനി തെരുവിൽവച്ച് ഗൂഢാലോചനയുടെ വെടിമരുന്നുതിരി കൊളുത്തപ്പെട്ടു.

നാറ്റോയിലെ പാവക്കൂത്തുകാർ

ഒരു പാവക്കൂത്തുകാരൻ - "സർവ്വശക്തന്മാരെ'' യടക്കം ആരെ വേണമെങ്കിലും ചരടു വലിച്ച് നിയന്ത്രിക്കാൻ കഴിയുന്ന ഒരു "ബുറ്റ റിനയ്യോ'' - ആവണമെന്നാണ് കുട്ടിക്കാലത്ത് താൻ സ്വപ്നം കണ്ടിരുന്നതെന്ന് ലിച്ചോ ജെല്ലി ഒരു അഭിമുഖസംഭാഷണത്തിനിടയിൽ പറയുകയുണ്ടായി. ഇത് പൊള്ളയായ വീമ്പുപറച്ചിലായിരുന്നില്ല. പി-2 ലോഡ്ജിലെ ആയിരത്തോളം അംഗങ്ങളുടെ കൂട്ടത്തിൽ[1] ഇറ്റാലിയൻ സായുധസേനയുടെ എല്ലാ ശാഖകളിലേയും സമുന്നതന്മാരുണ്ടായിരുന്നു. എല്ലാ രഹസ്യവകുപ്പുകളുടേയും തലവന്മാരായിരുന്ന ഗ്രസ്സിനി, സന്റോവിറ്റൊ, ജന്നിനി, പെലോസി എന്നീ ജനറൽമാരുടേയും നാറ്റോയിൽ ഒരു ഉയർന്ന സ്ഥാനം വഹിച്ചിരുന്ന അഡ്മിറൽ ടൊറിസിയുടേയും പേരുകൾ എടുത്തുപറയാവുന്നതാണ്. പ്രമുഖ ബാങ്കുടമകൾ, വ്യവസായികൾ, പത്രമുതലാളിമാർ, ടെലിവിഷൻ കമ്പനിയുടമസ്ഥൻ, എന്നിവരെക്കൂടാതെ ക്രിസ്ത്യൻ ഡെമോക്രാറ്റിക്ക് പാർട്ടിയിലും സോഷ്യലിസ്റ്റ് പാർട്ടിയിലും പെട്ട മന്ത്രിമാരും പാർലമെണ്ടറിനേതാക്കളുംപോലും അതിലെ അംഗങ്ങളായിരുന്നു. ലോഡ്ജിന് ആഫ്രിക്കയിലും ലാറ്റിനമേരിക്കയിലും ആൾക്കാരുണ്ടായിരുന്നു. എങ്കിലും അതിന് ഏറ്റവുമടുത്ത ബന്ധമുണ്ടായിരുന്നത് യു.എസ്സ്.ഏ.യുമായിട്ടായിരുന്നു.

മാത്രമല്ല, പി-2 ലോഡ്ജ്മുഖേന ഇറ്റലിയിലെ ഇരുപതിനായിരത്തോളം വരുന്ന മേസൺകാർ സി.ഐ.ഏ.യുടെ ഒരുതരം ശാഖയായി വർത്തിച്ചുവെന്നു പറയാം. കാരണം, യുദ്ധത്തിനുശേഷം മറ്റു പശ്ചിമ യൂറോപ്യൻ രാജ്യങ്ങളിലെന്നപോലെതന്നെ ഇറ്റലിയിലും മേസൺ ലോഡ്ജുകളുടെ പുനസ്സംഘടന നടന്നത് അമേരിക്കൻ ഇന്റലിജൻസ് വകുപ്പിന്റെ മേൽനോട്ടത്തിലാണ്: അപ്പോഴും പൂർണ്ണമായി മോചിക്കപ്പെട്ടിട്ടില്ലാതിരുന്ന ഇറ്റലിയിൽ തങ്ങളുടെ വല വീശാൻ സി.ഐ.ഏ. യുടെ നേതൃത്വത്തിലുള്ള അമേരിക്കൻ മേസൺകാർ അവിടെ പാഞ്ഞെത്തിയ കാര്യം മാക്സ് കോർവോ ചൂണ്ടിക്കാട്ടുന്നുണ്ട്. ഒരു ഉയർന്ന സി.ഐ.ഏ. ഉദ്യോഗസ്ഥനായ ഫ്രാങ്ക് ജില്യോട്ടിക്കായിരുന്നു അതിന്റെ ചുമതല. അയാളുടെ മേൽനോട്ടത്തിൽ ഇറ്റലിയിലെ അഞ്ഞൂറോളം ലോഡ്ജുകളിൽനിന്ന് ഫാസിസ്റ്റ് വിരോധികളേയും ഇടതുപക്ഷചിന്താഗതിക്കാരേയും നീക്കംചെയ്യുകയും, പരസ്യമായിത്തന്നെ ഫാസിസ്റ്റ്

1 അറെത്സിയോയിലുള്ള ജെല്ലിയുടെ വില്ല പരിശോധിച്ചപ്പോൾ കിട്ടിയ പട്ടികകളനുസരിച്ചുള്ള എണ്ണമാണിത്. എന്നാൽ വാസ്തവത്തിൽ പി-2 ലോഡ്ജിൽ രണ്ടായിരത്തിലധികം പേരുണ്ടെന്നാണ് ഇറ്റാലിയൻ പത്രങ്ങൾ പറയുന്നത്.

അനുഭാവികളായവരെ അവരുടെ സ്ഥാനത്തു വയ്ക്കുകയും ചെയ്തു. ഉദാഹരണത്തിന് സ്പെയിനിൽ ഫ്രാങ്കോയുടെ ഭാഗത്തു നിന്നു പൊരുതിയ ഒരു സന്നദ്ധഭടനായിരുന്ന ജെല്ലി. മുസ്സോളിനിയുടെ പട്ടാളത്തിലെ ഒരു ഓഫീസറായതിനുശേഷം ഇറ്റലിയിലെ ചെറുത്തുനിൽപ്പപോരാളികളോടു കാട്ടിയ ക്രൂരത അയാളെ കുപ്രസിദ്ധനാക്കി. അത്തരക്കാരെയാണ് അമേരിക്കൻ മേസൺകാർ ലോഡ്ജുകളിൽ ചേർത്തത്.

യു.എസ്സ്.ഏ. യിലെ രാഷ്ട്രീയ-സാമ്പത്തിക-സൈനികരംഗങ്ങളിലെ ഉന്നതതലങ്ങളിൽ മേസൺകാർ പരമ്പരാഗതമായിത്തന്നെ പ്രമുഖ സ്ഥാനങ്ങൾ അലങ്കരിച്ചിരുന്നുവെന്നു നേരത്തേ പറഞ്ഞല്ലോ.അമേരിക്കൻ പ്രസിഡന്റുമാർതൊട്ട് ഏറ്റവു വലിയ കോർപ്പറേഷനുകളുടെ തലവന്മാരും സൈനിക മേധാവികളുംവരെ അക്കൂട്ടത്തിൽ പെടുന്നു. ഉദാഹരണത്തിന് നാറ്റോയുടെ ഏതാണ്ടെല്ലാ കമാണ്ടർമാരും മേസൺകാരാണ്. 1950-കളുടെ അവസാനത്തിലും 60-കളുടെ ആരംഭത്തിലും നാറ്റോ ഹെഡ് ക്വാർട്ടേഴ്സിലും ഇറ്റലിയിലെ താവളങ്ങളിലും അമേരിക്കൻ ഓഫീസർമാർക്കുവേണ്ടി പ്രത്യേക മേസൺ ലോഡ്ജുകൾ സ്ഥാപിക്കുകയുണ്ടായി. വെറോനയിൽ "വെറോന അമേരിക്കൻ," വിച്ചെന്റ്സയിൽ "ജോർജ്ജ് വാഷിംഗ്ടൺ," ലിവോർനൊയിൽ "ബഞ്ചമിൻ ഫ്രാങ്ക്ളിൻ," നേപ്പിൾസിനു സമീപം "ഹാരി എസ്സ്. ട്രൂമാൻ," ഫ്രിയുളിയിൽ "അവിയാനൊ,'' എന്നിവയെല്ലാം അങ്ങിനെ സ്ഥാപിച്ച ലോഡ്ജുകളാണ്. അമേരിക്കൻ നയതന്ത്രപ്രതിനിധികൾക്കും സൈനികോദ്യോഗസ്ഥന്മാർക്കും വേണ്ടിയുള്ളതാണ് റോമിലെ "കൊളോസിയം'' ലോഡ്ജ്. നാറ്റോയിലെ മേസൺ "മാസ്റ്റർ" മാർക്ക് ഒരേ സമയത്ത് യു.എസ്സ്.ഏ.യിലും ഇറ്റലിയിലും ഗ്രാൻഡ് ഓറിയന്റ് മേസോണിക് സൊസൈറ്റി അംഗങ്ങളാവാം. അതുവഴി ഇറ്റലിയിലെ കീഴേക്കിടയിലുള്ള മേസൺകാരെ വരുതിയിൽ നിർത്താൻ അവർക്കു കഴിയുന്നു.

തന്റെ കമ്പനി നിർമ്മിച്ച മെത്തകൾ മന്ത്രിമാർക്കു സമ്മാനിച്ചുകൊണ്ടു തുടക്കമിട്ട ജെല്ലി ഈ അമേരിക്കൻ സഹായമില്ലായിരുന്നെങ്കിൽ ആരാകുമായിരുന്നു? ആ ഫാസിസ്റ്റ് പാവക്കൂത്തുകാരൻതന്നെ അയാളെക്കാൾ സമർത്ഥരായവരുടെ കയ്യിലെ കളിപ്പാവയായിരുന്നു. യു.എസ്സ്.ഏ.യിലെ സൈനിക-വ്യാവസായിക കോംപ്ലെക്സ്, വൈറ്റ്ഹൗസ്, സി.ഐ.ഏ., ബിൽഡർബെർഗ് ക്ലബ്ബിന്റേയും ട്രൈലാട്ടറൽ കമ്മീഷന്റേയും പ്രമാണിമാർ - ഇവരെല്ലാവരും ജെല്ലിയിലൂടെയും അയാളുടെ സർവ്വവ്യാപികളായ ശിങ്കിടികളിലൂടെയും ഇറ്റലിയുടെ മേലുള്ള പിടിമുറുക്കുകയായിരുന്നു. മൂന്നു കാബിനറ്റ് മന്ത്രിമാർക്കും

പ്രതിരോധമന്ത്രികാര്യാലയത്തിലെ ഏഴ് ഉയർന്ന ഉദ്യോഗസ്ഥന്മാർക്കും പുറമേ 42 ജനറൽമാരും അഡ്മിറൽമാരും 51 കേണൽമാരും അടങ്ങിയ പി-2 ലോഡ്ജിന് ഇറ്റലിയിൽ അമേരിക്കൻ മിസൈലുകൾ കൊണ്ടുവയ്ക്കാനുള്ള തീരുമാനത്തിൽ ഒരു കയ്യുണ്ടായിരുന്നുവെന്നതിനു സംശയമില്ല. "കമ്മ്യൂണിസ്റ്റ് പാർട്ടി അധികാരത്തിൽ വരുന്നത് എന്തു വില കൊടുത്തും തടയാൻവേണ്ടിയാണ് വ്യവസായികളും പണമിടപാടുകാരും രാഷ്ട്രീയക്കാരും ജനറൽമാരും നീതിന്യായവകുപ്പുദ്യോഗസ്ഥന്മാരും മേസൺ പ്രസ്ഥാനത്തോടു കൂറുള്ളവരായിരിക്കുമെന്നു സത്യപ്രതിജ്ഞയെടുക്കുകയും അതുവഴി അമേരിക്കൻ സി.ഐ.ഏ.യുടെ സേവകരായിത്തീരുകയും ചെയ്തത്," പെക്കൊറെല്ലി എഴുതി. അയാൾതന്നെ ആ സത്യപ്രതിജ്ഞ നൽകിയിരുന്നു. അതു ലംഘിച്ചതിനാണ് അയാളെ കൊന്നത്.

"എന്തുവില കൊടുത്തും" എന്നു വച്ചാൽ ഭീകരനടപടികളിലൂടെയും എന്നർത്ഥം.

"കഴിഞ്ഞ എത്രയോ വർഷങ്ങളായി നമ്മുടെ രാജ്യത്ത് പത്രങ്ങളുടെ മുൻപേജിൽ സ്ഥലം പിടിച്ചിട്ടുള്ള എല്ലാ കുറ്റകൃത്യങ്ങളും മേസൺകാരുമായി ബന്ധപ്പെട്ടവയായിരുന്നു. കൊലപാതകങ്ങളോ കൂട്ടക്കൊലകളോ അധികാരക്കയ്യേറ്റശ്രമങ്ങളോ എന്തുമാവട്ടെ, അവയുടെയെല്ലാം പുറകിൽ മേസൺകാർ പതിയിരിപ്പുണ്ടായിരുന്നു," പെക്കൊറെല്ലി എഴുതി.

രഹസ്യവകുപ്പുകാരൊന്നിച്ച് മേസൺകാർ പങ്കെടുത്തിട്ടുള്ള കുറ്റകൃത്യങ്ങൾ പെക്കൊറെല്ലി എണ്ണിപ്പറയുന്നുണ്ട്. മിലാനിലെ സ്ഫോടനങ്ങൾ, ആ കുറ്റകൃത്യങ്ങളുടെ മേസോണിക്-ഫാസിസ്റ്റ് അടിവേരുകൾ കണ്ടെത്തിയ ജഡ്ജി ഒക്കോർസിയോയുടെ വധം, പന്ത്രണ്ടു പേരുടെ മരണത്തിൽ കലാശിച്ച ഇറ്റാലിക്കസ് ട്രെയിനിന്റെ നേർക്കുള്ള ആക്രമണം, ഇരുന്നൂറിലധികംപേർക്ക് അംഗവൈകല്യമോ ജീവനാശമോ വരുത്തിവച്ച ബൊലോന റെയിൽവേസ്റ്റേഷനിലെ പൊട്ടിത്തെറി - ഇവയുടെയെല്ലാം പിന്നിൽ അവരുടെ കൈകളുണ്ട്. ജെല്ലിയുടേയും കൂട്ടരുടേയും ലോഡ്ജുകൾക്ക് റെഡ്ബ്രിഗ്രേഡുകളുമായി നേരിട്ടു ബന്ധമുണ്ടായിരുന്നു.

"ഇറ്റലി മേസൺകാരുടെ ഒരു കളരിയാവാൻ മോറോ ഇഷ്ടപ്പെടാത്തതുകൊണ്ടാണ് അദ്ദേഹത്തെ നീക്കം ചെയ്തത്," എന്ന് ക്രിസ്ത്യൻഡെമോക്രാറ്റിക്ക് പാർട്ടിയുടെ പൊളിറ്റിക്കൽ സെക്രട്ടറി പിക്കോളി പ്രഖ്യാപിച്ചു. 1981 ജൂലൈയിൽ പോലീസ് ഇൻസ്പെക്ടർ

മാസ്സിയേയുടെ കുടുംബത്തെ മാഴ്സെലിനടുത്ത് ഒറിയോൽ എന്ന പേരുള്ള സ്വസ്ഥമായ ഒരു സ്ഥലത്തുവച്ച് മൃഗീയമായി വെട്ടിക്കൊന്നു. പി-2 ലോഡ്ജിന്റെ ഫ്രഞ്ചുപതിപ്പായ "നൈറ്റ്സ് ഓഫ് ദി ജെറുസലേം ടെമ്പിളു"മായി മാസ്സിയേയ്ക്കു ബന്ധമുണ്ടായിരുന്നു. അയാൾ ടർക്കിയിൽനിന്ന് ആയുധങ്ങൾ വാങ്ങി കടൽവഴി ഇറ്റലിയിലെത്തിച്ചു. റെഡ്ബ്രിഗേഡുകൾക്കു കൊടുക്കാൻവേണ്ടിയുള്ള ആയുധങ്ങളായിരുന്നു അവ. അത്തരം ഒരു ഇടപാടിൽനിന്നു കിട്ടിയ പണം മുഴുവൻ സ്വന്തം കീശയിലാക്കിയതിനാണ് അയാളെ കൊന്നത്. മാത്രമല്ല, സി.ഐ.ഏ. പറഞ്ഞിട്ട് ജെല്ലിയുടെ പി-2 ലോഡ്ജാണ് റെഡ്ബ്രിഗേഡുകൾക്കുള്ള ഈ ആയുധങ്ങൾ എത്തിച്ചുകൊടുത്തതെന്ന് ഫ്രഞ്ച് അധികൃതർ നടത്തിയ അന്വേഷണത്തിൽ വെളിപ്പെട്ടു. ഇറ്റലിയിലേയും യു.എസ്സ്.ഏ.യിലേയും ഇന്റലിജൻസ് വകുപ്പുകളുമൊന്നിച്ച് പ്രസ്തുത ലോഡ്ജാണ് ഇറ്റലിയിൽ മാറിമാറിയുള്ള "കറുപ്പും" "ചുവപ്പും" ഭീകരപ്രവർത്തനങ്ങളുടെ ചരടു പിടിച്ചത്. അങ്ങിനെ അമേരിക്കയുടെ "സംഘർഷതന്ത്ര"ത്തിന് ആ പരാജയം വലിയൊരു വില കൊടുത്തുവരികയാണ്.

ന്യൂയോർക്കിലുള്ള ഇറ്റലിക്കാരുടെ പ്രമാണിയും റൊനാൾഡ് റീഗനെ പ്രസിഡന്റായി തിരഞ്ഞെടുക്കാനുള്ള ക്യാമ്പെയിന്റെ സംഘാടകരിലൊരാളുമായ ഫിലിപ്പ് ഗുവാരിനോയുമായി ജെല്ലി പലപ്പോഴും എഴുത്തുകുത്തു നടത്താറുണ്ടായിരുന്നുവെന്നത് ഇന്നു സുവിദിതമാണ്. "റിപ്പബ്ലിക്കൻ പാർട്ടിയുടെ കാര്യങ്ങൾ ഭംഗിയായി നടക്കുന്നുണ്ട്," ഗുവാരിനോ ലോഡ്ജ് മാസ്റ്റർക്ക് എഴുതി. "റീഗനും ബുഷും ജയിക്കുമെന്ന് എനിക്കു തീർച്ചയാണ്."

"പ്രസിഡന്റ് സ്ഥാനാർത്ഥിയെക്കുറിച്ച് ഇറ്റലിയിൽ നല്ലൊരു പ്രതീതിയുണ്ടാവണമെന്ന് ആഗ്രഹമുണ്ടെങ്കിൽ, ആവശ്യമെന്നു തോന്നുന്ന വിവരങ്ങൾ അയച്ചുതരിക. അവ പ്രസിദ്ധീകരിക്കുന്ന കാര്യം ഞാനേറ്റു," ജെല്ലി മറുപടി എഴുതി.

നാനാതരം ദുഷ്ചെയ്തികളിലും കുറ്റകൃത്യങ്ങളിലും മൂക്കറ്റം മുങ്ങിയ ജെല്ലിയും അയാളുടെ ലോഡ്ജും അപകീർത്തിയുടെ കൊടുമുടിയിലെത്തിയിരുന്ന സമയത്താണ് പ്രസിഡന്റ് റീഗന്റെ സ്ഥാനാരോഹണച്ചടങ്ങിലെ ഒരു വിശിഷ്ടാതിഥിയായി അയാളെ വാഷിംഗ്ടണിലേക്കു ക്ഷണിച്ചത്.

അതിൽ അത്ഭുതപ്പെടാൻ എന്തിരിക്കുന്നു? യൂറോപ്പുകാർക്കുവേണ്ടിയുള്ള റീഗന്റെ ആദ്യത്തെ അഭിമുഖം ജെല്ലിയുടെ കൂട്ടാളികളുടെ വകയായ "സെറ്റിമനാലെ" എന്ന ആനുകാലികത്തിനായിരുന്നു. എന്നുവച്ചാൽ,

ഭീകരപ്രവർത്തനത്തിന്റെ വിളനിലങ്ങളുടെനേരെ ആഞ്ഞടിക്കാനുള്ള തന്റെ ഉദ്ദേശം അമേരിക്കൻ പ്രസിഡന്റ് അറിയിച്ചത്, സി.ഐ.ഏ.യുടെ മാർഗ്ഗനിർദ്ദേശത്തിൻകീഴിലും യു.എസ്സ്. ഗവൺമെന്റിന്റെ അനുഗ്രഹാശിസ്സുകളോടെയും സൃഷ്ടിക്കപ്പെട്ട ലിച്ചോ ജെല്ലിയുടെ ഭീകരപ്രവർത്തന മസ്തിഷ്കകേന്ദ്രത്തെയായിരുന്നുവെന്നർത്ഥം.

ഇതേപ്പറ്റി ഒരഭിപ്രായം പറയുന്നത് അധികപ്പറ്റായിരിക്കും.

ഉപസംഹാരം

അന്യരാജ്യങ്ങളുടെ കാര്യങ്ങളിൽ ഇടപെടുന്നതിന് കാരണമായിപ്പറയുന്ന "യു.എസ്സ്.എ.യുടെ സജീവതാൽപര്യങ്ങളെ''ക്കുറിച്ചുള്ള പ്രമേയത്തിനു പ്രചാരം ലഭിച്ചത് 1950-കളുടെ ഉത്തരാർദ്ധത്തിലാണ്. ഈജിപ്തിനെതിരായ ആംഗ്ലോ-ഫ്രഞ്ച്-ഇസ്രായേലി ആക്രമണം അലസിപ്പോയപ്പോൾ തനിക്ക് ഉചിതമെന്നു തോന്നുന്നപക്ഷം മദ്ധ്യപൗരസ്ത്യദേശത്ത് സൈനികബലം പ്രയോഗിക്കാനുള്ള അധികാരം തനിക്കു വിട്ടുതരണമെന്ന് പ്രസിഡന്റ് ഐസൻഹോവർ അമേരിക്കൻ കോൺഗ്രസ്സിനോട് അഭ്യർത്ഥിച്ചു. പുതിയ ആക്രമണോത്സുകസിദ്ധാന്തത്തിന്റെ മൂലക്കല്ലായി വൈറ്റ്ഹൗസ് ഉപയോഗിച്ചത് "സോവിയറ്റ് ഭീഷണി''യെക്കുറിച്ചും "കമ്മ്യൂണിസ്റ്റ് ഭീഷണി''യെക്കുറിച്ചുമുള്ള കെട്ടുകഥയാണ്.

1957 മാർച്ച് 5-ന് കോൺഗ്രസ്സിന്റെ രണ്ടു മണ്ഡലങ്ങളും പാസ്സാക്കിയ പ്രമേയത്തിൽ ഇങ്ങനെ പറഞ്ഞിരുന്നു:

"സാർവ്വദേശീയ കമ്മ്യൂണിസത്തിന്റെ നിയന്ത്രണത്തിലുള്ള ഏതെങ്കിലും രാജ്യത്തിൽനിന്നുള്ള സായുധാക്രമണത്തിനെതിരായി സഹായം ചോദിക്കുന്ന ഏതെങ്കിലുമൊരു രാഷ്ട്രത്തെ, അഥവാ രാഷ്ട്രസമൂഹത്തെ, സഹായിക്കുന്നതിനുവേണ്ടി സൈന്യത്തെ ഉപയോഗിക്കേണ്ടത് ആവശ്യമാണെന്നു പ്രസിഡന്റ് കരുതുന്ന പക്ഷം യു.എസ്സ്.എ. അതിനു തയ്യാറാണ്."[1]

ഐസൻഹോവർ സിദ്ധാന്തമെന്ന പേരിൽ അറിയപ്പെടുന്ന സിദ്ധാന്തം ഉടലെടുത്തത് അങ്ങിനെയാണ്. അത്, വരുന്ന അനേക വർഷത്തെ അമേരിക്കൻ തന്ത്രത്തിന്റെ ആക്രമണോന്മുഖതയ്ക്കു രൂപം നൽകിയെന്നു മാത്രമല്ല, പിൽക്കാലത്തെ കുപ്രസിദ്ധമായ "കാർട്ടർസിദ്ധാന്ത''ത്തിന്റെ മുന്നോടിയായി വർത്തിക്കുകയും ചെയ്തു. 1980 ജനുവരിയിലാണ് കാർട്ടർസിദ്ധാന്തം നിർവ്വചിക്കപ്പെട്ടത്:

"പേർഷ്യൻ ഉൾക്കടൽമേഖലയുടെ നിയന്ത്രണം കരസ്ഥമാക്കാൻവേണ്ടി ബാഹ്യശക്തികൾ നടത്തുന്ന ഏതൊരു ശ്രമത്തേയും യു.എസ്സ്.എ.യുടെ സജീവതാൽപര്യങ്ങളുടെ നേർക്കുള്ള ഒരു കയ്യേറ്റമായി കരുതുന്നതും ആ കയ്യേറ്റത്തെ സൈനികബലമുൾപ്പെടെയുള്ള ഏതു മാർഗ്ഗമുപയോഗിച്ചും ചെറുക്കുന്നതുമാണ്."[2]

1 "The New York Times", January 27,1980, p.E 19.
2 "The Washington Post", February 4, 1980, p. A.25,

ഈ രണ്ടു സിദ്ധാന്തങ്ങളും തമ്മിൽ വളരെയേറെ സാമ്യമുണ്ടെങ്കിലും അടിസ്ഥാനപരമായ ഒരു വ്യത്യാസമുണ്ട്. "സഹായം ചോദിച്ചാൽ" അമേരിക്ക ഇടപെടുന്നതിനെക്കുറിച്ചാണ് ഐസൻഹോവർസിദ്ധാന്തം പറയുന്നതെങ്കിൽ, അമേരിക്കയുടെ സജീവതാൽപര്യങ്ങളുടെ നേർക്കുള്ള "കയ്യേറ്റ''ത്തിന്റെ ഭീഷണിയുണ്ടെന്നു തോന്നിയാൽ സൈനികബലം പ്രയോഗിക്കാൻ പ്രസിഡന്റിന് അധികാരമുണ്ടെന്നാണ് കാർട്ടർസിദ്ധാന്തം പറയുന്നത്.

മുമ്പ് പ്രസിഡന്റിന്റെ ദേശീയസുരക്ഷിതത്വ ഉപദേഷ്ടാവായിരുന്ന ബ്ഷെസിൻസ്കി ഉന്നയിച്ച "പ്രതിസന്ധിചാപങ്ങൾ" അഥവാ "അസ്ഥിരതാചാപങ്ങൾ" എന്ന സങ്കൽപ്പത്തിന് കാർട്ടർസിദ്ധാന്തത്തിന്റെ ആവിഷ്ക്കരണത്തിൽ വലിയൊരു പങ്കുണ്ടായിരുന്നുവെന്ന് ഓർക്കണം. ആഫ്രിക്കയിലേയും ഏഷ്യയിലേയും പല രാജ്യങ്ങളിലും വളർന്നുവന്ന വിപ്ലവ-ദേശീയവിമോചനപ്രസ്ഥാനങ്ങൾ അമേരിക്കയുടെ "സജീവതാൽപര്യങ്ങൾ"ക്കൊരു ഭീഷണിയാവാനിടയുണ്ടെന്നായിരുന്നു അതിന്റെ രത്നച്ചുരുക്കം. അങ്ങിനെ "പ്രതിസന്ധിചാപം'' എന്ന സങ്കൽപ്പം അമേരിക്കൻ ഇടപെടലിനുള്ള ഒരു സൈദ്ധാന്തികസാധൂകരണമായി ഉപകരിച്ചു. യു.എസ്സ്.എ. അനുവർത്തിച്ച സാർവ്വദേശീയ ഭീകരപ്രവർത്തനമെന്ന നയത്തെ അതു ന്യായീകരിച്ചു.

1980 ജനുവരി 23-ന് യു.എസ്സ്. കോൺഗ്രസ്സിൽ നടത്തിയ പ്രസംഗത്തിൽ പ്രസിഡന്റ് കാർട്ടർ തന്റെ പുതിയ സിദ്ധാന്തത്തിന്റെ മൗലികതത്വങ്ങൾ പ്രതിപാദിക്കുകയുണ്ടായി. ആയുധബലത്തിലൂടെ യു.എസ്സ്.എ.യുടെ ആഗോള അധീശത്വം നേടുകയെന്നതാണ് പ്രസ്തുത സിദ്ധാന്തത്തിന്റെ അടിസ്ഥാനപ്രമാണം. കാർട്ടർ സിദ്ധാന്തത്തിന്റെ ബലത്തിന്മേൽ പെന്റഗൺ ഉടൻതന്നെ "മിന്നലാക്രമണ'' പദ്ധതികൾ ആവിഷ്ക്കരിക്കാൻ തുടങ്ങി. ബ്ഷെസിൻസ്കിയുടെ വാക്കുകളിൽ പറഞ്ഞാൽ "അമേരിക്കയുടെ സജീവതാൽപര്യങ്ങളെ'' അപകടപ്പെടുത്തുന്ന ഒരു പരിതസ്ഥിതി ഉളവാകാനിടയുള്ള രാജ്യങ്ങളിലേക്കും മേഖലകളിലേക്കും ദ്രുതവേഗത്തിൽ അമേരിക്കൻ പട്ടാളത്തെ അയക്കാനുള്ള പരിപാടി അവയിൽ അടങ്ങിയിരുന്നു. വാസ്തവത്തിൽ ദേശീയവിമോചനപ്രസ്ഥാനങ്ങളെ അടിച്ചമർത്തുന്നതിനുള്ള പുതിയൊരു ആയുധം കരുപ്പിടിപ്പിച്ചെടുക്കാനുള്ള ശ്രമമായിരുന്നു അത്. ആഗോളതലത്തിലുള്ള ഭീകരപ്രവർത്തനമായിട്ടല്ലാതെ മറ്റൊരു തരത്തിലും അതിനെ വീക്ഷിക്കാനാവില്ല.

26-ാം സി.പി.എസ്സ്.യു. കോൺഗ്രസ്സിൽ അവതരിപ്പിച്ച കേന്ദ്രക്കമ്മിറ്റി

റിപ്പോർട്ടിൽ പറയുന്നു:

"അതിസാഹസികത്വവും സങ്കുചിതസ്വാർത്ഥതാൽപര്യങ്ങൾക്കു വേണ്ടി മാനവരാശിയുടെ സജീവതാൽപര്യങ്ങളെയിട്ട് ചൂതാടാനുള്ള സന്നദ്ധതയും - ഇതാണ് കൂടുതൽ ആക്രമണാസക്തമായ സാമ്രാജ്യത്വവൃത്തങ്ങളുടെ നയത്തിൽ വിശേഷിച്ചും നഗ്നമായ രൂപത്തിൽ പ്രത്യക്ഷപ്പെടുന്നത്. ജനതകളുടെ അവകാശങ്ങളോടും അഭിലാഷങ്ങളോടും പരമപുച്ഛം പ്രകടിപ്പിച്ചുകൊണ്ട് അവർ ബഹുജനങ്ങളുടെ വിമോചനസമരത്തെ 'ഭീകരപ്രവർത്തന'മായി ചിത്രീകരിക്കാൻ ശ്രമിക്കുകയാണ്. വാസ്തവം പറഞ്ഞാൽ, നേടാനാവാത്തതു നേടാനാണ് - അതായത്, ലോകത്തിലെ പുരോഗമനപരിവർത്തനങ്ങളുടെ മുമ്പിൽ വിലങ്ങുതടിയിടാനും വീണ്ടും ജനതകളുടെ വിധികർത്താക്കളാവാനുമാണ് - അവരുടെ പുറപ്പാട്."

ഏഷ്യയിലേയും ആഫ്രിക്കയിലേയും ലാറ്റിനമേരിക്കയിലേയും ജനതകളുടെ സ്വാതന്ത്ര്യസമരത്തെ സാർവ്വദേശീയഭീകരപ്രവർത്തനമായി വരച്ചുകാട്ടാനാണ് വൈറ്റ്ഹൗസ് വാശിയോടെ ശ്രമിക്കുന്നത്. സാർവ്വദേശീയഭീകരപ്രവർത്തനത്തെ ചെറുക്കുകയാണെന്ന വ്യാജേന അമേരിക്കൻ സാമ്രാജ്യത്വം ദേശീയവിമോചനപ്രസ്ഥാനത്തിന്റെയും സർവ്വോപരി സോഷ്യലിസ്റ്റ് അഭിവിന്യസ്തരാജ്യങ്ങളുടേയും നേരെ പ്രത്യക്ഷമായ കടന്നാക്രമണം ആരംഭിച്ചിരിക്കുകയാണ്.

എത്രയോ കാലമായി ലോകത്തിന്റെ ശ്രദ്ധാകേന്ദ്രമായിട്ടുള്ള ഒരു പ്രശ്നമാണ് സാർവ്വദേശീയഭീകരപ്രവർത്തനം. 1937-ൽത്തന്നെ ജനീവയിൽവച്ച് 24 രാജ്യങ്ങളുടെ പ്രതിനിധികൾ ഭീകരപ്രവർത്തനം തടയുന്നതും ശിക്ഷാർഹമാക്കുന്നതും സംബന്ധിച്ച ഒരു കൺവെൻഷനിൽ ഒപ്പുവയ്ക്കുകയുണ്ടായി. ഏതൊരു രാജ്യത്തിനും മറ്റൊരു രാജ്യത്തിനെതിരായ ഏതു ഭീകരനടപടിയും തടയാനുള്ള ബാദ്ധ്യതയുണ്ടെന്ന സാർവ്വദേശീയനിയമ തത്വത്തിന്റെ സാധുതയെ പ്രസ്തുതകൺവെൻഷൻ സ്ഥിരീകരിച്ചു. അത്തരം നടപടികളിലേർപ്പെടുന്നവരെ ശിക്ഷിച്ചുകൊള്ളാമെന്ന് അതിലൊപ്പുവച്ച രാജ്യങ്ങൾ ഏൽക്കുകയും ചെയ്തു. നിർഭാഗ്യവശാൽ ആ കൺവെൻഷൻ പ്രാബല്യത്തിൽ വന്നതേയില്ല.

സമീപകാലത്ത് സാർവ്വദേശീയഭീകരപ്രവർത്തനത്തിന്റെ പ്രശ്നം ഐക്യരാഷ്ട്രസംഘടനയിൽ ചർച്ചാവിഷയമായിട്ടുണ്ട്. 27-ാമത് ഐക്യരാഷ്ട്രസഭായോഗത്തിൽ അത് വിശേഷിച്ചും സവിസ്തരമായി ചർച്ചചെയ്യപ്പെട്ടു. ദേശീയ വിമോചനത്തിനും സാമ്പത്തികസ്വാതന്ത്ര്യത്തിനും വേണ്ടിയുള്ള ന്യായമായ സമരം സാർവ്വദേശീയഭീകരപ്രവർത്തനത്തിൽനിന്ന്

ഭിന്നമല്ലെന്നു വാദിച്ചുകൊണ്ട് പാശ്ചാത്യരാജ്യങ്ങളുടെ പ്രതിനിധികൾ ദേശീയവിമോചനപ്രസ്ഥാനങ്ങളെ കരിതേച്ചുകാണിക്കാൻ ശ്രമിച്ചു. അമേരിക്കൻ പ്രതിനിധിസംഘത്തിന്റെ നിലപാടിൽ ഈ സമീപനം വിശേഷിച്ചും പ്രകടമായിരുന്നു.

എന്നാൽ ഐക്യരാഷ്ട്രസംഘടനയിലെ ഭൂരിപക്ഷം അംഗങ്ങളും അത്തരം ശ്രമങ്ങളെ ശക്തിയുക്തം എതിർത്തു. ചേരിചേരാരാഷ്ട്രങ്ങൾ നിർദ്ദേശിച്ച കരടുപ്രമേയത്തെ സോവിയറ്റുയൂണിയന്റേയും ഇതര സോഷ്യലിസ്റ്റ് രാജ്യങ്ങളുടേയും പ്രതിനിധിസംഘങ്ങൾ ഏകകണ്ഠമായി പിന്താങ്ങി. കരടുപ്രമേയത്തിന്റെ ശീർഷകം ഇപ്രകാരമായിരുന്നു: " നിരപരാധികളുടെ ജീവൻ അപകടപ്പെടുത്തുകയോ അപഹരിക്കുകയോ മൗലികസ്വാതന്ത്ര്യങ്ങളെ ഭീഷണിപ്പെടുത്തുകയോ ചെയ്യുന്ന സാർവ്വദേശീയഭീകരപ്രവർത്തനം തടയാനുള്ള നടപടികളും, ദുരിതവും ഗതികേടും വ്രണിതവികാരങ്ങളും നൈരാശ്യവും മൂലം ഉളവാകുന്നവയും സമൂലപരിവർത്തനങ്ങൾ കൈവരുത്താനുള്ള ശ്രമത്തിൽ ചിലർ സ്വന്തം ജീവനുൾപ്പെടെ മനുഷ്യരുടെ ജീവൻ ബലികഴിക്കാനിടവരുത്തുന്നവയുമായ അത്തരം രൂപങ്ങളിലുള്ള ഭീകരനടപടികളുടേയും ബലാൽക്കാരങ്ങളുടേയും കാരണങ്ങളെക്കുറിച്ചുള്ള പഠനവും.''

സാക്ഷാൽ ഭീകരപ്രവർത്തനത്തേയും നിശ്ചിതസാമൂഹ്യഘടകങ്ങളാൽ ഉളവാകുന്നതരത്തിലുള്ള ബലാൽക്കാരങ്ങളേയും പ്രമേയകർത്താക്കൾ വ്യക്തമായി വേർതിരിച്ചുകാണുന്നുണ്ടെന്ന് മേൽപ്പറഞ്ഞ ശീർഷകം സൂചിപ്പിക്കുന്നു. എല്ലാ സാർവ്വദേശീയഭീകരപ്രവർത്തനങ്ങളേയും ശക്തിയുക്തം അപലപിക്കുകയും സമാധാനത്തിന്റേയും മനുഷ്യത്വത്തിന്റേയും പേരിൽ അവയ്ക്കെതിരായി പൊരുതുകയും ചെയ്യേണ്ടതിന്റെ ആവശ്യകതയാണ് ആ പ്രമേയത്തിന് ആധാരമായിട്ടുള്ളത്.

സാധാരണഗതിയിൽ അമേരിക്കൻ നേതാക്കൾ "സാർവ്വദേശീയ ഭീകരപ്രവർത്തനങ്ങൾക്കെതിരായി പൊരുതണ''മെന്ന ആഹ്വാനം നടത്തുമ്പോൾ അതിനെപ്പോഴും ഒരു സോവിയറ്റ് വിരുദ്ധചായ് വുണ്ടായിരിക്കും. എന്നാൽ ഭീകരപ്രവർത്തനത്തിൽ സോവിയറ്റുയൂണിയനു കയ്യുണ്ടെന്ന എല്ലാ ആരോപണങ്ങളും കരുതിക്കൂട്ടി പറയുന്ന നുണയാണ്. സാർവ്വദേശീയഭീകരപ്രവർത്തനമുൾപ്പെടെ എല്ലാ ഭീകരപ്രവർത്തനത്തേയും തത്വത്തിലും പ്രയോഗത്തിലും സോവിയറ്റുയൂണിയൻ എക്കാലത്തും എതിർത്തുപോന്നിട്ടുണ്ട്.

''സാർവ്വദേശീയ ഭീകരപ്രവർത്തിനെതിരായി പൊരുതുക''യെന്ന

സിദ്ധാന്തത്തിന്റെ പ്രഖ്യാപനം ഫലത്തിൽ സി.ഐ.ഏ. യ്ക്കും പെന്റഗണും ലോകമാസകലം അവയുടെ വിധ്വംസകപ്രവർത്തനങ്ങൾ ഊർജ്ജിതപ്പെടുത്താൻ അനിയന്ത്രിതാധികാരം നൽകുകയാണ ചെയ്തത്. അംഗോളയിൽ അമേരിക്കയുടെ വിധ്വംസകപ്രവർത്തനങ്ങൾക്കു കൽപ്പിച്ചിരുന്ന വിലക്ക് എടുത്തുകളയണമെന്ന പ്രസിഡന്റ് റീഗന്റെ നിർദ്ദേശത്തെ യു.എസ്സ്. സെനറ്റിന്റെ വിദേശബന്ധക്കമ്മിറ്റി അംഗീകരിച്ചത് അതാണ തെളിയിക്കുന്നത്. ലാവോസിനെതിരായ അമേരിക്കൻ രഹസ്യവകുപ്പിന്റെ ഈയിടെ തുറന്നുകാട്ടപ്പെട്ട അതിക്രമവും അതുതന്നെ വിളിച്ചുപറയുന്നു. അത് ചാരന്മാരുടേയും അട്ടിമറിക്കാരുടേയും സംഘങ്ങളെ ആ രാജ്യത്തേക്കയച്ചു. പെന്റഗന്റെ ഇന്റലിജൻസ് വകുപ്പിന്റെ ഉപമേധാവി അഡ്മിറൽ ജെറി ടാറ്റിലാണ് വാഷിംഗ്ടണിലിരുന്നു കൊണ്ട് ആ പരിപാടിക്കു മാർഗ്ഗനിർദ്ദേശം നൽകിയത്. ലെബനോണിനെതിരായ ഏറ്റവുമൊടുവിലത്തെ ഇസ്രായേലി ആക്രമണത്തിനും പലസ്തീൻകാരേയും ലെബനോൺകാരേയും വംശനാശംചെയ്യുകയെന്ന സിയോണിസ്റ്റുകളുടെ നയത്തിനും വൈറ്റ്ഹൗസ് നൽകിയ കുറ്റകരമായ പിന്തുണയും അതാണ വിളിച്ചറിയിച്ചത്.

അമേരിക്കൻ "ഉപദേഷ്ടാക്കൾ" സ്വൈര്യമായി കഴിയുന്ന നാട്ടുകാരുടെ കൂട്ടക്കൊലകളിൽ നേരിട്ടു പങ്കെടുക്കുന്ന എൽ സൽവഡോറിലാവട്ടെ, അമേരിക്കൻ സഹായം ലഭിക്കുന്ന പോൾപോട്ടിന്റെ അക്രമിസംഘങ്ങൾ അഭയം തേടിയിട്ടുള്ള തായ്‌ലണ്ട്-കമ്പൂചിയൻ അതിർത്തിയിലാവട്ടെ. എവിടെയും ഇതേ ചിത്രമാണ കാണാവുന്നത്. വളരെക്കാലമായി യു.എസ്സ്.ഏ.യുടെ സെൻട്രൽ ഇന്റലിജൻസ് ഏജൻസി ദേശീയസ്വാതന്ത്ര്യത്തിനും സാമൂഹ്യപുരോഗതിക്കുംവേണ്ടി പൊരുതുന്ന ജനതകൾക്കെതിരായ ഭീകരനടപടികളുടെ ചുക്കാൻ പിടിക്കുന്ന മുഖ്യകേന്ദ്രമായിത്തീർന്നിരിക്കുകയാണ്.

www.ingramcontent.com/pod-product-compliance
Lightning Source LLC
LaVergne TN
LVHW090320051026
849518LV00005B/1821
* 9 7 8 9 3 5 5 1 7 7 4 1 4 *